உள்ளே

தற்போதைய பதிப்பிற்கான முன்னுரை

திங்க் அண்ட் க்ரோ ரிச் என்ற புத்தகம் முதன்முதலில் 1937இல் வெளியானது. ஆசிரியர் நெப்போலியன் ஹில் அவர்களின் வாழ்நாட்கால உழைப்பிற்கான உச்சகட்ட மதிப்பாக அமைந்த இந்நூல் ஆயிரம் பக்கங்கள் கொண்ட பருமனான புத்தகமான *லா ஆஃப் சக்ஸஸ்* என்ற நூலின் பிறகு வெளிவந்தது. தனது மனைவி ரோசா லீ யின் உதவியுடன் ஹில், பணம் சேர்ப்பதில் மற்றும் சமகாலத்தில் வாழ்ந்த பல்வேறு துறைகளில் மாபெரும் வெற்றிகள் கண்ட மாமனிதர்களை சந்தித்து நேர்காணல் மேற்கொண்டதில் கிடைத்த தன் அனுபவங்கள் உட்பட தனது பெரும்பாலான சிந்தனைகளை ஒருங்கிணைத்தார். மிக முக்கியமாக *லா ஆஃப் சக்ஸஸ்* என்ற நூலின் தலையாய விதிகளையும் இதனுள் சேர்த்து உங்கள் கையில் நீங்கள் இப்போது ஏந்தியிருக்கும் மிகுந்த ஆர்வத்துடன் படிக்கத்தூண்டும் இந் நூலை உருவாக்கினார். ஆனால் *சிந்தனைகள் மூலம் செல்வந்தன் ஆகு* என்ற இந்த நூல் அதைவிட மேலான ஒன்றின் பிரதிநிதித்துவமாகும். பல லட்சக்கணக்கான மனிதர்களை தங்களுக்கென்று அவர்கள் வடிவமைத்திருந்த வெற்றிகான பாதையில் செல்ல உத்வேகம் அளித்து ஹில் தன் வாழ்நாள் முழுவதிலும் பெற விரும்பிய பல தலைமுறையினருக்கான மாபெரும் வெற்றியைக் கண்டு, சுயமாக நிறைவேற்றும் தீர்க்க தரிசனம் போல் அமைந்தது இந்நூல்.

அமெரிக்காவின் சவுத் வர்ஜீனியா மாகாணத்தில் 1883இல் ஒரு ஏழைக் குடும்பத்தில் பிறந்தார் ஹில். அவரது இளமைப்பருவத்திலேயே அவரது தாயார் இறந்துவிட்டார். ஆனால் அவர் ஒரு சிறந்த எழுத்தாளராக ஆக அவரது மாற்றாந்தாய் அவருக்கு ஊக்கமளித்தார். தொடர்ந்து வந்த காலத்தில் அவரது வாழ்கை ஸ்திரமாக இருக்க அது அடித்தளம் அமைத்தது. தன் வாழ்நாள் முழுவதிலும் ஹில் பல்வேறு விதமான தொழில்களை துவங்கினார். வாகன உற்பத்தி முதல் சட்டம் வரை என்று பரவலாக இருந்த நாட்டம் இறுதியில் எழுதுவது மற்றும் பத்திரிகைகள் வெளியிடுவதில் வந்து நின்றது. அனைத்திலும் பல விகிதங்களில் அவருக்கு வெற்றி கிட்டியது (தோல்விகளும் நிறையவே இருந்தது). பின்பு மாபெரும் வெற்றிகள் கட்டமைக்கப்பட ஆதாரமாக விளங்கிய சிறந்த பாடங்களை பலவருட அனுபவங்களும் தொடர்புகளும் அவருக்கு கற்பித்தது. தொழில் துறையில் மட்டுமல்லாமல் வாழ்கையில் பலவகையான சந்தர்ப்ப சூழ்நிலைகளை சந்தித்து அவற்றை வெற்றிகரமாக எதிர்கொண்டு பொலிவுடன் விளங்க அவை அவருக்கு வெகுவாக உதவின. அமெரிக்காவின் ஒளிமயமான எதிர்காலத்திற்கு வித்திட்ட ஆண்ட்ரூ கார்னேகி, எடிசன், வுட்ரோ வில்சன் போன்ற சிறந்த தலைவர்களுடனும் அவருக்கு தொடர்பு ஏற்பட்டது.

இத்தகைய பெருந்தகைகளுடன் தொடர்பு கொண்டு அவர்களை பேட்டி எடுத்து தன் வாழ்நாளின் இருபத்தியைந்து வருடங்களை ஹில் கழித்தார். அதன் விளைவாக உருவானதுதான் இந்த நூல். அவர்கள் கூறிய ஆலோசனைகளின் தொகுப்பு. மாபெரும் வெற்றிகண்ட தனியொரு புத்தகமான இது வருங்கால சந்ததியினருக்கு சுய உதவி எண்ணும் இலக்கியபாணி துளிர்விட காரணமாக விளங்கியது.

திங்க் அண்ட் க்ரோ ரிச் பல்வேறு பதிப்புகளில் மீண்டும் மீண்டும் அச்சடிக்கப்பட்டது. பலமுறை நெப்போலியன் ஹில் எழுதாத பல விஷயங்களும் கூடுதலாக அதற்குள் சேர்க்கப்பட்டன. இப்போது நீங்கள் வாசிப்பது நவீன வடிவமைப்புடன் கூடிய ஆனால் உள்ளடக்கம் மாற்றப்படாத 1937இல் வெளியான அசல் பதிப்பு. இதில் தற்காலத்திற்குப் பொருந்தாத சில மேற்கோள்கள் இருந்தாலும் நெப்போலியன் ஹில் அவர்களின் தத்துவத்தின் தூய்மையான வெளிப்பாடே இது. பல மறு செய்கைகளுக்கு உட்படுத்தப்பட்டாலும் அதன் மையத்தில் உள்ள கருத்துக்கள் எண்பது வருடங்களுக்கும் மேலாக மாற்றங்கள் ஏதுமின்றி நிலையாக உள்ளன. ஹில் வாழ்ந்த காலம் பற்றிய பதிவுகளை படிக்க விரும்பும் அவரது மாணவர்களுக்கும் அவரது சிந்தனைகளின் உண்மையான தனிப்பட்ட கருத்துப்பாங்கை அறிய விரும்புபவர்களுக்கும் இந்த பதிப்பு சுவாரசியயமானதாக இருக்கும்.

ஆசிரியரின் முகவுரை

ஐநூற்றிற்கும் மேற்பட்ட செல்வந்தர்களை நான் பல்லாண்டுகளாக தீவிரமாக ஆராய்ந்தபோது அவர்களை மாபெரும் செல்வந்தர்களாக ஆக்கிய பணத்தை குவிக்கும் ரகசியத்தைப் பற்றி நான் கண்டறிந்தவை இந் நூலின் ஒவ்வொரு அத்தியாயத்திலும் குறிப்பிடப்பட்டுள்ளது.

கால் நூற்றாண்டுகளுக்கு முன்பு இந்த ரகசியம் ஆண்ட்ரூ கார்னேகியால் என் கவனத்திற்குக் கொண்டுவரப்பட்டது. மிகுந்த புத்திகூர்மை கொண்டவரும் அன்புக்குரியவருமான ஸ்காட்லாண்டை சேர்ந்த அவர் நான் சிறுவனாக இருந்தபோதே மிகவும் கவனத்தோடு என் மனத்திற்குள் அதைப் புகுத்தினார். பிறகு, என்னிடம் அவர் கூறியதன் முக்கியத்துவத்தைப் புரிந்துகொள்ளும் அளவிற்கு நான் புத்திசாலியா என்று ஆராயும் விதமாக எதிரே நாற்காலியில் அமர்ந்துகொண்டு, குறும்பான எதிர்பார்புடன் என்னைப் பார்த்தார்.

எனக்குப் புரிந்துவிட்டது என்று தெரிந்ததும், இந்த ரகசியத்தை அறியாமல் வாழ்கையில் தோற்கக்கூடிய ஆண்கள் மற்றும் பெண்களிடம் அதனைக் கொண்டு செல்ல தேவையான ஆராய்ச்சியில் ஈடுபட்டு அடுத்த இருபது வருடங்களோ அல்லது அதற்கு அதிகமாகவோ செலவிட எனக்கு விருப்பம் உண்டா என்று கேட்டார். உண்டு என்று நான் கூறியதும் அவரது ஒத்துழைப்புடன் இதோ எனது வாக்குறுதியை நிறைவேற்றியிருக்கிறேன்.

வாழ்க்கையின் பல்வேறு பிரிவுகளை சேர்ந்த ஆயிரக்கணக்கானோர் நடைமுறையில் செயல்படுத்தி பரிசோதித்து வெற்றிகண்ட அந்த ரகசியம் இந்த நூலில் அடங்கியுள்ளது. தனக்கு பெருஞ்செல்வங்களை வாரித்தந்த அந்த மந்திரச் சூத்திரம் தாமாக ஆராய்ந்து கண்டுபிடிக்க நேரமில்லாத அனைவருக்கும் கிடைக்க வேண்டும் என்பது கார்னேகியின் விருப்பம். இது அனைத்து பள்ளிகள் மற்றும் கல்லூரிகளில் கற்றுக்கொடுக்கப்பட்டால், மாணவர்கள் பள்ளியில் செலவிடும் நேரத்தைப் பாதியாகக் குறைக்கும் அளவிற்கு நமது கல்வித்திட்டத்தில் புரட்சிகரமான மாற்றம் ஏற்படும் என்று அவர் நம்பினார்.

பள்ளிகளில் கற்றுக்கொடுக்கப்படும் பெரும்பாலான விஷயங்கள் பொருளீட்டுவதற்கோ அல்லது செல்வந்தர்களாவதற்கோ பயன்படுவதில்லை என்று சார்லஸ் எம். ஷ்வாப் மற்றும் அவரைப் போன்ற பிறருடன் கலந்து பேசிய பிறகு கார்னேகி புரிந்துகொண்டார். பள்ளிப்படிப்பு அதிகமில்லாத பல இளைஞர்களைத் தன் தொழிலில் சேர்த்து அவர்களுக்கு இந்தச் சூத்திரத்தைக் கற்றுக்கொடுத்து அவர்களிடமிருந்து அசாதாரணமான தலைமைப் பண்புகளை ஏற்படுத்தி சிறப்பாக வேலை வாங்கியதனால் கார்னேகி இந்த முடிவுக்கு வந்தார்.

அத்துடன், *அவரது அறிவுரைகளைப் பின்பற்றியவர்கள் பெரும் செல்வந்தர்களாகவும் ஆனார்கள்.*

யுனைடட் ஸ்டேட்ஸ் ஸ்டீல் கார்ப்பொரேஷன் என்ற பிரம்மாண்டமான நிறுவனத்தைப் பற்றிய அபாரமான கதையை நம்பிக்கை என்ற அத்தியாயத்தில் படிப்பீர்கள். கார்னேகியின் சூத்திரத்தை பின்பற்றி செயல்படத் தயாராக இருப்பவர்களுக்கு வெற்றி வந்து சேரும் என்பதை நிரூபித்த ஒரு இளைஞனின் நிறுவனம் அது. அந்த இளைஞனின் பெயர் சார்ல்ஸ் எம். ஷ்வாப். இந்த ரகசியத்தை ஒரே ஒரு முறை பிரயோகம் செய்து மாபெரும் செல்வங்களை பணமாகவும், வாய்ப்பாகவும் பெற்றார் ஷ்வாப். இந்த குறிபிட்ட சூத்திரத்தை பயன்படுத்தி சுமாராக *அறுநூறு மில்லியன் டாலர்களை* ஈட்டினார்.

இந்த உண்மைகள்—கார்னேகியை அறிந்த அனைவருக்கும் தெரிந்தவைதான்—இந்த நூலைப் படிப்பதால் உங்களுக்கு கிடைக்கக்கூடியது என்ன என்று ஓரளவுக்குக் காட்டும். ஆனால், உங்களுக்கு என்ன வேண்டும் என்பது உங்களுக்கு முதலில் சரியாகத் தெரிந்திருக்கவேண்டும்.

இருபதாண்டு காலம் பயன்பாட்டு சோதனையில் ஈடுபடுத்தப்படும் முன்பே இந்த ரகசியம், கார்னேகி அவர்கள் திட்டமிட்டபடி, லட்சகணக்கானோருக்கு பயனளித்ததே. சிலர் அதைக்கொண்டு செல்வந்தர்களாயினர். மற்றவர்கள் இதனை பயன்படுத்தி தங்கள் வீடுகளில் இணக்கத்தை ஏற்படுத்தினர். ஒரு மதகுரு இதைச் சரியான முறையில் பயன்படுத்தி ஆண்டுக்கு 75,000 டாலருக்கும் அதிகமான வருமானத்தை ஈட்டினார்.

சின்சினாட்டி நகரிலிருந்த ஆர்தர் நாஷ் என்ற தையல்காரர் திவாலாகும் நிலையில் இருந்த தன் வியாபாரத்தை இந்தச் சோதனைக்கு உட்படுத்த முன்வந்தார். வியாபாரம் மீண்டும் உயிர் பெற்று தன் உரிமையாளர்களுக்கு செல்வங்களை வாரிவழங்கியது. திரு நாஷ் அவர்களின் மறைவிற்குப் பிறகும் இன்றளவும் அது செழிப்பாக இருந்து வருகிறது. இந்தப் பரிசோதனையின் புதுமை காரணமாக செய்தித்தாள்களிலும் பத்திரிகைகளிலும் பல லட்சங்கள் மதிப்பிலான விளம்பரங்கள் வெளியிடப்பட்டன.

டெக்ஸாஸ் மாநிலத்தின் டாலஸ் நகரில் வாழ்ந்த ஸ்டூவர்ட் ஆஸ்டின் வியர் அவர்களுக்கு இந்த ரகசியம் தெரியவந்தது. அவர் அதற்குத் தயாராக இருந்தார். அதற்காக தன் வேலையை விட்டுவிட்டு சட்டம் படித்தார். அவர் வெற்றியடைந்தாரா? அந்தக் கதையும் இந்தப்புத்தகத்தில் கொடுக்கப்பட்டுள்ளது.

ஜென்னிங்க்ஸ் ரண்டால்ஃப் அவர்களின் கல்லூரி பட்டமளிப்பு விழாவன்று இந்த ரகசியத்தை அவருக்குக் கூறினேன். வெற்றிகரமாக அதை அவர் பயன்படுத்திய விதத்தில் மூன்றாவது முறையாக

அமெரிக்க காங்கிரஸ் உறுப்பினராகி வெள்ளை மாளிகையில் அமர வாய்ப்பு கிடைக்கும்வரை அதைத் தொடர்வது என்ற உறுதியுடன் அவர் இருந்தார்.

அமெரிக்க லா ஸேல் விரிவாக்கப் பல்கலைக்கழகத்தில் விளம்பர மேலாளராக நான் பணிபுரிந்து கொண்டிருந்தபோது, அதன் தலைவராக இருந்த ஜே.ஜி. சாப்ளின் இந்தச் சூத்திரத்தை தீவிரமான முனைப்புடன் பயன்படுத்தி நாட்டின் மிகச் சிறந்த விரிவாக்கப் பல்கலைக்கழகமாக அதை ஆக்கியதை காண முடிந்தது.

நான் குறிப்பிடும் இந்த 'ரகசியம்' குறைந்தபட்சமாக நூறு முறை இந் நூல் முழுதும் கூறப்பட்டுள்ளது. நேரடியாக இல்லாமல் மறைமுகமாக கொடுக்கப்பட்டுள்ளது. அதைத் தேடிக்கொண்டிருப்பவர்களும், அதற்கான உழைப்பிற்குத் தயாராக இருப்பவர்களும் கண்டுகொள்ளக் கூடிய வகையில் அது தெரிவிக்கப்பட்டுள்ளது. அதனால்தான் இதற்கு எந்த குறிப்பிட்ட விசேஷமான பெயரும் இடாமல் கார்னேகி என்னிடம் இந்த வேலையை அமைதியாக தள்ளிவிட்டிருக்கிறார்.

செயல்படுத்த நீங்கள் தயாராக இருந்தால் ஒவ்வொரு அத்தியாயத்திலும் இந்த ரகசியத்தைக் உங்களால் கண்டுகொள்ளமுடியும். நீங்கள் தயாரா என்பதை எப்படித் தெரிந்துகொள்வது என்பதை என்னால் சொல்ல முடியும் ஆனால் அதனை உங்களுக்கே உரிய வழியில் தெரிந்துகொள்ளும்பொழுது கிடைக்கும் பலன்களை உங்களால் அனுபவிக்க முடியாமல் போகும்.

இந்தப் புத்தகம் எழுதப் பட்டுக்கொண்டிருக்கும்போது, கல்லூரி கடைசி ஆண்டில் இருந்த என் மகன், இதன் கையெழுத்துப் பிரதியின் இரண்டாவது அத்தியாயத்தை எடுத்துப் படித்து தானே இந்த ரகசியத்தை அறிந்து கொண்டான். இதிலுள்ள தகவலை பயனுள்ள வகையில் செயல்படுத்தியதால், சராசரி மனிதருக்கு கிடைக்கும் ஆரம்ப சம்பளத்தைவிட மிக அதிகமான ஊதியத்தில் அவனுக்கு வேலை கிடைத்தது. அவனது கதை இரண்டாம் அத்தியாயத்தில் சுருக்கமாக கொடுக்கப்பட்டுள்ளது. இந்த நூலைப் படிக்க ஆரம்பித்தவுடன், பெரிய வாக்குறுதிகளை இது அளிப்பதாக உங்களுக்குத் தோன்றினால், நூலைப் படிக்கும்போது அந்த எண்ணத்தைத் கைவிட்டு விடுவீர்கள். அது மட்டுமல்ல, நீங்கள் உற்சாகம் இழந்தவராக இருந்தால், உங்கள் ஆன்மாவை கலங்கச்செய்த துன்பங்களை எதிர்கொள்ளவேண்டிய நிலைமையில் இருந்துகொண்டு அதற்கான முயற்சியில் ஈடுபட்டு நீங்கள் தோற்றுப் போயிருந்தால், நோயாலோ அல்லது உடல் ஊனத்தாலோ நீங்கள் பாதிக்கப்பட்டிருந்தால், இழந்த நம்பிக்கை என்னும் பாலைவனத்தில் ஒரு சோலைவனமாக என் மகனின் கதையும், கார்னேகியின் சூத்திரமும் உங்களுக்குக் காட்சியளிக்கும் என்பது உறுதி.

ஜனாதிபதி உட்ரோ வில்சன் உலகப்போரின் போது இந்த ரகசியத்தைப் பரவலாகப் பயன்படுத்தினார். போர்முனைக்குச் செல்லும் முன்பு வீரர்களின் பயிற்சியில் இதை கவனமாக கலந்து வழங்கினார். யுத்த நிதி திரட்டுவதிலும் இது வலிமையான காரணியாக விளங்கியதாக ஜனாதிபதி என்னிடம் கூறினார்.

இருபதாண்டுகளுக்கு முன்பு, ஃபிலிப்பைன்ஸில் ரெஸிடண்ட் கமிஷனராக இருந்த மாண்புமிகு மேனுவல் எல். க்விஸான் தன் மக்களுக்கு சுதந்திரம் பெற்றுத்தர இந்த ரகசியத்திலிருந்து உத்வேகம் பெற்றார். ஃபிலிப்பைன்ஸ் நாட்டிற்கு சுதந்திரம் பெற்றுத்தந்து அதன் முதல் ஜனாதிபதியாகவும் ஆனார்.

இந்த ரகசியத்தின் விசித்திரத்தன்மை என்னவென்றால், இதனை சரியாக புரிந்துகொண்டு ஒருமுறை பயன்படுத்தி வெற்றியடைந்தவர்கள், மேற்கொண்டு எந்த முயற்சியும் இல்லாமலே தொடர்ந்து வெற்றிகளைக் குவித்துக்கொண்டே இருப்பார்கள். தோல்விக்கு அடிபணிய மாட்டார்கள். சந்தேகமாக இருந்தால், இதனால் பயன்பெற்றவர்களின் பெயர்கள் இந்த நூலில் பட்டியலிடப்பட்டுள்ளன. அவர்களது வாழ்க்கையை உற்றுநோக்கி உறுதி செய்துகொள்ளுங்கள்.

விலை கொடுக்காமல் வாங்கிவிடக்கூடிய பொருள் எதுவும் இல்லை!

நான் குறிப்பிடும் ரகசியத்திற்கும் ஒரு விலை உண்டு. ஆனால் அதன் மதிப்புடன் ஒப்பிடும்போது அது மிக மிகக் குறைவானதே. அதனை நாடி வராதவர்களுக்கு என்ன விலை கொடுத்தாலும் அது கிடைக்காது. அதை இலவசமாகவோ அல்லது பணம் கொடுத்தோ வாங்கிவிட முடியாது. ஏனென்றால் அது இரண்டு பகுதிகளாகத்தான் கிடைக்கும். அதற்காகத் தயாராக இருப்பவர்களிடம் அதன் ஒரு பகுதி ஏற்கெனவே இருக்கும்.

அதற்காகத் தயாராக இருப்பவர்களுக்கு அது சமமான பலனையே அளிக்கும். இதற்கும் கல்விக்கும் எந்த சம்மந்தமும் இல்லை. நான் பிறப்பதற்குப் பல ஆண்டுகள் முன்பே, இந்த ரகசியம் மூன்று வருடங்கள் மட்டுமே பள்ளிக்குச் சென்ற தாமஸ் ஆல்வா எடிசனுக்குக் கிடைத்திருந்தது. இதனை புத்திசாலித்தனத்துடன் பயன்படுத்தி அவரால் உலகின் முன்னணி கண்டுபிடிப்பாளராக ஆக முடிந்தது.

பிறகு இந்த ரகசியம் அவருடைய தொழில் கூட்டாளி ஒருவருக்கு சொல்லப்பட்டது. ஆண்டுக்கு 12,000 டாலர்கள் மட்டுமே அச்சமயத்தில் அவர் சம்பாத்தித்துக் கொண்டிருந்தாலும் இந்த ரகசியத்தை சிறப்பாக பயன்படுத்தியதால் மிகப் பெரிய செல்வந்தராகி, இளம் வயதிலேயே தொழிலிலிருந்து அவரால் ஓய்வுபெற முடிந்தது. முதல் அத்தியாயத்தின் தொடக்கத்திலேயே இவரது கதையை நீங்கள் காணலாம். வளமை உங்களால் அடைய முடியாத தொலைவில் இல்லையென்றும், நீங்கள் என்னவாக விரும்பினாலும் அதுவாக முடியுமென்றும், பணம், புகழ்,

அங்கீகாரம், மகிழ்ச்சி இவை அனைத்தும் இவற்றைப் பெற்றுக்கொள்ளத் தயாராக இருப்பவர்கள் அனைவருக்கும் கிடைக்கும் என்பதும் உங்களுக்கு உறுதிபடும். இவையெல்லாம் எனக்கு எப்படித் தெரியும்? இந்தப் புத்தகத்தை படித்து முடிக்கும் முன்னர் இதற்கான பதில் உங்களுக்கு கிடைத்துவிடும். அது முதல் அத்தியாயத்திலும் இருக்கலாம், அல்லது கடைசிப் பக்கத்திலும் காணப்படலாம்.

திரு கார்னேகி அவர்களின் விருப்பத்திற்கிணங்க நான் இருபதாண்டுகள் மேற்கொண்ட ஆய்வின் போது நூற்றுக்கணக்கான புகழ்பெற்ற மனிதர்களின் வாழக்கையை ஆராய்ந்திருக்கிறேன். அவர்களுள் பலர், கார்னேகி அவர்களின் ரகசியத்தின் உதவியால் தாங்கள் பெரும் செல்வந்தர்களாக ஆனதை ஒப்புக்கொண்டார்கள். அவர்களுள் சிலர்:

ஹென்றி ஃபோர்ட்
வில்லியம் ரிக்லி ஜூனியர்
ஜான் வானாமேகர்
ஜேம்ஸ் ஜே. ஹில்
ஜார்ஜ் எஸ். பார்கர்
ஈ. எம். ஸ்டேட்லர்
ஹென்றி எல். டோஹார்டி
ஸைரஸ் ஹெச். கே. கர்டிஸ்
ஜார்ஜ் ஈஸ்ட்மன்
தியோடார் ரூஸ்வெல்ட்
ஜான் டபிள்யு. டேவிஸ்
எல்பர்ட் ஹப்பர்ட்
வில்பர் ரைட்
வில்லியம் ஜென்னிங்ஸ் ப்ரையன்
டாக்டர் ட்மிடிட் ஸ்டார் ஜார்டன்
ஜே. ஆக்டன் ஆர்மர்
சார்ல்ஸ் எம். ஷ்வாப்
ஹேரிஸ் எம். வில்லியம்ஸ்
டாக்டர் ஃப்ரேங்க் குன்ஸாலஸ்
டேனியல் வில்லர்ட்
கிங்க் ஜில்லெட்
ரால்ஃப் வீக்ஸ்
ஜட்ஜ் டேனியல் டி. ரைட்
ஜான் டி. ராக்ஃபெல்லர்

தாமஸ் ஏ. எடிஸன்
ஃப்ரேங்க் ஏ. வாண்டர்லிப்
எஃப். ட்பிள்யு. வுல்வர்த்
கர்னல் ராபர்ட் ஏ. டாலர்
எட்வர்ட் ஏ. ஃபிலன்
எட்வின் சி. பார்ன்ஸ்
ஆர்தர் ப்ரிஸ்பேன்
வுட்ரோ வில்ஸன்
டபிள்யு. எம். ஹொவர்ட் டாஃப்ட்
லூதர் பர்பாங்க்
எட்வர்ட் டபிள்யு. பாக்
ஃப்ரேங்க் ஏ. முன்ஸி
எல்பர்ட் ஹெச். கேரி
டாக்டர் அலெக்சாண்டர் க்ரஹெம் பெல்
ஜான் ஹெச். பேட்டர்ஸன்
ஜூலியஸ் ரோஸன்வால்ட்
ஸ்டுவர்ட் ஆஸ்டின் வியர்
டாக்டர் ஃப்ரேங்க் க்ரேன்
ஜார்ஜ் எம். அலெக்சாண்டர்
ஜெ. ஜி. சேப்லின்
ஹான். ஜேனிங்ஸ் ரெண்டோல்ஃப்
ஆர்தர் நாஷ்
க்லேரன்ஸ் டாரோ

கார்னேகி அவர்களின் ரகசியத்தைப் புரிந்துகொண்டு, பயன்படுத்தி பணம் மற்றும் புகழை சம்பாதித்து வாழ்வின் உச்சத்தைத் தொட்ட நூற்றுக்கணக்கானோரில் சிலரது பெயரே மேலே பட்டியலிடப்பட்டுள்ளது. இந்த ரகசியத்தைப் பயன்படுத்தி தத்தம் துறைகளில் குறிப்பிடத்தக்க சாதனைகள் புரிய முடியாதவர்கள் என்று யாரையுமே நான் அறியவில்லை. அதே சமயம், இந்த ரகசியத்தை கையாளாமல் எந்தத் துறையிலும் முக்கியமானவர்களாகவோ, மிகப் பெரிய செல்வந்தர்களாகவோ யாரும் விளங்கியதுமில்லை. இந்த இரண்டு உண்மைகளிலிருந்தும் நான் வரையும் முடிவு என்னவென்றால், 'படிப்பு' என்று பிரபலமாக அறியப்படுவதிலிருந்து ஒருவர் அறிந்துகொள்வதைவிட இந்த ரகசியம் மிகவும் முக்கியமானது என்பதே.

எப்படியும், 'கல்வி' என்றால் என்ன என்று இங்கு விவரமாக விளக்கப்பட்டுள்ளது.

முன்பு பட்டியலிடப்பட்டவர்களில் பள்ளிப்படிப்பை முடித்தவர்கள் சிலரே. மோட்டார் வாகனம் தண்ணீரில் செலுத்தப்படும்போது சாரலாக தெளிக்கும் நீரின் அளவிற்கு சமமானதே என்று ஒரு முறை ஜான் வானாமேக்கர் என்னிடம் கூறினார். கல்லூரியை விடுங்கள், ஹென்றி ஃபோர்டு உயர்நிலைப்பள்ளியைக் கூட அடையவில்லை. பள்ளிப்படிப்பின் மதிப்பை நான் குறைக்க முயலவில்லை ஆனால் ஒருவரது பள்ளிப்படிப்பு குறைவாக இருக்கும்போதிலும் அவர் இந்த ரகசியத்தை ஏற்று பயனுள்ள முறையில் செயல்படுத்தினால் உச்சத்திற்கு சென்று, அதிக செல்வத்தை சேர்த்து விரும்பிய வாழ்க்கையை அமைத்துக்கொள்ளலாம் என்று மட்டுமே சொல்லவருகிறேன்.

நீங்கள் மட்டும் தயாராக இருந்தால், இந்த நூலைப் படித்துக்கொண்டிருக்கும்போது நான் குறிப்பிடும் இந்த ரகசியம் ஏதேனும் ஒரு பக்கத்தில், எழுத்துக்களின் இடையிலிருந்து மிகப் பெரிதாக உங்கள் முன்னால் வந்து நிற்கும். அது தோன்றும்போது நீங்கள் அதை கண்டுகொள்வீர்கள். முதல் அத்தியாயத்திலோ அல்லது கடைசி அத்தியாயத்திலோ, அதை எங்கு கண்டாலும், உடனே நிறுத்தி சற்று சிந்தியுங்கள். அந்த நிகழ்வு உங்கள் வாழ்க்கையின் திருப்புமுனையாக மிக முக்கியமான தருணமாக இருக்கப்போகின்றது என்பதை உணருங்கள்.

அப்படிப்பட்ட முக்கியமான தருணத்தை தன் வாழ்கையில் கண்டுகொண்டதை தன் வெற்றிகள் பறைசாற்றுவதாக ஒப்புக்கொண்ட எனது நெருங்கிய நண்பர் ஒருவரின் கதையை முதல் அத்தியாயத்தில் மேற்கொண்டு படிக்கலாம். எல்லா மனிதர்களும் வழக்கமாக வாழ்கையில் எதிர்கொள்ளும் பிரச்சினைகளையே அவரும் மற்றவர்களும் எதிர்கொண்டிருந்தார்கள் என்று இந்நூலை படிக்கும்போது நினைவில் கொள்ளுங்கள்.

வாழ்வாதாரத்திற்காக பொருளீட்டுவது; நம்பிக்கை, தைரியம், திருப்தி, மன அமைதி - ஆகியவற்றைத் தேடுவது; செல்வம் சேர்ப்பது, மற்றும் உடல் அளவிலும் மனதளவிலும் சுதந்திரத்தை மகிழ்வது. இது அவர்கள் எதிர்கொண்ட சில பொதுவான பிரச்சனைகள்.

இந்த நூலைப் படிக்கும் போது இதில் குறிப்பிடப்பட்டுள்ளவை அனைத்தும் உண்மையே. கட்டுக்கதையல்ல என்பதையும் நினைவில் கொள்ளுங்கள். உலகளாவிய உண்மை ஒன்றை தெரியப்படுத்துவதே இதன் நோக்கம். இவை அனைத்தையும் ஏற்றுக்கொள்ளத் தயாராயிருப்பவர்களுக்கு என்ன செய்ய வேண்டும், எப்படிச் செய்யவேண்டும் என்பதை எடுத்துச் சொல்வதும் கூட. அதோடு உங்கள் விருப்பங்களை செயல்படுத்தத் துவங்க தேவையான ஊக்கியாகவும் விளங்குவதும் இதன் நோக்கமாகும்.

முதல் அத்தியாயத்தை நீங்கள் படிக்கத் துவங்கும் முன்னர், தயாரிப்புக்கான இறுதி வார்த்தையாக கார்னேகி ரகசியத்தைக் கண்டுகொள்ள உதவும் ஜாடை குறிப்பு ஒன்றை நான் கொடுக்கலாமா? அது இதுதான் - *எல்லாச் சாதனைகளும், ஈட்டப்படும் பெருஞ்செல்வங்கள் அனைத்தும் ஏதோ ஒரு கருத்துருவிலிருந்து தான் துவங்குகிறது*. இந்த ரகசியத்தைக் கண்டுகொள்ள நீங்கள் தயாராக இருக்கிறீர்கள் என்றால், அதன் ஒருபாதி உங்களிடம் ஏற்கனவே இருக்கிறது. ஆகவே மறு பாதி உங்கள் மனதை அடைந்தவுடனே அதனை உங்களால் கண்டு கொள்ள முடியும்.

ஆசிரியர்

1

அறிமுகம்

தாமஸ் ஆல்வா எடிசனை பங்குதாரர் ஆக்குவதை தன் 'சிந்தனை' மூலம் செயல்படுத்தியவரின் கதை

உண்மையில் எண்ணங்கள் சக்திவாய்ந்தவை. அவை உறுதியான நோக்கம், விடாமுயற்சி ஆகியவற்றோடு கலக்கும் பொழுது பணமாகவோ வேறெந்தப் பொருளாகவோ அவற்றை உருமாற்றவேண்டுமென்ற தணியாத ஆர்வம் ஏற்படும்பொழுது அவை மிகவும் சக்தி வாய்ந்தவையாகின்றன.

சுமார் முப்பது வருடங்களுக்கு முன்பு எட்வர்ட் சி. பார்ன்ஸ் மனிதர்கள் எவ்வாறு சிந்தினை மூலம் செல்வந்தர் ஆகிறார்கள் என்று கண்டுபிடித்தார். எடுத்த உடனேயே அது தெரிந்துவிடவில்லை. கொஞ்சம் கொஞ்சமாகத்தான் அது தெரிந்தது. அக்காலத்திய மாபெரும் கண்டுபிடிப்பாளரான எடிசனுடன் தொழில் கூட்டாளியாகிவிடவேண்டும் என்னும் தணியாத ஆர்வத்தோடு அது துவங்கியது.

பார்ன்ஸின் ஆசையின் முக்கிய அம்சம் உறுதியாக இருப்பது. எடிசனுடன் சேர்ந்து தொழில்செய்ய வேண்டும், எடிசனுக்குக்கீழே அல்ல. தன் ஆசையை மெய்ப்பிக்க அவர் எப்படி முயன்றார் என்பதைக் கூர்ந்து கவனியுங்கள். அப்போதுதான் பணத்தைக் குவிக்க உதவும் பதிமூன்று கோட்பாடுகளை உங்களால் நன்கு புரிந்துகொள்ளமுடியும்.

அந்த ஆசை, அதாவது எண்ணத்தின் உந்துதல், அவர் மனதில் முதன் முதலில் எழுந்தபோது, அதைச் செயல்படுத்தும் நிலையில் அவர் இல்லை. கடினமான இரண்டு தடைக்கற்கள் அவர் பாதையில் இருந்தன. ஒன்று, அவருக்கு எடிசனைத் தெரியாது. இரண்டு, எடிசனின் அலுவலகம் இருந்த நியூ ஜெர்சியின் ஆரஞ்சு நகருக்கு ரயிலில் செல்ல அவரிடம் பணம் இல்லை.

பெரும்பாலான மனிதர்களுக்குத் தங்களது ஆசையை செயல்படுத்தாமல் இருக்க இந்த இரண்டு காரணங்களே போதுமானதாகும். ஆனால் இவரது ஆர்வம் சாதாரணமானதில்லையே! எப்படியாவது தனது விருப்பத்தை செயல்படுத்திவிடுவதில் அவர் உறுதியாக இருந்தார். ஆகவே சரக்கு ரயிலில் பயணம் செய்ய முடிவு செய்தார்.

ஈஸ்ட் ஆரஞ்சில் இருந்த எடிசனின் பரிசோதனைக்கூடத்திற்கு சென்றார். அவருடன் சேர்ந்து தொழில் செய்வதற்காக வந்துள்ளதாக அறிவித்தார். பல ஆண்டுகளுக்குப் பிறகு அச்சந்திப்பைப் பற்றி எடிசன்

இவ்வாறு கூறினார்: "என் முன்னால் அவர் வந்து நின்றபோது ஒரு நாடோடி போல் தோன்றினார். ஆனால் அவரது முகம் நினைத்ததை அடைந்தே தீரும் உறுதியை வெளிப்படுத்தியது. எவனொருவன் அப்படி தனது எதிர்காலம் முழுவதையும் ஒரு குறிப்பிட்ட நிகழ்விற்காக அர்ப்பணம் செய்யும் ஆழமான விருப்பம் கொண்டவனாக இருக்கிறானோ, அவன் வென்றே தீருவான் என்பதை எனது பல்லாண்டு கால அனுபவத்திலிருந்து நான் அறிவேன். வெற்றி கிடைக்கும்வரை தன் இலக்கை அடையும் உறுதியுடன் இருக்கும் மன உறுதியை அவரிடம் கண்டேன். *எனவே அவர் கேட்ட வாய்ப்பை அவருக்கு வழங்கினேன். என் முடிவில் தவறில்லை என்பதைப் பின்னால் நடந்தவை நிரூபித்துவிட்டன*."

இளைஞன் பார்ன்ஸ் அன்று எடிசனிடம் என்ன பேசினான் என்பதைவிட, அன்று அவன் சிந்தனையில் என்ன இருந்தது என்பது தான் முக்கியம். எடிசன் அதைத்தானே கூறினார்! தன்னுடன் பணியாற்றும் வாய்ப்பை அவனுக்கு வழங்கியது அவனுடைய தோற்றமா என்று கேட்டால் நிச்சயமாக இல்லை. அவனது சிந்தனை தான் காரணம்.

இந்த வாக்கியத்தின் முக்கியத்துவத்தை இந் நூலைப் படிப்பவர்கள் உணர்ந்தால், மீதமுள்ள பக்கங்களைப் படிக்கவேண்டிய அவசியம் இல்லை.

முதல் நேர்காணலின்போது எடிசனின் தொழில் கூட்டாளியாக ஆகும் வாய்ப்பு அவருக்குக் கிடைத்துவிடவில்லை. மிக சாதாரண சம்பளத்திற்கு எடிசனின் அலுவலகத்தில் பணிபுரியும் வாய்ப்பு மட்டுமே கிடைத்தது. அந்த வேலை எடிசனுக்கு முக்கியமாக இல்லாதபோதிலும் இவருக்கு அது மிகவும் முக்கியமானதாக இருந்தது. ஏனெனில் தன் திறனை தன் வருங்கால கூட்டாளிக்கு காண்பிக்கும் வாய்ப்பை அது வழங்கியது.

பல மாதங்கள் கழிந்தன. ஆனால் பார்ன்ஸின் மனதில் உறுதியாக, தலையாய, நோக்கமாகப் பதிவாகியிருந்த அந்த விஷயம் மட்டும் நிகழ்வதாக இல்லை. ஆனால் முக்கியமான ஒன்று பார்ன்ஸின் மனதிற்குள் நிகழ்ந்து கொண்டிருந்தது. அதாவது எடிசனின் தொழில் கூட்டாளியாக வேண்டும் என்னும் ஆர்வம் மேன் மேலும் தீவிரமடைந்து கொண்டிருந்தது.

"நிஜமாகவே ஒரு விஷயத்திற்காக ஒருவர் தயார் நிலையில் இருக்கும்போது அந்த ஒன்று அவரைத்தேடி வரும்" என்று உளவியலாளர்கள் சரியாக கூறியுள்ளார்கள்.

எடிசனின் தொழில் கூட்டாளியாவதற்கு பார்ன்ஸ் தயாராக இருந்தார். அது மட்டுமல்ல, அது நிறைவேறும்வரை தயாராகவே இருப்பது என்பதிலும் உறுதியாக இருந்தார். "என்ன பயன். நான்

நினைத்தது ஒன்றும் நடக்கவில்லை. என் மனதை மாற்றிக்கொண்டு ஒரு விற்பனையாளராக வேலை கிடைக்குமா என்று பார்க்கப் போகிறேன்" என்று அவர் தனக்குள் சொல்லிக்கொண்டதில்லை. "நான் வந்தது, எடிசனின் தொழில் கூட்டாளியாக ஆவதற்குத்தான். அதற்காக மீதமுள்ள என் வாழ்நாளெல்லாம் காத்திருக்க வேண்டுமென்றாலும் நான் தயார்" என்றுதான் அவர் சொல்லிக்கொண்டார். உண்மையாகவே அதனையே செய்ய விழைந்தார்! இவரைப் போலவே எல்லாரும் ஓர் உறுதியான நோக்கத்தை ஏற்றுக்கொண்டு, அதிலேயே மூழ்கிவிடத் தயாராக இருந்தால், அவர்கள் வாழ்க்கை எவ்வளவு வித்தியாசமானதாக இருக்கும்!

மலைபோன்ற நெஞ்சுறுதியும், ஆசைக்கு உறுதுணையாக இருந்தத் தன் விடாமுயற்சியும், தனக்கு வரப்போகும் எதிர்ப்புகளை முற்றிலுமாக தகர்த்து, தான் எதிர்பார்த்திருந்த வாய்ப்பைக் கொண்டுவரப் போகிறது என்று இளைஞர் பார்ன்ஸ் அப்போது அறியாமல் இருந்திருக்கலாம்.

பார்ன்ஸ் சற்றும் எதிர்பார்க்காத திசையிலிருந்தும், வடிவிலும் அந்த வாய்ப்பு வந்தது. வாய்ப்பின் சூட்சமமும் அதுதான். வாசலைப் பார்த்திருக்கும்போது அது பின் வழியாக ரகசியமாக வரும். பெரும்பாலும் துரதிர்ஷ்டம் அல்லது தற்காலிகத் தோல்வியின் வடிவில் அது வரும். அதனால்தான் பலரும் அதனை கண்டுகொள்ளத் தவறிவிடுகிறார்கள். 'எடிஃபோன்' அல்லது 'எடிசன் டிக்டேட்டிங் மெஷின்' என்று அழைக்கப்பட்ட ஒரு புதியகருவியை எடிசன் கண்டுபிடித்திருந்தார். அவரது விற்பனையாளர்கள் அதன் மீது பெரிய ஆர்வம் காட்டவில்லை. பெரிய முயற்சியின்றி அதனை விற்க முடியும் என்று அவர்கள் நம்பவில்லை. ஆனால் பார்ன்ஸ் அதில் தனது வாய்ப்பைக் கண்டார். விசித்திரமாகத் தோற்றமளித்த அந்த மெஷினுக்குள் தனக்கான வாய்ப்பு மெல்ல ஊர்ந்து வந்துகொண்டிருந்ததை அவரும் அதைக் கண்டுபிடித்தவரும் மட்டுமே அறிந்திருந்தார்கள்.

தன்னால் 'எடிசன் டிக்டேட்டிங் கருவியை விற்கமுடியும் என்று பார்ன்ஸ் நம்பினார். எடிசனிடம் அதை சொன்னபோது அவர் ஒப்புக்கொண்டார். அக்கருவி விற்க ஆரம்பித்தது. அதன் வெற்றிகரமான விற்பனையைக் கண்ட எடிசன், நாடு முழுவதிலும் அதனை விற்பனை செய்யும் உரிமையை பார்ன்ஸ்ஸிற்கு கொடுத்தார். அந்தத் தொழில் கூட்டுறவிலிருந்து தான், 'தயாரித்தது: எடிசன். நிறுவியது: பார்ன்ஸ்' என்ற வாசகம் பிறந்தது.

அத்தொழில் கூட்டுறவு முப்பது வருடங்களுக்கும் மேலாக நீடித்தது. அதன் விளைவாக பார்ன்ஸ் தனக்கென்று பெரும் பணம் சம்பாதித்தார். ஆனால் அதைவிட அவர் செய்த சிறந்த விஷயம், "சிந்தனைகள் மூலம் செல்வந்தன் ஆக முடியுமென்று" நிரூபித்துக் காட்டியதே ஆகும்.

பார்ன்ஸின் மூலமுதல் ஆசை அவருக்கு எவ்வளவு செல்வத்தைக் ஈட்டிக்கொடுத்தது என்ற விவரம் என்னிடம் இல்லை. சுமாராக இரண்டு அல்லது மூன்று மில்லியன் டாலர்களாக இருக்கலாம். ஆனால் அளவிடமுடியாத ஒன்றாக இருக்கும் ஒரு எண்ணம் அல்லது சிந்தனையை சில கோட்பாடுகளை பயன்படுத்தி எப்படி ஒரு ஸ்தூல பொருளாக மாற்ற முடியும் என்ற நிச்சயமான மற்றும் முக்கியமானதொரு அறிவை பெற்றதுடன் அதனை ஒப்பிட முடியாது.

மாபெரும் மனிதரான எடிசனுடன் தொழில் செய்யவேண்டும், அவரது கூட்டாளியாகவேண்டும் என்று தன் மனதிற்குள் ஆழமாக பதிந்திருந்த எண்ணத்தை நிஜமாக மாற்றினார் பார்ன்ஸ். தான் ஒரு செல்வந்தன் என்ற எண்ணத்தை நிஜமான ஒன்றாக மாற்றினார். ஆரம்பத்தில் அவரிடம் இருந்தது ஒன்றே ஒன்றுதான்: தன் ஆசை என்ன என்ற அறிவும் அதனை அடையும் வரை தன் குறிக்கோளில் உறுதியாக இருக்கும் திறமை இவையிரண்டையும் தவிர அவரிடம் வேறொன்றுமில்லை.

ஆரம்பத்தில் அவரிடம் காசு பணம் இல்லை. கல்வியும் சிறிதளவு தான் இருந்தது. எந்தச் செல்வாக்கும் இல்லை. ஆனால் சுய உந்துதல், நம்பிக்கை மற்றும் வெற்றி பெறவேண்டும் என்ற நெஞ்சுறுதி இருந்தது. கண்ணுக்குத் தெரியாத இந்த சக்திகளால் அவர் தன்னை உலகின் மாபெரும் கண்டுபிடிப்பாளரின் முக்கிய கூட்டாளியாக்கிக் கொள்ளமுடிந்தது.

இப்போது வேறொரு வித்தியாசமான கதையை பார்க்கலாம். எல்லாச் செல்வங்களையும் கொண்டிருந்த ஒருவர் அவற்றையெல்லாம் இழந்தது பற்றிய கதை. தன் இலக்கை அடைய மூன்றே படிகள் இருந்த நிலையில் தன் முயற்சியை கைவிட்ட ஒருவரின் கதை.

மூன்றடி தொலைவில் தங்கம்

தற்காலிக பின்னடைவு ஏற்படும் போது தங்கள் முயற்சியைக் கைவிட்டுவிடுவதே பெரும்பாலானவர்களின் தோல்விக்கு முக்கிய காரணம். ஒவ்வொருவரும் வாழ்வின் ஏதாவதொரு தருணத்தில் இந்தத் தவறைச் செய்த குற்றத்திற்கு ஆளாகிறார்கள்.

ஆர்.யூ. டார்பியின் மாமா தங்கத்தை தோண்டியெடுத்து செல்வந்தராகும் ஆர்வத்தில் மேற்கு நோக்கி சென்றார். மக்கள் 'தங்கத்திற்காக விரைந்த' காலம் அது. பூமியில் புதைந்துள்ள தங்கத்தை விட அதிக மதிப்புள்ள தங்கம் மனித மூளைக்குள்ளிருந்து எடுக்கலாம் என்று அவர் கேள்விப்பட்டதில்லை போலும். தங்கத்தில் தன் பங்கை கோர கருவிகளை எடுத்துக்கொண்டு போனார். கடினமான பாதையாக இருந்தாலும் தங்கத்தின் மீதான உறுதியான பேராசையோடு சென்றார்.

பல வாரங்கள் முயற்சி செய்ததன் பலனாக பளபளக்கும் உலோகக்கலவை அவர் கண்களுக்குத் தெரிந்தது. அதை மேலே கொண்டுவர அவருக்கு இயந்திரங்கள் தேவைப்பட்டன. எனவே யாரும் அறியாத வண்ணம் அந்தச் சுரங்கத்தை மூடிவிட்டு வில்லியம்ஸ்பர்க் மேரிலாண்டில் இருந்த தன் வீட்டிற்கு நடையைக் கட்டினார். தான் கண்டுபிடித்ததை சில நண்பர்களுக்கும் உறவினர்களுக்கும் தெரியப்படுத்தினார். எல்லோருமாக பணம் திரட்டி இயந்திரங்களை வாங்கினார்கள். டார்பியும் அவர் மாமாவும் சுரங்க வேலையில் இறங்கினார்கள்.

முதல் முறை தோண்டியெடுத்த தாதுப் பொருட்கள் வண்டியில் ஏற்றப்பட்டு சுரங்கத்திலிருந்து வெளியே உருக்காலைக்கு எடுத்துச்செல்லப்பட்டது. ஆம், அதில் கிடைத்த பணம் கொலராடோ பகுதியில் மிக அதிக அளவில் தங்கம் இருந்த சுரங்கத்தை அவர்கள் கண்டுபிடித்துவிட்டார்கள் என்று நிரூபித்தது! இன்னும் சில வண்டிகள் வெளியே வந்ததும் அவர்கள் வாங்கிய கடன் முற்றிலுமாக அடைக்கப்படும். பின்னர் மாபெரும் அளவில் லாபத்தை பார்த்துவிடலாம்.

பூமியை துளைத்துச்செல்லும் கருவி கீழே இறக்கப்பட்டது! டர்பி மற்றும் அவரது மாமாவின் நம்பிக்கை மேல்நோக்கி உயர்ந்தது. பிறகு விசித்திரமான ஒன்று நேர்ந்தது. சுரங்கத்தில் தங்கம் இருப்பதற்க்கான எந்த சாத்தியமும் மறைந்துவிட்டது. வானவில்லின் முனையை அடைந்து விட்டார்கள். தங்கப்பானை மறைந்துவிட்டது. இருப்பினும் அவர்கள் தோண்டுவதை நிறுத்தவில்லை. ஆனால் எந்தப் பலனும் இல்லை!

இறுதியில் அந்த முயற்சியை கைவிட முடிவுசெய்தார்கள்.

பழைய பொருட்கள் வாங்கும் காயலான் கடைக்காரரிடம் எல்லா கருவிகளையும் சிலநூறு டாலர்களுக்கு விற்றுவிட்டு வீட்டை நோக்கி ரயிலேறினார்கள். இது போன்ற பொருட்களை கையாள்பவர்கள் பொதுவாகவே அதிகம் சிந்திக்கமாட்டார்கள். ஆனால் இவர் அப்படியில்லை. சுரங்கங்களில் பணிபுரியும் பொறியாளர் ஒருவரை அழைத்து வந்து காட்டினார். அவர் சிறிது கணக்கிட்டு பின்னர், 'முன்பு இந்த முயற்சியில் ஈடுபட்டிருந்தவர்களுக்கு ஃபால்ட் லைன் எங்கிருக்கிறது என்று சரியாக தெரியாததனால் அவர்களால் துவங்கிய வேலையை முடிக்கமுடியவில்லை. முன்பு தோண்டப்பட்ட இடத்திலிருந்து சரியாக மூன்று அடிக்கு கீழே தங்கம் இருக்கும்,' என்றார். தங்கம் அதே இடத்தில் கண்டெடுக்கப்பட்டது!

அந்தக் காயலான் கடைக்காரர் தன் முயற்சியைக் கைவிடும் முன்பு விஷயம் தெரிந்தவர்களின் ஆலோசனையைக் கேட்கவேண்டும் என்று அறிந்திருந்ததால் பல மில்லியன் டாலர்களை அவரால் அந்த சுரங்கத்திலிருந்து சம்பாதிக்க முடிந்தது.

சுரங்கக் கருவிகள் எல்லாம் அச்சமயத்தில் இளைஞராக இருந்த டார்பியின் முயற்சியால், அவர்மீது நம்பிக்கை கொண்ட உறவினர்களும், நண்பர்களும் கொடுத்த பணம் கொண்டு வாங்கப்பட்டவை. ஒரு காசும் பாக்கியில்லாமல் அந்தப்பணத்தை அவர்களுக்கு திருப்பிக்கொடுக்க டார்பிக்குப் பலவருடங்கள் எடுத்தன.

வெகு காலத்திற்கு பின்னர், ஆசைகள் பணமாக மாற்றப்படமுடியுமென்று அறிந்துகொண்டபோது, தான் இழந்த பணத்தையெல்லாம் டார்பியால் திரும்பப் பெற முடிந்தது. ஆயுள் காப்பீடுகளின் விற்பனையில் இறங்கியபின்னர்தான் அவர் அதைத் தெரிந்துகொண்டார்.

தங்கம் கிடைக்கக்கூடிய இடத்திலிருந்து மூன்றடி தொலைவில் இருந்த நிலையில் முயற்சியைக் கைவிட்டதால் பெரும் செல்வத்தை இழக்க நேர்ந்ததை நினைவில் கொண்ட டார்பி, அந்த அனுபவத்தின் பயனைத் தன்னுடைய புதிய தொழிலில் பயன்படுத்திக்கொண்டார். அடிக்கடி தனக்குத் தானே இப்படி கூறிக்கொண்டார்: "முன்பு மூன்றடி தொலைவில் இருந்தும் தங்கத்தை இழந்து விட்டேன். இப்போது அப்படி இழக்கமாட்டேன். இன்ஷூரன்ஸ் பாலிசி வேண்டாம் என்று யாராவது சொன்னால் நான் அத்துடன் விட்டுவிட மாட்டேன்."

ஆண்டுக்கு மில்லியன் டாலர் மதிப்புள்ள காப்பீடுகளை விற்கும் சுமார் ஐம்பதுக்கும் குறைவான முகவர்களில் டார்பியும் ஒருவர் என்பதே அவரது வெற்றிக்கு எடுத்துக்காட்டு. தங்கச் சுரங்கத் தொழிலைக் கைவிட்ட அனுபவத்தின் மூலமாக தான் கற்ற பாடமே இப்போது காப்பீடுகளை விற்கும் தொழிலில் அவர் நிலைத்திருக்கக் காரணம் ஆகியது.

எந்த ஒரு மனிதனும் வெற்றியடையும் முன்பு சிறு பின்னடைவுகளையும் தோல்விகளையும் சந்திப்பது உறுதி. தோல்வி ஏற்படும் போது உடனே ஒருவர் ஏற்கக்கூடிய எளிதான மற்றும் தர்க்கரீதியான வழி தனது முயற்சியைக் கைவிடுவதுதான். பெரும்பாலானவர்கள் செய்வதும் அதுவே.

இந்த நூலுக்கான ஆராய்ச்சியில் ஈடுபட்டிருந்தபோது நான் சந்தித்த ஐநூற்றிற்கும் மேற்பட்ட வெற்றியாளர்கள் தாம் தோல்வியடைந்து விட்டதாக என்னும் நேரத்தில் அதனால் தளர்வடையாமல் மேற்கொண்டு அடுத்த அடியை எடுத்துவைத்த நிமிடமே தங்களுக்கு மிகப் பெரிய வெற்றி கிடைத்தாக கூறினார்கள். தோல்வி என்பது வஞ்சனையானது. தந்திரமானது. முரணானது. வெற்றிக்கு வெகு அருகாமையில் இருக்கும்போது மேற்கொண்டு செல்லவிடாமல் இடற வைப்பதும் அதுவே.

விடாமுயற்சியைப் பற்றிய பாடம்

இப்படி வாழ்க்கை பல்கலைக்கழகம் கற்பிக்கும் கடின பாடங்களில் தேர்ச்சியடைந்து தன் தங்கச் சுரங்க அனுபவத்தை சிறப்பாக பயன்படுத்த டார்பி முடிவெடுத்தபோது சிறிது காலத்தில், அதிர்ஷ்டம் அவருக்கு ஒரு வாய்ப்பை அளித்தது. எவரேனும் 'இல்லை' என்றோ 'வேண்டாம்' என்றோ சொன்னால், அதன் உண்மையான அர்த்தம் அதுவாக இருக்கவேண்டிய அவசியமில்லை என்பதை அவர் அப்போதுதான் தெரிந்துகொண்டார்.

ஒரு நாள் மதியம் டார்பி தன் மாமாவின் ஆலையில் அவருக்குத் துணையாக கோதுமை அரைத்துக் கொண்டிருந்தபோது அந்த வாய்ப்பு கிடைத்தது. அவர் மாமாவிற்கு சொந்தமான பண்ணையில் கருப்பர் உள்பட பல்வேறு இனத்தினர் கூட்டாக தங்கி விவசாயம் செய்துவந்தனர் அந்த ஆலையில் விவசாயம் புரிந்த ஒரு கறுப்பினத்தவரின் குழந்தை ஒன்று மாமாவின் அலுவலக அறைக்கதவை மெல்லத் திறந்து கதவருகில் வந்து நின்றுகொண்டது.

அந்தக் குழந்தையைப் பார்த்ததும் தன் முரட்டுக் குரலில் "உனக்கென்ன வேண்டும்?" என்று அச்சுறுத்தும் வகையில் கேட்டார் மாமா. பயந்தபடியே அந்தக் குழந்தை பலவீனமான குரலில், "அம்மா தனது ஐம்பது சென்ட்டை வாங்கிவரச் சொன்னாள்" என்றது. பதிலுக்கு, "தரமுடியாது. இங்கிருந்து ஓடிப்போ" என்று அதட்டினார் மாமா. "சரி ஐயா" என்றது அந்தக் குழந்தை. *ஆனால் அங்கிருந்து நகரவில்லை.*

வேலையில் மும்முரமாக இருந்த மாமா அந்தக் குழந்தை போகாமல் அங்கேயே இருந்ததை பார்க்கவில்லை. வெகுநேரத்திற்குப்பிறகு தலையை தூக்கிப்பார்த்தபோது அவள் அங்கேயே நின்று கொண்டிருப்பதைக் கண்டார். "நான்தான் வீட்டிற்குத் திரும்பச் சொன்னேனே இன்னுமா நிற்கிறாய்? போகவில்லை என்றால் உன்னை என்ன செய்கிறேன் பார்?" என்று கூச்சலிட்டார்.

"சரி ஐயா" என்றது குழந்தை. *ஆனால் ஓர் அங்குலம் கூட நகரவில்லை.*

ஆலைக்குள் கவிழ்க்கப்போன தானியப் மூட்டையை கீழே வைத்துவிட்டு, அருகில் இருந்த பீப்பாயின் ஒரு பட்டையைப் பிடுங்கி முகத்தில் கோபம் பொங்க அக்குழந்தையை நோக்கி முன்னேறினார் மாமா. நிச்சயம் அந்தக் குழந்தைக்கு ஏதோ ஆபத்து நேரிடும் போலிருந்தது.

டார்பியின் சுவாசம் நின்றுவிடும் போலிருந்தது. தான் ஒரு கொலைக்கு சாட்சியாகப் போகிறோமோ என்ற கவலை ஏற்பட்டது. தன் மாமாவின் கோபம் அவர் அறிந்ததே. அதிலும், கறுப்பினக் குழந்தைகள்

அந்த நாளில் அந்த ஊரில் வெள்ளைக்காரர்களை மதிக்காமல் அலட்சியப்படுத்துவது போல் நடந்துகொள்வது சாத்தியமற்றது.

மாமா அந்தக் குழந்தையை நெருங்கியவுடன் அவள் ஓரடி முன்னேறி, அவர் கண்களைப் பார்த்து, தன்னால் முடிந்தவரையில் உரத்த குரலில் கூச்சலிட்டாள்: "என் அம்மாவிற்கு அந்த ஐம்பது சென்ட்கள் நிச்சயமாக வேண்டும்."

மாமா அதிர்ந்து நின்றார். ஒரு கணம் அவளைப் பார்த்தார். கையிலிருந்த பட்டையைத் தரையில் போட்டார். சட்டைப்பைக்குள் கையைவிட்டு அரை டாலர் நாணயத்தை எடுத்து அவளிடம் கொடுத்தார்.

தான் வெற்றிகொண்ட அந்த மனிதனின் கண்களின் மீதிருந்த தன் பார்வையை விலக்காமல் அந்த நாணயத்தை பெற்றுக்கொண்டு மெதுவாகக் கதவை நோக்கிப் பின்வாங்கினாள் அவள். அவள் சென்ற பிறகு, பத்து நிமிடங்களுக்கும் மேலாகத் தன் அறையில் இருந்த ஒரு பெட்டியின் மீது அமர்ந்தபடி ஜன்னலுக்கு வெளியே தெரிந்த வெட்டவெளியையே பார்த்துக்கொண்டிருந்தார் மாமா. சற்று முன்பு தான் பெற்ற சாட்டை அடியைப் பற்றி பிரமிப்புடன் சிந்தித்துக்கொண்டிருந்தார்.

டார்பியும் சிந்தனையில் ஆழ்ந்தார். ஒரு வெள்ளைக்கார முதலாளியை ஒரு கறுப்பினக் குழந்தை உறுதியாக இருந்து வெற்றிகொண்டதைத் தன் வாழ்நாளில் முதல்முறையாக அவர் பார்க்கிறார். அதை அவள் எப்படிச் செய்தாள்? தன் ஆக்ரோஷத்தை விடுத்து ஓர் ஆட்டுக்குட்டி போல் அவள் சொன்னபடி மாமாவை செய்ய வைத்தது எது? தன் முதலாளி மீது அவள் செலுத்திய சக்தி என்ன? இதுவும் இது போன்ற மற்ற கேள்விகளும் டார்பியின் மனதில் எழுந்தன. ஆனால் அவற்றிற்கு விடை கண்டுபிடிக்க பல ஆண்டுகள் ஆயிற்று என்றார் டார்பி, இந்தக் கதையை என்னிடம் சொன்னபோது.

விசித்திரமாக இந்த அசாதாரணமான அனுபவத்தை அது நிகழ்ந்த அதே இடத்தில்தான் டார்பி என்னிடம் கூறினார். புத்திகூர்மை கொண்ட மனிதனிடம் ஒரு படிக்காத, வெகுளியான ஒரு கறுப்பினக் குழந்தையை அப்படி நடந்துகொள்ளச்செய்த சக்தி எது என்று நானும் கால் நூற்றாண்டுக் காலமாய் ஆராய்ந்து வந்ததும் விசித்திரமானது தான்.

பழமையான வாசம் கொண்ட அந்த ஆலையில் டார்பி இக்கதையைக் கூறியபின், "இதிலிருந்து நாம் அறிவது என்ன? என் மாமாவுக்குச் சவுக்கடி கொடுத்த அந்தக் குழந்தையின் அதிசய சக்தி என்ன?" என்று கேட்டார்.

இந்தக்கேள்விக்கான விடை இந்நூலில் விவரிக்கப்பட்டுள்ள கோட்பாடுகளில் அடங்கியுள்ளது. அது முழுமையான, நிறைவான விடையாக இருக்கும். தற்செயலாக அந்தக் குழந்தைக்குக் கிடைத்த

சக்தி இதுதான் என்று எல்லோரும் புரிந்து, பயன்படுத்திக் கொள்வதற்குத் தேவையான எல்லா விவரங்களும் அறிவுரைகளும் அதில் இருக்கும்.

உங்கள் மனதைச் விழிப்புடன் வைத்திருங்கள். அந்தக் குழந்தையைக் காப்பாற்றிய சக்தியை அடுத்த அத்தியாயத்தில் காணப்போகிறீர்கள். இந்த நூலின் ஏதோ ஒரு பகுதியில் அதனை புரிந்து கொள்ளும் சக்தியை விரைவாக பெறவும் அதனை உங்கள் நன்மைக்காகப் பயன்படுத்த உதவும் ஒரு கருத்தை நீங்கள் காண்பீர்கள். அந்த சக்தியைப்பற்றிய உணர்தல் முதல் அத்தியாயத்திலோ அல்லது தொடர்ந்து வரும் பக்கங்களிலோ திடீரென்று உங்களுக்குப் பளிச்சிடும். தனியொரு கருத்தாக அது வரலாம். திட்டமாக வரலாம், அல்லது இலட்சியமாகவும் வரலாம். அதன் விளைவாக, கடந்தகாலத்தில் நீங்கள் செய்யத்தவறிய மற்றும் உங்களைத் தோற்கச் செய்த அனுபவங்களுக்கு நீங்கள் செல்ல வேண்டியிருக்கலாம். அவற்றிலிருந்தே நீங்கள் இழந்ததையெல்லாம் மீண்டும் பெறுவதற்கான பாடம் வெளிப்படுவதையும் காணலாம்.

அந்தச் சிறுமி தன்னை அறியாமலேயே உபயோகித்துப் பயனடைந்த சக்தியைப் பற்றி நான் சொன்னபோது, தனது முப்பதாண்டு கால காப்பீடு முகவர் அனுபவத்தில் தான் கண்ட வெற்றிகளுக்கெல்லாம் அக்குழந்தை கற்றுத்தந்த பாடமே பெருமளவில் உதவியது என்று வெளிப்படையாக ஒப்புக்கொண்டார் டார்பி. "புதிய வாடிக்கையாளர்களை நான் அணுகி ஆயுள் காப்பீடு விற்க முற்படும்போது அவர்கள் வேண்டாம் என்று என்னை புறக்கணித்தால், அன்று அந்த ஆலையில் அந்தக் குழந்தை, தோல்வியை ஏற்கமறுக்கும் விதமாகத் தன் பெரிய கண்களை முழித்துப்பார்த்தபடி நிற்பது என் மனக்கண்ணில் தோன்றும். அதன் பிறகு எதிரிலிருப்பவரிடம் எப்படியாவது காப்பீட்டை விற்றே தீருவதென்று முடிவெடுப்பேன். சொல்லப்போனால், வேண்டாம் என்று மறுப்பவர்களிடம்தான் பெரும்பாலாக விற்பனை செய்திருக்கிறேன்" என்றார் டார்பி.

"மேற்கொண்டு மூன்றடி ஆழம் தோண்டாமல் நிறுத்தியது நான் செய்த மாபெரும் தவறுதான்" என்ற டார்பி, "ஆனால் எனக்கு கிடைத்த மறைமுகமான ஆசியாகவே அதைக் கருதுகிறேன். எவ்வளவு கடினமாக இருந்தாலும் மேலும் மேலும் முயன்றுகொண்டே இரு, எவ்வளவு சிரமங்கள் வந்தாலும் முயன்றுகொண்டே இரு என்ற பாடத்தை கற்பித்தது அது. வெற்றி பெற அதற்கு முன்பாக நான் கற்றுக்கொள்ளவேண்டிய பாடம் அது" என்றார்.

டார்பி அவரது மாமாவின் தங்கச் சுரங்க அனுபவம் மற்றும் அந்தக் கறுப்பினக் குழந்தை ஆகியவற்றை இனிமேல் பல நூறு காப்பீடு முகவர்கள் படிக்கப்போகிறார்கள். டார்பியின் அந்த இரண்டு அனுபவங்கள்தான் பின்னாளில் அவர் மில்லியன் டாலர் காப்பீடுகள் விற்கக் காரணமாயிருந்தவை என்று நினைவுபடுத்த விரும்புகிறேன்.

வாழ்க்கை விசித்திரமானது, எப்படிச் செல்லும் என்று யூகிக்கவே முடியாதது! வெற்றி மற்றும் தோல்வி எளிமையான அனுபவங்களில் வேரூன்றியிருக்கும். டார்பியின் அனுபவங்கள் மிகச் சாதாரணமானவை. இருப்பினும் அவரது விதியை நிர்ணயிக்கும் வழி அவற்றில் இருந்தது. அதனால் வாழ்க்கையைப் போலவே அந்த அனுபவங்களும் அவருக்கு முக்கியமானவையே. அவை இரண்டாலும் பெரும்பலன்கள் அடைந்தார். அவற்றை ஆராய்ந்து அதிலிருந்து தனக்குரிய பாடத்தை அவர் படித்தார். ஆனால் தன் தோல்விக்கான காரணங்களை இப்படி ஆராய்ந்து அதிலிருந்து வெற்றிக்கான பாடத்தை அறிந்துகொள்ளும் அளவுக்கு நேரமோ, எண்ணமோ இல்லாதவர்களின் கதி என்ன? தோல்விகளை வெற்றிப் படிக்கட்டுக்களாக ஆக்கிக்கொள்ளும் வித்தையை எங்கே, எப்படி அவர்கள் கற்றுக்கொள்வது?

இந்தக் கேள்விகளுக்கான விடையாகத்தான் இந்த நூல் எழுதப்பட்டுள்ளது.

இதற்கான விடையாக பதிமூன்று கோட்பாடுகள் விளக்கப்பட்டுள்ளன. ஆனால் வாழ்வின் அதிசயங்களைப் பற்றி உங்கள் மனதை நெருடிக்கொண்டிருக்கும் கேள்விகளுக்கு நீங்கள் விடையைத் தேடும்விதமாக இந்த நூலைப் படித்துக்கொண்டிருக்கும் போது, அது, ஒரு கருத்துருவாகவோ, திட்டமாகவோ, இலட்சியமாகவோ திடீரென்று உங்கள் மனதிற்குள்ளிருந்தே வெளிப்படலாம். வெற்றிக்குத் தேவை ஒரு நிச்சயமான கருத்துருவே. அத்தகைய பயனுள்ள கருத்துருவை உருவாக்கித் தருவதற்கான சிறந்த மற்றும் செயல்முறைப்படுத்த எளிய வழிகள் இந்நூலில் கூறப்படும் கோட்பாடுகளில் அடங்கியுள்ளன.

இந்தக் கோட்பாடுகளை விவரிக்க நாம் மேற்கொள்ளவிருக்கும் அணுகுமுறையை அறிந்து கொள்ளும் முன்பு இந்த முக்கியமான ஆலோசனையை பெறும் உரிமை உங்களுக்கு இருப்பதை நீங்கள் அறிய வேண்டும்: செல்வங்கள் வந்து குவியும்போது அவை மிகவும் விரைவாகவும், பெரிய அளவிலும் வந்துசேரும். இத்தனை வருடங்கள் அவை எங்கு ஒளிந்திருந்தன என்று நீங்கள் ஆச்சரியப்படுவீர்கள். இது ஒரு அதிர்ச்சியூட்டும் வாசகமாகத் தோன்றலாம். ஏனெனில், அதிக காலம் கடினமாக உழைப்பவர்களுக்கே அதிகச் செல்வம் சேரும் என்பது பொதுவான நம்பிக்கை.

வளமான சிந்தனைகள் மூலம் செல்வந்தனாக ஆக நீங்கள் முற்படும்போது, கடின உழைப்பு இருந்தாலும் இல்லாவிட்டாலும் செல்வமானது, ஒரு குறிப்பிட்ட மனநிலையிலிருந்தும், உறுதியான நோக்கத்திலிருந்தும்தான் வருகிறது என்று அறிந்துகொள்வீர்கள். செல்வத்தை ஈர்க்கும் அந்த மனநிலையை எப்படி அடைவது என்பதே நீங்களும் உங்களைப்போன்ற இதர மனிதர்களும் அறியவேண்டியதாகும். 'செல்வந்தர்கள் எப்படி அந்த நிலைமையை அடைகிறார்கள்' என்று

தெரிந்து கொள்ளத்தான் நானும் இருபத்தைந்து ஆண்டுகளாக 25,000 நபர்களின் செயல்பாடுகளை ஆராய்ந்தேன்.

அந்த ஆராய்ச்சி இல்லையென்றால் இந்த நூல் எழுதப்பட்டிருக்காது. இங்கு ஒரு முக்கியமான உண்மையை நீங்கள் அறிந்துகொள்ளவேண்டும். அதாவது:

1929 இல் துவங்கிய பொருளாதார மந்தநிலை, நாட்டில் அளவற்ற பேரழிவை உண்டாக்கி, ரூஸ்வெல்ட் ஜனாதிபதியாகும் வரை நீடித்தது. அதன் பிறகு அது முற்றிலுமாக மறைந்து போனது. நாடக அரங்கில் எப்படி விளக்குகள் படிப்படியாக அதிகரிக்கப்பட்டு நீங்கள் உணரும்முன் இருள் நீங்கி வெளிச்சம் படர்கிறதோ, அதைப்போலவே மக்கள் அச்சத்திலிருந்து படிப்படியாக வெளிவந்து பொருளாதார நிலைமை மேம்படுமென்று நம்பிக்கை வைக்கத் தொடங்கினார்கள்.

இந்த தத்துவங்களின் கோட்பாடுகளை புரிந்துகொண்டு அதன்படி நடந்துகொள்ளத்துவங்கியதும், உங்கள் நிதிநிலைமை மேம்பட ஆரம்பிக்கும். நீங்கள் தொட்டதெல்லாம் துலங்கும். பயனுள்ள புதிய சொத்துக்களாக மாறும். அசாத்தியமானதா? இல்லவே இல்லை!

மனிதகுலத்தின் முக்கிய பலவீனங்களில் ஒன்று, “முடியாது” என்ற சொல்லுடன் சராசரி மனிதனுக்குள்ள அதிக நெருக்கமே. பயனற்ற எல்லா விதிகளையும் மனிதன் அறிவான். செய்ய முடியாத எல்லா வேலைகளையும் அவன் அறிவான். மற்றவர்களை வெற்றியடையச் செய்த விதிகளை அறியவிரும்புபவர்களுக்காகவும் அவற்றிற்காக எதையும் பணயம் வைக்கத் தயங்காத மனநிலை கொண்டவர்களுக்காக எழுதப்பட்ட நூல் இது.

பல வருடங்களுக்கு முன்பு நான் அகராதி ஒன்றை வாங்கினேன். அதன் பிறகு நான் செய்த முதல் காரியம், “சாத்தியமற்றது” என்ற சொல்லை அதிலிருந்து கத்தரித்து எறிந்ததே. நீங்களும் அப்படிச் செய்வது விவேகமற்றதாக இருக்காது.

வெற்றிக்கான மனநிலை உடையவர்களுக்கே வெற்றி கிட்டும்.

அலட்சியமாக இருந்து தோல்வி மனப்பான்மை கொண்டிருப்பவர்கள் தோல்வியையே சந்திப்பார்கள்.

தோல்வி மனப்பான்மையிலிருந்து வெற்றி மனப்பான்மைக்கு மாற விரும்புபவர்களையே வெற்றி சென்றடையும் என்ற வாழ்க்கைக் கலையை கற்றுத் தருவதே இந்த நூலின் நோக்கமாகும்.

பலரில் காணப்படும் மற்றுமொரு பலவீனம் என்னவென்றால், தங்களது கருத்துக்கள் மற்றும் நம்பிக்கைகள் மூலமே எல்லோரையும், எல்லாவற்றையும் எடைபோடுவது. இந்நூலைப் படிக்கும் அதுபோன்ற சிலர், சிந்தனைகள் மூலம் செல்வந்தனாவது இயலாத ஒன்று என்பார்கள். செல்வத்தைக் குறித்து சிந்திக்க முடியாதபடி வறுமை,

தேவை, துன்பம், தவறு, தோல்வி ஆகியவற்றில் அவர்களது பழக்கங்கள் ஊறியிருக்கும்.

துரதிர்ஷ்டம் மிகுந்த இவர்கள் அமெரிக்காவிற்கு வந்து அமெரிக்க வாழ்க்கைமுறையைக் கற்க விரும்பிய சீனர் ஒருவரை நினவு படுத்துகிறார்கள். சிக்காகோ பல்கலைக் கழகத்தில் சேர்ந்து படித்துக்கொண்டிருந்த அந்த மனிதரை ஜனாதிபதி ஹார்ப்பர் அந்தப் பல்கலைக் கழகத்தில் சந்தித்தபோது அமெரிக்க மக்களின் மிக முக்கிய குணாதிசயமாக அவரை கவர்ந்தது எதுவென்று கேட்டார்.

சீன மாணவர் ஆச்சரியத்துடன், "உங்கள் கண்கள் சாய்வாக இல்லாமல் இருப்பதுதான்" என்றார்.

சீனர்களைப் பற்றி நாம் என்ன கூறுவது!

நம் அறிவிற்கு எட்டாததை நாம் நம்ப மறுக்கிறோம். முட்டாள்தனமாக நாம் நமது தனிப்பட்ட குறைபாடுகளை அடிப்படையாக கொண்டு குறைபாடுகளின் இலக்கணத்தை உருவாக்குகிறோம். அவர் கூறியது போல் நம் கண்கள் "சாய்வாக இல்லை" தான். காரணம் நம் கண்கள் போல் அவரது கண்கள் இல்லாததே.

ஹென்றி ஃபோர்டின் சாதனைகளைக் கண்டு அவரது அதிர்ஷ்டம், மேதாவித்தனம், அல்லது அவரது வெற்றிக்கு வேறென்னவெல்லாம் காரணம் உண்டோ அவற்றைக்கண்டு இலட்சக்கணக்கானவர்கள் பொறாமை படுகிறார்கள். இலட்சத்தில் ஒருவரே அவரது வெற்றியின் ரகசியத்தை அறிந்தவராக இருக்கமுடியும். அந்த ரகசியம் அவ்வளவு எளிமையானது என்ற காரணத்தால் கூச்சம் கொண்டு பேச விருப்பமில்லாமல் தயக்கத்தால் அமைதியாக இருப்பார்கள். ஒரு சிறு எடுத்துக்காட்டு அந்த 'ரகசியத்தை'ப் புரியவைத்துவிடும்.

இன்றளவும் பிரபலமாக இருக்கும் வி-8 என்ற காரைச் ஃபோர்டு தயாரிக்க முடிவுசெய்தார். எட்டு சிலிண்டர்களும் ஒரே தொகுதியாக வார்க்கப்பட்ட இயந்திரத்தை தேர்ந்தெடுத்து, அதனை வடிவமைக்குமாறு தனது பொறியாளர்களுக்கு உத்தரவிட்டார். பொறியாளர்கள் அந்த வடிவத்தைக் காகிதத்தில் வரைந்தார்கள். ஆனால் எட்டு சிலிண்டர்களை ஒரே தொகுதியாக வார்க்க முடியாது என்று அவர்கள் கருதினார்கள்.

"எப்படியும் செய்தாக வேண்டும்" என்றார் ஃபோர்டு.

"ஆனால் அது முடியாத காரியம்" என்றார்கள் பொறியாளர்கள்.

"எவ்வளவு சமயம் எடுத்தாலும் அது செய்து முடிக்கப்படும் வரை நிறுத்தாதீர்கள்" என்றார் ஃபோர்டு.

தொடர்ந்து அந்தப்பணியில் இருக்கவேண்டுமென்றால் ஃபோர்டு சொன்னதைச் செய்துதான் ஆகவேண்டும்! ஒரு ஆறு மாத காலம் முடிந்தது. மேலும் ஆறு மாதங்கள் கழிந்தபிறகும் ஒன்றும்

நடக்கவில்லை. பொறியாளர்கள் என்னென்னவோ செய்துபார்த்தும் "முடியாது" என்ற நிலைமைக்கே திரும்பினார்கள்.

ஓராண்டு முடிந்தவுடன் ∴போர்டு நிலைமையை ஆராய்ந்தார். அவர் விரும்பியதை செய்துமுடிக்க வழியொன்றும் புலப்படவில்லை என்றார்கள் பொறியாளர்கள்.

"தொடர்ந்து அந்தப் பணியில் ஈடுபடுங்கள். எனக்கு அது வேண்டும். அதை நான் பெற்றேத் தீருவேன்" என்றார் ∴போர்டு. பொறியாளர்கள் மீண்டும் தங்கள் வேலையை செய்யத்துவங்கினார்கள்.

அதிசயிக்கத்தக்க வகையில் மந்திரம் போட்ட்துபோல, அதைச் செய்து முடிப்பதற்கான ரகசியத்தை அவர்கள் கண்டுபிடித்துவிட்டார்கள்.

∴போர்டின் உறுதி மீண்டும் வென்றுவிட்டது!

துல்லியமான விவரங்கள் கொடுக்கப்படாவிட்டாலும், மேற் கூறப்பட்டது உண்மையே. ∴போர்டு போன்று சிந்தனையின் வலிமை கொண்டு பல இலட்சங்கள் சம்பாதிக்க நினைக்க விரும்புபவர்கள், முடிந்தால் இதிலிருந்து அவருடைய ரகசியத்தை ஊகித்துக்கொள்ளட்டும். அது கடினமானதல்ல. ஹென்றி ∴போர்டு வெற்றி பெற்றார் என்றால் வெற்றியின் கோட்பாடுகளை அவர் புரிந்து, பயன்படுத்தியதே காரணம். அக்கோட்பாடுகளில் ஒன்று ஆசை. அதாவது தனக்கு ஒன்று வேண்டும் என்று அறிந்திருப்பது. ∴போர்டின் இந்தக் கதையை நினைவில் வைத்திருங்கள். அவருடைய மாபெரும் சாதனைக்கான ரகசியம் எந்த வரிகளில் கூறப்பட்டுள்து என்பதைக் கண்டுகொள்ளுங்கள். ஹென்றி ∴போர்டின் செல்வத்திற்குக் காரணமான கோட்பாடுகளின் தொகுப்பை உங்களால் அடையாளம் காணமுடிந்தால், உங்களுக்குத் தகுந்த எந்தத் துறையில் இருந்தாலும் அவருக்கு நிகராக உங்களாலும் சாதனைகள் புரியமுடியும்.

"உங்கள் விதி மற்றும் ஆன்மாவின் தலைவர் நீங்களே" ஏனென்றால்...

தீர்க்கதரிசனத்தோடு ஹென்லீ எழுதிய வரிகள் இவை: "என் விதியின் தலைவன் நானே, என் ஆன்மாவின் கேப்டன் நானே." இவ்வரிகள் மூலம் அவர் தெரிவிப்பது, நமது விதியின் தலைவர்கள் நாமே மற்றும் நமது ஆன்மாக்களைச் வழி நடத்திச் செலுத்துபவர்களும் நாமே. ஏனென்றால் நமது எண்ணங்களைக் கட்டுப்படுத்தும் சக்தி நம்மிடம் தானே உள்ளது!

நம் அனைவரையும் உள்ளடக்கிய இந்த சிறிய பூமி ஆகாசத்தில் மிதக்கின்றது. அந்த ஆகாயமானது, எண்ணிலடங்கா அதிர்வுகளுடன் நகரும் சக்தி கொண்டதென்றும், அந்த ஆகாயத்திற்குள் பிரபஞ்சத்தின் பெரும் சக்தியொன்று நிரம்பியுள்ளதென்றும், அது நம் எண்ணங்களின்

தன்மைக்கேற்ப தன்னை மாற்றி அமைத்துக் கொள்கிறதென்றும், பின் இயல்பாக அவை நம் எண்ணங்களைச் மெய்ப்பிக்க உந்துதல் அளிக்கின்றதென்றும் சொல்லியிருக்கவேண்டும்.

இந்த மாபெரும் உண்மையை அந்த கவிஞர் குறிப்பிட்டிருந்தார் என்றால், ஏன் நாமே நமது விதி மற்றும் நம் ஆன்மாக்களின் தலைவர்களாக ஆகிறோம் என்று அறிந்திருப்போம். மேலும் அவர், அந்த சக்தியானது நல்ல மற்றும் தீய எண்ணங்களுக்கு இடையே வித்தியாசம் அறியாது என்றும், செல்வம் சேர்க்கும் எண்ணங்களைப் போன்றே வறுமையை ஈர்க்கும் எண்ணங்களையும் இந்த மெய் உலகில் உண்மையாக்கி, அவற்றைச் செயல்படுத்துமாறு நம்மை வற்புறுத்தும் என்று அழுத்தந்திருத்தமாக சொல்லியிருக்க வேண்டும்.

எந்த எண்ணங்கள் நம் மனதில் ஆதிக்கம் கொண்டுள்ளனவோ, அவை நமது மூளையில் பதிந்து நம்மை அறியாமலேயே அதே எண்ணங்களுடன் இயங்கும் மற்ற சக்திகளையும், மனிதர்களையும், சந்தர்ப்ப சூழ்நிலைகளையும் நம்மை நோக்கி காந்தம்போல் இழுத்துவரும் என்றும் அவர் சொல்லியிருக்கவேண்டும்.

செல்வங்களை சேர்க்கும் முன் செல்வத்தின் மீதான தீவிரமான ஆசையை நம் மனதில் காந்த சக்தி போல் நாம் ஏற்படுத்திக்கொள்ள வேண்டும் என்பதையும், செல்வம் சேர்ப்பதற்கான உறுதியான திட்டமொன்றை அந்த ஆசை நம் மனதில் உருவாக்கும்வரை, 'செல்வத்தைக் குறித்தே சிந்தித்து கொண்டிருப்பவராக' நாம் இருக்க வேண்டும் என்பதையும் அவர் கூறியிருக்க வேண்டும்.

ஆனால் அவர் தத்துவ ஞானியாக இல்லாமல் கவிஞராக மட்டுமே இருந்த காரணத்தால் இந்த மாபெரும் உண்மையை கவிதை நயத்துடன் கூறிவிட்டு திருப்தியடைந்துள்ளார். அந்த வரிகளில் புதைந்துள்ள தத்துவ விளக்கத்தைப் பின்னால் வருபவர்கள் தானே புரிந்து கொள்ளட்டும் என்று விட்டுவிட்டார்.

அந்த உண்மையானது இந்நூலில் நீங்கள் காணும் கோட்பாடுகளாக நமது பொருளாதார நிலைமையை வெற்றிகொள்ளும் ரகசியமாக கொஞ்சம் கொஞ்சமாக வெளிப்பட்டிருக்கிறது.

முதல் கோட்பாட்டைப் பரிசோதனை செய்ய நாம் இப்போது தயாராக உள்ளோம். இந்தக் கோட்பாடுகள் யாரோ ஒரு தனி மனிதனின் கண்டுபிடிப்பல்ல என்பதை நினைவில் கொண்டு திறந்த மனத்துடன் துவங்கலாம். வறுமையில் தொடங்கி, அதிக படிப்பறிவு மற்றும் செல்வாக்கு எதுவும் இல்லாமல் சுயமாக முன்னேறி, மாபெரும் செல்வங்களை சேகரித்த ஐநூற்றுக்கும் மேற்பட்ட தனி மனிதர்களின் வாழ்க்கை அனுபவங்களிலிருந்து இவை தொகுக்கப்பட்டுள்ளன. அவர்கள் வாழ்க்கையில் மெய்யென்று நிரூபணமான இந்தக்

கோட்பாடுகளை உங்கள் வாழ்க்கையிலும் உங்களுக்கு சாதகமாக நிலைத்து நிற்கும் வழியில் நீங்கள் மெய்ப்பிக்கலாம்.

அது செயல்படுத்த கடினமானதல்ல, சுலபமானது என்று நீங்களே காண்பீர்கள்.

அடுத்த அத்தியாயத்திற்கு செல்லும் முன் இருவருக்கு இது வேலை செய்ததைப் போன்றே உங்களுடைய நிதி நிலைமையையும் மாற்றி உங்களை பொருளாதார உச்சத்திற்கு எடுத்துச்செல்லும் என்று உறுதியாக நம்ப சில உண்மை சம்பவங்கள் இங்கு விவரிக்கப்பட்டுள்ளன.

இவ்விருவரும் எனக்கு மிகவும் நெருக்கமானவர்கள் என்ற காரணத்தால் இந்த விவரங்களை நானே விரும்பினாலும் திரித்துச் சொல்ல முடியாது. ஒருவர், எனது இருபத்தியைந்து வருட நண்பர். மற்றவர் என் சொந்த மகன். அவர்கள் அடைந்த அசாதாரண வெற்றிக்கு காரணம் அந்த அத்தியாயத்தில் கூறப்பட்டுள்ள கோட்பாடு என்று அவர்களே என்னிடம் மனமுவந்து குறிப்பிட்டதுதான் உங்களுடன் நான் பகிர்ந்துகொள்வதை நியாயப்படுத்துகிறது.

பதினைந்து ஆண்டுகள் முன்பு வெஸ்ட் வர்ஜீனியா மாகாணத்தின் சேலம் கல்லூரியின் ஆண்டு விழாவில் நான் துவக்க உரையாற்றினேன். அப்போது நான் அடுத்த அத்தியாயத்தில் விவரிக்கப்பட்டுள்ள கோட்பாட்டை வலியுறுத்தியதை மனதில் உள் வாங்கிக்கொண்டு தன் வாழ்வில் பயன்படுத்திய பட்டதாரி மாணவர் ஒருவர், இன்று பாராளுமன்ற உறுப்பினராக, ஆளும்கட்சியில் செல்வாக்கோடு விளங்குகிறார். இந்தப் புத்தகம் அச்சிடப்படவிருந்த நிலையில் அவரது கடிதம் எனக்கு கிடைத்தது. அந்த கோட்பாட்டை குறித்த தனது கருத்தை அவர் அதில் அளித்துள்ளதால் அதனை அடுத்த அத்தியாயத்திற்கான அறிமுகமாக கொடுத்துள்ளேன்.

இதுகொண்டு வரவிருக்கும் நன்மைகளைப்பற்றி உங்களால் ஊகிக்க முடியும்

> "அன்புள்ள நெப்போலியன் அவர்களுக்கு,
>
> பாராளுமன்ற உறுப்பினராக இருக்கும் காரணத்தினால் மக்களின் பல பிரச்சினைகளை நான் ஆழமாக உணர்ந்திருக்கிறேன். அந்த அனுபவத்தால் நான் அளிக்கும் கீழ்க்கண்ட ஆலோசனை ஆயிரக்கணக்கான மக்களுக்கு உதவியாக இருக்கும் என்று நம்புகிறேன்.
>
> இந்த ஆலோசனை செயல்படுத்தப்பட உங்களது பல வருட உழைப்பும் பொறுப்பும் தேவைப்படும் என்பதை முதலில் தெரிவித்து அதற்காக மன்னிப்புக் கேட்டுக்கொள்கிறேன். ஆனால், அத்தகைய சேவை புரிய நீங்கள் ஆர்வமாக இருப்பவர் என்பது எனக்குத்தெரியும்.

1922 இல் சேலம் கல்லூரியில் நீங்கள் உரையாற்றிய பட்டமளிப்பு விழாவில் பட்டம் பெற்றவர்களுள் நானும் ஒருவன். அந்த உரையில் நீங்கள் என் மனத்தில் வித்திட்ட ஒரு கருத்து தான் இன்று மக்கள் சேவையில் பணியாற்ற எனக்கு ஒரு வாய்ப்பளித்திருக்கிறது. இனி வரப்போகும் எனது அனைத்து வெற்றிகளுக்கும் அதுவே முக்கியக் காரணமாக இருக்கும்.

என் கல்லூரி பட்டமளிப்பு விழாவில் அன்று நீங்கள் ஆற்றிய சொற்பொழிவின் சாரத்தை ஒரு நூலாக நீங்கள் வெளியிட வேண்டும் என்பதே என் பரிந்துரை. அமெரிக்காவின் செல்வ வளத்திற்குக் காரணமான ஏராளமான வெற்றியாளர்களின் அனுபவங்களைப் பல்லாண்டுகளாக ஆராய்ந்து நீங்கள் வழங்கிய அறிவுரை, எல்லா மக்களையும் சென்றடைய வேண்டும் என்பதே என் விருப்பம்.

எப்படி ஹென்றி ஃபோர்டு அவர்களால் செல்வாக்கான நண்பர்களோ, படிப்பறிவோ அல்லது ஒரு டாலர் பணமோ கூட இல்லாமல் வாழ்க்கையில் முன்னேறிப் பெரும் செல்வந்தராக உயர முடிந்தது என்பதை நீங்கள் விளக்கிக் கூறியது இன்றும் என் நினைவில் தெளிவாக உள்ளது. எவ்வளவு இடையூறுகள் வந்தாலும் வாழ்க்கையில் முன்னேறி, எனக்கென்று ஒரு இடத்தை இவ்வுலகில் உருவாக்கிக் கொள்வது என்று அந்த நொடியில் உங்கள் உரையை நீங்கள் முடிப்பதற்கு முன்பாகவே நான் முடிவெடுத்துவிட்டேன்.

பல்லாயிரக்கணக்கான மாணவர்கள் இந்த ஆண்டு தங்கள் படிப்பை முடித்து வெளியே வருவார்கள். இனிவரும் ஆண்டுகளிலும் அப்படியே. எனக்குக் கிடைத்தது போன்ற செயல்படுத்தத்தக்க உந்துதல் அளிக்கும் ஆலோசனைகள் அவர்களுக்கும் தேவைப்படும். வாழ்க்கையை எப்படித் துவங்குவது, என்ன செய்வது, நல்ல ஆலோசனைக்கு எங்கு திரும்புவது என்று அவர்கள் தேடுவார்கள். பலரது துயரங்களை நீக்கியது போல் அவர்களுக்கும் நீங்கள் உதவலாமே.

அதுபோன்றதொரு மகத்தான சேவையை உங்களால் புரியும் சாத்தியம் உள்ளதென்றால் உங்களது ஒவ்வொரு புத்தகத்துடனும் சுய ஆய்வு பட்டியல் (செல்ஃப் அனாலிஸிஸ் சார்ட்) ஒன்றை கட்டாயமாக சேர்த்துக்கொள்ளுங்கள். ஒருவரது வெற்றிப்பாதையில் தடையாக நிற்பது எதுவென்று அந்த ஆய்வின் மூலம் அவர்கள் தெரிந்துகொள்ள உதவியாக இருக்கும்.

தங்கள் பலம் மற்றும் பலவீனத்தை நடுநிலையாக இருந்து அவர்களுக்குத் தெரிவிக்கும் இது போன்ற சேவை விலைமதிப்பற்றதாகும்.

பொருளாதார மந்தநிலையால் பாதிக்கப்பட்ட பல லட்சக்கணக்கான மக்கள் இப்போது பழைய நிலைமைக்குத் திரும்பி முன்னேற்றம் அடைந்து வருவதால், உங்களது ஆலோசனையை நாடி வருவார்கள் என்று என் சுய அனுபவத்திலிருந்து கூறுகிறேன்.

பொருளாதார வீழ்ச்சியினால் பாதிக்கப்பட்டு அடிமட்டத்திலிருந்து தங்கள் வாழ்க்கையை மீண்டும் துவங்குபவர்களின் பிரச்சனைகளை நீங்கள் நன்கு அறிவீர்கள். அப்படிப்பட்ட ஆயிரக்கணக்கான அமெரிக்கர்கள் தங்களது, கருத்துருவைப் பணமாக மாற்றுவது எப்படி என்ற ரகசியத்தை ஒருவரால் கற்பிக்க முடியுமென்றால் அது உங்களால்தான் முடியும்.

உங்கள் புத்தகம் வெளிவருமானால் உங்கள் கையொப்பமிடப்பட்ட முதல் பிரதியை பெறும் முதல் ஆள் நானாக இருக்கவேண்டும் என்று விரும்புகிறேன்.

சிறப்பான வாழ்த்துக்களுடன், தங்கள் உண்மையுள்ள

ஜென்னிங்க்ஸ் ரெண்டால்ஃப்

2

ஆசை

அனைத்து சாதனைகளின் துவக்கப் புள்ளி

செல்வத்தை நோக்கி முதல் அடி

முப்பதாண்டுகளுக்கு முன்னர் நியூஜெர்ஸியின் ஆரஞ்சு நகரில் சரக்கு ரயிலிலிருந்து எட்வின் ஸி. பார்ன்ஸ் இறங்கியபோது பார்வைக்கு நாடோடியாக தோன்றினாலும் எண்ணங்களில் அரசனாகவே இருந்தார்!

ரயில் பாதையை விட்டிறங்கி தாமஸ் ஆல்வா எடிசனின் அலுவலகத்தை நோக்கி நடக்கும் போது அவர் மனம் வேலை செய்யத் துவங்கியது. எடிசன் முன்பு தான் நிற்பதாக மனதிற்குள் கற்பனை செய்துகொண்டார். தன் நெஞ்சத்தை முழுவதுமாக ஆக்கிரமித்திருக்கும் அந்த ஒரே ஆசையை - மிகப் பெரிய கண்டுபிடிப்பாளரான எடிசனின் தொழில் கூட்டாளியாவது என்னும் ஆசையை - அவரிடம் சொல்லி, பதிலை எதிர்பார்த்து நிற்பதாக தன் மனக்கண்ணில் கண்டார்.

பார்ன்ஸின் ஆசை, வெறும் ஆசையாகவோ ஒரு சாதரண நம்பிக்கையாகவோ இருக்கவில்லை. மிகவும் கூர்மையான, துடிப்பான, மற்ற அனைத்து விருப்பங்களையும் தாண்டி மேலெழுந்த உறுதியான ஆர்வமாக இருந்தது.

அந்த விருப்பம், அவர் எடிசனை அணுகியபோது திடீரென்று தோன்றிய ஒன்றல்ல. பலகாலமாக அவரை ஆட்டிப்படைத்துக் கொண்டிருந்த அவா அது. ஆரம்பத்தில் வெறும் ஆசையாகவே தோன்றியிருந்தாலும், போகப்போக உறுதியாகிவிட்டிருந்தது.

சில வருடங்களுக்குப் பிறகு மீண்டும் அவர் முன்பு எடிசனை சந்தித்த அதே அறையில், அவர்முன் நின்றிருந்தார். இப்போது அவரது ஆசை உண்மையாகி விட்டிருந்தது. அவர் எடிசனின் தொழில் கூட்டாளியாகிவிட்டிருந்தார். அவர் ஜீவனை ஆட்கொண்டிருந்த கனவு, நிஜமாகிவிட்டிருந்தது. இன்று பார்ன்ஸின் அதிர்ஷ்டத்தை கண்டு பொறாமைப்படுகிறவர்கள் அவரது வெற்றிக்கான காரணங்களை ஆராய்வதில்லை.

ஒரு உறுதியான இலக்கைத் தேர்ந்தெடுத்து, அதனை அடையத் தன் சக்தி மனஉறுதி மற்றும் தன் முயற்சியை முழுவதுமாக செலவிட்டதனால் அவர் வென்றார். எடிசனைப் பார்த்த மாத்திரத்திலேயே

அவருக்கு வெற்றி கிடைத்துவிடவில்லை. தான் விரும்பிய இலக்கை நோக்கி ஓரடி எடுத்துவைக்க முடியும் என்றால் அதற்காக மிகச் சாதரண வேலையைக்கூட செய்வதில் திருப்தியடைந்தார்.

ஐந்து வருடங்களுக்குப் பிறகே அவருக்கு அந்த வாய்ப்பு கிடைத்தது. இடைப்பட்ட காலத்தில் தான் நினைத்தது நடக்கும் என்பதற்கான எந்த அறிகுறியும் அவருக்கு தென்படவில்லை. எடிசனின் தொழில் பல்சக்கரத்தின் ஒரு பல்லாகவே மற்றவர்கள் அவரை கண்டார்கள். ஆனால் பார்ன்ஸின் மனதில் தான் எடிசனின் கூட்டாளி என்ற நினைப்புடனே ஒவ்வொரு கணமும் வாழ்ந்திருந்தார்.

உறுதியான ஆசையின் வலிமைக்கான எடுத்துக்காட்டு இது. பார்ன்ஸ் தன் இலக்கை அடைய முடிந்ததன் ரகசியம் அவர் வேறு எதையும் விட அந்த இலக்கை முக்கியமானதாக கருதியதுதான். அந்த இலக்கை அடைய அவர் ஒரு திட்டத்தை வகுத்தார்.

ஆனால் அதற்காகத் தன்னிடமிருந்த ஆதரவுகள் அனைத்தையும் இழந்தார்.

தன் வாழ்க்கை முழுவதையும் அந்த ஆசை ஆட்கொள்ளும் வகையில் தனது இலட்சியத்தில் இறுதிவரை உறுதியாக நின்றார். அதனை மெய்ப்பித்தார்.

'எடிசனை சந்தித்து ஏதேனும் ஒரு வேலை கிடைக்குமா என்று முயற்சி செய்கிறேன்' என்ற எண்ணத்தோடு அவர் போகவில்லை. மாறாக எடிசனைப் பார்த்து, 'நான் உங்களோடு இணைந்து தொழில் செய்ய வந்துள்ளேன் என்று அறிவிப்பதற்காகவே' போனார்.

'சிறிது காலம் அவரிடம் வேலை பார்த்துவிட்டு, தனக்கு தேவையான ஊக்கம் கிடைக்கவில்லை என்றால் வெளியேறிவிடலாம்' என்று எண்ணி அவர் அங்கு போகவில்லை. மாறாக, 'எந்த வேலையாக இருந்தாலும் எடுத்துக்கொள்வேன். அவரது தொழில் கூட்டாளியாகும் வரை எடிசன் சொல்வதையெல்லாம் செய்வேன்.' என்றுதான் போனார்.

'எடிசனோடு இணைந்து தொழில் செய்ய முடியாமல் போகுமானால் அடுத்த வேலைக்கு இப்போதே முயற்சி செய்யவேண்டும்' என்று அவர் சொன்னதில்லை. மாறாக, 'எடிசனோடு கூட்டு சேர்வதே என் மு[illegible]னுள்ள ஒரே தீர்மானம். அதற்காக என் ஆதரவு அனைத்தையும் இழக்கவும் எனது எதிர்காலத்தை முழுமையாக இதன்மேல் பணயம் வைக்கவும் தயார்' என்று சொன்னார்.

பின்வாங்கும் வாய்ப்பு இல்லை. ஒன்று வெல்ல வேண்டும், அல்லது வீழ்ந்து விடவேண்டும்!

பார்ன்ஸின் வெற்றிக்கதை என்று சொன்னால் இவ்வளவுதான். முன்பொரு காலத்தில் அரசனொருவன் போர்க்களத்தில் தன் வெற்றியை உறுதி செய்யும் முடிவு ஒன்றை எடுக்கும் நிலைமையில் இருந்தான்.

தன்னை விட அதிக படை பலம் கொண்ட ஒரு அரசனை போரில் சந்திக்க இருந்தான். பற்பல படகுகளில் தன் வீரர்களை ஏற்றி எதிரி நாட்டிற்குள் அனுப்பினான். ஆனால் அங்கு சென்றடைந்தவுடன் எல்லாப் படகுகளையும் எரித்துவிடுமாறு கட்டளையிட்டான். போர்க்களத்தில் இருந்த தன் வீரர்களைப் பார்த்து, 'நம் படகுகள் அனைத்தும் எரிந்து போய்விட்டதைப் பாருங்கள்! இனி நாம் திரும்பிச் செல்லவேண்டுமானால் இந்தப்போரை வெல்லவேண்டும்! வேறு வழியில்லை. வெல்வோம் அல்லது வீழ்வோம்!' என்றான். அவர்கள் வென்றார்கள்.

எந்த ஒரு விஷயத்திலும் வெற்றி பெற விரும்புபவன் தனக்கு ஆதரவாக இருப்பவற்றை இழக்கத் தயாராக இருக்கவேண்டும். எண்ணிய காரியத்திலிருந்து பின்வாங்குவதற்கான வழிகளை அடைத்துவிட வேண்டும். வெற்றிக்குத் தேவையான அந்த ஆற்ற முடியாத கொழுந்து விட்டு எரியும் தீயை தனக்குள் தக்க வைத்துக்கொள்ள அதுதான் ஒரே வழி.

ஒரு முறை சிக்காகோ நகரில் ஏற்பட்ட ஒரு பெரும்தீயில் அங்கிருந்த எல்லாக் கடைகளும் எரிந்துபோயின. புகையும் சாம்பலுமாக இருந்த தங்கள் கடைகளைப் பார்த்து வருத்தத்துடன் நின்ற வியாபாரிகள், மீண்டும் அங்கேயே கடை திறப்பதா, அல்லது நாட்டின் வேறொரு பகுதிக்குப் போய்த் தொழில் செய்யலாமா என்று ஆலோசித்தார்கள். எல்லோரும் வெளியேற முடிவு செய்தார்கள்-ஒருவரைத் தவிர.

அந்த ஒருவர், தன் கடையின் எரிந்த மிச்சத்தை நோக்கிக் கை காட்டியபடி சொன்னார்: 'பண்பானவர்களே, உலகின் தலை சிறந்த கடையாக விளங்கப்போகும் ஒரு கடையை அதோ அந்த இடத்திலேயே மீண்டும் திறப்பேன். எத்தனை முறை எரிந்து சாம்பலானாலும் அதையே செய்வேன்!'

இது நடந்து ஐம்பது வருடங்கள் கழிந்துவிட்டன. சொன்னபடியே அங்கு கடையைத் திறந்தார் மார்ஷல் ஃபீல்டு. தணியாத ஆர்வத்தின் சக்தியை நிரூபிக்கும் நினைவுச் சின்னமாக அந்த கடை இன்றும் அங்கு உயர்ந்து நிற்கின்றது. கடுமையான இழப்பும், நிச்சயமற்ற எதிர்காலமும் மற்ற வியாபாரிகளை நல்வாய்ப்புள்ள வேறொரு நகருக்கு இட்டுச் சென்றது போலவே மார்ஷல் ஃபீல்டும் ஊரைவிட்டுப் போகும் சுலபமான வழியை தேர்ந்தெடுத்திருக்கலாம்.

மார்ஷல் ஃபீல்டிற்கும் மற்ற வியாபாரிகளுக்கும் இடையே இருந்த வித்தியாசத்தை கூர்ந்து கவனியுங்கள். அதே வித்தியாசம்தான் எட்வின் பார்ன்ஸுக்கும் எடிசனிடம் பணியாற்றிய மற்ற ஊழியர்களுக்கும் இடையே இருந்தது. ஜெயிப்பவர்களுக்கும் தோற்பவர்களுக்கும் இடையே இருப்பதும் அதே வித்தியாசம்தான்.

பணத்தின் பயன்பாட்டை புரிந்துகொள்ளும் வயது வந்த உடனேயே ஒவ்வொரு மனிதனுக்கும் பணத்தின் மீது ஆசை வந்துவிடுகிறது.

ஆனால் ஆசை மட்டுமே பணத்தைக் கொண்டுவந்து சேர்க்காது. பணத்தைத் தீவிரமாக விரும்பி, அதை அடைய சரியாக திட்டமிட்டு விடாமுயற்சியுடன் உழைக்க முற்படும்போது அந்த ஆசையானது அந்த பணத்தைக் கொண்டுவந்து சேர்க்கும்.

பணம் ஈட்டும் ஆசை, பணமாக மாறவேண்டுமானால், கீழே கூறப்பட்டுள்ள யதார்த்தமான ஆறு கட்டளைகளுக்கு அடிபணிந்து நடக்க வேண்டும்:

முதலாவது: எவ்வளவு பணம் வேண்டும் என்று முதலில் முடிவு செய்துகொள்ளுங்கள். 'எனக்கு நிறையப் பணம் வேண்டும்' என்று மட்டும் நினைத்துக்கொண்டால் போதாது. எவ்வளவு ரூபாய் என்பதைத் தெளிவாக மனதில் பதிய வைத்துக்கொள்ள வேண்டும். (இதற்கான உளவியல் காரணம் தொடர்ந்து வரும் அத்தியாயம் ஒன்றில் விளக்கப்படும்.)

இரண்டாவது: அந்தத் தொகையைப் பெற உங்கள் தரப்பிலிருந்து நீங்கள் என்ன கொடுக்கப் போகிறீர்கள் என்பதிலும் உறுதியாக இருங்கள். (வாழ்க்கையில் ஒன்றைக் கொடுக்காமல் மற்றொன்றை பெறமுடியாது என்பது உண்மை)

மூன்றாவது: நீங்கள் விரும்பும் தொகையை எந்தத் தேதிக்குள் நீங்கள் பெற வேண்டும் என்பதையும் குறித்துவையுங்கள்.

நான்காவது: அதற்கான திடமான திட்டத்தை வகுத்து அதனை உடனே செயல்படுத்த துவங்குங்கள். அதற்காக இன்னும் நான் தயாராகவில்லை என்று செயல்படுத்துதலை தள்ளிப்போடாதீர்கள்.

ஐந்தாவது: மேற்கூறியபடி நீங்கள் விரும்பும் தொகை, அதைப் பெற வேண்டிய தேதி, அதற்காக நீங்கள் கொடுக்கப் போவது என்ன, எத்தனை தவணைகளில் அத்தொகையைச் சேகரிக்கப் போகிறீர்கள் என்ற திட்டத்தை தெளிவாக ஒரு காகிதத்தில் எழுதுங்கள்.

ஆறாவது: அந்த அறிக்கையைத் தினமும் இரண்டு வேளை உரத்தகுரலில் படியுங்கள். காலையில் எழுந்தவுடன் ஒருமுறை, இரவில் உறங்கும் முன் ஒருமுறை. அப்படிப் படிக்கும்போதே, அந்த பணத்தை அடைந்து விட்டதாகக் கண்டு உணர்ந்து நம்புங்கள்.

இந்த ஆறு கட்டளைகளை நீங்கள் பின்பற்றவேண்டியது மிக முக்கியமாகும். அனைத்திலும் மிகவும் முக்கியமானது, ஆறாவது கட்டளையாகும். கைக்கு இன்னமும் வந்து சேராத பணத்தை, அது 'வந்து சேர்ந்துவிட்டதாக' எப்படிக் கருதமுடியும் என்று கேட்கலாம். அதுதான் தணியாத ஆர்வத்தின் இயல்பு. பணத்தின் மீதான உங்கள் ஆசை உண்மையானது மற்றும் தீவிரமானதென்றால், அதனை அடைய முடியுமென்று நீங்கள் நிச்சயமாக நம்பினால் இப்படிக் கருதுவது உங்களுக்கு கடினமாக இருக்காது. பணம் வேண்டுமென்று விரும்புவது, அதைப் பெறுவதற்க்கான உறுதியோடிருப்பது, அது நிச்சயமாக கிடைத்துவிடும் என்று நம்பிக்கையுடன் இருப்பது-இதுவே இதன் நோக்கம்.

'பணத்தை குறித்த உணர்வுடன்' இருப்பவர்களால் மட்டுமே சிறந்த செல்வங்களை சேர்க்க முடியும். 'பணத்தை உணர்வது' என்பதன் அர்த்தம், பணத்தின் மீதான ஆசை மனதை எந்த அளவில் ஆட்கொண்டுவிட்டதென்றால் அது ஏற்கனவே கைக்கு வந்துவிட்டதாக முழு நம்பிக்கையுடன் அதனை உணர்வதாகும்.

மனித மனம் இயங்கும் வழிகளை அறியாதவர்களுக்கு இந்த ஆறு கோட்பாடுகள் செயல்படுத்த முடியாதவையாகத் தோன்றும். இவை பயனற்றவை என்று நினைப்பவர்களுக்கு நான் கூறவருவது இதுதான்: அமெரிக்காவில் ஒரு இரும்புத் தொழிற்சாலையில் அடிமட்ட ஊழியராக இருந்த ஆண்ட்ரூ கார்னேகி இந்த ஆறு கட்டளைகளைப் பின்பற்றி தான் நூறு மில்லியன் டாலர்களுக்கும் மேலாக சம்பாதித்து, பெரும் செல்வந்தராக ஆனார்.

வேறொன்றையும் சொல்லமுடியும். பணம் ஈட்ட மட்டுமல்லாமல் வாழ்க்கையில் எந்த ஒரு லட்சியத்தையும் அடைய இந்த ஆறு விதிகளையும் பின்பற்றலாம் என்று தாமஸ் ஆல்வா எடிசன் தானே முன்னின்று ஆராய்ந்து பரிந்துரைத்துள்ளார்.

இந்த ஆறு படிகளை செயல்படுத்த 'கடின உழைப்பு' தேவையில்லை. எந்தத் தியாகமும் செய்யவேண்டியதில்லை. மற்றவர்களால் எளிதில் ஏமாற்றப்படவோ கேலிக்கு ஆளாகவோ தேவையில்லை. குறிப்பிட்ட எந்தக் கல்வித் தகுதியும் தேவையில்லை. ஆனால் பணத்தைக் குவிப்பதற்கு அதிர்ஷ்டமோ, நல்வாய்ப்போ தேவையில்லை என்று புரிந்துகொள்ளும் அளவுக்குக் கற்பனாசக்தி வேண்டும். பெரிய பணக்காரர்களாக ஆனவர்கள் அனைவரும் குறிபிட்ட அளவு அதுபற்றி முதலில் கனவு கண்டு, ஆசை மற்றும் விருப்பம்கொண்டு, ஆர்வத்துடன் திட்டமிட்டு, அதன் பின்னரே வெற்றியடைந்தார்கள் என்பதைக் கவனத்தில் கொள்ள வேண்டும்.

இந்த இடத்தில் நீங்கள் ஒன்றைப் புரிந்துகொள்ளவேண்டும். பணத்தின் மீதான அளவு கடந்த ஆசை மற்றும் அது வந்துவிட்டது

என்ற முழு மனதுடனான நம்பிக்கை இல்லையென்றால் நீங்கள் ஒருநாளும் பணக்காரராக முடியாது.

இப்படித்தான், உலகில் நாகரிகம் தோன்றிய நாளிலிருந்து இன்றுவரை, பெரும் தலைவர்கள் எல்லாருமே கனவுகண்டு அதை மெய்யாக்கிக் கொண்டார்கள் என்பதை மறந்துவிடாதீர்கள். கிறிஸ்தவ மதம் இன்று மாபெரும் சக்தியாக உருவெடுத்திருக்கிறது என்றால், அதை நிறுவியவர் வலிமைமிக்க ஒரு கனவைத் தன் மனதிலும் ஆன்மாவிலும் ஊடுருவியதாகக் கண்டவர் என்பதை உணரவேண்டும். அதனால்தான் அது பௌதிக உலகில் மெய்பித்தது.

உங்கள் கற்பனையில் உங்களால் செல்வத்தைப் பார்த்து உணர முடியவில்லை என்றால் அதனை உங்கள் வங்கிக் கணக்கிலும் உங்களால் பார்க்க முடியாது.

முன்பு எப்போதும் இருந்ததை விட இதுபோன்று சிந்தித்து கற்பனை செய்யக்கூடிய ஆட்கள் இன்று அமெரிக்காவில் அதிகமாகத் தேவைப்படுகிறார்கள். ஆறு ஆண்டுக்கால பொருளாதார மந்தநிலை, ஏழை பணக்காரன் என்ற பாரபட்சம் இல்லாமல் அனைவரையும் சமநிலைக்குக் கொண்டுவந்துவிட்டது. புதிய ஓட்டப் பந்தயம் ஒன்று துவங்க இருக்கிறது. அடுத்த பத்து வருடங்களில் பெரும் செல்வம் சேகரிக்கப் படவிருக்கிறது. பந்தயத்தின் விதிகள் மாறிவிட்டன. இதுவரை பொருளாதார வீழ்ச்சியின் போது வளர்ச்சியோ மேம்பாடோ இல்லாமல் சோர்ந்து கிடந்த பொது ஜனங்கள் ஜெயிக்கப்போகிறார்கள்.

பணத்திற்கான இந்தஒட்டப் பந்தயத்தில் வெல்ல புதிய கருத்துருக்கள், புதிய செயல்முறைகள், புதிய தலைவர்கள், புதிய கண்டுபிடிப்புகள், புதிய கல்வி, புதிய சந்தைப்படுத்தும் வழிகள், புதிய நூல்கள், புதிய இலக்கியங்கள், புதிய வானொலி நிகழ்ச்சிகள், புதிய திரைப்படங்கள் ஆகியவை அவசியம் என்பதை ஓட்டம் துவங்கும் முன்பு நாம் தெரிந்துகொள்வது நல்லது. இவற்றின் அடித்தளத்தில் உறுதியான நோக்கமும், நமக்கு என்ன வேண்டும் என்ற தெளிவும், அதை அடைவதற்கான தணியாத ஆசையும் இருக்கவேண்டும்.

தொழில் உலக மந்த நிலையால், ஒரு யுகம் மறைந்து மற்றுமொரு புது யுகம் பிறந்துள்ளது. தங்கள் கனவுகளைச் செயல்படுத்தும் திறமையுள்ள யதார்த்த கனவு காண்பவர்களே இந்த யுகத்தின் தேவை. இவர்களே எப்போதும் நாகரிகத்தின் படைப்பாளிகளாக இருந்திருக்கிறார்கள்.

இதுவரை கண்டிராத வாய்ப்புகளையும் கண்ணுக்குப் புலப்படாத சக்திகளையும் தனக்கு சாதகமாக்கிக்கொண்டு, அவற்றை விண்ணைத்தொடும் கட்டிடங்களாகளாகவும், புதிய நகரங்களாகவும், தொழிற்சாலைகளாகவும், ஆகாயவிமானங்களாகவும், வாழ்க்கையை வளப்படுத்தும் மற்ற பொருட்களாகவும் மாற்றியவர்கள் யாரோ

அவர்களே இவ்வுலகின் உண்மையான தலைவர்களாக இருந்திருக்கிறார்கள் என்பதைச் செல்வத்தை விரும்பும் நாம், மறந்துவிடக்கூடாது.

கனவு காண்பவர்களது இன்றைய நடைமுறைத் தேவை சகிப்புத்தன்மை மற்றும் திறந்த மனம் ஆகும். புதிய கருத்துருக்களைக் கண்டு அஞ்சுபவர்கள் துவக்கத்திலேயே அழிந்துவிடுவார்கள். முன்பு எப்போதும் இருந்ததைவிட முன்னோடிகளுக்கு மிகவும் உகந்த காலம் தற்காலமே. நாம் வெற்றி கொள்ளவேண்டியது 'கவர்டு வேகன்' சினிமாவில் வருவதுபோல் மேற்கு வனாந்திர பகுதியல்ல. ஆனால் புதியதாகவும் மேம்பட்டதாகவும் ஆக்கும் வார்ப்பில் இட்டு சீர்படுத்தப்படவேண்டிய மிகப் பெரிய வர்த்தக, நிதியியல் மற்றும் தொழிலியல் உலகம் உள்ளது.

செல்வந்தராவதற்கு நீங்கள் கனவு காணும்போது, உங்களை ஏளனம் செய்வோரை உதாசீனப்படுத்துங்கள். மாறியுள்ள இவ்வுலகின் வளர்ச்சியில் மாபெரும் பங்குவகிக்க முற்படும்போது நமக்கு முன்னோடிகளாக இருந்த தலைவர்களின் கனவுகள் தான் இன்றைய நமது நாகரீகத்திற்கு அடித்தளமான அம்சங்களையும், திறமைகளை வளர்த்து முன்னேற்றமடைவதற்கான வாய்ப்புக்களையும் வழங்கின என்பதை மறக்காமல், அவர்களுக்கிருந்த மனநிலையை நாமும் வசப்படுத்தவேண்டும்.

அதுநாள்வரை 'கண்டுபிடிக்கப்படாத உலகம்' என்று ஒன்று இருப்பதாகக் கனவுகண்டு, அந்தக் கனவிற்காகவே தன் வாழ்நாளை அர்ப்பணித்துக் கொண்டதால்தானே கொலம்பஸ்ஸால், அப்படி ஓர் உலகைக் கண்டுபிடிக்க முடிந்தது!

பற்பல கோள்கள் இருப்பதாகக் கனவு கண்டதால்தானே கோப்பர்னிக்கஸ்ஸால் அவற்றைக் கண்டுபிடிக்க முடிந்தது! தனது இலக்கை அவர் வென்றவுடன் அந்தக் கனவிற்காக அவரை யாராவது இகழ்ந்தார்களா? யதார்த்தம் அறியாதவன் என்று கூறாமல் அதற்கு மாறாக சிரம் தாழ்த்தி அவரை வணங்கவே செய்தார்கள். அதனால் மீண்டும் ஒருமுறை நிரூபிக்கப்பட்டது இந்தப் பொன்மொழி: 'வெற்றிக்குபின் எவ்விதமான மன்னிப்பிற்கும் அவசியமில்லை, தோல்விக்கு பழி ஏற்க வேறு எவரும் அனுமதிக்கப்படுவதுமில்லை'

நீங்கள் மேற்கொள்ளும் செயல் சரியானதாகவும் இருந்து அதில் நீங்கள் முழுமையான நம்பிக்கையும் கொண்டிருந்தால், எழுந்து செயல்பாட்டில் இறங்குங்கள்! தற்காலிகமாக தோல்வி அடைந்தால் மற்றவர்கள் கேலி செய்வார்களே என்று கலங்காதீர்கள்! ஏனெனில் அவர்கள் இதனை அறியவில்லை: 'ஒவ்வொரு தோல்வியும் தனக்குச் சமமான வெற்றியின் விதையைத் தாங்கி வருகிறது.'

குதிரைகளால் இழுக்கப்படாத ஒரு வண்டியைக் உருவாக்க வேண்டுமென்று கனவு கண்டார் ஏழை மற்றும் படிப்பறிவில்லாத ஹென்றி ஃபோர்டு. தன்னைத்தேடி வாய்ப்பு வருமென்று காத்திருக்காமல், தன்னிடம் இருந்த கருவிகளைக் கொண்டே மோட்டார் வாகனத்தை கண்டுபிடித்தார். தன் கனவுகளை பின்தொடர அஞ்சாததால் இவ்வுலகில், வெறெந்த மனிதரை விடவும் அதிக எண்ணிக்கையில் அவரால் கார்களை உற்பத்தி செய்ய முடிந்தது.

அதேபோல், மின்சாரத்தால் எரியக்கூடிய விளக்கைக் கண்டுபிடிக்க வேண்டுமென்று கனவு கண்டவர் தாமஸ் ஆல்வா எடிசன். பத்தாயிரம் முறை அவரது முயற்சி தோல்வியடைந்தது. இருப்பினும் அவர் தன் கனவை கைவிடாமல் முயன்று இறுதியில் மின்சார விளக்கைக் கண்டுபிடித்தார். கனவைச் செயல்படுத்த முடியுமென்று நம்புபவர்கள் பாதியில் தம் முயற்சியை கைவிடுவதில்லை!

சிகரெட் விற்பனைக்காக ஒரு சங்கிலித்தொடர் அங்காடியை தொடங்கவேண்டுமென்று வெலன் கனவு கண்டார். தனது கனவை செயல்படுத்தினார். இப்போது அமெரிக்காவின் மூலைமுடுக்குகளில் கூட யுனைடெட் ஸிகார் ஸ்டோர்ஸ் இருப்பதைக் காணலாம்.

ஆபிரகாம் லிங்க்கன் கறுப்பின அடிமைகளுக்குச் சுதந்திரம் கிடைக்கவேண்டுமென்று கனவுகண்டு அதற்காக போராடினார். அவர் மறைந்து சில காலத்திற்குள்ளாகவே அவர் விருப்பம் நிறைவேறியது.

ரைட் சகோதரர்கள் விண்ணில் பறக்கும் இயந்திரம் ஒன்றைக் கண்டுபிடிக்க முயன்றனர். அது எவ்வளவு திடமானது என்பதற்கான ஆதாரம் வானம் எங்கும் தெரிகிறது.

மார்க்கோனியின் கனவு, ஈத்தரில் இருக்கும் கண்ணுக்குப் புலப்படாத ஆற்றலைப் பயன்படுத்தி ஒரு சிஸ்டம் உருவாக்குவதாக இருந்தது. அது வீண் கனவல்ல என்பதை உலகெங்கும் ஒலிக்கும் ரேடியோ கருவிகள் மூலம் நாம் அறிகிறோம். மார்க்கோனியின் கண்டுபிடிப்பு, ஏழையின் வீட்டை செல்வந்தரின் மாளிகையோடு ஒரே தளத்தில் நிறுத்த உதவியது. வெவ்வேறிடத்தில் இருந்தவர்களை அண்டை வீட்டுக்காரர்களாக்கியது. எப்போது விரும்பினாலும் அமெரிக்க ஜனாதிபதி தன் நாட்டு மக்கள் அனைவருடனும் ஒரே சமயத்தில் உரையாட வழி செய்தது. ஆனால், காற்றில் கம்பிகள் இல்லாமல் தன்னால் சமிக்ஞைகளை அனுப்பமுடியும் என்று மார்க்கோனி முதலில் அறிவித்தபோது அவருடைய 'நண்பர்கள்' அவரை மனநிலை பாதிக்கப்பட்டவருக்கான மருத்துவமனையில் சேர்த்து பரிசோதித்தார்கள் என்பது உங்களுக்கு சுவாரசியமான தகவலாக இருக்கலாம். இக்காலத்தியக் கண்டுபிடிப்பாளர்களின் நிலை பரவாயில்லை.

புதிய கண்டுபிடிப்புகளுக்கு உலகம் இப்போது பழக்கப்பட்டுவிட்டது. இல்லையில்லை, புதிய கருத்துருவை யார் கனவு கண்டாலும் அதற்காக அவர்களுக்கு பரிசு வழங்கிட உலகம் தன் ஆர்வதை வெளிபடுத்துகிறது.

‘எந்த சிறந்த சாதனையும் ஆரம்பத்தில், கொஞ்ச நாட்களுக்கு கனவாகத்தான் இருந்திருக்கிறது.’

‘விதைக்குள் உறங்குகிறது விருட்சம். முட்டைக்குள் காத்திருக்கிறது குஞ்சு. ஆன்மாவின் அடித்தளத்தில் விழித்திருக்கிறது ஒரு தேவதை. மெய்பிக்கவிருக்கும் நிகழ்வுகளின் விதைகளே கனவுகள்.’

கனவு காண்பவர்களே விழித்துக்கொள்ளுங்கள். எழுந்திருங்கள். நீங்கள் யாரென்று உரிமையுடன் நிலைநாட்டுங்கள். உங்கள் நட்சத்திரம் விண்ணில் உயர்கின்றது. இதுதான் நீங்கள் எதிர்பார்த்திருந்த தருணம். பொருளாதார வீழ்ச்சியானது எல்லோருக்கும் பணிவையும், பொறுமையையும், திறந்த மனத்தையும் கொடுத்திருக்கிறது.

முன்பு வாழ்ந்த கற்பனையாளர்கள் அறியாத அபரிமிதமான வாய்ப்பு இன்றைய உலகில் உருவாகியிருக்கிறது.

இப்படியிருக்கவேண்டும், இதைச் செய்ய வேண்டும் என்னும் தீராத ஆசைதான் கனவு காண்பவர்களின் தொடக்கப்புள்ளி. அலட்சியத்திலிருந்தோ, சோம்பலிலிருந்தோ, தீவிரமற்ற ஈடுபாட்டிலிருந்தோ கனவுகள் தோன்றுவதில்லை.

கனவு காண்பவர்களைப் கண்டு இன்று யாரும் கோபப்படுவதில்லை. நடைமுறைக்குச் சாத்தியமில்லை என்று கூறுவதில்லை. அதை நீங்கள் ஒப்புக்கொள்ளவில்லையென்றால் டென்னஸீக்கு சென்று நதியின் ஆற்றலைக் கொண்டு, கெண்ட்டகி அணையை ஜனாதிபதி ட்ரூமன் கட்டியிருப்பதைப் பாருங்கள். இருபது வருடங்களுக்கு முன்பு அது பைத்தியக்காரத்தனமான கனவாகவே கருதப்பட்டிருக்கும்.

பொருளாதார வீழ்ச்சியால் நீங்கள் ஏமாற்றம் அடைந்திருக்கலாம், பெரும் இழப்பைச் சந்தித்திருக்கலாம், உங்கள் இதயம் நொறுங்கிப்போயிருக்கலாம். இந்த அனுபவங்கள் ஒப்பிடமுடியாத அளவில் உங்கள் மனநிலையை பதப்படுத்தியுள்ளன என்பதை எண்ணி தைரியமாக இருங்கள்.

வாழ்வில் வெற்றி கண்ட அனைவரும் மோசமான இடத்திலிருந்து தான் துவங்கியிருப்பார்கள் என்பதை மறந்துவிடாதீர்கள். அவர்கள், காலம் கனிந்து வெற்றி காணும் வரை நெஞ்சைப் பிளக்கும் அனுபவங்களை வழியில் எதிர்கொண்டவர்களே. ஏதோ ஒரு சிக்கலான சூழலில்தான் தங்களது வாழ்வில் ஒரு திருப்புமுனையைக் கண்டிருப்பார்கள். அப்போதுதான் அவர்களது மறுபக்கத்திற்கு அறிமுகமாகியிருப்பார்கள்.

மதம் குறித்த தனது கருத்துக்களுக்காகக் கடுமையாகத் தண்டிக்கப்பட்டு, சிறைச்சாலையில் அடைக்கப்பட்ட பிறகுதான் ஆங்கில இலக்கியத்தில் தலைசிறந்ததாகக் கருதப்படும் ‘பில்கிரிம்ஸ் பிராக்ரஸ்’ என்ற காவியத்தை ஜான் பன்யன் எழுதினார்.

பெரும் துரதிர்ஷ்டவசமாக ஒஹையோ மாநிலத்தின் கொலம்பஸ் நகரில் சிறைச்சாலையில் அடைக்கப்பட்ட நிலையில்தான், ஓ ஹென்றியால் தனக்குள் உறங்கிக் கொண்டிருந்த இலக்கிய மேதமையை உணரமுடிந்தது. துரதிர்ஷ்டம் துரத்தியதன் காரணமாகத்தான் தனக்குள்ளிருந்த 'மாற்று மனிதனுக்கு' அறிமுகமாகி தனது கற்பனாசக்தியை அவர் பயன்படுத்தத் துவங்கினார். தானொரு குற்றவாளியோ அல்லது சமுதாயத்தால் புறக்கணிக்கப்பட்ட மனிதனோ இல்லை, சிறந்த எழுத்தாளர் என்று கண்டுகொண்டார். வாழ்க்கையின் பாதைகள் புதிரானவை, வித்தியாசமானவை. வாழ்க்கை பல விதங்களில் செயல்படும். அதிலும் பிரபஞ்சத்தின் அளவற்ற அறிவாற்றல் இன்னும் வித்தியாசமாகச் செயல்படுவதாகும். மனிதர்களை தண்டித்த பிறகே அவர்களது மூளையின் ஆற்றலையும், மனதின் ஏற்புத் திறனையும் உணரவைத்து, கற்பனைத்திறனை உண்டாக்கி, பயனுள்ள கருத்துக்களை வெளியே கொண்டுவரும்.

சாதாரணமான தந்தி ஊழியராக இருந்த எடிசன் விஷயத்திலும் இது உண்மை என்று நிரூபணமாகியுள்ளது. அவர் பலமுறை தோற்றுப்போன பின்னர்தான், தன்னில் இருந்த மேதமையை உணர்ந்தார்.

சார்லஸ் டிக்கன்ஸ் சிறுவயதில் சாயப் பானைகளின்மீது முத்திரைச் சீட்டுகளை ஒட்டிக்கொண்டிருந்தவர். காதல் தோல்வி அவரை உலுக்கி எடுத்து, சிந்தனையைத் தூண்டி, உலகின் முக்கிய எழுத்தாளராக்கியது. சோகத்தின் விளைவாக எழுதப்பட்டது தான் அவரது முதல் நாவல், டேவிட் காப்பர்ஃபீல்டு. அதன் பின்னர் வரிசையாக ஏராளமான நாவல்களை எழுதி, வாசகர்களின் உலகத்தை விரியச் செய்தார். காதலில் தோல்வியுற்றால் ஆண்கள் குடிப்பழக்கத்திற்கு ஆளாவதும், பெண்கள் உயிரை மாய்த்துக்கொள்ள முயல்வதும் வழக்கம். காரணம் என்னவென்றால், தங்களின் பலமான உணர்ச்சிகளைப் பயனுள்ள செயல்பாடுகளுக்கு திசைமாற்றும் கலையை அவர்கள் கற்றுக்கொள்ளாததே.

பிறந்த சிறிது காலத்திற்குள்ளாகவே ஹெலன் கெல்லர் கேட்கும் திறன், பேச்சுத்திறன், பார்வைத்திறன் ஆகிய மூன்றையும் இழந்தார். இப்படிப்பட்ட துயரத்திற்குப் பிறகும் உலக சரித்திரத்தில் தன் பெயரை அழியாத எழுத்துக்களால் பொறித்திருக்கிறார். தோல்வியை உண்மை என்று ஏற்றுக்கொள்ளும் வரை எவரும் தோல்வி அடைவதில்லை என்பதற்கு அவருடைய வாழ்க்கையே சான்றாக அமைந்துள்ளது.

ராபர்ட் பர்ன்ஸ் ஒரு படிப்பறிவு அற்ற, குடிப்பழக்கத்திற்கு ஆளான ஏழை நாட்டுப்புறத்தான். ஆனால் தன் அழகான சிந்தனைகளை கவிதைகளாக தொகுத்து முள்ளை நீக்கி அங்கே ஒரு ரோஜாவைப் பயிரிட்டு அவர் உலகை மேம்படுத்தினார்.

பூக்கர் டி. வாஷிங்க்டன் அடிமையாகப் பிறந்து தனது இனம் மற்றும் நிறத்தால் துன்பத்தில் உழன்றார். ஆனால் சகிப்புத்தன்மையுடனும், திறந்த மனத்துடனும் கனவு காண்பவராக எல்லாரிடமும், எல்லா நேரத்திலும் இருந்துவந்ததால் தமது இனத்தின் மேன்மைக்குக் காரணமானார்.

பீத்தோவன் காது கேளாதவர். மில்டன் கண்பார்வையற்றவர். ஆனால் தங்கள் கனவுகளைச் சீரிய சிந்தனையாக்கி இசையாகவும் கவிதையாகவும் கொடுத்ததால், காலத்தால் அழியாமல் இருப்பவர்கள்.

அடுத்த அத்தியாயத்திற்கு செல்லும் முன், உங்கள் மனதிற்குள் மீண்டும் ஆசை, நம்பிக்கை, தைரியம், பொறுமை ஆகியவற்றைக் கிளர்ந்தெழச் செய்யுங்கள். இவை எல்லாம் உங்கள் மனதில் இருந்து முன்பு கூறப்பட்ட கோட்பாடுகளைச் செயல்படுத்த உரிய மனநிலையும் இருந்தால் நீங்கள் தயாராக இருக்கும்போது உங்களுக்கு வேண்டிய அனைத்தும் தாமே உங்களை வந்தடையும். இதையே எமர்சன், 'உங்கள் உதவிக்கும் வசதிக்கும் தேவையான அனைத்தும் - அது பழமொழியோ, புத்தகமோ, குறிப்போ - எதுவாக இருப்பினும் அது நேரடியாகவோ அல்லது மறைமுகமாகவோ உங்களிடம் வந்து சேரும். நீங்கள் தேடும் உங்கள் நண்பன் தாமாகவே வந்து உங்களை தழுவிக் கொள்வான்' என்றார்.

ஒன்றை விரும்புவது வேறு, அதைப் பெற்றுக்கொள்ளத் தயாராக இருப்பது வேறு. ஒன்றைப் பெறமுடியும் என்று நம்பும் வரை அதைப் பெறுவதற்கு ஒருவர் தயாராக இருப்பதில்லை. எதிர்பார்பு அல்லது ஆசையாக மட்டும் இல்லாமல் மனம் அது கிடைக்கும் என்று நம்பவேண்டும். நம்பிக்கைக்கு திறந்த மனம் தேவை. மூடிய மனத்தால் உறுதி, தைரியம் மற்றும் நம்பிக்கையை உண்டாக்க முடியாது.

துன்பம் மற்றும் வறுமையை ஏற்றுக்கொள்ள எந்த அளவு முயற்சி தேவையோ, அதே அளவு முயற்சி அபரிமிதத்தையும் வளமையையும் ஏற்றுக்கொள்ள போதுமானது. இந்தப் பிரபஞ்ச உண்மையை ஒரு கவிஞன் இப்படிக் கூறுகிறான்:

"வாழ்க்கையிடம் ஒரு காசு வேண்டும் என்று பேரம் பேசினேன்.
வாழ்க்கை அதற்கு மேல் எதுவும் கொடுக்கவில்லை.
கொடுக்கப்பட்ட சொற்ப பணத்தை கணக்கிட்டு
அதிகம் வேண்டும் என்று கெஞ்சினேன்.

"ஆனால், வாழ்க்கை உங்களை பணிக்கு அமர்த்திய முதலாளி.
நீ கேட்ட கூலியை மட்டுமே தருவான்.

இவ்வளவுதான் கூலி என்று ஒப்புக்கொண்டபிறகு,
அந்தச் ஊதியத்திற்கான வேலையை நீ செய்தாகவேண்டும்.

"அற்ப பணமே கேட்டிருந்தேன்
பிறகுதான் தெரிந்து திகைத்தேன்
வாழ்க்கை நான் கேட்ட கூலியை,
மகிழ்ச்சியாக அளித்திருக்கும் என்று."

ஆசை, இயற்கையை வெல்லும் சக்தி கொண்டது

இந்த அத்தியாயத்தின் உச்சகட்டமாக, எனக்கு நன்கு பரிச்சயமான, ஆனால் வித்தியாசமானதொரு மனிதரை உங்களுக்கு அறிமுகப்படுத்தப்போகிறேன். இருபத்திநாலு வருடங்களுக்கு முன்பு அவன் பிறந்த சில நிமிடங்களில் அவனைப் பார்த்தேன். காதுகள் இல்லாமல் இந்த உலகில் அவன் பிரவேசித்திருந்தான். வாழ்நாள் முழுவதும் அவனால் கேட்கவோ பேசவோ முடியாது என்று தன் கருத்தைக் கூறினார் மருத்துவர்.

அந்த மருத்துவரின் கருத்து தவறு என்று அவருக்கு நான் சவால்விட்டேன். அதற்கான உரிமை எனக்கிருந்தது. ஏனென்றால் நான் அந்தக் குழந்தையின் தந்தை. நானும் ஒரு முடிவெடுத்தேன். எனக்கும் ஒரு கருத்து இருந்தது. ஆனால் அதை யாரிடமும் வாய்விட்டுச் சொல்லவில்லை. என் மனதிற்குள் சொல்லிக்கொண்டேன். என் மகனால் கேட்கவும் பேசவும் முடியும் என்று. காதில்லாத குழந்தையை இயற்கை எனக்குக் கொடுத்திருக்கலாம், ஆனால் அந்த ஊனத்தை நான் ஏற்றுக்கொள்ள வேண்டும் என்று அதனால் என்னை கட்டாயப்படுத்தமுடியாது.

என் மகன் பேசுவான், என் மகன் கேட்பான் என்று உள்மனது அறிந்திருந்தது. எப்படி? ஏதாவது வழியிருக்கவேண்டும், அதை நான் கண்டுபிடிப்பேன் என்று உறுதி எடுத்துக்கொண்டேன். எமர்சனின் நித்தியமான வரிகள் நினைவிற்கு வந்தன: 'நடப்பதெல்லாம் நம்பிக்கையை கற்பிப்பதற்காகவே. அடிபணிவதே உன் கடமை.'

உனக்கான வழிகாட்டுதல் தயாராக உள்ளது. மெல்லக் கேட்டால் உனக்கான சொல் காதில் விழும்.

அந்தச் சொல் என்ன? ஆசை. என் மகன் ஊமையாகவும் செவிடாகவும் இருக்கக்கூடாது என்ற ஆசையை நான் மனத்தில் பதித்துக் கொண்டேன். அந்த ஆசையிலிருந்து ஒருகணமும் நான் பின்வாங்கவில்லை.

பல வருடங்களுக்கு முன் நான் இப்படி எழுதியிருந்தேன், "நம் மனதில் நாம் வரையறுத்துக்கொண்ட எல்லைதான் நமது எல்லை."

அந்த வாசகம் தவறோ என்று முதல்முறையாகக் கவலைப்பட்டேன். கேட்க தேவையான உறுப்பான காதுகள் இல்லாத ஒரு சின்னஞ்சிறு குழந்தை என் முன்னே படுத்துக்கிடந்தது. பிற்காலத்தில் அவனால் பார்க்கவும் பேசவும் முடிந்தாலும், காதில்லாத ஊனத்தோடுதான் இருப்பான். நிச்சயமாக இந்த எல்லைக்கோடு அந்தக் குழந்தை தன் மனதில் ஏற்படுத்திக்கொண்ட எல்லைக்கோடு அல்ல.

இப்போது என்னால் என்ன செய்யமுடியும்? காதுகளின் உதவி இன்றியே ஓசையை மூளைக்குக் கொண்டுசெல்ல ஏதாவது ஒரு வழி இருக்குமென்றும் அதனை நான் நிச்சயமாக கண்டுபிடித்தாக வேண்டுமென்ற தனியாத ஆர்வம் என் மனதிற்குள் இருந்தது.

என்னுடன் ஒத்துழைக்கும் வயது வந்தவுடன் அதனை எப்படியாவது அந்தக் குழந்தையின் மனதிற்குள் இடம் மாற்றியாகவேண்டும். அப்படிச் செய்துவிட்டால், இயற்கை அதை எப்படியாவது உண்மையாக்கிவிடும்.

இதெல்லாமே என் மனத்திற்குள் ஓடிக்கொண்டிருந்த சிந்தனைகள். யாரிடமும் இதைப் பற்றி நான் பேசவில்லை. என் மகன் ஊமையாகவோ செவிடாகவோ இருப்பதை நான் ஏற்க மாட்டேன் என்ற சபதத்தை தினமும் என் மனதில் புதுப்பித்துக்கொண்டேன்.

அவன் வளரத் தொடங்கியதும், தன்னைச் சுற்றியுள்ளவற்றைக் கவனிக்கத் தொடங்கியதும், அவனுக்கு ஓரளவு கேட்கும் திறன் இருந்ததைக் கண்டோம். வழக்கமாக மற்றக் குழந்தைகள் பேசத் துவங்கும் வயதில் அவன் பேசவில்லை. ஆனால், அவனது அசைவுகள் மூலம் ஒருசில ஓசைகளை அவனால் கேட்க முடிவதை அறிந்தோம். நான் அறிய விரும்பியது அதுதான்! கொஞ்சம் கேட்க முடிந்தாலும் அதைவைத்து அவனால் இன்னும் அதிகம் கேட்க முடியும் என்று நான் உறுதியாக நம்பினேன். எனக்கு நம்பிக்கையளிக்கும் விதமாக ஒன்று நடந்தது. சற்றும் எதிர்பாராத இடத்தில் இருந்து அது வந்தது.

நாங்கள் 'விக்ட்ரோலா' என்னும் ஒரு க்ராமஃபோன் பெட்டி வாங்கினோம். இசைத்தட்டைக் கேட்ட நிமிடமே, குழந்தை பரவசமாகிவிட்டான். பெட்டியைக் கையோடு எடுத்துக்கொண்டான். சில குறிப்பிட்ட பாடல்களை அவன் விரும்பினான். அவற்றுள் ஒன்று "இட்ஸ் எ லாங் வே டு டிப்பெராரி." ஒருநாள், அந்தப் பாடலை மீண்டும் மீண்டும் இசைத்தான். இரண்டுமணி நேரம், க்ராமஃபோன் பெட்டியின் மூடியை பல் இடுக்கில் வைத்து அழுத்தியபடி கேட்டான். இப்படிக் கேட்பதை அவன் பழக்கமாக்கிக்கொண்டான். அப்போது அதற்கான காரணம் எங்களுக்கு புரியவில்லை. பல வருடங்களுக்குப் பிறகே "எலும்புகளின் வழியாக ஓசையைக் கடத்தும்" கோட்பாட்டைப் பற்றி அறிந்தோம்.

விக்ட்ரோலாவில் தேர்ச்சி பெற்ற பிறகு, ஒன்றை நான் அறிந்தேன்: அவனது செவிமடலின் அருகிலோ, அல்லது மூளையின்

அடிப்பகுதியிலோ, எனது உதடுகளை வைத்தபடி நான் பேசினால், அவனால் தெளிவாகக் கேட்கமுடிந்தது! கொழுந்துவிட்டு எரிந்த என் ஆசையை மெய்ப்பிக்கும் கருவியாக நான் இதை உணர்ந்தேன். நாட்பட அவன் சில வார்த்தைகளை உச்சரிக்க முயன்றுகொண்டிருந்தான். ஆனால் எதுவும் உற்சாகம் அளிப்பதாயில்லை. ஆனால் நம்பிக்கையுடன் கூடிய எனது ஆர்வம், சாத்தியமற்றது என்று நிராகரிக்கவில்லையே!

எனது வார்த்தைகளை அவனால் கேட்கமுடிகிறது என்பதை உறுதிசெய்துகொண்டபிறகு கேட்கவும் பேசவும் அவனுள் ஆசையை வளர்க்க அவனுக்குக் இரவு உறங்கச் செல்லும் முன் கதைகள் சொல்ல ஆரம்பித்தேன். தற்காப்பு, கற்பனை வளத்தை பெருக்கிக்கொள்வது மற்றும் கேட்கும் திறன் பெறுதல் போன்ற கருத்துக்களில் அவனுக்காகவே புதிய கதைகளை உண்டாக்கினேன்.

ஒரு கதையை மட்டும் அடிக்கடி சொன்னேன். ஒவ்வொரு முறையும் சிறிது மாற்றங்களுடன் சொன்னேன். அவனது ஊனம் உண்மையில் குறைபாடல்ல, மதிப்புமிக்க ஒரு சொத்து என்ற கருத்து அக்கதையில் வெளிபடும். நான் அறிந்த கோட்பாடுகள் எல்லாமே, "ஒவ்வொரு ஊனமும் அதற்கு சமமான நன்மையின் விதையைத் தாங்கி வருகிறது" என்று கூறினாலும், இவனுடைய ஊனம் எப்படி ஒரு நன்மையாகும் என்று நான் அறியவில்லை என்பதை ஒப்புக்கொள்ளத்தான் வேண்டும். இருப்பினும் வருங்காலத்தில் ஒருநாள் அவனே அதற்கான வழியைக் கண்டுபிடிக்கக்கூடும் என்று நம்பி அந்தக் கோட்பாட்டைக் கதைகளுக்குள் புகுத்தி அவனுக்குக் கொடுக்கத் தயங்கவில்லை. ஆனால், இயற்கை கருவியான காதுகள் இல்லாதபோது எப்படி கேட்கும் திறன் வளரும் என்றது என் பகுத்தறிவு. நம்பிக்கையால் உந்தப்பட்ட என் ஆசை பகுத்தறிவைப் புறந்தள்ளிவிட்டு முன்னேறு என்றது.

இத்தனை வருடங்களுக்குப் பிறகு அந்த விஷயத்தை ஆராய்ந்து பார்க்கும்போது, என்மீது என் மகன் கொண்ட நம்பிக்கையே ஆச்சரியமான விளைவுகளுக்குக் காரணம் என்று காண்கிறேன். நான் சொன்ன எதற்கும் அவன் எதிர் கேள்வி கேட்கவில்லை. அவனது மூத்த சகோதரனை விட அவனுக்குப் பள்ளியில் அதிக முக்கியத்துவம் கிடைக்கும் என்றேன். அது பலவழிகளில் வரும் என்றேன். உதாரணமாக, அவனுக்குக் காதுகள் இல்லாததால், ஆசிரியர்கள் அவனை அதிகப் பரிவோடு நடத்துவார்கள் மற்றும் அதிக கனிவோடு கற்பிப்பார்கள் என்று சொன்னேன். அப்படியே நடந்தது. அவனுடைய அம்மாவும் அடிக்கடி பள்ளிக்குச் சென்று ஆசிரியர்களை சந்தித்து அதற்கு வழிவகுத்தார். அவன் பெரியவனாகி, அண்ணனைப் போல செய்தித் தாள் விற்கத் துவங்கினால் காதுகள் இல்லையென்றாலும் கடினமாக உழைக்கும் சிறுவன் என்று மக்கள் அவன்மீது கனிவு கொண்டு, அவன் அண்ணனுக்குத் தருவதை விட அதிகம் தருவார்கள் என்றேன்.

படிப்படியாக குழந்தையின் செவித்திறன் மேம்பட்டதை நாங்கள் கண்டோம். மேலும், தான் ஊனமானவன் என்ற எண்ணம் அவனுக்கு சிறிதும் ஏற்படவில்லை. நாங்கள் மேற்கொண்ட வழிமுறைகள் அவனுக்குப் பயனளித்ததை அவனுக்கு ஏழு வயதானபோது நாங்கள் அறிந்தோம். அதற்குச் சில மாதங்கள் முன்பிருந்தே செய்தித்தாள் விற்பனை செய்ய அனுமதி கேட்டிருந்தான். ஆனால் காது கேளாததால் தெருவில் பாதுகாப்பு இல்லாமல் போகலாம் என்ற பயத்தால் அவன் அம்மா அதற்கு சம்மதிக்கவில்லை.

இறுதியில் ஒருநாள் வீட்டில் தனிமையில் இருந்தபோது சமையலறை புகைபோக்கி மேல் ஏறி, வெளியே குதித்து தன்போக்கில் கிளம்பிவிட்டான். அருகில் இருந்த செருப்புக் கடைக்காரரிடம் ஆறு செண்ட்டுகள் கடனாகப் பெற்று அந்த பணத்திற்கு செய்தித்தாள்கள் வாங்கி விற்றான். கிடைத்த பணத்தை மீண்டும் முதலீடு செய்து மறுபடி பேப்பர் வாங்கி விற்றான். மாலைக்குள் வாங்கிய கடனை திருப்பிக்கொடுத்தபின் இரவில் நாங்கள் வீடு திரும்பியபோது எஞ்சிய நாற்பத்தியிரண்டு செண்ட்டுகளை இறுகப் பற்றியபடி ஆழ்ந்த உறக்கத்தில் இருந்தான்.

அவன் கையைத் திறந்து பார்த்த அவன் அம்மா அழுதாள். இதைத்தானா அவளால் செய்ய முடியும்! அவனது முதல் வெற்றியை கருதும் போது அந்த அழுகை பொருத்தமாக இல்லை. சுய நம்பிக்கையை அவனுள் விதைக்கும் என் முயற்சிக்குக் கிடைத்த வெற்றியை கண்டு நான் உளமாற சிரித்தேன்.

தெருவில் இறங்கி ஆபத்தான வேலையை மேற்கொண்ட செவிட்டு சிறுவனாக அவனைப் பார்த்தாள் அவன் அம்மா. தைரியமான, பேராசையுள்ள, சுயச்சார்புடைய, சுய நம்பிக்கையை நூறு மடங்காக வளர்த்துக்கொண்ட ஒரு வெற்றிகரமான வியாபாரியாக நான் அவனை கண்டேன். அவனோடு வாழ்நாள் முழுவதும் இருக்கப்போகின்ற சமயோசித அறிவை எடுத்துக்காட்டிய அவனது செயல் எனக்கு மிகுந்த மகிழ்ச்சியை அளித்தது. இதை நிரூபித்த பல நிகழ்வுகள் பின்னால் நடந்தன. தனக்கு ஏதேனும் வேண்டுமென்றால் தரையில் விழுந்து கைகால்களை உதைத்து அடம்பிடிப்பான் அண்ணன். அது அவனுக்கு கிடைத்துவிடும். ஆனால் இவனோ அதற்கான பணத்தை திட்டமிட்டு சம்பாதித்து அதை வாங்கிக்கொள்வான். இன்றுவரை அப்படியே செய்கிறான்.

சாக்குபோக்கு கூறுவதற்காக ஊனத்தைக் பயன்படுத்தாமல் தன் இலட்சியத்தை அடைவதற்கான படிகளாக அதை பயன்படுத்தி வெற்றியடைய முடியும் என்ற பாடத்தை என் மகன் எனக்கு கற்றுக் கொடுத்திருக்கிறான்.

பள்ளிப்படிப்பில் படிப்படியாக உயர்ந்தான் அந்த செவிட்டு சிறுவன். அருகில் வந்து உரத்த குரலில் அவன் ஆசிரியர்கள் பேசினால் கேட்கும் என்ற நிலையிலும் செவிட்டு குழந்தைகளுக்கான சிறப்பு பள்ளிக்கு செல்லாமல் சாதாரண பள்ளிக்குச் சென்றான்.

சமிக்ஞை மொழியை அவன் கற்றுக்கொள்ள நாங்கள் அனுமதிக்கவில்லை.

பள்ளி நிர்வாகிகளுடன் பலமுறை சண்டையிட நேர்ந்தும் சராசரியான சிறுவர்களோடு அவன் பழகவேண்டும், சராசரி வாழ்க்கையை வாழவேண்டும் என்பதில் நாங்கள் உறுதியாக இருந்தோம்.

உயர்நிலைப் பள்ளியில் இருந்தபோது, செயற்கைக் காதுக்கருவி ஒன்றை அவன் பயன்படுத்திப் பார்த்தான். ஆனால் அது பலனளிக்கவில்லை. அவனது ஆறு வயதில் டாக்டர் கோர்டன் வில்சன் அவனுக்கு அறுவை சிகிச்சை செய்தபோது அவன் தலை பகுதியில் செவித்திறனுக்கான உறுப்பானது பிறக்கும்போதே இல்லையென்பதை உறுதிசெய்தார்.

அறுவை சிகிச்சை நடந்த பதினெட்டு வருடங்களுக்குப் பிறகு கல்லூரி கடைசி வருடத்தில் அவன் வாழ்வின் திருப்புமுனையாக அமைந்த ஒரு அதிசயம் நிகழ்ந்தது. தற்செயலாக கேள்விசாதனம் ஒன்று சோதித்துப் பார்ப்பதற்காக அவனுக்கு வழங்கப்பட்டது. முந்தைய அனுபவம் திருப்திகரமாக இல்லாத காரணத்தால் அதைப் பரிசோதிக்காமல் அவன் காலம் தாழ்த்தினான். ஒருநாள் அதை காதில் மாட்டிக்கொண்டு பேட்டரியை இணைத்தபோது மந்திரம் செய்தது போல, அவனுக்குக் காது கேட்க ஆரம்பித்தது! சராசரி மனிதர்களைப்போல காது கேட்காதா என்று வாழ்நாளெல்லாம் ஏங்கிக்கிடந்த அவனுடைய ஆசை நிறைவேறிவிட்டது! "புரிந்துகொள்ள முடியாத வழிகளில் நகர்ந்து இறைவன் விந்தைகள் புரிவான்."

தனது உலகமே மாறிவிட்டதை உணர்ந்தவன், உடனே தன் அம்மாவை தொலைபேசியில் அழைத்தான். அவள் பேசுவது அவனுக்கு மிகத் தெளிவாகக் கேட்டது. மறுநாள் கல்லூரியில் அவனது பேராசிரியர்கள் பாடம் நடத்துவது வாழ்க்கையில் முதல்முறையாக அவனுக்கு தெளிவாகக் கேட்டது! முன்பெல்லாம் பக்கத்தில் வந்து உரக்கப் பேசினால்தான் கேட்கும். அவனால் இப்போது வானொலி கேட்க முடிந்தது. திரைப்படம் பார்க்க முடிந்தது. அதேபோல், வாழ்க்கையில் முதல்முறையாக மற்றவர்களுடன், அவர்கள் கத்திப்பேச வேண்டிய அவசியம் இல்லாமல், சரளமாக உரையாட முடிந்தது. நிஜமாகவே புதியதோர் உலகத்தில் அவன் இருந்தான். இயற்கை தனக்கு இழைத்த ஊனத்தை அவன் ஏற்க மறுத்தான். அவனது விடாமுயற்சியுடன் கூடிய ஆசை நடைமுறையில் இருந்த ஒரே

வழியான அந்தக் கருவியின் மூலமாக அவனுக்கு இழைக்கப்பட்ட பிழையைத் திருத்திக் கொடுத்தது.

ஆசை பலன் கொடுக்க ஆரம்பித்துவிட்ட்து. ஆனால் முழுமையாக அல்ல. ஊனத்திற்கு நிகரான சொத்தைப் பெற நடைமுறை வழி தெரிந்தாகவேண்டுமே!

தான் சாதித்ததன் முக்கியத்துவத்தை முழுவதுமாக அறியாமல் மகிழ்ச்சிப் பொங்கத் தனது அனுபவத்தை விவரித்து அக் கருவியைத் தயாரித்த நிறுவனத்திற்கு கடிதம் எழுதினான். அதில் அவன் குறிப்பிட்டதற்கும் மேலாக ஏதோ ஒன்றைப் புரிந்துகொண்ட நிறுவனம் அவர்களது தொழிற்சாலைக்கு வருமாறு கூறி நியூயார்க் நகருக்கு அவனை அழைத்தது.

அவனைத் தொழிற்சாலை முழுவதும் சுற்றிக் காட்டினார்கள். தலைமைப் பொறியாளரோடு அவன் பேசிக் கொண்டிருந்தபோது திடீரென்று அவனுக்கு ஒரு பொறி தட்டியது. அதுவே அவன் ஊனத்தை ஒரு சொத்தாக மாற்றி, அதன் பலனாகப் பணத்தையும், ஆயிரக்கணக்கானவர்களுக்கு என்றென்றும் வாழ்வில் மகிழ்ச்சியையும் உண்டாக்கியது.

எவ்வாறு அந்தக் கருவி தனக்கு புதியதொரு உலகத்தை அமைத்துக் கொடுத்ததென்ற கதையை உலகிற்கு சொல்ல ஒரு வழி பிறக்குமானால், நாட்டிலுள்ள பத்து லட்சம் காதுகேளாதோருக்கு அது எவ்வளவு பெரிய உதவியாக இருக்கும் என்ற எண்ணமே அது.

எஞ்சிய தன் வாழ்நாளைக் காது கேளாதோரின் நலனுக்காக அர்ப்பணிப்பது என்று அப்போதே அந்த இடத்திலேயே அவன் முடிவு செய்தான்.

அடுத்த ஒரு மாதம், எப்படி தன் உலகம் மாறியது என்பதை காது கேளாதவர்களுடன் பகிர்ந்துகொள்வது பற்றிய சிந்தனையில் அத்தயாரிப்பாளரின் மார்க்கெட்டிங் ஒழுங்குமுறையை முழுவதுமாக ஆராய்ந்தான். தனது ஆராய்ச்சியின் முடிவை இரண்டாண்டுத் திட்டமாகக் காகிதத்தில் வடித்து நிறுவனத்திடம் கொடுத்தான். உடனே அவனுக்கு ஒரு நல்ல பதவியை வழங்கிய அந்த நிறுவனம் அவனது குறிக்கோளை அடைய அவன் தானே தனது திட்டத்தை செயல்படுத்தவும் அனுமதித்தது.

தான் மேற்கொண்ட பணியால் பல்லாயிரக் கணக்கான காது கேளாதோருக்கு உடனடி நிவாரணத்தையும் நம்பிக்கையையும் உண்டாக்கிப் புதுவாழ்வை அளிக்கப்போகிறோம் என்று அப்பதவியை ஏற்றபோது அவனுக்குத் தெரியாது.

அந்த நிறுவனத்தினருடன் தொடர்பு ஏற்பட்ட சிறிது காலத்திற்குப் பிறகு காது கேளாதோருக்குக் கேட்கவும் பேசவும் தரப்படும் பயிற்சி வகுப்பிற்கு என்னை அழைத்தான் என் மகன். அப்படியொரு

கல்விமுறையை பற்றி அறியாததால் சற்று அவநம்பிக்கையுடன்தான் அங்கு சென்றேன். எனது நேரம் முழுவதுமாக வீணாகாது என்ற நம்பிக்கையும் இருந்தது. என் மகனின் மனதில் நான் விதைத்த 'காது கேட்கவேண்டும்' என்ற ஆசை, எவ்வளவு பெரிய இலட்சியமாக உருமாறியிருக்கிறது என்பதை எடுத்துகாட்டுவதாக இருந்தது அந்த பயிற்சி. இருபது வருடங்களுக்கு முன்பு எப்படி என் மகனுக்கு நான் போதித்தேனோ அதே முறையில் இவர்களும் செவிடு மற்றும் ஊமை குழந்தைகளுக்கு போதிப்பதைக் கண்டு வியந்துபோனேன்.

விதியெனும் சக்கரத்தின் அதிசயமான சுழற்சியால் நானும் என் மகன் பிளேரும் இத்தகைய குறைபாட்டுடன் பிறக்கும் குழந்தைகளுக்கு நிவாரணம் வழங்கி, மற்றவர்களைப் போலவே சாதாரண வாழ்க்கை வாழ உதவும் நிலைமைக்கு வந்திருக்கிறோம். நான் அறிந்தவரை நாங்கள் இருவர்தான் இந்தக் குறைபாட்டை நீக்கிக் காட்டியவர்கள். ஒருவருக்கு இது சாத்தியமாகி இருகிறதென்றால், மற்றவர்களுக்கும் இது சாத்தியமாகும்.

நானும் பிளேரின் அம்மாவும் அவன் மனதில் புகுந்து, இது சாத்தியமென்று அவனை நம்பவைக்காமல் இருந்திருந்தால் அவனும் ஒரு காது கேளாத, வாய் பேசாதவனாகவே இருந்திருப்பான் என்பதில் சந்தேகமில்லை. அவன் அம்மாவிற்கு பிரசவம் பார்த்து உதவிய மருத்துவர் அவனால் வாழ்நாள் முழுதும் கேட்கவோ பேசவோ முடியாது என்று என்னிடம் ரகசியமாகக் கூறியிருந்தாள். இப்போது சில வாரங்களுக்கு முன்பு அவனைப் பரிசோதித்த சிறப்பு மருத்துவரான டாக்டர் இர்விங்க் ஊர்ஹீஸ், பிளேரின் கேட்கும் மற்றும் பேசும் ஆற்றலைக் கண்டு வியந்துபோனார். எக்ஸ்ரே படத்தில் பார்த்தால் மண்டையோட்டில், காதிலிருந்து மூளைக்குச் செல்லவேண்டிய துளை இல்லவே இல்லை. "மருத்துவக் கோட்பாட்டளவில் பார்த்தால், அவனால் கேட்கவே முடியாது" என்றார். ஆனால் அவனால் கேட்க முடிகிறது.

கேட்கவும் பேசவும் முடிகிற சாதாரணமான மனிதனாக வாழவேண்டும் என்னும் ஆசையை பிளேரின் மனதில் நான் விதைத்தபோது, அந்த தூண்டுதல் அவனுள் அதிசயமான ஒரு தாக்கத்தை அவன் மனதினுள் புகுத்தி, அவனது மூளைக்கும் வெளியுலகத்திற்கும் இடையே இருந்த மௌனத்தின் மீது பாலம் அமைத்து, மிகச் சிறந்த மருத்துவ அறிஞர்களாலும் புரிந்துகொள்ள முடியாதவகையில் அவனுக்குக் கேட்கும் சக்தியை உண்டாக்கியிருக்கிறது. இயற்கை இதை எப்படி சாத்தியமாக்கியது என்று ஊகிப்பதே அதன் புனிதன்மையைக் குறைப்பதாகும். அதே சமயம் இந்த விசித்திரமான நிகழ்வில் என்னுடைய பணிவான பங்கைபற்றி சொல்லாமல் விடுவதும் மன்னிக்கமுடியாத குற்றமாகலாம். நீடித்த நம்பிக்கையோடு தனது ஆசையை நிறைவேற்ற தொடர்ந்து

பாடுபடுபவனால் சாத்திக்க முடியாதது எதுவுமில்லை என்பதைச் சொல்வது எனது கடமை மட்டுமல்ல, உரிமையும் கூட.

தீராத ஆசையானது, விசித்திரமான வழிகளில் தன்னை உருமாற்றிக்கொள்ள வல்லது என்பது உண்மையே. பிளேர் சராசரி மனிதர்கள் போல் கேட்கும் சக்தியை விரும்பினான், அது இப்போது அவனுக்கு கிடைத்து விட்டது! அவனைப் போன்ற குறைபாடு கொண்ட எவரும் குணமடைய வேண்டுமென்ற விருப்பம் கொள்ளாதிருந்தால் எழுதிக்காட்டுவதற்குச் சில பென்சில்களும் பிச்சை எடுப்பதற்கு ஒரு தகரக் குவளையுமாகத் தெருவில் அலைந்திருக்க வேண்டியவர்களே. ஆனால் பிளேருக்கோ, அந்த குறைபாடு தனக்கு பல லட்சங்கள் ஈட்டிக்கொடுத்து வருங்காலத்திற்கான நிலையான வருமானத்திற்கான வாய்பை அளித்ததோடு அவர்கள் குணமடையவும் உதவியது.

குழந்தையாக இருக்கையில், அவனது ஊனமே அவனுக்கு நன்மையாக மாறிவிடும் என்று அவன் மனதில் நான் விதைத்த எளிமையான ஆனால் பொய்யான எண்ணங்களை அவன் நம்பியதால் பயன்பெற்றான். ஆனால் தீராத ஆசையும் நம்பிக்கையும் சேர்ந்தால் எதையும் மெய்பித்துவிடும். அது சரியோ தவறோ என்பது முக்கியமில்லை. இவை எல்லாருக்கும் இலவசமாகக் கிடைப்பவை.

தனிப்பட்ட பிரச்சினைகளில் உழன்ற எவ்வளவோ மனிதர்களை ஆராய்ந்ததில் ஆசையின் வலிமையை சிறப்பாக வெளிக்காட்டிய அனுபவம் வேறொன்றுமில்லை. நூலாசிரியர்கள் சில நேரம் போதுமான அடிப்படை அனுபவம் இல்லாமல் சில விஷயங்களைத் தவறாக எழுதுவதுண்டு. நான் அதிர்ஷ்டசாலி. என் மகனுக்கு நேர்ந்த உண்மை அனுபவத்தின் மூலம் ஆசையின் வலிமை நிரூபிக்கப்பட்ட பின்னரே இதை எழுதுகிறேன். அவனுக்கு இறையருளால் கிட்டிய அனுபவம் இது. இயற்கை அன்னையே ஆசைக்கு முன்னால் சிரம் தாழ்த்துவார் என்றால், தர்க்கரீதியில் பார்த்தாலும் மனிதர்களால் அதை முறியடிக்க இயலுமா?

மனித மனதின் சக்தி அதிசயமானது மற்றும் புரிந்துகொள்ள முடியாதது. தான் சந்தித்த மனிதர்களையும், சந்தர்ப்ப சூழ்நிலைகளையும், பொருட்களையும் பயன்படுத்தி, ஆசையை உயிரோட்டமுள்ள ஒரு பொருளாக அது எவ்வாறு மாற்றுகிறது என்பதை நம்மால் புரிந்துக்கொள்ள முடிவதில்லை. அறிவியல் இந்த இரகசியத்தை ஒரு நாள் கண்டுபிடிக்கக்கூடும்.

சராசரி மனிதன் பேசி கேட்பது போல் அவனும் கேட்கவேண்டும், பேசவேண்டும் என்ற ஆசையை என் மகனின் மனதில் உண்டாக்கினேன். அது நிஜமானது. அதற்கான செயல்முறை திடமான மூன்று உண்மைகள் அடங்கியது. முதலாவது சாதாரணமாக காது கேட்கவேண்டும் என்ற ஆசையை நம்பிக்கையோடு கலந்து என் மகனுக்குக் கொடுத்தேன்.

இரண்டாவது அந்த ஆசையை இடைவிடாது, பல வருடங்கள் நான் அவனுக்குச் சொல்லிக்கொண்டே இருந்தேன். மூன்றாவது என்னை அவன் நம்பினான்!

இந்த அத்தியாயம் நிறைவுபெறும் நேரம், திருமதி ஷூமன் ஹெயிங்க் அவர்களின் மரணச்செய்தி கிடைத்தது. செய்திகளில் வந்த சிறு பகுதியை இங்கே பகிர்கிறேன் ஏனென்றால் அவரது மாபெரும் வெற்றிக்கு காரணம் அவரது தீராத ஆசைதான்.

பாடகியாக வாழ்க்கையைத் துவங்கும் முன்னர் அவள் வியன்னா நகரின் 'கோர்ட் ஆபெரா' வின் இயக்குனரிடம் சென்று தனக்குக் 'குரல் சோதனை' நடத்துமாறு கேட்டாள். ஆனால் அவர் அதை செய்யவில்லை. அழகிய தோற்றமோ, நல்ல ஆடைகளோ இல்லாத அவளை ஏற இறங்க பார்த்துவிட்டு "ஆபெரா பாடகியாவதற்கான ஆளுமையோ, முக அழகோ உன்னிடம் இல்லையே, நீ எப்படி இந்தத்துறையில் வெற்றி பெறுவாய்? அந்த எண்ணத்தை கைவிட்டு ஒரு தையல் மெஷின் வாங்கி தையல் வேலையை துவங்கு" என்று ஆலோசனை கூறினார். "உன்னால் பாடகியாகவே முடியாது!"

ஒருபோதும் முடியாது என்பது வெகு நீண்ட காலம். வியன்னா நகரின் 'கோர்ட் ஆபெரா'வின் இயக்குனருக்குப் பாடுவதில் நுணுக்கங்கள் நன்றாக தெரியும். ஆனால் தீராத ஆசைக்கு இருக்கும் வலிமையைப்பற்றி அவருக்குத் தெரியாது. அறிந்திருந்தால், பரிசோதிக்காமலேயே ஒரு மேதையைப் புறக்கணித்திருப்பாரா?

பல வருடங்களுக்கு முன்பு, என் தொழில் நண்பர் உடல் நலமற்று இருந்தார். நாளாக ஆக அவர் உடல் நலம் பெறாமல் மோசமான நிலையில் அறுவை சிகிச்சைக்காக மருத்துவமனையில் அனுமதிக்கப்பட்டார். சக்கர நாற்காலியில் அறுவைசிகிச்சைக்கு அவரை அழைத்துச் சென்ற போது நான் அவரைப் பார்த்தேன். இவ்வளவு மலிந்த நிலையில் இருப்பவர் எப்படி ஒரு பெரிய அறுவைசிகிச்சையைத் தாங்கிக் கொள்வார் என்று வியந்தேன். அவரை மீண்டும் உயிருடன் சந்திப்பது கடினம் என்றுதான் மருத்துவரும் என்னிடம் கூறினார். ஆனால் அது டாக்டரின் கருத்து, நோயாளியின் கருத்தல்ல. அறைக்குள் சக்கர நாற்காலி நுழையும்போது நோயாளி மெல்லிய குரலில் என்னிடம் சொன்னார்: 'தலைவரே வருத்தப்படவேண்டாம்! இன்னும் சில நாட்களில் நான் குணமாகி வெளியே வந்துவிடுவேன்!' நர்ஸ் என்னை பரிதாபமாக பார்த்தார். ஆனால் அந்த நோயாளி குணமாகி, நல்லபடியாக வெளியே வந்தார். "குணமாக வேண்டும் என்ற அவரது ஆசைதான் அவரைக் குணப்படுத்தியிருக்க வேண்டும். மரணம் சம்பவிக்க கூடுமென்ற சாத்தியத்தை அவர் உறுதியாக மறுத்ததால்தான் பிழைத்தார்." என்றார் மருத்துவர்.

ஆசையானது நம்பிக்கையுடன் சேரும்போது கிடைக்கும் வலிமையில் எனக்கு நம்பிக்கை உண்டு. அது மனிதர்களை சாதாரண நிலையில் இருந்து உயர்த்தி பணம் பதவி என்று உச்சத்திற்குக் கொண்டு சென்றதை நான் அறிவேன். அது பலரை கல்லறையிலிருந்து காப்பாற்றியிருக்கிறது. நூற்றுக்கணக்கான கடுமையான தோல்விகளுக்குப் பிறகும் பலருக்கு மறுவாழ்வு அளித்திருக்கிறது. என் மகனையே எடுத்துக்கொண்டால், இயற்கை இரண்டு காதுகளை அவனுக்கு கொடுக்காத நிலையிலும் அவன் கேட்கும் திறன் பெற்று இப்போது அவன் வாழ்க்கை மகிழ்ச்சிகரமாக மாறிவிட்டது.

ஆசையின் வலிமையை பெற்று எப்படி அதனை தனக்கு சாதகமாக ஆக்கிக்கொள்வது? இந்த அத்தியாயத்திலும் வரவிருக்கும் அத்தியாயங்களிலும் அது பற்றி நிறைய கொடுக்கப்பட்டுள்ளது. அமெரிக்கா தனது துயரமிக்க, நீண்டகாலப் பொருளாதார வீழ்ச்சியின் இறுதிக் கட்டத்தில் இருக்கும்போது இந்தப் புத்தகம் வெளியாகிறது. பணத்தையும் பதவியையும் இழந்து, தங்கள் வாழ்கையை மறுசீரமைக்கத் துடித்துக் கொண்டிருக்கும் எண்ணற்றவர்களின் கவனத்தை இது கவரப்போகிறது. அவர்கள் அனைவருக்கும் நான் சொல்ல விரும்புவது என்னவென்றால், நீங்கள் செய்யவிரும்பும் சாதனை எதுவாக இருந்தாலும், உங்கள் நோக்கம் எதுவாக இருந்தாலும், அதன் தொடக்கமாக ஒரு தணியாத தீவிர ஆசை இருக்கவேண்டும்.

இயற்கையானது ஏதோ ஒரு விசித்திரமான ஆனால் வலிமையான மனவேதியல் மூலமாக தீவிரமான ஆசையின் போர்வைக்குள் சாத்தியமற்றது என்ற சொல்லையும் தோல்வியையும் ஏற்றுக்கொள்ள முடியாத 'ஏதோ ஒன்றை' நமக்கு சுற்றித்தருகிறது.

3

நம்பிக்கை

ஆசைகள் நிறைவேறும் என்ற நம்பிக்கையுடன் அவற்றை காட்சிப்படுத்துதல்

செல்வத்தை நோக்கி இரண்டாவது அடி

மனதின் தலைமை வேதியல் நிபுணர் நம்பிக்கையாகும். எண்ணத்தின் அதிர்வுடன் நம்பிக்கை கலக்கும் போது, ஆழ்மனது அந்த அதிர்வை உள்வாங்கிக்கொண்டு நாம் பிரார்த்தனை செய்யும்போது நடப்பது போல் அதற்குச் சமமான ஆன்மீக அதிர்வாக அதை மாற்றி, அளவற்ற ஆற்றலுக்கு அனுப்புகிறது.

நேர்மறை உணர்வுகளில் மிகவும் சக்திவாய்ந்த மற்றும் முக்கியமானவை நம்பிக்கை அன்பு மற்றும் பாலுணர்வு ஆகும். இம்மூன்றும் ஒன்று சேரும் போது, எண்ணங்களின் அதிர்வுகள் 'வண்ணம் பெறும்' தாக்கம் ஏற்பட்டு அதே நொடியில் அவை ஆழ்மனத்தை அடைந்து, பிரார்த்தனைகளுக்கு தனக்குச் சமமான சூட்சும அதிர்வாக மாறும். அப்போதுதான் அளவற்ற ஆற்றல் அதற்குப் பதிலளிக்கத் தூண்டப்படும்.

அன்பு மற்றும் நம்பிக்கை இரண்டுமே மனிதனின் ஆன்மீகத்துடன் தொடர்புடையவை. பாலுணர்வோ முற்றிலும் உடல் சம்பந்தப்பட்டது. இந்த மூன்று உணர்வுகளும் ஒன்றாகக் கலக்கும்போது, மனிதனின் வரையறுக்கப்பட்ட சிந்தனையிலிருந்து அளவற்ற ஆற்றலுடன் நேரடித் தொடர்புக்கான பாதையாக அது அமைகிறது.

நம்பிக்கையை வளர்ப்பது எப்படி

ஒன்றை வேண்டுமென்ற ஆசையை, அதற்குரிய ஸ்தூல பொருளாகவோ அல்லது பணமாகவோ மாற்றித்தருவதில், சுய ஆலோசனை என்ற கோட்பாடு எந்த அளவு முக்கியத்துவம் வாய்ந்தது என்பதை விளக்கும் வாசகத்தை இப்போது கொண்டுவரப் போகிறோம். நம்பிக்கை என்பது மீண்டும் மீண்டும் ஒரு விஷயத்தை தன்னாலோசனை மூலம் ஆழ்மனதிற்கு சொல்லி அல்லது அது குறித்த அறிவுறுத்தல்கள் மூலமாக உருவாக்கப்படவோ அல்லது தூண்டப்படவோ கூடிய ஒரு மன நிலை ஆகும்.

எடுத்துகாட்டாக இந்த நூலை நீங்கள் என்ன காரணத்திற்காகப் படிக்கிறீர்கள் என்பதை கருதுங்கள். தெளிவாக உணரமுடியாத ஒரு பொருளாக இருக்கும் ஆசை என்னும் உந்துசக்தியை அதற்குச் சமமான 'பணம்' என்னும் பொருளாக மாற்றுவதற்கான திறமையைப் பெறுதல் உங்கள் இயற்கையான நோக்கமாக இருக்கலாம். தன்னாலோசனை, ஆழ்மனது ஆகிய அத்தியாயங்களில் வரும் அறிவுறுத்தல்களை பின்பற்றுவதன் மூலம், என்ன விரும்பினாலும் அது கிடைக்கும் என்ற உறுதியை உங்கள் ஆழ்மனது ஏற்க வற்புறுத்தலாம். அப்படிச் செய்வதன் மூலம் உங்கள் ஆழ்மனது அதை நம்பிக்கையாக மாற்றி உங்கள் ஆசையை நிறைவேற்ற நிச்சயமான ஒரு திட்டத்தையும் உங்களுக்கு கொடுக்கும்.

நம்பிக்கையை அதுவரை உணராத ஒருவர் அப்படியொரு நம்பிக்கையை வளர்த்துக்கொள்வதென்பது மிகவும் கடினமாக இருக்கும். கண்பார்வையில்லாத ஒருவருக்குச் சிகப்பு நிறம் எப்படியிருக்கும் என்று புரியவைப்பது போல மிகக் கடினமே. வேறொன்றுடன் இதை ஒப்பிட்டு விளக்க வழியில்லை. நம்பிக்கை என்பது சுய விருப்பத்தினால் மட்டுமே ஏற்படுவது. இந்த பதிமூன்று கோட்பாடுகளையும் முழுமையாகக் கற்றுக்கொண்டு, வாழ்க்கையில் பயன்படுத்த ஆரம்பித்தபிறகு நீங்களாக விரும்பி வளர்த்துக்கொள்ளும் ஒரு மன நிலைதான் நம்பிக்கை.

நம்பிக்கை என்னும் உணர்வை இயல்பாக பெற சிறந்த வழி, சுய உறுதிபாட்டின் மூலமாக ஆழ்மனதிற்கு மீண்டும் மீண்டும் அறிவுறுத்தல்கள் அளிப்பதே.

இந்த வழிமுறையை பின்பற்றி சிலர் குற்றவாளிகளாக மாறக்கூடும் என்ற ஆபத்து இருப்பதால் இதனை மிகவும் தெளிவாக விளக்க வேண்டும். குற்றவியலாளர் ஒருவர், “முதல் முறையாக ஒருவர் குற்றம் புரியும்போது அதை வெறுப்பார். ஆனால் காலப் போக்கில் அந்த குற்றத்துடன் தொடர்பில் இருந்துவந்தால் அது அவருக்கு பழகிவிடுகிறது. அதுவே நீண்ட காலத்திற்குப்பிறகு அவர் மனதார விரும்பி செய்யும் செயலாக அதனை அவர் ஏற்றுக்கொள்ள அது அவர் மீது பெரும் தாக்கத்தை ஏற்படுத்துகிறது” என்கிறார்.

வேறு வார்த்தைகளில் கூறுவதென்றால், எந்த ஒரு எண்ணத்தை நாம் நமது ஆழ்மனதிற்கு மீண்டும் மீண்டும் உந்தித் தள்ளுகிறோமோ, அதை ஆழ்மனதானது காலப்போக்கில் ஏற்றுக்கொண்டு, தனக்குத் தெரிந்த மிகச் சிறந்த நடைமுறையில், அந்த எண்ணத்தை மெய்பிக்கும் செயல்பாட்டைத் தொடங்குகிறது.

இது தொடர்பான வேறொரு வாசகத்தைப் பார்ப்பாம். எண்ணங்களுக்கு உணர்வை ஊட்டி, நம்பிக்கையுடன் கலந்தால் அந்த எண்ணங்கள் அனைத்தும் உடனடியாகத் மெய்ப்பிக்கத் துவங்கிவிடும்.

உணர்வுகள் தான் எண்ணங்களுக்கு உயிரையும், ஆற்றலையும், செயலையும் தருகின்றன. நம்பிக்கை, அன்பு, பாலுணர்வு ஆகிய மூன்று உணர்வுகளும் தனித்தனியாகச் செயல்படும்போது கிடைப்பதைவிட, ஒரு எண்ணத்தின் சக்தியுடன் சேரும்போது அந்த எண்ணத்திற்கு அதிகபட்ச செயலாற்றல் கிடைக்கும்.

நம் எண்ணங்களின் உந்துசக்தி நம்பிக்கையுடன் மட்டுமல்லாமல் வேறெந்த நேர்மறை அல்லது எதிர்மறை உணர்வுகளுடனும் கலக்கும்போது அது ஆழ்மனதை அடைந்து அதன்மீது பெரிய தாக்கத்தை ஏற்படுத்தத் துவங்கும்.

ஆழ்மனது தன்னை வந்தடையும் நேர்மறையான ஆக்கப்பூர்வ எண்ணங்களுக்குச் செய்வதுபோலவே, எதிர்மறையான அல்லது அழிக்கும் சக்திகொண்ட எண்ணங்களையும் மெய்ப்பிக்க வல்லது என்பதை நீங்கள் இதிலிருந்து புரிந்துகொள்ளலாம். 'துரதிர்ஷ்டம்' என்று லட்சக்கணக்கான மக்கள் கூறுவது இதைத்தான்.

தங்களது கட்டுப்பாட்டிற்கு அப்பாற்பட்ட ஏதோ ஒரு சக்தியால்தான் தாங்கள் வறுமையிலும் தோல்வியிலும் உழல்வதாக லட்சக்கணக்கானவர்கள் நம்பிக்கொண்டிருக்கிறார்கள். மூடநம்பிக்கை என்னும் இந்த எதிர்மறை எண்ணத்தை அவர்களது ஆழ்மனது ஏற்று செயல்படுத்தியதால்தான் அவர்கள் தங்களுக்கான துரதிர்ஷ்டத்தை உருவாக்கிக் கொண்டுள்ளார்கள்.

ஸ்தூல பொருளாகவோ, பணமாகவோ மாற்றப்படவேண்டுமென்று நீங்கள் விரும்பும் எந்த ஆசையையும் உங்கள் ஆழ்மனத்திற்குள் செலுத்தும்போது, அது நிச்சயம் நடக்குமென்ற திடமான நம்பிக்கையுடன் செய்யுங்கள் என்பதை மீண்டும் குறிப்பிடுகிறேன். உங்களது திடமான நம்பிக்கையே உங்கள் ஆழ்மனது எந்த அளவிற்கு செயல்படவேண்டும் என்று தீர்மானிக்கப் போகிறது. என் மகனின் ஆழ்மனதை நான் ஏமாற்றியதைப் போல, உங்கள் நம்பிக்கை உங்கள் ஆழ்மனதை 'ஏமாற்றும்' வகையிலும் இருக்கலாம்.

இந்த வஞ்சனை நிஜம்போல் காட்சியளிக்க ஆழ்மனதோடு நீங்கள் பேசும்போது, உங்கள் நோக்கம் நிறைவேறி விட்டதாக உணர்ந்து நடந்துகொள்ளுங்கள்.

அப்படியொரு நம்பிக்கையுடன் நீங்கள் இடும் உத்தரவை உங்கள் ஆழ்மனது உடனே ஏற்றுக்கொண்டு, எதிர்பார்க்கப்பட்ட ஸ்தூலப் பொருளையோ அல்லது பணத்தையோ, நேரடியாக அல்லது சிறந்த நடைமுறையில் உங்களுக்குக் கொடுத்துவிடும்.

பரிசோதனை மற்றும் முயற்சியின் மூலமாக எப்படி நீங்கள் நம்பிக்கையுடன் சிறப்பாக ஆழ்மனத்திற்கு உத்தரவுகள் இடவேண்டுமென்பது பற்றியத் துவக்கப்படம் போதுமான அளவில்

கொடுக்கப்பட்டுவிட்டது. பழக்கமே சிறந்த விளைவுகளை தரவல்லது. அறிவுறுத்தல்களை படிப்பது மட்டுமே போதுமானதாக இருக்காது.

குற்றங்களோடு தொடர்பில் இருந்தால் குற்றவாளியாக முடியும் என்பது உண்மையானால், எனக்கு நம்பிக்கை உள்ளது என்ற தன்னலோசனையை ஆழ்மனத்திடம் சொல்வதன்மூலம் ஒருவன் நம்பிக்கையை வளர்த்துக்கொள்ளமுடியும். தன் மேல் வெகுவாக தாக்கம் விளைவிப்பது எதுவோ, அதன் இயல்பையே மனம் பெறுகிறது. இதைத் தெளிவாகப் புரிந்துகொண்டால்தான், எதிர்மறை உணர்வுகளை விலக்கி எப்போதும் நம் மனதை நேர்மறையான உணர்வுகள் ஆதிக்கம் செலுத்தும்படி செய்ய வேண்டியதன் அவசியம் புலப்படும்.

நேர்மறை உணர்வுகளால் ஆதிக்கம் செலுத்தப்படும் மனதில்தான் நம்பிக்கை என்னும் சாதகமான மனநிலை குடியிருக்கும். அப்படிப்பட்ட மனதிலிருந்து இடப்படும் உத்தரவுகளை ஆழ்மனது உடனடியாகச் செயல்படுத்தத் துவங்கும்.

சுய ஆலோசனைகள் மூலமாக நம்பிக்கை என்னும் மன நிலையைத் தூண்டலாம்

பண்டைக் காலம் முதல், மதவாதிகள், துன்பப்பட்டுக் கொண்டிருக்கும் மக்களைப்பார்த்து 'இதன் மீது நம்பிக்கை வையுங்கள்,' 'அதன் மீது நம்பிக்கை வையுங்கள்' என்று அறிவுறுத்தினார்கள். ஆனால் எப்படி நம்பிக்கை வைப்பது என்று கற்பிக்கவில்லை. 'தன்னாலோசனைகள் மூலமாக நம்பிக்கை என்னும் மன நிலையைத் தூண்டிவிட முடியும்' என்று அவர்கள் சொல்லவில்லை.

நம்பிக்கை என்பதை அறியாத சாதாரண மக்களுக்கும் புரியும் வகையில், நம்பிக்கையை வளர்த்துக்கொள்வது எப்படி என்பதை விளக்குவோம்.

உன் மீது நம்பிக்கை வை. எல்லையற்ற பரம்பொருள் மீது நம்பிக்கை வை.

துவங்கும் முன் மீண்டும் நினைவு படுத்துவோம்:

நம்பிக்கையே எண்ணம் என்ற உந்துவிசைக்கு உயிர், சக்தி மற்றும் செயல்திறனை கொடுக்கும் 'நித்திய அமுதமாகும்!'

மேல் கூறப்பட்ட வாசகத்தை மீண்டும் படியுங்கள். மூன்றாவது நாங்காவது முறையாக உரத்த குரலில் படிக்கவும் தகுதியானது!

நம்பிக்கைதான், உங்களிடம் குவியப்போகும் செல்வத்தின் துவக்கப்புள்ளி!

நம்பிக்கை என்பது 'அதிசயங்கள்' அனைத்திற்கும் ஆதாரமானது. அறிவியலால் புரிந்துகொள்ளமுடியாத புதிர்களுக்கெல்லாம் அடிப்படை இதுவே!

நம்பிக்கை என்பது, தோல்விக்கான ஒரே மாற்றுமருந்து!

நம்பிக்கை என்பது, பிரார்த்தனையோடு சேர்க்கப்படும்போது அளவற்ற ஆற்றலுடன் நேரடித் தொடர்பை ஏற்படுத்தவல்ல ஒரு கூறு, ஒரு இரசாயனம்.

நம்பிக்கை என்பது, வரையறுக்கப்பட்ட மனித எண்ணத்தின் சாதாரண அதிர்வுகளைக் கூட, அதற்கு சமமான ஆன்மீக சக்தியாக மாற்றவல்லது.

நம்பிக்கை என்பது, அளவற்ற ஆற்றலின் ஆதி சக்தியை மனிதன் பயன்படுத்திக்கொள்ள உதவும் ஒரே ஊடகமாகும்.

மேற்கூறப்பட்ட ஒவ்வொரு வாசகத்தையும் நிரூபிக்க சாட்சியங்கள் உண்டு!

இந்த சாட்சி எளிதானது மற்றும் சுலபமாக நிரூபிக்கப்படக்கூடியது. தன்னாலோசனைகள் என்னும் போர்வைக்குள் மூடப்பட்டிருப்பது. ஆகவே, சுய ஆலோசனை என்றால் என்ன, அதனால் சாதிக்க முடிந்தது என்ன என்பதில் கவனம் செலுத்துவோம். ஒரு விஷயம் உண்மையாக இருந்தாலும் பொய்யாக இருந்தாலும் அதை ஒரு மனிதன் அடிக்கடி தனக்குள் சொல்லிக்கொண்டே இருந்தால், அவன் தானே அதை நம்பத்துவங்கிவிடுகிறான் என்பது நன்கு அறியப்பட்ட உண்மை. ஒரு பொய்யை ஒருவன் மீண்டும் மீண்டும் சொல்லும்போது அதுவே உண்மையென அவன் இறுதியில் ஏற்றுக்கொண்டுவிடுவான். மேலும் அதுதான் உண்மை என்று நம்புவான். தன் மனதிற்குள் ஆதிக்கம் செலுத்த ஒருவன் அனுமதிக்கும் எண்ணங்களால்தான் அவன் அவனாக இருக்கின்றான். சுய முயற்சியில் மனதில் ஏற்றுக்கொண்டு பரிவுடன் வளர்க்கப்படும் எண்ணங்களுடன் அவனது உணர்வுகள் கலக்கும் போது அவை அவனைச் செயலாற்றத் தூண்டும் சக்திகளாக அவனுடைய ஒவ்வொரு அசைவையும், செயலையும், சாதனையையும் வழிநடத்தி அவனை கட்டுக்குள் வைத்திருக்க உதவுகிறது!

மேற்கொண்டு வருவது ஒரு குறிப்பிடத்தக்க உண்மை வாசகம்:

உணர்வுகளின் வெளிப்பாடாக இருக்கும் உணர்ச்சிகளுடன் எண்ணங்கள் ஒன்றுசேரும்போது அது ஒரு காந்த சக்தியாக மாறி, நம்மைச் சுற்றிலும் பரந்திருக்கும் ஆகாசத்தின் அதிர்வுகளில் இருந்து தனக்கு ஒத்த அல்லது தன்னுடன் தொடர்புடைய ஒரு சக்தியைக் கவர்ந்திழுக்கிறது.

இவ்வாறு உணர்வுகள் மூலம் "காந்தமாக்கப்பட்ட" எண்ணத்தை ஒரு விதைக்கு ஒப்பிடலாம். அது வளமான மண்ணில் நடப்படும்போது, முளை விட்டு வளர்ந்து பெருகி தன்னைப்போன்ற அதே ரகத்தில் உள்ள பல்லாயிரக் கணக்கான விதைகளாக ஆகிவிடுகிறது!

ஆகாசமானது, அண்டவெளியின் நித்திய சக்திகளின் அதிர்வுகளைக் கொண்ட, பெருந்திரட்சியாகும். அந்த அதிர்வுகள் ஆக்கப்பூர்வமான

மற்றும் அழிக்கும் தன்மையுள்ளவை என இரண்டு வகையானவை. அச்சம், வறுமை, நோய், தோல்வி, துயரம் ஆகியவற்றை உண்டாக்கும் அதிர்வுகளும், செல்வம், ஆரோக்கியம், வெற்றி, மகிழ்ச்சி ஆகியவற்றை உண்டாக்கும் அதிர்வுகளும் ஈத்தரில் உண்டு. நாம் வானொலி மூலம் அறிவது போல் நூற்றுக்கணக்கான இசைக்குழுக்கள், தனித்துவம் வாய்ந்த அடையாளங்கள் மற்றும் தமக்கே உரிய தனித்தன்மையோடு மனிதக் குரல்கள் ஆகியவை ஆகாசத்தில் பரவிக்கிடக்கின்றன

இப்படிப்பட்ட மிகப் பெரிய சேமிப்புக் கிடங்கான ஆகாசத்திலிருந்து, மனதில் மேலோங்கியிருக்கும் அதிர்வுகள், தனக்கு இணக்கமான அதிர்வுகளை இடைவிடாது கவர்ந்திழுத்தபடி இருக்கின்றன. ஒருவர் தன் மனதில் தக்கவைத்திருக்கும் எண்ணம், கருத்துரு, திட்டம், அல்லது நோக்கம் எதுவாக இருந்தாலும் அது, ஆகாசத்திலிருக்கும் அதிர்வுகளிலிருந்து அதனுடன் நெருங்கிய தொடர்புடைய "உறவுகளை" தன் சக்தியுடன் இணைத்து, அது தங்கியிருக்கும் மனதை ஊக்குவிக்கும் எஜமானராக மாறும்வரை கவர்ந்திழுக்கும்.

மீண்டும் துவக்கப்புள்ளிக்கு திரும்பி ஒரு கருத்துருவம் ஒரு திட்டம் அல்லது ஒரு நோக்கத்தை மனதிற்குள் விதையாக விதைப்பது எப்படியென்று அறிவோம். தகவல் சுலபமாக தெரிவிக்கப்படுகிறது. எந்த ஒரு கருத்துருவம் திட்டம் அல்லது நோக்கத்தையும் மீண்டும் மீண்டும் சொல்லிக்கொண்டே இருப்பது. அதனால்தான் உங்களது முக்கிய நோக்கத்தை அதாவது நிச்சயமான, தலையாய இலக்கை ஒரு காகிதத்தில் எழுதுங்கள் மற்றும் எழுதியதை மனப்பாடம் செய்து உரத்த குரலில் தினமும் அந்த உச்சரிப்பின் அதிர்வுகள் உங்கள் ஆழ்மனதைச் சென்றடையும் வரை கூறுங்கள் என்று அறிவுறுத்தப்படுகிறது.

அன்றாட வாழ்வில் நம்மைச் சுற்றி இருப்பதாக நாம் உணரும் தூண்டுதல்கள் மூலம் நாம் பெறுகின்ற எண்ண அதிர்வுகளால்தான் நாம் நாமாக இருக்கின்றோம்.

துரதிர்ஷ்டம் தரும் சூழ்நிலைகளிலிருந்து வரும் சக்திகள் உங்களை பாதிக்காத வகையில் அவற்றை தூர எறிந்து உங்கள் வாழ்க்கையை ஒழுங்கான முறையில் அமைத்துக்கொள்ளவது என்று தீர்மானம் செய்யுங்கள். உங்களுக்கு சாதகமான மற்றும் பாதகமான மனநிலை என்ன என்பதை பட்டியலிட்டால், தன்னம்பிக்கை இல்லாததே உங்களது மிகப் பெரிய பலவீனம் என்று தெரியவரும். இந்தக் குறைபாட்டைத் சுய ஆலோசனை எனும் கோட்பாடு மூலம் தைரியம் இல்லாத நிலையை போக்கி எளிதாகக் சரிசெய்துவிடலாம். இந்த கோட்பாட்டை செயல்படுத்துவது எளிதானது. உங்களுக்கு உந்துதல் அளிக்கும் நேர்மறை எண்ணங்கள் உங்கள் ஆழ்மனதிற்குள் நுழைந்து பணியாற்றும் வரை அவற்றை ஒரு காகிதத்தில் எழுதி, மனப்பாடம் செய்து, மீண்டும் மீண்டும் உரத்த குரலில் கூறுவதாகும்.

தன்னம்பிக்கையை வளர்த்துக்கொள்ளும் விதிமுறை

முதலாவது: என் வாழ்வின் நிச்சயமான நோக்கத்தை அடையும் திறன் என்னிடம் இருப்பதை நான் அறிவேன். அதனால் விடாமுயற்சியுடன் செயல்பட்டு அதை அடையவேண்டும் என்று என்னை நான் வற்புறுத்திக் கேட்பேன் என்று உறுதியளிக்கிறேன்.

இரண்டாவது: என் மனதின் மீது ஆதிக்கம் செலுத்தும் எண்ணங்கள் இறுதியில் நிதர்சனமான உண்மையாக தன்னை வெளிபடுத்திக்கொண்டு பன்மடங்காகப் பெருகும் என்று அறிந்து நான் உருமாறவிருக்கும் மனிதனாக என்னை என் மனதில் தினமும் முப்பது நிமிடங்கள் சித்தரித்துப் பார்ப்பதில் என் கவனம் இருக்கும்.

மூன்றாவது: விடாமுயற்சியுடன் நான் பற்றிக்கொண்டிருக்கும் எந்த ஆசையும், இறுதியில் நடைமுறை செயல்பாட்டின் மூலமாக மெய்யாக வெளிப்படும் என்பதை, தன்னாலோசனை கோட்பாட்டின் மூலம் நான் அறிவேன். அதனால், ஒவ்வொரு நாளும் பத்து நிமிடங்கள் என் தன்னம்பிக்கையை வளர்த்துக்கொள்ளச் செலவிடுவேன்.

நான்காவது: என் வாழ்வின் நிச்சயமான, தலையாய நோக்கத்தை விவரமாக எழுதி வைத்திருக்கிறேன். அதை அடைவதற்குத் தேவையான தன்னம்பிக்கையை எனக்குள் வளர்த்துக்கொள்ள விடாது முயர்ச்சிப்பேன்.

ஐந்தாவது: உண்மை மற்றும் நியாயத்தின் அடிப்படையில் கிடைக்காத செல்வமும், பதவியும் நிலைக்காது என்பதை உணர்ந்ததால் சம்பந்தப்பட்ட அனைவருக்கும் நன்மையைத் தராத எந்த ஒரு செயலிலும் நான் ஈடுபடமாட்டேன். எனக்குத் தேவையான சக்திகளை ஈர்ப்பதிலும், அதற்கு பிறரின் ஒத்துழைப்பை வேண்டுவதிலும் நான் நிச்சயமாக வெற்றி அடைவேன். பிறருக்கு சேவை செய்ய நான் தயராக இருப்பதுபோல் அவர்களும் எனக்கு சேவை செய்யத் தூண்டுவேன். வெறுப்பு, கோபம், பொறாமை, சுயநலம், அவநம்பிக்கை போன்ற குணங்களை அகற்றி, மனிதநேயத்துடன் நடந்துகொள்வேன். ஏனெனில், மற்றவர்களை குறித்து எதிர்மறையான மனநிலை கொண்டிருந்தால் அது எனக்கு வெற்றியை அளிக்காது என்று நான் அறிவேன். மற்றவர்கள்

தங்களை நான் நம்பும்படி செய்வது போல் அவர்களும் என்னை நம்பும்படி செய்வேன். நானும் தன்னம்பிக்கை கொண்டிருப்பேன்.

இந்த விதிமுறைகளை எழுதி கையொப்பம் இட்டு மனப்பாடம் செய்து படிப்படியாக அது என் எண்ணங்கள் மற்றும் செயல்கள் மீதும் தாக்கம் ஏற்படுத்தி என்னை சுயச்சார்புள்ள மற்றும் வெற்றிகரமான மனிதனாக ஆக்கும் என்ற முழு நம்பிக்கையுடன் தினம் ஒருமுறை உரத்த குரலில் படிப்பேன்.

இந்தச் சூத்திரத்தின் பின்னால் இயங்கும் இயற்கைச் சட்டத்தை எவராலும் இதுவரை விளக்க முடியவில்லை. பல்லாண்டுகளாக அறிவியலாளர்களுக்கு இது புதிராகவே இருந்து வந்துள்ளது. இந்த விதியை உளவியலாளர்கள் “தன்னாலோசனை” என்று பெயரிட்டு ஒதுக்கிவிட்டார்கள்.

இந்த விதியின் பெயரைக்குறித்து சிந்திப்பதை விட, அதனை சரியாக பயன்படுத்தினால் மனிதகுலத்திற்கு மேன்மையையும் வெற்றியையும் தரும் என்பதே முக்கியம். மாறாக, அதனை தீய வழியில் பயன்படுத்தினால் அழிவு உறுதி. எனவே, தோல்வி, வறுமை, துன்பம், சோகம் ஆகியவற்றில் உழல்பவன் தன்னாலோசனையை எதிர்மறையாகப் பயன்படுத்தியுள்ளான். எல்லா எண்ணங்களின் உணர்ச்சி வேகமும் தன்னை வெளிப்படுத்தவல்ல ஸ்தூலப் பொருளுக்குள் ஒளிந்துகொண்டிருப்பது உண்மை.

ஆழ்மனம் (எல்லா எண்ணங்களின் உந்துதல்களும் ஒன்றாகக் கலந்து, ஸ்தூல பொருளாக மாற்ற தயாராக இருக்கும் வேதியல் ஆராய்ச்சிகூடம்) நேர்மறையான மற்றும் எதிர்மறையான உந்துதல்களில் பாகுபாடு பார்ப்பதில்லை. நமது எண்ணங்கள் மூலமாக நாம் கொடுப்பவற்றின் மீது மட்டுமே அது வேலை செய்யயும். தைரியம் மற்றும் நம்பிக்கையினால் உந்தப்பட்ட எண்ணங்களைப் போலவே பயத்தையும் ஏற்றுக்கொண்டு அதனை ஆழ்மனம் மெய்பிக்கிறது.

சுய ஆலோசனை மூலம் நடைபெற்ற தற்கொலைகள் பற்றி மருத்துவ வரலாற்றில் பல எடுத்துக்காட்டுகள் உள்ளன. வேறு பல வழிகளைப் போலவே, எதிர்மறையான ஆலோசனை மூலமாகவும் ஒருவரால் தற்கொலை செய்துகொள்ளமுடியும். அமெரிக்காவின் மத்திய மேற்குப் பகுதியில் ஒரு நகர்த்தில் ஜோசஃப் கிராண்ட் என்ற வங்கி அதிகாரி இருந்தார். வங்கி இயக்குனர்களின் ஒப்புதல் இல்லாமல் வங்கியிலிருந்து ஒரு பெரிய தொகையை கடனாக எடுத்துக்கொண்டு அதைச் சூதாட்டத்தில் தோற்றார். ஆய்வாளர்கள் வங்கி கணக்குகளை சரிபார்த்தபோது இந்த விஷயம் தெரியவர அந்த நபர் உள்ளூர் விடுதி ஒன்றில் அறை எடுத்து ஒளிந்துகொண்டார். மூன்று நாட்களுக்குப்

பிறகு அவர் கண்டுபிடிக்கப்பட்டபோது, அழுது முனகியபடி "கடவுளே, இந்த அவமானம் என்னை கொன்றுவிடும்!" என்று திரும்பத் திரும்ப புலம்பினார். சிறிது நேரத்திற்குப் பிறகு இறந்தும் போனார். அவரது மரணத்தை "மனதால் விளைந்த தற்கொலை" என்றார்கள் மருத்துவர்கள்.

ஆக்கபூர்வமாக பயன்படுத்தினால் மின்சாரம் தொழிற்சாலையை இயக்க உதவுகிறது. அதுவே தவறாகப் பயன்படுத்தபடும்போது உயிருக்கே ஆபத்தாக முடிகிறது. அதைப்போலவே தன்னாலோசனையும் உங்கள் புரிதல் மற்றும் செயல்பாட்டிற்கு ஏற்ப அமைதியும் செல்வமும் தரும். அல்லது துன்பம், தோல்வி மற்றும் மரணத்தையே கூட, கொடுக்கக்கூடியது.

உங்கள் மனதை அச்சம் சந்தேகம் மற்றும் அவநம்பிக்கை கொண்டு நிரப்பிவிட்டு அளவற்ற ஆற்றலுடன் தொடர்புகொண்டால், தன்னாலோசனை இயங்கும் விதிபடி, உங்கள் ஆழ்மனது அதன்படியே செயல்பட்டு, நீங்கள் நினைத்ததை மெய்பிக்கும்.

இரண்டும் இரண்டும் நான்கு என்பது எவ்வளவு உண்மையோ,

இந்த வாசகமும் அந்த அளவு உண்மையானது!

ஒரே காற்றானது எப்படி ஒரு கப்பலை மேற்கு திசையிலும் மற்றொன்றை கிழக்கு திசையிலும் செலுத்தவல்லதோ தன்னாலோசனையும் அப்படியே இயங்கி உங்கள் எண்ணப்படி உங்களை மேலே உயர்த்தும் அல்லது கீழே தள்ளிவிடும்.

தன்னாலோசனை மூலம் கற்பனை செய்துகூட பார்க்க முடியாத உயரத்தை எட்டி எப்படி ஒருவனால் சாதனைகள் புரியமுடியுமென்பதைக் கீழ்வரும் கவிதை வரிகள் விளக்குகின்றன:

வீழ்ந்துவிட்டதாக நீ நினைத்தால், நீ வீழ்ந்துதான் விட்டாய்!
தைரியமின்மையை உணர்ந்தால், நீ முன்னேறமாட்டாய்.
வெற்றியை விரும்பினாலும், அது முடியாதென்று நினைத்தால்,
உன்னால் வெற்றிபெற முடியாதென்பது பெரும்பாலும் உறுதிதான்!

தோற்றுவிடுவாயென்று நீ நினைத்தால், நீ தோற்று விட்டாய்!
ஏனென்றால் உலகில் நாம் பார்த்த வரையில்
வெற்றி என்பது ஒரு மனிதனின் மனஉறுதியில் துவங்குகிறது,
அது மனதின் நிலைப்பாட்டில் தானே உள்ளது!

மற்றவர்கள் உன்னை விட மேம்பட்ட
இடத்தில் இருப்பதாக நீ நினைத்தால்,
ஆம், நீ பின்தங்கித்தான் விட்டாய்!

எந்த பரிசையும் வெல்லும் முன்பு
வெற்றி பெறுவோம் என்ற உறுதியான
நம்பிக்கை உனக்கு இருக்க வேண்டும்!

வாழ்க்கை போராட்டங்களில் எப்போதும் வெல்வது
வலிமையானவர்களோ, வேகமானவர்களோ இல்லை.
என்னால் வெல்ல முடியும் என்று நம்புகிறவனே
இன்றில்லையானால் நாளை அவன் வெற்றி பெறுகிறான்!

கொட்டை எழுத்தில் உள்ளதைக் கவனியுங்கள். கவிஞரின் மனதில் இருந்த ஆழமான கருத்தை நீங்கள் புரிந்து கொள்வீர்கள்.

உங்கள் சாதனைகளுக்கான விதைகள் உங்கள் மூளையின் அணுக்களுக்குள் உறங்குகின்றன. அவற்றை தூண்டி செயல்படவைத்தால், நீங்கள் எட்டமுடியுமென்று நம்பாத உயரத்திற்குக் கூட அது உங்களை உயர்த்தும்.

எப்படியொரு கைதேர்ந்த இசைக்கலைஞரால், தன் வயலினிலிருந்து மிக இனிமையான இசையை வெளியே கொண்டுவர முடிகிறதோ அதேபோல் உங்கள் மூளைக்குள் உறங்கிக்கிடக்கும் மேதமையை எழுப்பினால் அது நீங்கள் அடையவிரும்பும் இலக்கின் உச்சியை அடைய வைக்கும்.

ஆப்ரஹாம் லிங்கன் தனது நாற்பதாவது வயதுவரை தன் முயற்சிகளில் தோல்வியே அடைந்தார். அவரது வாழ்கையில் ஏற்பட்ட சிறந்த அனுபவம் ஒன்றால் அவரது மேதமை தட்டி எழுப்பப்பட்டு, உலகின் தலை சிறந்த மனிதர்களுள் ஒருவராக ஆகும்வரை அவர் யார், எங்கிருப்பவர் என்று ஒருவருமே அறிந்திருக்கவில்லை. அந்த "அனுபவம்", துயரம் மற்றும் அன்பு கலந்த ஒரு அனுபவம். அவர் தன் வாழ்கையில் உண்மையாக நேசித்த ஒரே பெண்மணி ஆனி ரட்லெட்ஜ் அவர்களிடமிருந்து அந்த அனுபவத்தை அவர் பெற்றார்.

காதல் என்ற உணர்வு, நம்பிக்கை என்று அழைக்கப்படும் மனநிலை போன்றதென்று நாம் அறிவோம். இது ஏன் என்றால் ஒருவரது எண்ணத் தூண்டல்கள் நம்பிக்கை ஏற்படுத்துவதற்கு சமமான ஆன்மீக அனுபவத்தை எற்படுத்தவல்லது. ஆய்வுக்கான பணியில் ஈடுபட்டிருக்கும் போது இந்த நூலின் ஆசிரியர் நூற்றுக்கணக்கான சாதனையாளர்களின் வாழ்க்கை அனுபவங்கள் ஆராயப்பட்டபோது அவர்கள் ஒவ்வொருவர் மீதும் ஒரு பெண்ணின் வெகுவான தாக்கம் இருந்ததாக காணப்பட்டது. காதல் என்னும் உணர்வு மனித மனம் மற்றும் மூளையில் காந்தம் போல் ஆகாசத்திலிருந்து சிறந்த மற்றும் உயர்ந்த அதிர்வுகளை ஈர்க்கவல்ல சாதகமான களமாக அமைகிறது.

நம்பிக்கையின் வலிமைக்கு சாட்சியம் வேண்டுமென்றால், அந்த நம்பிக்கையின் துணை கொண்டு சாதனைகள் புரிந்த ஆண்களையும் பெண்களையும் பாருங்கள். அப்பட்டியலில் முதலில் இடம் பெறும் பெயர், நாசரேன். மனித சிந்தனையின் மீது மிகப் பெரிய தாக்கத்தை ஏற்படுத்தியிருப்பது கிறிஸ்தவ மதம். இந்த வலுவான சக்தி அதன் உண்மையான கோட்பாடுகளிலிருந்து வழுவி எப்படி தவறாக புரிந்துகொள்ளப்பட்டிருந்தாலும் திரிக்கப்பட்டிருந்தாலும், நம்பிக்கையே அதன் ஆதாரம். "அதிசயங்கள்" என்று மக்கள் கருதும் அனைத்தும் நம்பிக்கை என்னும் மனநிலையிலிருந்து தோன்றியவையே. சில மதபோதகர்களும் தங்களைக் கிறிஸ்தவர்கள் என்று கூறிக்கொள்பவர்களும் நம்பிக்கை பற்றி அறிந்தவர்களோ பயின்றவர்களோ இல்லை.

நம்பிக்கையின் சக்தி நிரூபணம் ஆகும் வகையில் எடுத்துகாட்டாக விளங்கும் மற்றும் மனித நாகரிகம் அனைத்திற்கும் நன்கு அறிமுகமான மகாத்மா காந்தி அவர்களைபற்றி காண்போம். நம்பிக்கையால் சாதிக்கமுடிந்தவற்றிற்கான ஆச்சரியமான உதாரணம் இவரே. பழங்காலத்தில் சக்தியின் உபகரணங்களாக கருதப்பட்ட பதவி, பணம், போர்க்கப்பல்கள், போர்வீரர்கள், இராணுவத் தளவாடங்கள் என்று எதுவும் இவரிடம் இல்லாவிட்டாலும் அச்சமயத்தில் வாழ்ந்த வேறெந்த மனிதரையும் விட அதிக அதிகாரம் அவரிடம் இருந்தது! காசு, பணம், வீடு, உடுத்த துணிமணி என்று சொந்தமாக எதுவும் இல்லாவிட்டாலும் அவரிடம் சக்தியிருந்தது. எங்கிருந்து வந்தது அந்த சக்தி?

நம்பிக்கை என்ற கோட்பாட்டைப் புரிந்துகொண்டு, தன் திறமையால் அதனை இருபது கோடி இந்தியர்களின் மனதில் பதிக்க முடிந்ததால், அந்த சக்தியை அவரால் உருவாக்க முடிந்தது.

உலகத்தின் சக்தி வாய்ந்த இராணுவங்கள் மற்றும் போர்வீரர்களால் சாதித்திருக்கமுடியாத ஒன்றை நம்பிக்கையின் தாக்கத்தால், மகாத்மா காந்தியால் சாதிக்கமுடிந்தது. இருபது கோடி மக்களின் மனங்களை ஒன்றாக இணைத்து ஒரே மனதாக்கி அதன்மீது சிறந்த ஒரு தாக்கத்தை ஏற்படுத்தி இந்த சாதனையை அவரால் புரியமுடிந்தது.

நம்பிக்கையைத்தவிர வேறெந்த சக்தியால் அதை நிகழ்த்தியிருக்க முடியும்? நம்பிக்கை என்னும் உணர்வை வளர்த்துக்கொள்வதனால் கிடைக்கவிருக்கும் வாய்ப்புகளை முதலாளிகளும் தொழிலாளிகளும் அறிந்துகொள்வார்கள். அந்த நாள் சீக்கிரமே உதயமாகும். நம்பிக்கையின்மையால் வணிகத்தில் எப்படிப்பட்ட இழப்புகள் ஏற்படக்கூடும் என்பதை சமீபத்திய வியாபார மந்தநிலையின்போது உலகம் நன்றாக அறிந்துகொண்டது.

இந்த மந்தநிலை காரணமாக நம்பிக்கை வைப்பது என்னும் மாபெரும் பாடத்தைப் பயின்று பலன்பெறும் பல புத்திசாலிகளை இந்த

நாகரீகம் உருவாக்கியுள்ளது. அச்சம் எங்கும் நிறைந்திருந்தால் தொழில் மற்றும் வியாபாரம் முடங்கிப் போய்விடும் என்பதை இந்த மந்தநிலை சாட்சிபூர்வமாகத் காட்டிவிட்டது. உலகம் அறிந்தவரை அதிகபட்ச தொண்டர்களை தன் பின்னால் வரச் செய்த மகாத்மா காந்தி அவர்கள் இந்த உலகத்திற்கு எடுத்துக்காட்டிய வழிகளைப்பின்பற்றி பல பெரிய தொழில்முனைவோர்கள் பலன் பெறப்போவது உறுதி. அமெரிக்க பெரு நகரங்களில் மட்டுமல்லாமல் சிற்றூர்களிலிருக்கும் இரும்புத் தொழிற்சாலைகள், கனிமச் சுரங்கங்கள், மோட்டார்வாகனத் தொழிற்சாலைகளிலிருந்து இதுவரை யாராலும் அறியப்படாத பெரிய பதிவிகளில் இல்லாத சிறு பதவிகள் வகித்துவரும் மக்களிலிருந்து புதிய தலைவர்கள் உருவாவார்கள்.

வியாபார உலகம் சீர்திருத்தங்களை காணப்போகிறது என்பதில் எந்த மாற்றுக்கருத்தும் வேண்டாம்! அதிகாரம் மற்றும் அச்சத்தை பயன்படுத்தி வேலைவாங்கும் பழைய உத்திகளை களைந்து அவ்விடத்தில் நம்பிக்கையுணர்வு மற்றும் ஒத்துழைப்பு போன்ற மேலான இரண்டு கொள்கைகளால் பணிகள் நிறைவேற்றப்படும். தொழிலாளர்கள் அதிக ஊழியம் பெறுவர். முதலீட்டாளர்களுக்குக் கிடைப்பதுபோலவே இவர்களுக்கும் லாபத்தில் பங்கு கிடைக்கும். ஆனால் அதற்கு அவர்கள், முன்பை விட அதிகமாக வேலை செய்யவேண்டும். தங்களை பணியில் அமர்த்தியவர்களை எதிர்த்து, போராட்டங்களும் பேரங்களும் இருக்கக்கூடாது. லாபத்தில் பங்குபெற தகுதியுள்ளவர்களாக தங்களை ஆக்கிக் கொள்ள வேண்டும்!

மேலும், அனைத்திலும் முக்கியமானது – மகாத்மா காந்தியின் கோட்பாடுகளைப் புரிந்துகொண்டு அதன்படி நடப்பவர்களே அவர்களை வழிநடத்தும் தலைவர்களாக இருப்பார்கள். உயர்ந்த மற்றும் நீடித்து நிலைக்கும் சக்தியையும் கீழ்வரிசையில் இருப்பவர்களின் முழு ஒத்துழைப்பையும் அப்போதுதான் அவர்களால் பெறமுடியும்.

இப்போதுதான் வெளிபடத்துவங்கியிருக்கும் நாம் வாழும் இந்த அற்புதமான இயந்திர காலம் மனிதனின் ஆன்மாவைப் பறித்துவிட்டது. பணியாளர்களை இயந்திரங்களாக கருதி அதிகம் பெறவேண்டும் கொடுத்துவிடக்கூடாது என்ற கொள்கைகளில் ஊறிப்போன தலைவர்கள் தான் இதுவரை இருந்துவந்தார்கள்; எதிர்காலத்தில் நாம் கவனிக்கவேண்டிய தாரகமந்திரம் மனிதகுலத்தின் மகிழ்ச்சி மற்றும் மனநிறைவு. இந்த மனநிலை அடையப்பட்டுவிட்டால், முன்பு சுயநலம் மற்றும் நம்பிக்கையின்மை என்ற நிலைமையில் மக்கள் இயங்கியதை விட அதிகத் திறனோடு செயல்பட உற்பத்தியானது மேற்பார்வையின்றித் தானே நடைபெறத் தொடங்கிவிடும்.

தொழில் மற்றும் வியாபாரத்தை நடத்த நம்பிக்கை மற்றும் ஒத்துழைப்பு அவசியம் என்பதால், முதலாளிகள், தங்களுக்காகச் செல்வத்தைச் சேகரிக்க முயற்சிக்கும் முன்னர் மற்றவர்களுக்குக்

கொடுப்பது பற்றி விளக்கும் ஒரு நிகழ்வை ஆராய்வது சுவாரஸ்யமாகவும் லாபகரமாகவும் இருக்கும்.

அது நிகழ்ந்தது, யுனைட்டட் ஸ்டேட்ஸ் ஸ்டீல் கார்ப்பரேஷன் தொடங்கும் முன்னர் 1900ஆம் ஆண்டில். இந்தக் கதையை படிக்கும்போது எப்படி முன்னால் கூறப்பட்ட அடிப்படை கருத்துருக்கள் பெரும் செல்வமாக மாற்றப்பட்டன என்பதை மறக்கவேண்டாம்.

முதலாவது: யுனைட்டட் ஸ்டேட்ஸ் ஸ்டீல் கார்ப்பரேஷன் சார்லஸ் எம் ஷ்வாப் அவர்களின் மனதில் எழுந்த கருத்துருவம். இரண்டாவது: அந்த கருத்துருவுடன் அவர் நம்பிக்கையை கலந்தார். மூன்றாவது: தனது கருத்துருவை, ஸ்தூல பொருளாகவும் பணமாகவும் உருமாற்றம் செய்வதற்கான திட்டத்தை வழிவகுத்தார். நான்காவது: அவர் தன் திட்டத்தை யுனிவர்சிடி கிளப்பில், பின்னாளில் பெரும் புகழ்பெற்ற உரையை ஆற்றியபடி செயல்படுத்தினார். ஐந்தாவது, இடைவிடாது தன் திட்டத்தை மேற்பார்வையிட்டு அது பூரணமாக நிறைவேறும் வரை தனது உறுதியான தீர்மானங்களைத் தானே எடுத்தார். ஆறாவது: வெற்றி பெறவேண்டும் என்ற தணியாத ஆர்வம் கொண்டிருந்தது வெற்றிக்கு வழிவகுத்தது.

பெரும் செல்வங்கள் எப்படி ஈட்டப்படுகிறது என்று வியப்பவராக நீங்கள் இருந்தால் யுனைட்டட் ஸ்டேட்ஸ் ஸ்டீல் கார்ப்பரேஷனின் கதை உங்களுக்கு அறிவூட்டுவதாக இருக்கும். சிந்தனைகள் மூலம் செல்வந்தராவது பற்றி உங்களுக்கு ஏதேனும் சந்தேகங்கள் இருந்தால், இந்தக் கதை அந்த ஐயத்தை விரட்டிவிடும். ஏனென்றால் இந்நூலில் குறிப்பிடப்பட்டுள்ள பதின்மூன்று கோட்பாடுகளில் பெரும்பாலானவை இந்த நிறுவனத்தால் செயல்படுத்தப்பட்டிருந்தது.

ஒரு கருத்துரு எப்படிப்பட்ட அதிசய சக்தியைக் கொண்டிருந்தது என்று 'நியூ யார்க் வொர்ல்ட் டெலிகிராம்' பத்திரிகையில் ஜான் லாவெல் எழுதிய கட்டுரையை அவரது அனுமதியுடன் இங்கு மீண்டும் பிரசுரம் செய்கிறோம்:

இரவு உணவிற்குப்பிறகு ஆற்றப்பட்ட அழகிய சொற்பொழிவிற்கு கிடைத்த நூறு பில்லியன் டாலர்கள்

"நியூயார்க் நகரின் ஐந்தாவது அவென்யுவில் இருந்த யுனிவர்சிடி கிளப்பின் அரங்கம் ஒன்றில் 1900ஆம் வருடம் டிசம்பர் 12ஆம் தேதி மாலை, நகரத்தின் சுமார் எண்பது பெருந்செல்வந்தர்கள் அமெரிக்காவின் மேற்குப் பகுதியைச் சேர்ந்த ஓர் இளைஞனை கௌரவிப்பதற்காக கூடியிருந்தனர். அமெரிக்கத் தொழில்துறை வரலாற்றின் மிகச் சிறந்த ஒரு நிகழ்வுவை காணவிருந்ததை அவர்களில் ஐந்தாறு நபர்கள் கூட அறிந்திருக்கவில்லை.

"பிட்ஸ்பர்க்கில் சார்லஸ் எம் ஷ்வாப் அவர்களை சந்திக்கச் சென்ற ஜே. எட்வர்டு சிம்மன்ஸ், மற்றும் சார்லஸ் ஸ்டூவர்ட் ஸ்மித் இருவருக்கும் மிகவும் சிறப்பான விருந்தோம்பல் அளிக்கப்பட்டதற்கு பிரதியுபகாரமாக அந்த முப்பத்தெட்டு வயதான இரும்புத்தொழில் புரிந்த இளைஞனை அமெரிக்க கிழக்குப்பகுதியின் வங்கித் துறையினருக்கு அறிமுகப்படுத்தும்விதமாக அந்த விருந்து ஏற்பாடு செய்யப்பட்டிருந்தது. ஆனால் அந்த கூட்டத்தில் நெரிசல் ஏற்படும் அளவிற்கு அவனால் அவர்களது கவனத்தை கவரமுடியும் என்று அவர்கள் எதிர்பார்க்கவில்லை. அடர்த்தியான கோட்டுக்குள் புதைந்து கிடக்கும் வங்கியாளர்களின் இதயங்கள், அவரது சொற்பொழிவை கேட்டு மகிழுமா என்பது சந்தேகமே என்றும், நீண்ட நேரம் பேசினால் அங்கு வந்து பிரமுகர்கள் சலிப்படையக்கூடும் என்றும், பதினைந்து அல்லது இருபது நிமிடங்களுக்குள் தனது பேச்சை முடித்துக்கொள்வதே கௌரவமாக இருக்கும் என்றும் அவனை எச்சரித்தனர்.

"ஷ்வாபின் வலதுபுறம் அமர்ந்திருந்த மரியாதைக்குரிய ஜே.பி. மோர்கன் கூட அங்கு சிறிதுநேரமே செலவிட எண்ணியிருந்தார். பொதுமக்களும் பத்திரிகையாளர்களும் கூட அந்நிகழ்ச்சியில் அதிக ஆர்வம் காட்டவில்லை. மறுநாள் செய்தித்தாள்களில் அந்த நிகழ்ச்சிப் பற்றி எந்த செய்தியும் வெளியாகவில்லை.

"ஆக, விருந்தளித்தவர்களும் விருந்திற்கு வந்திருந்தவர்களும் அங்கு பரிமாறப்பட்ட ஏழெட்டு உணவு வகைகளை வழக்கம் போல் சாப்பிட்டு முடித்தனர். அதிக அளவில் உரையாடல்கள் நடக்கவில்லை. நடந்த உரையாடல்களும் உற்சாகமின்றி அடங்கிய குரலில்தான் நடந்தது. அவரது வர்த்தகம் மொனங்கஹேலா நதியின் ஓரமாகவே நடந்திருந்தபடியால் வங்கியாளர்கள், தரகர்கள் யாருமே ஷ்வாபை அதுவரை சந்தித்ததில்லை. ஆனால் அன்று மாலைக்குள் ஜே.பி. மோர்கன் உள்பட அனைவரும் அசந்து போக யுனைட்டட் ஸ்டேட்ஸ் ஸ்டீல் கார்ப்பரேஷன் என்னும் பில்லியன் டாலர் குழந்தை கரு உருவாகவிருந்தது.

"சார்லஸ் ஷ்வாப் அன்று ஆற்றிய உரை ஆவணப்படுத்தப்படாதது ஒரு பெரிய வரலாற்று இழப்பு. பிறகு ஒரு முறை சிக்காகோவில் நடந்த வங்கியாளர்கள் கூட்டம் ஒன்றில் அதன் ஒரு பகுதியை ஷ்வாப் நினைவுகூர்ந்தார். அதன் பிறகு வேறொரு சமயம், அவரது ஸ்டீல் டிரஸ்ட்டைக் கலைக்க வேண்டி அரசாங்கம் வழக்குத் தொடுத்தபோது, சாட்சிக்கூண்டில் ஏறித் தமது வாதத்தை முன்வைத்தபோது, மோர்கன் உள்ளிட்டவர்களை இரும்புத் தொழிலில் முதலீடு செய்யத் தூண்டிய தனது சிறப்பான சொற்பொழிவைப் புதிய வார்த்தைகளில் மீண்டும் பதிவு செய்தார்.

"இலக்கண விதிகளைப் பொருட்படுத்தாத எளிமையான மற்றும் நகைச்சுவையும் நல்ல கருத்துமிக்க வாசகங்களும் கொண்ட பேச்சாக

அது இருந்திருக்கக் கூடும். ஆனால் ஐந்து பில்லியனுக்கும் மேற்பட்ட சொத்து மதிப்புடைய அந்த விருந்தினர்களை மின்சாரம் தாக்கியது போலமைந்தது அந்தப் பேச்சு. தொண்ணூறு நிமிடங்கள் நீடித்த ஷ்வாப் அவர்களின் பேச்சிற்குப் பிறகும் கூட்டம் கட்டுண்ட நிலையிலேயே இருந்தது. மோர்கன் அவரைத் தனியாக அழைத்துச் செல்ல சுவர் ஓரமாக இருந்த ஜன்னலுக்கு அருகில், அதிக வசதியாக இல்லாத உயரமான இருக்கைகளில் அமர்ந்து காலாட்டியபடி மேலும் ஒரு மணி நேரம் அவர்கள் உரையாடினார்கள்.

"ஒருபுறம் ஷ்வாபின் ஆளுமை, அனைவரையும் மந்திரத்தால் கட்டப்பட்டது போலாக்கியது என்றால், மறுபுறம், எஃகு உற்பத்தியைப் பெருக்க அவர் எடுத்துரைத்த மிகத் தெளிவான திட்டம் முழுமையானதாகவும், நீடித்து நிலைக்கக்கூடியதாகவும் இருந்தது. பலர் மோர்கனை அணுகி பிஸ்கட், இரும்புச் சுருள்கம்பிகள், சர்க்கரை, ரப்பர், விஸ்கி, பெட்ரோல், சூயிங்க் கம் போல் ஸ்டீல் டிரஸ்ட் ஒன்றை துவக்க விரும்பி ஆலோசனை கொடுத்தார்கள். அவர்களுள் ஒருவரான ஜான் டபிள்யூ கேட்ஸ் என்ற சூதாட்டக்காரர் அவரை வற்புறுத்தினார். ஆனால் மோர்கனுக்கு அவர் மீது நம்பிக்கை இல்லை. அடுத்து சிக்காகோவில் மேட்ச் டிரஸ்ட் ஒன்றும் பிஸ்கட் கார்ப்பரேஷன் ஒன்றும் உண்டாக்கிய பில் மூர், ஜிம் மூர் என்னும் சகோதரர்கள் முன்மொழிந்ததையும் மோர்கன் ஏற்கவில்லை. எல்பர்ட் எச். கேரி என்ற வழக்கறிஞரும் முயன்றார். மோர்கன் மீது நல்ல தாக்கம் ஏற்படுத்தும் அளவிற்கு அவர் பெரிய ஆளில்லை. மேற்கொள்ளவிருக்கும் முதலீட்டின் நிச்சயமான பலன்களைக் கண்ணெதிரே கொண்டுசெல்லும் வகையில் உயரத்திலிருந்து காட்சியை விவரிக்கும் வகையில் இருந்தது ஷ்வாபின் பேச்சுத்திறன்.

"ஒரு தலைமுறைக்கு முன்பு நிதித்துறையில் காந்தம்போன்ற ஒரு சக்தியாக பல்லாயிரக்கணக்கான சிறு மற்றும் நஷ்டத்தில் இயங்கிக்கொண்டிருந்த தொழில்களை ஒன்று திரட்டி, போட்டியாளர்களை நசுக்கும் ராட்சத நிறுவனமாக்கும் அமைப்புமுறை துவங்கியது. இது நகைச்சுவை உணர்வு கொண்ட ஜான் டபிள்யூ கேட்ஸ் மூலமாக இரும்பு எஃகுத் தொழிலிலும் நுழைந்தது. அவரது அமெரிக்கன் ஸ்டீல் அண்ட் ஒயர் கம்பெனி அப்படி உருவானதுதான். பிறகு அவர் மோர்கனுடன் சேர்ந்து ஃபெடரல் ஸ்டீல் கம்பெனியை உருவாக்கினார். 'தி நேஷனல் டியூப்,' மற்றும் 'அமெரிக்கன் பிரிட்ஜ்' இரண்டும் மோர்கனின் நிறுவனங்களே. பில் மற்றும் ஜிம் மூர் தங்களது பழைய நிறுவனங்களை விற்றுவிட்டு இரும்புத் தொழிலுக்கு நகர்ந்தனர். அவர்களது டின் பிளேட், ஸ்டீல் ஹூப், ஷீட் ஸ்டீல், மற்றும் நேஷனல் ஸ்டீல் கம்பெனி ஆகியவை மொத்தமாக 'அமெரிக்கன் க்ரூப்' என்று அழைக்கப்பட்டன.

“ஐம்பத்திமூன்று பங்குதாரர்கள் கொண்ட ஆண்ட்ரு கார்னேகியின் தலைமையில் இருந்த வலுவான இரும்பு எஃகு டிரஸ்ட்டுடன் ஒப்பிடும்போது இவர்களது டிரஸ்ட்கள் மிகவும் அற்பமானவையே. தங்களது முயற்சியை எண்ணி பெருமிதம் அடைந்தாலும் வலுவான கார்னேகியின் சாம்ராஜ்ஜியத்தை அசைக்க முடியாது என்பதை மோர்கனும் அறிந்திருந்தார்.

“தனது உயரமான ஸ்கைபோ கேஸிலிலிருந்தபடி மோர்கனின் குழுவினர் தனது தொழிலில் நுழைவதை முதலில் வேடிக்கையாகவும் பிறகு எரிச்சலுடனும் பார்த்தார் கார்னேகி. அவர்களது துணிவு அதிகமானவுடன் அவர் ஆத்திரம் அடைந்து அவர்கள் மீது எதிர்த்தாக்குதல் நடத்தத் தீர்மானித்தார். தனது எதிரிகள் எந்த ஆலைகளை இயக்கினார்களோ அவை அனைத்தையும் தானும் தொடங்குவது என்று முடிவு செய்தார். அதுவரை அவர் ஒயர், பைப், ஹூப்ஸ், ஷீட் ஆகியவற்றில் நாட்டம் கொண்டிருக்கவில்லை. பதிலாக, அந்த ஆலை களுக்கு தனது இரும்பை மூலப்பொருளாக விற்பதில் திருப்தி அடைந்திருந்தார். அவற்றைக்கொண்டு அவர்கள் தங்களுக்கு வேண்டியதை தயாரித்துக்கொள்ளட்டும் என்று விட்டுவிட்டார். ஆனால் இப்போது ஷ்வாப் அவரது முதன்மை பணியாளராக இருந்ததால் அவரது உதவியுடன் தனது எதிரிகளை வீழ்த்த முடிவுசெய்தார்.

“ஷ்வாப் நிகழ்த்திய சொற்பொழிவிலிருந்துதான் கூட்டணியாக ஒரு டிரஸ்ட்டை உருவாக்குவதென்ற யோசனை மோர்கனுக்கு வந்தது. ஆனால், இரும்பு உலகின் மாபெரும் பிரமுகர் கார்னேகி இல்லாமல் ஒரு டிரஸ்ட் பயனற்றது. பிளம் இல்லாமல் பிளம் புட்டிங் செய்வது போல.

1900 டிசம்பர் 12ஆம் தேதி ஷ்வாப் நிகழ்த்திய பேச்சின் சாராம்சம் என்னவென்றால், கார்னேகியின் மாபெரும் சாம்ராஜ்ஜியத்தை மோர்கனின் கூடாரத்திற்குள் கொண்டுவந்துவிட முடியும் என்பதுதான். அதற்கான உறுதிமொழி அளிக்கவில்லையென்றாலும் அதைத்தான் வலியுறுத்தியிருந்தார் என்பது புரியவந்தது. இரும்பு எஃகின் உலகளாவிய எதிர்காலத்தைப் பற்றி, அது திறம்பட செயல்படுவதற்கு அதனை மறுசீரமைக்க வேண்டுமென்றும், செயல்திறன் மேம்படுத்தப்பட வேண்டுமென்றும் நஷ்டத்தில் ஓடும் தொழிற்சாலைகளை மூடிவிட்டு நன்கு செயல்பட்டுக்கொண்டிருந்த ஆலைகளில் கவனம் செலுத்தப்படவேண்டுமென்றும் இரும்புத் தாதுவை சிக்கனமான முறையில் போக்குவரத்து செய்யவேண்டுமென்றும், நிலையான மற்றும் நிர்வாகச் செலவினங்களைச் சீரமைத்து, வெளிநாட்டுச் சந்தைகளைப் பிடிக்கவேண்டுமென்றும் கூறினார்.

“மேலும் கூட்டணி அமைத்து, ஏகபோக நிறுவனமாக இயங்கிக் கொள்ளை லாபம் சம்பாதித்து கொண்டிருப்பது தவறு என்றார் ஷ்வாப். ஏனெனில் அது உற்பத்தியைக் குறைத்து, சந்தையின் வளர்ச்சியைப்

பாதிக்கும் என்றார். இரும்பு எஃகின் விலையைக் குறைப்பதன் மூலம், அதற்கான சந்தை நிரந்தரமாக வளர்ந்துகொண்டே இருக்கும் என்றார். இரும்பு எஃகிற்குப் புதுப்புதுப் பயன்கள் தீட்டப்பட்டு உலகச் சந்தையின் ஒரு பகுதியை கைவசப்படுத்தமுடியுமென்றும் கூறினார். உற்பத்தியை பெருக்கக்கூடிய இன்றைய நவீன உற்பத்திமுறையை வளர்த்த பெருமை ஷ்வாப் அவர்களையே சேரும்.

"யுனிவர்சிடி கிளப் டின்னர் முடிவிற்கு வர. ஷ்வாப் காட்சிப்படுத்திய திட்டத்தை பரிசீலனை செய்ய மோர்கன் தன் வீட்டிற்குக் கிளம்பினார். ஷ்வாப் பிட்ஸ்பர்க் திரும்பி, 'வீ ஆண்ட்ரூ கார்னேகி' யிடம் பணியில் தொடர்ந்தார். கேரியும் மற்றவர்களும் மேற்கொண்டு செய்யப்படவேண்டிய நடவடிக்கைகளை எதிர்பார்த்து பங்குச்சந்தையில் முதலீடு பற்றி சிந்திக்கத் துவங்கினார்கள்.

"அது சீக்கிரத்தில் நடக்கவில்லை. ஷ்வாப் தன் முன்னால் காட்சிப்படுத்திய காரண காரியங்களாலான விருந்தை ஜீரணிக்க மோர்கனுக்கு ஒருவாரம் எடுத்தது. ஷ்வாப்பின் ஆலோசனைப்படி செயல்பட்டால் நிதி நிலைமையில் எந்த பங்கமும் ஏற்படாது என்று உறுதியானவுடன் ஷ்வாபை அழைத்துப்பேசினார். ஷ்வாப் கூச்ச சுபாவம் கொண்டவராக இருந்ததைக் கண்டார். வால் ஸ்ட்ரீட்டின் பேரரசர் என்று பெயர்பெற்ற மோர்கன் இருந்த இடத்திற்கு கார்னேகி வருவதில்லை என்று சபதம் எடுத்திருந்தாலும் தமது நிறுவன ப்ரெசிடெண்ட் ஷ்வாப், மோர்கனுடன் நெருங்கிப் பழகுவதை அவர் விரும்பமாட்டார் என்று மோர்கனிடம் சொன்னார் ஷ்வாப். இருவருக்குமிடையே பேச்சுவார்த்தைகள் நடத்த உதவி செய்த ஜான் டபிள்யூ கேட்ஸ் இவர்கள் ஃபிலடெல்ஃபியாவில் பெல்லா வூ ஹோட்டலில் ஷ்வாப் தங்க 'நேர்ந்தால்' ஜே.பி.மோர்கனும் அங்கு 'தற்செயலாக' இருப்பார் என்று ஆலோசனை கூறினார். ஆனால் துரதிர்ஷ்டவசமாக, ஷ்வாப் அங்கு வந்தபோது, மோர்கனின் உடல்நிலை சரியில்லாமல் போகவே, ஷ்வாப் அவரை அவருடைய நியூயார்க் இல்லத்தின் நூலகத்தில் சந்திக்கும்படி ஆயிற்று.

"சில பொருளாதார வரலாற்றாளர்கள், இவை அனைத்தும் ஆண்ட்ரூ கார்னேகி நடத்திய நாடகம் என்று கூறுகிறார்கள். ஷ்வாப் அவர்களுக்கு கொடுக்கப்பட்ட விருந்து, அதில் அவர் ஆற்றிய பிரபல சொற்பொழிவு, பிறகு அன்றிரவு மோர்கனுடன் நடத்திய உரையாடல், எல்லாமே தந்திரமிக்க ஸ்காட் நாட்டை சேர்ந்த கார்னேகியின் திட்டமே என்கிறார்கள். ஆனால் உண்மை இதற்கு நேர் மாறானது. இந்த ஒப்பந்தத்தை சிறப்பாக முடித்துக்கொடுக்க ஷ்வாப் அழைக்கப்பட்டபோது 'லிட்டில் பாஸ்' என்று அழைக்கப்பட்ட கார்னேகி தன் கம்பெனியை விற்க கூறப்படும் ஆலோசனையை காது கொடுத்துக்கேட்பாரா-அதிலும் தன்னை விட அந்தஸ்த்தில் குறைந்தவர்களாகக் கருதப்பட்ட வால் ஸ்ட்ரீட் ஆசாமிகளுக்கு-என்று கூட அவர் அறிந்திருக்கவில்லை.

இருப்பினும் ஷ்வாப் தன்னுடன் முக்கியமான ஆறு ஸ்டீல் நிறுவனங்களின் நிதிநிலைமை மற்றும் எதிர்கால வருவாய் ஈட்டும் திறன் ஆகியவற்றைப் பற்றிய குறிப்புகளை எடுத்துச் சென்றிருந்தார்.

"அந்தப் புள்ளிவிவரங்களை நால்வரும் இரவு முழுவதும் ஆராய்ந்தார்கள். அவர்களில் தலையாயவர் மோர்கன்தான். பணத்தின்மீதான உரிமையைத் தனக்கு இறைவனே வழங்கியிருப்பதாக அவர் கருதினார். அவருடன் பெரிய செல்வந்தர், அறிஞர் மற்றும் நல்ல மனிதரும் ஆன ராபர்ட் பேக்கன் இருந்தார். மூன்றாவது நபர், ஜான் டபிள்யூ கேட்ஸ்.

"சூதாட்டக்காரர் என்று கூறி அவரை ஒரு கருவியாகப் பயன்படுத்தினார் மோர்கன். நான்காவது நபர்தான் ஷ்வாப். அந்த நாளில் இரும்பு எஃகு தயாரிப்பு மற்றும் விற்பனை குறித்து உலகில் வேறெந்த மனிதரும் அவரைவிட அதிகம் அறிந்தவரில்லை. சந்திப்பில் பிட்ஸ்பெர்க்கை சேர்ந்த அந்த மனிதர் கொடுத்த புள்ளிவிவரங்களை யாரும் ஆட்சேபிக்கவில்லை. ஒரு நிறுவனத்தின் மதிப்பு இன்னது என்று அவர் குறிப்பிட்டுவிட்டால் அதற்கு மேல் மறுவார்த்தை கிடையாது. அதே சமயம், தான் அடையாளம் காட்டும் நிறுவனங்கள் தான் கூட்டணியில் சேர்க்கப்பட வேண்டும் என்பதிலும், எப்படியாவது தங்கள் நிறுவனங்களை மோர்கனின் தோளில் இறக்குவது என்று காத்திருந்த நண்பர்களின் பேராசைக்கு அவர் இணங்கவில்லை. அதை எதிர்பார்த்துப் பங்குச்சந்தையில் முதலீடு செய்யக் காத்திருந்த விலங்குகளையும் அவர் ஒதுக்கினார்.

"பொழுது விடிந்தவுடன் மோர்கன் தனது முதுகை நிமிர்த்திக்கொண்டார். ஒரே ஒரு கேள்விதான் பாக்கியிருந்தது. ஷ்வாபிடம் கேட்டார்: "உங்களால் ஆண்டிரூ கார்னேகி தன் தொழிற்சாலையை விற்க சம்மதிக்கவைக்க முடியுமா?"

""முயற்சி செய்கிறேன்" என்றார் ஷ்வாப்.

""அது உங்களால் முடிந்தால் மீதம் உள்ளதை நான் பார்த்துக்கொள்கிறேன்" என்றார் மோர்கன்.

"அதுவரை எல்லாம் சரிதான். ஆனால் கார்னேகி விற்கச் சம்மதிப்பாரா? என்ன விலை கேட்பார்? (320 மில்லியன் டாலர் என்று தோன்றியது ஷ்வாபிற்கு). அதை எப்படிக் கேட்பார்? பொதுப் பங்குகளாகவா, முன்னுரிமைப் பங்குகளாகவா, அல்லது கடன் பத்திரமாகவா? ஒருவேளை, எல்லாமே பணமாகவேண்டும் என்று கேட்டால், அவ்வளவு பெரிய தொகையை திரட்ட யாராலும் முடியாது.

"ஜனவரி மாதம் வெஸ்ட்செஸ்டரிலுள்ள பனி படர்ந்த செயிண்ட் ஆன்ட்ரூஸ் மலைமீது நடந்த கோல்ஃப் ஆட்டத்தின்போது இருவரும் சந்தித்தனர். கடுமையான குளிரைத் தாங்கக்கூடிய ஸ்வெட்டர்கள் அணிந்திருந்தார் கார்னேகி. ஷ்வாப் வழக்கம்போல் தனது உற்சாகத்தை

வெளிப்படுத்தும் வகையில் வளவளவென்று பேசிக்கொண்டிருந்தார். ஆனால் ஆட்டம் முடிந்து கார்னேகியின் கொட்டகைக்குள் சென்று அமரும் வரை வியாபாரம் சம்மந்தபட்ட ஒரு வார்த்தை கூட கார்னேகியிடமிருந்து வரவில்லை. அந்த தருணத்தை தனக்கு சாதகமாக்கிக்கொண்டு ஷ்வாப், எந்த வாதத் திறமையால் நியூயார்க்கின் எண்பது செல்வந்தர்களைத் தன் வசப்படுத்தினாரோ, அதே வாதத் திறமையுடன் இந்த ஒப்பந்தம் மூலம் சீக்கிரமே வேலையிலிருந்து ஓய்வு பெற்று நிம்மதியாக சமூக பணிகளில் நாட்டம் கொள்ளலாம் என்றும் அதன் மூலம் அவரது சமூக அந்தஸ்து உயரும் என்றும் அவருக்கு ஆலோசனை கூறினார். கார்னேகி இசைந்தது போல் தோன்றியது. ஒரு காகிதத்தில் ஒரு தொகையை எழுதி ஷ்வாபிடம் கொடுத்தார். "நல்லது, இந்தத் தொகை கிடைக்குமென்றால் நான் விற்கத் தயார்" என்றார்.

"அவர் எழுதிய தொகை சுமார் 400 மில்லியன் டாலர்கள். ஷ்வாப் 320 மில்லியன் என்று கணக்கிட்டிருந்தது இரண்டு வருடங்களுக்கு முந்தைய மதிப்பு. அத்துடன் இரண்டு வருட மூலதன வளர்ச்சி விகிதத்தைக் கணக்கிட்டு 80 மில்லியன் சேர்த்தால் 400 மில்லியன் என்பது சரிதான்.

"பிறகு ஒரு முறை அட்லாண்டிக் கடல்மீது கப்பலில் அமர்ந்தபடி மோர்கனிடம் விரக்தியாக, "இன்னும் 100 மில்லியன் அதிகம் கேட்டிருக்கலாமோ என்று தோன்றுகிறது" என்றார் கார்னேகி.

"அதற்கு மோர்கனும் "கேட்டிருந்தால் நிச்சயம் கிடைத்திருக்கும்." என்று உற்சாகமாக பதிலளித்தார்.

♦

"இதை தொடர்ந்து ஒரு கொந்தளிப்பு ஏற்பட்டது. இந்த மாபெரும் இரும்பு எஃகுக் கூட்டணி அச்சமூட்டுவதாக இருக்கிறது என்று இங்கிலாந்திலிருந்து தந்தி அனுப்பினார் ஒரு நிருபர். இத்தகைய டிரஸ்ட்களை விதிமுறைகளால் கட்டுப்படுத்தவைக்கவில்லையென்றால் இன்னும் இருபத்தைந்து ஆண்டுகளுக்குள் வாஷிங்க்டனில் இவர்கள் சாம்ராஜ்ஜியத்தின் சக்ரவர்த்திகளாக அமர்ந்து விடுவார்கள் - என்று யேல் பல்கலைக்கழகத்தின் பிரெஸிடெண்ட் ஹேட்லி எச்சரித்தார். ஆனால், பங்குச் சந்தையின் தலையாய ஆட்டக்காரராக இருந்த கீன் மட்டும் தன் தொழிலில் சுறுசுறுப்பாக செயல்பட பங்குச் சந்தையில் முதலீட்டிற்காக காத்திருந்த 600 மில்லியன் டாலர்களும் முதலீடு செய்யப்பட்டது. கார்னேகிக்கு வரவேண்டிய பணம் வந்துவிட்டது. அதை ஏற்பாடு செய்துகொடுத்தற்குக் கட்டணமாக 62 மில்லியன் டாலர்கள் மோர்கனின் கூட்டணிக்கு கிடைத்தது. கேட்ஸ் முதல் கேரி வரை அனைவருக்கும் தங்கள் முதலீட்டிற்கு ஏற்ப லாபம் கிடைத்தது.

♦

"முப்பத்தெட்டு வயதான ஷ்வாப் தனது வெகுமதியை பெற்றார். புதிதாக உருவான நிறுவனத்திற்கு பிரெஸிடெண்ட் ஆக்கப்பட்டார். மேலும் அவர் அந்தப் பதவியில் 1930 வரை தொடர்ந்தார்."

இதுவரை நீங்கள் படித்த 'பெரிய தொழில்கள்' பற்றிய கதை இங்கு கூறப்பட்டதன் நோக்கம், ஆசை என்பது எப்படி ஒரு ஸ்தூல பொருளாக மாற்றப்படக் கூடியது என்பதைக் காட்டுவதற்க்காகத்தான்.

கண்களால் உணரமுடியாத ஒரு ஆசை எப்படி ஸ்தூலப்பொருளாக மாறும் என்று சில வாசகர்கள் கேட்பதை என்னால் கற்பனை செய்யமுடிகிறது. சந்தேகமேயில்லாமல் "ஒன்றுமில்லாததை ஒரு பொருளாக மாற்றவே முடியாது!" என்று சிலர் கூறலாம். இதற்கான விடை யுனைடெட் ஸ்டேட்ஸ் ஸ்டீல் நிறுவனத்தின் கதையில் உள்ளது.

இந்த மாபெரும் நிறுவனம் முதலில் ஒரு மனிதனின் மனதில் ஒரு எண்ணமாக ஒரு கருத்துருவாக தோன்றியது. அதே மனிதரின் மனதில் தான் அதற்கான இரும்பு எஃகுத் தொழிற்சாலைகளை அடையாளம் கண்டு, வலிமையான நிதியாதாரத்தைச் சேர்க்கும் திட்டமும் தோன்றியது. அவரது நம்பிக்கை, அவரது ஆர்வம், அவரது கற்பனாசக்தி, அவரது விடாமுயற்சி - ஆகியவையே யுனைடெட் ஸ்டேட்ஸ் ஸ்டீல் நிறுவனத்தின் ஆதாரமான உட்பொருள்கள். இந்த கூட்டணி நிறுவனம் வாங்கிய தொழிற்சாலைகளும் பிற உற்பத்தி சாதன நிறுவனங்கள் அனைத்தும் யுனைடெட் ஸ்டேட்ஸ் ஸ்டீல் சட்டபூர்வமாகப் பதிவானபிறகுதான் வாங்கப்பட்டன. ஆனால், அவை அனைத்தும் ஒரே நிறுவனமாக இணைக்கப்படவிருந்த காரணத்தால் அவற்றின் மதிப்பு, முன்பிருந்ததைவிட 600 மில்லியன் டாலர் அளவுக்கு அதிகரித்துவிட்டது.

வேறு வார்த்தைகளில் சொல்ல வேண்டுமென்றால், சார்லஸ் எம் ஷ்வாபின் கருத்துருவும், அதை ஜே.பி.மோர்கன் மற்றும் அவர் நண்பர்களுக்கு அவர் நம்பிக்கையுடன் கொண்டுசென்ற விதத்திற்கு கிடைத்த லாபம் 600 மில்லியன் டாலர்கள்! ஒரு கருத்துருவிற்கு சாதாரணமான தொகை இல்லை இந்தத் தொகை!

பல மில்லியன் டாலர்களை லாபமாகப்பெற்ற சிலர் அதை வைத்து என்ன செய்தார்கள் என்பது நமக்கு அவசியமில்லை. நாம் கவனிக்கவேண்டியது, இந்த நூலில் கூறப்படும் தத்துவங்கள் நடைமுறைப்படுத்தப்பட்டால் வெற்றி கிடைக்கும் என்பதற்கான அசைக்கமுடியாத சாட்சி அந்த நிறுவனம். அந்த நிறுவனம் நன்கு வளர்ந்து அமெரிக்காவின் வலிமையான மற்றும் செழிப்பான நிறுவனங்களில் ஒன்றாகி, பல்லாயிரக் கணக்கான தொழிலாளர்களை பணியில் அமர்த்தி இரும்பு எஃகிற்க்கான புதுப்புதுப் பயன்பாடுகளைக் கண்டுபிடித்து, புதிய சந்தைகளைத் தோற்றுவித்து, ஷ்வாபின்

கருத்துருவால் செலவான 600 மில்லியனை சம்பாதித்துக் கொடுத்துவிட்டது.

பணத்தின் தொடக்கம் எண்ணமே!

பணத்தின் அளவு, அந்த எண்ணம் செயலாகப்பட்ட மனிதரின் மனதைப் பொறுத்தது. நம்பிக்கை, பணத்தின் எல்லைகளை நீக்குகிறது!

இந்த உலகில் நீங்கள் ஒரு முறை வாழ்ந்து கடக்கும் வாய்ப்பு கிடைத்துள்ளதால் உங்களுக்குரிய மதிப்பை அதன் விலையை வாழ்க்கையுடன் பேரம் பேசி வாங்கத் தயங்காதீர்கள். மறந்துவிடாதீர்கள். யுனைடெட் ஸ்டேட்ஸ் ஸ்டீல் நிறுவனம் உருவாக காரணமாக இருந்த மனிதர் அந்நாளில் எவராலும் அறியப்படாதவர். அந்தக் கருத்துருவை வெளியிடும் வரைதான் அவர் ஆண்டிரூ கார்னேகியின் வலது கரம். அதன் பிறகு பதவி அதிகாரம் புகழ் மற்றும் பணம் அவரை நாடி வந்தது.

நாம் ஏற்றுக்கொள்வதைத் தவிர
மனதிற்கு எல்லைகள் கிடையாது.

வறுமை, வளமை - இரண்டுமே எண்ணத்தின் குழந்தைகள்.

4

தன்னாலோசனை

ஆழ்மனதின் மீது தாக்கம் ஏற்படுத்தக்கூடிய ஊடகம்

செல்வத்தை நோக்கி மூன்றாவது அடி

தன்னாலோசனை என்ற சொல், தனக்குத் தானே சொல்லிக் கொள்ளும் பரிந்துரைகளையும், ஐம்புலன்களின் மூலம் சுய ஊக்கம் அல்லது தூண்டுதல்களை ஏற்படுத்திக்கொள்ளும் செயல்களையும் குறிப்பதாகும். உணர்மனதில் தோன்றும் எண்ணங்கள் செயல்களாக மாற்றப்படும் ஆழ்மனதுடன் தொடர்புகொண்டு இரண்டிற்கும் இடையே கருத்துப் பரிமாற்றத்திற்கான ஊடகமாக இருப்பதுதான், தன்னாலோசனை.

உணர் மனதில் ஆதிக்கம் செய்யும் எண்ணங்கள், நேர்மறையானதாக இருந்தாலும், எதிர்மறையானவையாக இருந்தாலும் அது ஒரு பொருட்டல்ல. தன்னாலோசனை என்னும் கொள்கை தானாகவே முன்வந்து அந்த எண்ணங்களை ஆழ்மனதை அடையச் செய்து, செயல்புரிய வைக்கிறது.

எண்ணம் நேர்மறையானதோ எதிர்மறையானதோ அது எதுவாக இருந்தாலும், தன்னாலோசனையின் துணையின்றி அது ஆழ்மனதிற்குள் புக முடியாது. (விதிவிலக்கு: ஆகாசத்திலிருந்து நேரடியாக ஆழ்மனதிற்குள் நுழைபவை.) வேறு வார்த்தைகளில் சொல்வதென்றால், ஐம்புலன்களின் மூலமாக வரும் எல்லாப் பதிவுகளும் முதலில் உணர் மனதிற்கு வரும், அவற்றில் சில மட்டுமே ஆழ்மனதிற்குள் அனுப்பப்படும், மற்றவை நிராகரிக்கப்படும். எனவே, ஆழ்மனதை அணுகும் முன் இருக்கும் வாயில்காப்பான் என்று உணர் மனதை கூறலாம்.

புலன்கள் வழியாக வருபவற்றுள், ஆழ்மனதிற்குள் செல்ல வேண்டிய எண்ணங்களை தேர்ந்தெடுத்து அனுப்பும் வகையில் இயற்கை மனிதனை உருவாக்கியுள்ளது. ஆனால் இந்த அதிகாரத்தை அவன் எப்போதும் சரியாகப் பயன்படுத்துகிறான் என்று சொல்லமுடியாது. பெரும்பாலான நிகழ்வுகளில் அவன் அதனை சரியாக பயன்படுத்துவதில்லை என்றுதான் சொல்ல வேண்டும். பலரும் தங்கள் வாழ்கையில் வறுமையில் உழல்வதை அது விளக்குகிறது.

தேவையான விதைகள் நடப்படாததால், பரவலாக களைகள் முளைத்திருக்கும் வளமான தோட்டத்தின் ஒரு பகுதியுடன் ஆழ்மனம்

ஒப்பிடப்பட்டிருப்பதை நினைவில் கொள்ளுங்கள். தன்னாலோசனை என்பது, ஒரு தனிபட்ட மனிதன் கவனக்குறைவாக இருந்து தீமையான அழிவை உண்டாக்கும் எண்ணங்களை உள்ளே நுழைய அனுமதிக்காமல் படைப்பாற்றல் மிக்க எண்ணங்களை மட்டுமே ஆழ்மனதிற்குள் புகுத்துவதற்கான கட்டுப்பாட்டுக் கருவியாகும். 'ஆசை' என்னும் அத்தியாயத்தில், ஆறாவது கட்டளையில், பணம் வேண்டுமென்ற ஆசை பற்றி நீங்கள் எழுதி வைத்துள்ள வாசகத்தை தினமும் இருமுறை உரக்கப் படிக்க வேண்டும் என்றும், அந்தப் பணம் உங்களுக்கு அப்போதே வந்துவிட்டதாக காட்சிபடுத்திப்பார்க்க மற்றும் உணர வேண்டுமென்று கூறியது இதற்காகத்தான். அதைப் பின்பற்றுவதன் மூலம் உங்களது ஆசையை முழு நம்பிக்கையுடன், நேரடியாக, ஆழ்மனதிற்குள் செலுத்துவீர்கள். இந்தச் செயல்முறையை மீண்டும் மீண்டும் புரிவதன் மூலம், தீராத ஆசையை பணமாக மாற்றுவதில் உங்களுக்குத் துணை புரியக்கூடிய எண்ணங்களையே சிந்திக்க உங்களால் பழக்கப் படுத்திக்கொள்ள முடியும்.

மேற்கொண்டு செல்லும் முன் இரண்டாம் அத்தியாயத்தில் கூறப்பட்ட ஆறு கட்டளைகளை மீண்டும் கவனமாகப் படியுங்கள். பின்னால் வரப்போகும் 'ஒழுங்குபடுத்தப்பட்ட திட்டமிடுதல்' என்ற அத்தியாயத்தில் உங்களுக்கான 'மாஸ்டர் மைண்ட்' குழு அமைப்பது பற்றிய நாலு கட்டளைகளையும் கவனமாகப் படியுங்கள். இவை இரண்டையும் ஒப்பிடும்போது அவை, தன்னாலோசனை தத்துவத்தை செயல்படுத்துவதை உள்ளடக்கியுள்ளதை காண்பீர்கள்.

உரக்கப் படிக்கும் போது அவற்றை உணர்ச்சிகளற்ற வார்த்தைகளாக இல்லாமல் அவற்றுள் உணர்வூட்டிப் படிக்க வேண்டும். எமில் கூவின் சூத்திரத்தை ("ஒவ்வொரு நாளும் எல்லா வகையிலும் நான் மேம்பட்டு வருகிறேன்.") உணர்ச்சியின்றியும், நம்பிக்கை கலக்காமலும் லட்சகணக்கான முறை படித்தாலும் அது பலனளிக்காது. உணர்ச்சியுடன் கலந்த எண்ணங்களை மட்டுமே உங்கள் ஆழ்மனம் அங்கீகரித்து செயல்படுத்துகிறது.

இது மிக முக்கியமான உண்மையாக இருப்பதனாலும் இதைப் புரிந்துகொள்ளாமல் செயல்படுத்துவதால் தன்னாலோசனை முறையை பயன்படுத்தும் பலருக்கும் இது பலனளிப்பதில்லை என்பதாலும் மீண்டும் மீண்டும் ஒவ்வொரு அத்தியாயத்திலும் இது வலியுறுத்தப்பட வேண்டியுள்ளது.

உணர்வுகளற்ற சாதாரணமான வார்த்தைகளால் ஆழ்மனதின் மீது எந்த தாக்கத்தையும் ஏற்படுத்தமுடியாது. நம்பிக்கை மற்றும் உணர்ச்சியூட்டப்பட்ட சிந்தனைகள் அல்லது வார்த்தைகளை பயன்படுத்துவதை பயிலும்வரை உங்களுக்குக் குறிப்பிடத்தக்க பலன் கிடைக்காது.

முதல் முறை இப்படி உணர்வுகளைக் கட்டுப்படுத்தி வழிபடுத்த முயலும்போது உங்களால் அப்படி செய்ய முடியவில்லையென்றால் மனம் தளராதீர்கள். தகுந்த விலை கொடுக்காமல் எதுவும் கிடைக்காது என்பதை நினைவில் கொள்ளுங்கள். ஆழ்மனதை அடைந்து அதன் மீது தாக்கம் ஏற்படுத்தும் திறமைக்கு ஒரு விலையுண்டு. அதை நீங்கள் கொடுத்தாக வேண்டும். ஏமாற்ற விரும்பினாலும் முடியாது. இங்கு விளக்கப்படும் கோட்பாடுகளை இடைவிடாமல் பின்பற்றுவதுதான் நீங்கள் கொடுக்கவேண்டிய விலை. நீங்கள் விரும்பும் அந்தத் திறன் குறைந்த விலைக்கு கிடைக்காது. நீங்கள் பெறப்போகும் பொருளுக்கு ("பணம் என்ற உணர்வு") இந்த விலை உகந்ததா என்பதைத் தீர்மானிக்க வேண்டியது நீங்கள் மட்டுமே.

பணத்தை ஈர்க்கவும் தக்கவைத்துக்கொள்ளவும் மெய்யறிவு மற்றும் புத்திசாலித்தனம் மட்டுமே போதாது. சராசரி சட்டம் இதற்கு சாதகமாக இருக்கலாம். இங்கு விளக்கப்பட்டுள்ள வழிமுறைகளுக்கும் சராசரி சட்டத்திற்கும் சம்பந்தமில்லை. இந்த வழிமுறை எல்லோரையும் சமமாக பார்க்கிறது. ஒருவருக்கு பலன் அளிப்பது போலவே மற்றவருக்கும் பலன் தரும். தோல்வி அனுபவிக்கப்பட்ட இடத்தில் அது தனி மனிதனின் தோல்வியாக இருக்கும் ஒரு வழிமுறையின் தோல்வியாகாது. ஒருமுறை தோல்வி அடைந்தால் வெற்றி கிடைக்கும்வரை மீண்டும் மீண்டும் முயற்சி செய்யவேண்டும்.

உங்களது தீவிரமான ஆசையின் மீது மனதை ஒருமுகப்படுத்தி, அதைத் தணியாத பிடிவாதமாக ஆக்கும் திறமை இருந்தால்தான் தன்னாலோசனையால் நீங்கள் பலன் பெற முடியும்.

இரண்டாவது அத்தியாயத்தில் சொல்லப்பட்ட ஆறு கட்டளைகளை நீங்கள் பின்பற்ற துவங்கும்போது, மனதை ஒருமுகப்படுத்துதல் என்னும் தத்துவம் உங்களுக்குத் தேவைப்படும்.

ஒருமுகப்படுத்துதல் என்னும் வழிமுறையை சரியாக பலன் தரும் வகையில் பயன்படுத்துவதற்கான சில ஆலோசனைகளை இங்கே வழங்கலாம். ஆறு கட்டளைகளில் முதல் கட்டளை, "நீங்கள் விரும்பும் பணத்தின் அளவை உங்கள் மனதில் நிர்ணயித்துக்கொள்ளுதல்" ஆகும். இதற்கு, உங்கள் கவனத்தை அந்தப் பணத்தின் அளவின் மீது ஒருமுகப்படுத்த வேண்டும். அந்தப் பணம், நோட்டுக்களாக உங்கள் மனக்கண்ணில் தெளிவாகத் தெரியும் வரை கண்களை மூடிக் கொண்டிருங்கள். தினம் ஒருமுறையேனும் இதைச் செய்யுங்கள். இந்தப்பயிற்சியை நம்பிக்கை என்னும் அத்தியாயத்தில் குறிப்பிட்டிருந்தது போல் செய்யுங்கள். அந்தப் பணம் உங்கள் கைக்கு கிடைத்துவிட்டதாக காட்சிப்படுத்திப்பாருங்கள்!

மிகவும் முக்கியமான உண்மை இது: ஆழ்மனமானது, முழு நம்பிக்கையோடு தனக்குத் தரப்படும் உத்தரவுகளைச் செயல்படுத்தத் துவங்கிவிடும். ஆழ்மனதிற்கு இந்த கட்டளைகள் தெளிவாகப் புரியும் வரை அவற்றை மீண்டும் மீண்டும் வலியுறுத்த வேண்டியிருக்கும். மேற்கூறப்பட்ட வாசகத்தை தொடர்ந்து நீங்கள் உங்கள் ஆழ்மனதைச் சற்றே "ஏமாற்ற" வேண்டியிருக்கலாம். அது சரியான வழியில்தான் செய்யபடும்! எனக்கு இருக்கும் நம்பிக்கை போலவே நீயும் நம்பு; உங்களுக்குச் சேரவேண்டிய தொகையைப் பெறுவதற்கான நடைமுறைத் திட்டத்தை ஆழ்மனது உங்களுக்கு காட்டும் வரை நீங்கள் இப்படி செய்யலாம்.

மேற்கூறப்பட்ட எண்ணத்தை உங்கள் கற்பனைத்திறனிடம் கொடுங்கள். அது, உங்கள் ஆசையை மெய்பிக்கும். அதைப் பணமாக உருமாற்ற உகந்த திட்டங்களை உருவாக்கித் தரும்.

நீங்கள் காட்சிப்படுத்திப்பார்த்த பணத்தை பயன்படுத்தி பொருட்கள் வாங்க வேண்டும் என்ற விருப்பதிற்காக அந்த திண்ணமான திட்டத்திற்காக காத்திருக்காதீர்கள். அந்த திட்டங்களை ஆழ்மனதிடமிருந்து பெறுவதை எதிர்பார்த்து கேளுங்கள். அத்திட்டங்கள் உங்களுக்கு தெளிவானதும் உடனடியாகச் செயலில் இறங்குங்கள். உங்களது ஆறாம் அறிவின் உதவியோடு அது ஒரு உத்வேகமாக உங்கள் மனக்கண்ணில் ஒரு மின்னல் போலப் பளிச்சிடும். இந்த பிரபஞ்சத்தின் அளவற்ற ஆற்றல் உங்களுக்கு அனுப்பிவைத்த நேரடி தந்தியாகவோ அல்லது குறுஞ்செய்தியாகவோ அதனை நீங்கள் கருதலாம். அதை மரியாதையுடன் ஏற்று உடனடியாகச் செயல்படுத்துங்கள். தவறினால், உங்கள் வெற்றிக்கு அது அபாயகரமாக முடியும்.

ஆறு கட்டளைகளில் நான்காவதாக "உங்கள் ஆசையை நிறைவேற்றிக் கொள்ள ஒரு உறுதியான திட்டத்தை வடிவமைத்து அதற்கான செயல்முறையில் உடனே ஈடுபடுங்கள்" என்று சொல்லப்பட்டிருந்தது. முந்தைய பத்தியில் குறிப்பிடப்பட்டிருந்தவாறு செயல்படுங்கள். உங்கள் ஆசையை மெய்ப்பிக்க அதனை பணமாக உருமாற்ற ஒரு திட்டத்தை வடிவமைக்கும்போது உங்களது "பகுத்தறிவு" சொல்வதை ஏற்கவேண்டாம். அது குறைபாடுடையது. சோம்பேறித்தனம் என்னும் பண்பு கொண்ட அதனை நீங்கள் முற்றிலுமாக நம்பினால் நீங்கள் ஏமாறக்கூடும்.

மூடிய கண்களுடன் நீங்கள் சேர்க்க விரும்பும் பணம் இருப்பதாக காட்சிப்படுத்திப்பார்க்கும் போது அந்தப் பணத்தைப் பெற நீங்கள் என்ன சேவை செய்வதாக இருந்தீர்களோ, அல்லது மாற்றுப்பொருளாக எதனை கொடுப்பதாக கருதியிருந்தீர்களோ, அதைச் செய்வது போல காண வேண்டும். இது முக்கியம்!

அறிவுரைகளின் சுருக்கம்

இந்தப் புத்தகத்தை நீங்கள் படிப்பதிலிருந்தே நீங்கள் அறிவை விரும்பித் தேடுபவர் என்று தெரிகிறது. மேலும் நீங்கள் இந்தப் பாடத்தில் ஒரு மாணவர் என்றும் தெரிகிறது. நீங்கள் மாணவராக மட்டும் இருந்தால் இதன் மூலம் நீங்கள் இதுவரை அறியாததை அதிகமாக அறிந்து கொள்ளும் வாய்ப்பு உள்ளது. ஆனால் அதற்கு பணிவு அவசியம். இங்கு குறிப்பிடப்பட்டுள்ள விதிகளில் சிலவற்றை மட்டுமே பின்பற்றி, மற்றவற்றை ஒதுக்கித் தள்ளிவிட்டால் நீங்கள் தோல்வி அடைவீர்கள்! திருப்திகரமான விளைவுகளை பெற நம்பிக்கையுடன் எல்லா விதிகளையும் பின்பற்ற வேண்டும்.

இரண்டாவது அத்தியாயத்தில் கூறப்பட்ட ஆறு கட்டளைகளுடன் இந்த அத்தியாயத்தில் இதுவரை விளக்கப்பட்டதும் சேர்த்து சுருக்கமாகக் கீழே தரப்படுகிறது.

முதலாவது: எவராலும் தொந்திரவு செய்யமுடியாத அமைதியான இடத்திற்குச் சென்று (இரவில் உறங்கும் முன் உங்கள் படுக்கையில் அமர்ந்து) மூடிய கண்களுடன் நீங்கள் எழுதி வைத்துள்ள வாசகங்களை உரக்கப் படியுங்கள் (இப்படிச் செய்வதன் மூலம் உங்கள் குரல் உங்கள் காதுகளுக்கு எட்டும்). பலமுறை சொல்லுங்கள். உங்களுக்கு வேண்டும் என்று நீங்கள் ஆசைப்பட்ட தொகை, அதனை எந்த தேதிக்குள் நீங்கள் எதிர்பார்க்கிறீர்கள் என்ற தெளிவுடன், அந்தத் தொகையை பெற அதற்கு மாற்றாக நீங்கள் செய்யப்போகும் சேவை அல்லது தரப்போகும் பொருள் ஆகிய விவரங்களை கொண்ட அந்த வாசகத்தை மீண்டும் மீண்டும் உரத்த குரலில் படியுங்கள். இந்த அறிவுறுத்தல்களின்படி நடந்து கொண்டிருக்கும் போதே அதனை பெற்றுக்கொண்டு விட்டதாக மனக்கண்ணில் காணுங்கள்.

உதாரணத்திற்கு: இன்றிலிருந்து ஐந்து வருடங்களில், ஜனவரி மாதம் முதல் தேதிக்குள் 50,000 டாலர்கள் சேர்ப்பது உங்கள் குறிக்கோளாகவும் அதற்குப் கைமாற்றாக ஒரு விற்பனையாளராக உங்கள் சேவையை நீங்கள் வழங்கப் போகிறீர்கள் என்று வைத்துக் கொள்வோம். நீங்கள் எழுதப் போகும் வாசகம் இப்படியிருக்கும்:

"19ஆம் வருடம், ஜனவரி முதல் தேதியன்று என்னிடம் 50,000 டாலர்கள் இருக்கும். இது இந்த இடைப்பட்ட ஐந்தாண்டு காலத்தில் சிறுக சிறுக என்னை வந்து சேரும்.

"பதிலுக்கு நான் (நீங்கள் விற்கவிருக்கும் பொருள் அல்லது நீங்கள் அளிக்க இருக்கும் சேவையை குறிப்பிடவும்) எனது

வேலையில், முழுமையான அர்பணிப்புடனும், மிகச் சிறந்த தரம் மற்றும் அளவிலும் எனது சேவையை வழங்குவேன்.

"இந்தத் தொகை எனக்கு வந்து சேருமென்று உறுதியாக நம்புகிறேன். இந்த எனது நம்பிக்கை வலுவாக இருக்கும் காரணத்தால் அந்தப் பணத்தை என் கண்முன்னால் இப்போதே காண்கிறேன். என் கைகளால் அதைத் தொட முடிகிறது. பதிலுக்கு நான் வழங்கப்போகும் சேவையைப் பொறுத்து இந்தத் தொகை தக்க அளவிலும் தகுந்த நேரத்திலும் என் கைகளுக்கு மாற்றப்படும். இதை செயல்படுத்தும் திட்டம் எனக்கு வெளிபட காத்திருக்கிறேன். அது கிடைத்தவுடன் அத்திட்டத்தின்படி உடனே செயல்படுவேன்."

இரண்டாவது: உங்கள் கற்பனையில் இந்தத் தொகையை காணும்வரை தினந்தோறும் காலையிலும் இரவிலும் இதைப் படியுங்கள்.

மூன்றாவது: இந்த வாசகம் உங்களுக்கு மனப்பாடமாகும் வரை இதனை ஒரு அட்டையில் எழுதி, காலையில் முதலாவதாகவும், இரவில் படுக்கச் செல்லும் முன்பும் நீங்கள் எளிதாக காணக் கூடிய ஒரு இடத்தில் மாட்டி வையுங்கள்.

இந்த அறிவுறுத்தல்களின்படி செயல்படும்போது தன்னாலோசனை தத்துவத்தின் மூலம் உங்கள் ஆழ்மனதிற்கு உத்தரவிடும் விதமாக இதைச் செய்கிறீர்கள் என்று நினைவுபடுத்திக் கொள்ளுங்கள். உணர்ச்சிப்பூர்வமாக கொடுக்கப்படும் உத்தரவுகளை மட்டுமே உங்கள் ஆழ்மனது ஏற்றுக்கொண்டு செயல்படுத்தும் என்பது நினைவிருக்கட்டும். உணர்வுகளிலேயே மிகவும் வலிமை வாய்ந்தது மற்றும் பலனளிப்பது நம்பிக்கை ஆகும். 'நம்பிக்கை' என்னும் அத்தியாயத்தில் குறிப்பிடப்பட்டுள்ள அறிவுறுத்தல்களை ஏற்று பின்பற்றுங்கள்.

ஆரம்பத்தில் இந்த அறிவுரைகள் புரிந்து கொள்ள கடினமானதாகவும் விசித்திரமாக இருப்பதாகவும் தோன்றும். அதனால் நீங்கள் கலக்கம் அடையாதீர்கள். எவ்வளவுதான் விசித்திரமானதாகவும் நடைமுறைக்கு ஒவ்வாததாகவும் முதலில் தோன்றினாலும் இந்த அறிவுறுத்தல்களை பின்பற்றுங்கள். முழு மனதுடன் இதன் செயல்பாட்டில் நீங்கள் இறங்கினால் விரைவில் சக்தி வாய்ந்த ஒரு உலகம் உங்கள் முன்னால் விரியத்துவங்கும்.

எல்லா புதிய கருத்துக்களையும் அவநம்பிக்கை மற்றும் சந்தேகத்துடன் பார்ப்பது மனித இயல்பு. அப்படியிருக்காமல் மேற்கூறப்பட்ட விதிமுறைகளை பின்பற்றி நடந்தால், அவநம்பிக்கை நீங்கி முழுமையான நம்பிக்கையாக மலரும். அதன் பின்னர், "என்

விதியின் தலைவன் நானே, என் ஆன்மாவின் கேப்டன் நானே" என்று நீங்கள் கோஷமிடும் காலம் விரைவில் வந்துவிடும்.

இந்த பூமியில் தனது விதியை நிர்ணயிப்பது மனிதனே என்று பல தத்துவ மேதைகள் கூறியிருக்கிறார்கள். ஆனால் பெரும்பாலானோர் அது ஏன் என்று சொன்னதில்லை. எப்படி மனிதன் இந்த உலகில் தனது லௌகீக அந்தஸ்து மற்றும் நிதி நிலைமைக்கு அவனே தலைவனாகிறான் என்பதை இந்த அத்தியாயத்தில் விரிவாகச் விளக்கிக் கூறியிருக்கிறோம். பிரபஞ்சத்தின் அளவற்ற ஆற்றலின் ஒத்துழைப்பைப்பெற்று தனது ஆழ்மனதின் மீது நல்ல தாக்கத்தை ஏற்படுத்தி ஒரு மனிதன் தானே தனது எஜமானன் ஆகவும் தன் சூழ்நிலைகளை கட்டுப்படுத்தும் தலைவனாகவும் விளங்குகிறான் என்பது இங்கு தெளிவாக விளக்கப்பட்டுள்ளது.

இந்த தத்துவத்தின் விசைகளாக விளங்கும் அத்தியாயத்தை நீங்கள் இப்போது படித்துக்கொண்டிருக்கிறீர்கள். உங்கள் ஆசையை பணமாக உருமாற்றுவதில் வெற்றி பெற இதில் குறிப்பிடப்பட்டுள்ள அறிவுரைகளைப் புரிந்துகொண்டு விடாமுயற்சியுடன் நடைமுறைப்படுத்த வேண்டும்.

ஆசையை பணமாக உருமாற்றும் செயலில், ஆழ்மனதை அடைந்து, அதன் மீது நல்ல தாக்கத்தை ஏற்படுத்தும் ஊடகமாகத் தன்னாலோசனை அமைகின்றது. மற்ற கொள்கைகள் அனைத்தும் இந்தத் தன்னாலோசனைகளை பயன்படுத்த உதவும் சிறு கருவிகளே. இந்த நூலில் குறிப்பிடப்பட்டுள்ள வழிமுறைகளை நடைமுறைப்படுத்தி பணம் சேர்க்க தன்னாலோசனை என்ற தத்துவம் முக்கிய பங்காற்றுகிறது என்பதை மறக்காதீர்கள்.

ஒரு குழந்தை எப்படி அறிவுறுத்தல்களை கேட்டு பின்பற்றுமோ நீங்களும் அப்படியே செய்யுங்கள். குழந்தை கொண்டிருக்கும் நம்பிக்கை போன்றதொரு நம்பிக்கையை உங்கள் முயற்சிகளில் உட் செலுத்துங்கள். வாசகர்களுக்கு உதவ வேண்டும் என்ற நேர்மையான ஆர்வத்தால் நடைமுறைக்கு ஒவ்வாத எதுவும் சேர்க்கப்பட்டு விடக்கூடாது என்பதில் ஆசிரியர் கவனமாக இருந்திருக்கிறார்.

இந்தப் புத்தகம் முழுவதையும் படித்து முடித்த பின்பு மீண்டும் இந்த அத்தியாயத்திற்கு ஒரு முறை வந்து கீழ்க்கண்ட அறிவுரையை மனதார செயலில் பின்பற்றுங்கள்:

தினமும் இரவில் ஒருமுறை இந்த அத்தியாயம் முழுவதையும் உரக்கப் படியுங்கள். தன்னாலோசனை என்னும் தத்துவம் முழுமையானது மற்றும் உண்மையானது. இந்த அத்தியாயத்தில் கூறப்பட்டுள்ள நன்மைகளை நிச்சயமாக கொடுக்கவல்லது என்ற நம்பிக்கை ஏற்படும் வரை படியுங்கள். படிக்கும்போதே உங்களைக்

கவர்ந்த ஒவ்வொரு வாக்கியத்தையும் பென்சில் கொண்டு அடிக்கோடிடுங்கள்.

மேற்கூறப்பட்ட அறிவுறுத்தல்களை எழுத்து விடாமல் பின்பற்றினால் வெற்றித் தத்துவங்களை முழுமையாகப் புரிந்து கொண்டு அவற்றின் மீது ஆதிக்கம் செலுத்த வழி பிறக்கும்.

5

விசேஷ அறிவு

தனிப்பட்ட அனுபவங்கள் அல்லது அவதானிப்புகள்

செல்வத்தை நோக்கி நான்காவது அடி

இரண்டு வகையான அறிவு உண்டு. ஒன்று பொது அறிவு மற்றொன்று விசேஷ அறிவு. எண்ணிக்கையில் அதிகமாகவும், பலவகைபட்டதாகவும் இருந்தாலும் பொது அறிவு பணம் சேர்ப்பதற்குப் பயன்படாது. உலகின் மிகச் சிறந்த பல்கலைக்கழகங்களில் பணியாற்றும் பேராசிரியர்களின் பொது அறிவை மொத்தமாக கணக்கிட்டால் நாகரிக சமூகம் அறிந்த எல்லாவிதமான பொது அறிவும் அவர்களிடம் குவிந்து கிடப்பதைப் பார்க்கலாம். இருப்பினும் அவர்களில் பெரும்பாலானவர்களிடம் பணம் குவிந்து கிடக்கவில்லை. அவர்கள் சிறந்த அறிவை போதித்தாலும் அதனை சீரமைக்கவோ அல்லது அதனை பயன்படுத்திக் கொள்ளவோ அறிந்திருப்பதில்லை.

அறிவு மட்டுமே பணத்தை ஈர்க்காது. செல்வத்தை சேகரிக்கும் உறுதியான இலக்கை மனதில் கொண்டு ஒழுங்குபடுத்துதல் அல்லது நடைமுறைக்கு ஏற்ற திட்டங்கள் மூலமாக அறிவை பயன்படுத்தி செயல்படுத்தினால் மட்டுமே செல்வத்தைச் சேர்க்க முடியும். இந்த உண்மை சரியாக புரிந்து கொள்ளப்படாததால் ஏற்பட்ட குழப்பம் தான், “அறிவே சக்தி” என்று லட்சக்கணக்கான மக்கள் தவறாக நம்பும் நிலைமை உண்டாகியிருக்கிறது. அப்படியெல்லாம் ஒன்றுமில்லை! அறிவு என்பது மறைந்திருக்கும் ஆற்றல் வளம். உறுதியான செயல்திட்டங்கள் மூலம் அதை ஒழுங்குபடுத்தி, உறுதியான இலக்கை நோக்கி செலுத்தினால் மட்டுமே அது சக்தியாக மாறும்.

நாகரிகம் தோன்றிய காலம் முதல் இன்றுவரை, அறிவை பெற்றபின் அதை எப்படி ஒழுங்கமைத்து செயல்படுத்துவது என்பதில் உள்ள இடைவெளியே எல்லா வகையான கல்விமுறைகளின் வழியாகவும் அறிவை போதிக்கும் கல்வி நிறுவனங்களின் தோல்விக்கு காரணமாக இருப்பதாகவும் நாம் காண்கிறோம்.

ஹென்றி ஃபோர்டு பள்ளிக்கூடத்திற்கு அதிகம் செல்லவில்லை என்ற காரணத்தால் “கல்வியறிவு இல்லாதவர்” என்று பலரால் தவறாக கருதப்படுகிறார். இந்த தவறைச் செய்பவர்கள் ஹென்றி ஃபோர்டையும் அறிந்திருக்கவில்லை, ‘கல்வி’ என்ற வார்த்தையின் உண்மைப் பொருளையும் புரிந்துகொள்ளவில்லை. எட்யூகேட் என்ற ஆங்கில

வார்த்தை, 'எட்யூகோ' என்ற லத்தீன் சொல்லிலிருந்து பிறந்ததாகும். அதன் பொருள் வெளிக்கொணர்தல் ஆகும்.

ஆகவே, படிப்பறிவுள்ள மனிதன் என்றால் ஏராளமான பொது அறிவு அல்லது விசேஷ அறிவைத் தன்னிடம் தேக்கி வைத்திருப்பவன் என்று அர்த்தமாகாது. மற்றவர்களுக்கு எந்த பங்கமும் ஏற்படாமல் தனக்குத் தேவையான அனைத்தையும் பெற்றுக்கொள்ளும் திறமைகளை தன் மனதிலிருந்து வளர்த்துக் கொண்டவன் என்றுதான் பொருள். இந்த வரையறைக்குள் நன்கு அடங்குவர், ஹென்றி ஃபோர்டு.

உலகப்போரின் போது, சிகாகோ நகர செய்தித்தாள் ஒன்றில் அச்சிடப்பட்ட இதர பல கட்டுரைகளுடன் "சமாதானத்தை விரும்பும் அறிவில்லாத மனிதன்" என்று ஹென்றி ஃபோர்டு அவர்கள் பற்றி குறிப்பிடப்பட்டிருந்தது. இதை எதிர்த்து அவர் வழக்கு தொடுத்தார். வழக்கு விசாரணைக்கு வந்த போது அறியாமை நிறைந்தவர் என்று நிரூபணம் செய்யப்பட சாட்சிக்கூண்டில் ஏற்றப்பட்டார் ஃபோர்டு. பத்திரிகை சார்பில் ஆஜரான வழக்கறிஞர்கள் அவரது அறியாமையை நிரூபணம் செய்ய பல்வேறு வகையான கேள்விகளைக் கேட்டுத் துளைத்தெடுத்தார்கள். அவரது பதில்களை கொண்டே மோட்டார் வாகனங்கள் சம்பந்தப்பட்ட விசேஷ அறிவைத் தவிர அவரிடம் பொது அறிவில்லை என்று காட்ட விரும்பினார்கள்.

"பெனெடிக்ட் ஆர்னால்டு என்பவர் யார்? 1776 கிளர்ச்சியின் போது அமெரிக்காவிற்கு எவ்வளவு படை வீரர்களை அனுப்பியது இங்கிலாந்து?" போன்ற கேள்விகள் கேட்கப்பட்டபோது ஃபோர்டு, "அதன் எண்ணிகை எனக்கு சரியாகத்தெரியாது ஆனால் அவர்கள் நாட்டிற்குத் திரும்பிய படைவீரர்களை விட மிக அதிகமென்று கேள்விப்பட்டிருக்கிறேன்" என்று பதிலளித்தார்.

இப்படி அவரை அவமதிக்கும் பல கேள்விகளுக்கு பதிலளித்து அலுத்துப்போன பின் ஃபோர்டு, தான் நின்றிருந்த சாட்சி கூண்டின் மீது சாய்ந்தபடி, தன்னிடம் கேள்விகள் கேட்ட வழக்கறிஞரை நோக்கித் தன் விரலை சுட்டிக்காட்டி, "நீங்கள் இப்போது கேட்ட இந்த கேள்விக்கும் இதுவரை கேட்ட எல்லாக் கேள்விகளுக்கும் பதில் சொல்ல விரும்பினால் நீங்கள் ஒன்றைத் தெரிந்து கொள்ளவேண்டும். என் அலுவலக மேஜையின் மேல் வரிசையாகப் பல பொத்தான்கள் உள்ளன. உரிய பொத்தானை அழுத்தினால் என் முழு முயற்சியையும் நான் அர்ப்பணித்திருக்கும் தொழில் சம்மந்தமான எந்தக் கேள்விக்கும் உடனடியாக சரியான விடைகள் அளிக்கும் திறன் கொண்ட நபர் என் முன்னால் வந்து நிற்பார். ஆகவே, எந்த விதமான விசேஷ முக்கியத்துவம் வாய்ந்த கேள்விக்கும் சரியான பதில் அளிக்க ஆட்கள் என்னிடம் இருக்கும்போது, இம்மாதிரியான பொது அறிவு சம்பந்தப்பட்ட விஷயங்களை நான் ஏன் என் மூளைக்குள் போட்டுத் திணித்துக்கொள்ள வேண்டும்?" என்றார்.

தர்க்கரீதியாக சரியான பதில்!

அந்த பதில் வழக்கறிஞரின் பாராட்டைப்பெற்றது. நிச்சயமாக அறியாமை நிறைந்த ஒருவரது பதில் இல்லை அது. கல்வியறிவுள்ள ஒருவரின் பதிலே என்று அரங்கத்தில் இருந்த அனைவருக்கும் புரிந்தது. தேவையான நேரத்தில் தேவையான அறிவை எங்கிருந்து பெறுவது மற்றும் அதை எப்படி ஒழுங்குபடுத்தி, திட்டமிட்ட வகையில் பயன்படுத்துவது என்றும் தெரிந்தவர் கற்றவர் ஆவார். "மாஸ்டர் மைண்ட்" குழு என்ற திறன் வாய்ந்த குழுவின் உதவி இருந்ததால் தனக்கு தேவையான விசேஷ அறிவு எப்பொழுதும் பெற முடிந்ததால்தான் ஹென்றி ஃபோர்டு அவர்களால் அமெரிக்காவின் மாபெரும் செல்வந்தர்களுள் ஒருவராக உயர முடிந்தது. இந்த அறிவை தன் மனதில் தேக்கி வைத்திருக்க வேண்டிய அவசியம் அவருக்கு இருக்கவில்லை. இந்நூலைப் படிக்கும் ஆர்வமும் புத்திசாலித்தனமும் கொண்ட எவரும் இந்த உதாரணத்தின் முக்கியத்துவத்தை தவறவிடமாட்டார்கள் என்பது உறுதி.

உங்கள் ஆசையை பணமாக உருமாற்றம் செய்வதை உறுதி செய்யும் முன் அதற்கு பதிலாக நீங்கள் தரவேண்டிய சேவை, பொருள், அல்லது தொழில் எதுவானாலும் அதற்கான விசேஷ அறிவை நீங்கள் பெறவேண்டியது அவசியம். உங்களால் உள்வாங்கிக்கொள்ள முடிந்த அளவை விட அதிக அளவில் அந்த விசேஷ அறிவை நீங்கள் பெறவேண்டி நேரலாம். அது போன்ற நேரத்தில் அந்த இடைவெளியை "மாஸ்டர் மைண்ட்" குழுவின் உதவியுடன் ஈடுசெய்துகொள்ளலாம்.

தான் ஈடுபட்டிருந்த இரும்பு எஃகு வியாபாரம் குறித்த தொழில்நுட்ப அறிவு பற்றி தனக்கு எதுவுமே தெரியாது என்றார் ஆண்டிரூ கார்னேகி. குறிப்பாக இதைப்பற்றி தெரிந்து கொள்ள வேண்டும் என்று அவர் ஆர்வமும் காட்டவில்லை என்றார். எஃகு தயாரிப்பதற்கும் சந்தைப்படுத்துவதற்கும் தேவைப்பட்ட விசேஷ அறிவு, அவருடைய மாஸ்டர் மைண்ட் குழுவின் தனிப்பட்ட மனிதர்களிடமிருந்து அவருக்குக் கிடைத்தது.

எராளமான செல்வத்தைச் சேர்ப்பதற்கு சக்தி தேவைப்படுகிறது. ஒழுங்குபடுத்தப்பட்ட மற்றும் புத்திசாலித்தனமாக நெறிபடுத்தப்பட்ட விசேஷ அறிவின் மூலம் அந்த சக்தி பெறப்படுகிறது. ஆனால் அந்த அறிவு, செல்வத்தை சேர்ப்பவர்களின் மனதில் மட்டுமே இருக்க வேண்டும் என்பது அவசியமில்லை.

மேற்கூறப்பட்ட பத்தியில் இருக்கும் அறிவுறுத்தல்கள் போதுமான கல்வியறிவு இல்லாத ஆனால் செல்வந்தராக விரும்பும் ஒருவருக்கு தேவையான நேரத்தில் நம்பிக்கையும் உற்சாகமும் தருவதாக அமையும். கல்வியறிவு இல்லாதவர்கள் பலர், தாழ்வு மனப்பான்மையால்

தவிக்கிறார்கள். செல்வத்தை சேர்த்துக்கொள்ள தேவைப்படும் அறிவாற்றல் மிகுந்த மாஸ்டர் மைண்ட் குழுவை அவர்கள் தங்களுக்காக உருவாக்கிக்கொண்டால், கல்வியறிவுள்ள ஒருவரைப் போன்றே செல்வங்கள் சேர்க்கமுடியும். நீங்கள் போதுமான பள்ளிப்படிப்பு இல்லாமல் தாழ்வு மனப்பான்மையினால் வருந்தினால் இதை நினைவில் கொள்ளுங்கள்.

தன் வாழ்நாள் முழுவதிலும் மொத்தம் மூன்றே மாதங்கள்தான் பள்ளிக்குச் சென்று படித்தார் தாமஸ் ஆல்வா எடிசன். இருப்பினும் அவர் தனது கல்வி அறிவிலும் குறைந்துவிடவில்லை ஏழ்மையிலும் வாழவில்லை.

ஹென்றி ஃபோர்டு ஆறாவது வகுப்பிற்கும் குறைவாகத்தான் படித்திருந்தார். இருப்பினும் தனது கடின உழைப்பால் செல்வந்தரானார்.

ஒருவர் பெறக்கூடிய விசேஷ அறிவு என்பது மலிவாக மற்றும் அளவுக்கு அதிகமாகக்கிடைப்பது. இதில் ஏதேனும் சந்தேகமிருந்தால் ஏதாவது ஒரு பல்கலைக்கழகத்தின் சம்பளப் பட்டுவாடாவை கவனியுங்கள்.

அறிவை விலைக்கு வாங்குவது எப்படி என்று அறிந்திருப்பது லாபகரமானது

உங்களுக்கு எந்த வகையான விசேஷ அறிவு, எந்த நோக்கத்திற்காகத் தேவைப்படுகிறது என்பதை முதலில் முடிவு செய்யுங்கள். பெரும்பாலும் நீங்கள் எந்த இலக்கிற்காக உழைக்கிறீர்களோ, வாழ்வில் உங்களின் முக்கிய நோக்கம் எதுவோ, அது, உங்களுக்குத் தேவைப்படும் அறிவை நிர்ணயிக்கும். இது முடிவு செய்யப்பட்டவுடன் அடுத்து, அறிவைப் பெறுவதற்கான நம்பிக்கையான ஆதாரங்கள் எவை என்ற தகவல் உங்களிடம் இருக்க வேண்டும். அவற்றுள் முக்கியமானவை:

(அ) ஒருவரது சொந்த அனுபவம் மற்றும் கல்வி

(ஆ) மற்றவர்களின் ஒத்துழைப்பின் மூலம் பெறப்படும் கல்வியும் அனுபவமும் (உதாரணத்திற்கு மாஸ்டர் மைண்ட் குழுவினர்).

(இ) கல்லூரிகளும் பல்கலைக்கழகங்களும்

(ஈ) பொது நூலகங்கள் (நாகரீக வளர்ச்சியினால் ஒழுங்குபடுத்தப்பட்ட அறிவை பெறக்கூடிய புத்தகங்கள் சஞ்சிகைகள் மூலம்).

(உ) விசேஷ பயிற்சி வகுப்புகள் (இரவுப் பள்ளிகள் மற்றும் குறிப்பாக வீட்டிலிருந்த படியே படிக்கும் வகுப்புகள்)

அறிவைப் பெறும் பொழுதே அது ஒரு திடமான நோக்கத்திற்காக ஒழுங்குபடுத்தப்பட்டு நடைமுறையில் பயன்படுத்தப்பட வேண்டும். நல்ல தகுந்த நோக்கத்திற்காக நடைமுறைப்படுத்தப்படாத அறிவிற்கு எந்த மதிப்பும் இல்லை. இதனால்தான் கல்லூரிகளில் வழங்கப்படும் பட்டங்கள் அதிக மதிப்புடையனவாக கருதப்படுவதில்லை. அற்பமான அறிவின் பிரதிநிதித்துவமே அது.

கூடுதல் பள்ளிப்படிப்பை நீங்கள் பெற விரும்பினால், எந்த நோக்கத்திற்காக அந்த அறிவைப் பெற விரும்புகிறீர்கள் என்று தீர்மானித்தபின், அதை எங்கிருந்து நம்பகமான முறையில் தரமானதாகப் பெறலாம் என்று ஆலோசனை செய்து முடிவெடுங்கள்.

வெற்றியாளர்கள், தங்கள் துறை சம்மந்தமான விசேஷ அறிவை அது வியாபாரம், தொழில் என்று எதுவாக இருந்தாலும், தங்கள் நோக்கத்திற்கேற்ப அதனைப் பெற பாடுபடுகிறார்கள். பள்ளிப்படிப்புடன் தங்கள் கல்வி முடிந்துவிட்டதாக நம்புவதுதான் தோல்வியடைபவர்கள் வழக்கமாகச் செய்யும் தவறு. உண்மையில், செய்முறை அறிவைப் பெறும் பாதையில் ஒருவரை வழிநடத்தும் வேலையை தான் பள்ளிப்படிப்பு செய்கிறது.

பொருளாதார வீழ்ச்சிக்குபின் உருவாகியுள்ள மாறிய உலகத்தில் கல்விக்கான தேவைகளும் அதிர்ச்சியூட்டும் அளவில் மாறியுள்ளது. இன்றையத் தேவை விசேஷ கல்வி! இதை வலிபுறுத்தியவர், கொலம்பியா பல்கலைக்கழகத்தின் நியமனங்களுக்கான செயலாளர், ராபர்ட் பி. மூர்.

விசேஷ அறிவு உள்ளவர்களே அதிகமாக நாடிச் செல்லப்படுபவர்கள்

பணியில் அமர்த்த ஆட்கள் தேடும் நிறுவனங்கள், ஏதேனும் ஒரு துறையில் விசேஷ அறிவு பெற்றிருப்பவர்களையே அதிகம் தேடுகிறார்கள். கணக்கீட்டு நிபுணர்கள், புள்ளிவிவரங்களில் தேர்ச்சி பெற்ற மேலாண்மைப் பட்டதாரிகள், எந்தப் பிரிவையும் சார்ந்த பொறியாளர்கள், பத்திரிகையாளர்கள், கட்டிடக்கலைப் பொறியாளர்கள், வேதியியலாளர்கள், தலைசிறந்த தலைவர்கள் மற்றும் பிற விஷயங்களில் ஈடுபாடு கொண்ட மூத்தவர்கள் - போன்றோரின் தேவையே அதிகமாக உள்ளது.

பாட விஷயங்களில் மட்டுமே கவனம் செலுத்தியவர்களை விட கல்வி வளாகத்தில் சுறுசுறுப்பாக இயங்கி படிப்புடன் கூட அனைவருடனும் இணக்கத்துடன் பணியாற்றும் தன்மை கொண்டவர்களே அதிகமான வேலை வாய்ப்பைப் பெறுகிறார்கள். அத்தகையவர்கள் பல நிறுவனங்களிலிருந்து பணிபுரியும் வாய்ப்பிற்கான

அழைப்புகளை பெறுகிறார்கள். சில நேரங்களில் ஆறுக்கும் மேற்பட்ட நிறுவனங்களிலிருந்து கூட இவர்களுக்கு அழைப்பு வருவதுண்டு.

பாடப்படிப்பில் சிறந்து விளங்கியவருக்கே நல்ல முதல் தரமான வேலை கிடைக்கும் என்ற நிலை மாறி நிறுவனங்கள் மாணவரின் பாட மதிப்பெண்களுடன், இதர செயல்பாடுகளையும், ஆளுமையையும் கருத்தில் கொண்டுதான் இப்போது வேலை வாய்புகள் வழங்குகின்றன என்று மிஸ்டர் மூர் கூறுகிறார்.

தனது துறையில் தலைமை இடம் வகிக்கும் தொழில் நிறுவனம் ஒன்று, தனக்கு எம்மாதிரியான மாணவர்கள் தேவை என்று இப்படி எழுதியது என்று மிஸ்டர் மூர் குறிப்பிடுகிறார்:

"மேலாண்மைப் பணிகளில் பிரமிக்கத்தக்க சாதனையை நிகழ்த்தும் திறமையுள்ள ஆட்கள் தேவை. இந்தக்காரணத்திற்காக, நன்னடத்தை, புத்தி சாதுரியம், சிறப்பான ஆளுமை ஆகியவை, குறிப்பிட்ட கல்வித் தகுதியைவிட அதிகமாக தேவை என்று நாங்கள் வலியுறுத்துகிறோம்."

பயிற்சிப்பணித்திட்டத்தின் அறிமுகம்

கோடை விடுமுறையின் போது அலுவலகங்கள், கடைகள் மற்றும் தொழில் நிறுவனங்களில் மாணவர்களைப் பயிற்சிக்காக வேலைக்கு அனுப்பும் 'அப்ரெண்டிஸ்' திட்டத்தை மூர் பரிந்துரை செய்தார். கல்லூரியில் இரண்டு அல்லது மூன்றாண்டுகள் செலவிட்டபின், ஒவ்வொரு மாணவரும் விசேஷ அறிவு எதுவும் பெறாமல் இலக்கின்றி, பொதுக்கல்வியில் உழல்வதை தவிர்த்து தனது எதிர்காலத்திற்கான ஒரு பாதையை தேர்ந்தெடுக்கும்படி சொல்லப்பட வேண்டுமென்று அவர் உறுதியாக வற்புறுத்தினார்.

"எல்லாத் தொழில்களும், பணிமுறைகளும் விசேஷ அறிவு பெற்றவர்களையே நாடும் நிலை உள்ளதைக் கல்லூரிகளும் பல்கலைக்கழகங்களும் உணர வேண்டும்" என்றார் மூர். இப்படி வலியுறுத்தி மாணவர்களின் தொழில் சார்ந்த சிறப்புக்கல்விக்கு கல்லூரிகள் மற்றும் பல்கலைகழகங்கள் தாங்களே நேரடிப் பொறுப்பேற்க்கச் செய்தார். பெரும்பாலான நகரங்களில் நடைபெறும் இரவுப் பள்ளிகளில் நம்பகமான அத்தகைய சிறப்பு தொழிற்கல்வி கிடைக்கிறது. விரிவாக்கக் கல்விமுறைபடி அமெரிக்க நாடெங்கிலும் அஞ்சல் துறை செயல்படும் அனைத்து இடங்களிலும் அஞ்சல்வழிக் கல்வி மூலம் விசேஷ கல்வி பயில முடியும். வீட்டிலிருந்தபடியே படிக்கும் கல்விமுறையில் நேரம் கிடைக்கும் போது படிக்கும் வசதி உண்டு. அத்துடன், அந்த மாணவர்களுக்கு 'கன்ஸல்டன்சி' வாய்ப்புகள் ஏராளமாகக் கிடைக்கும். அம்மாதிரி சிறப்புக்கல்வி அனுபவம்

அவர்களின் எதிர்காலத்திற்கு விலை மதிப்பில்லாத ஒன்றாகும். எங்கே வசித்தாலும் இந்தப் பலன் கிடைக்கும்.

அதிக முயற்சியில்லாமல், எந்த விலையும் கொடுக்கப்படாமல் கிடைக்கும் எதுவும் பாராட்டப்படுவதோ அல்லது மதிக்கப்படுவதோ இல்லை. அதனால்தான் பெருமளவில் வாய்ப்புகள் இருந்தும், பொதுப் பள்ளிகளிலிருந்து மிகக் குறைந்த பலனே நமக்கு கிடைக்கிறது. அப்படி இலவசக் கல்வியால் இழக்கப்பட்ட வாய்புகளை விசேஷ கல்வி மூலம் ஈடுகட்டலாம். அஞ்சல்வழிக் கல்விமுறை ஒழுங்காகச் செயல்படும் வணிக நோக்கம் கொண்ட அமைப்பாகும். அங்கு கல்விப்பயிற்சிக்காக வசூலிக்கப்படும் கட்டணம் மிகக் குறைவு என்பதால், உரிய நேரத்தில் அது கட்டப்படவேண்டுமென்று வற்புறுத்தப்படுகிறது. நன்றாகப் படிக்கும் மாணவர்களுக்கும் பள்ளிப்படிப்பில் சிறந்து விளங்காத மாணர்வர்களுக்கும் என இரு சாராருக்கும் ஒரே மாதிரியான கட்டணம் தான். முடிவெடுத்தல், ஆயத்த நிலைமையில் இருத்தல், செயல்புரிதல், துவங்கிய காரியத்தை முடிப்பது ஆகியவற்றில் அவர்களது வசூல் குழு சிறப்பான பயிற்சி பெற்றுள்ளது.

இதனை நான் இருபத்தைந்து ஆண்டுகள் முன்பு சுய அனுபவத்தில் அறிந்தேன். விளம்பரம் செய்தல் குறித்த ஒரு பயிற்சிக்காக வீட்டிலிருந்து படிக்கும் அஞ்சல்வழிக் கல்விமுறை வகுப்பில் சேர்ந்தேன். எட்டு பத்து பாடங்களுக்குப்பின் நான் படிப்பதை நிறுத்திவிட்டேன். ஆனால் பள்ளியிலிருந்து எனக்கு பாட பயிற்சிக்கான கட்டணம் கட்டும்படி கடிதங்கள் வருவது நிற்கவில்லை. படித்தாலும் படிக்காவிட்டாலும் பாடத்திற்கான கட்டணம் கட்டப்படவேண்டும். படிக்காமல் முழுப் பணத்தையும் செலுத்துவதைவிட, பணத்தைக் கட்டிவிட்டு அதற்குரிய பலனைப் பெற்றுவிடுவது என்று அப்போதுதான் நான் முடிவெடுத்தேன். ஒப்பந்தபடி சட்ட ரீதியாக பணம் கட்டபடவேண்டுமென்பதால் நான் அதனை கட்டி கல்வியைத் தொடர முடிவுசெய்தேன். செலுத்தப்பட்ட பணத்திற்கான முழு மதிப்பையும் பெறுவது என்று முடிவு செய்தேன். பள்ளி கட்டணத்தை வசூல் செய்யும் முறை சிறப்பாக ஒழுங்குபடுத்தப்பட்டிருப்பதே எனக்கு ஒரு படிப்பினையாக அமைந்தது. பிற்காலத்தில் விளம்பரத்துறையில் பணியாற்றிய போது அந்தப் பள்ளியின் வசூல் அனுபவம் எனக்குப் பணத்தை சம்பாதித்துக் கொடுத்துவிட்டதாகத் தோன்றியது.

அமெரிக்காவின் மாபெரும் பொதுபள்ளிக்கூடங்கள் உலகிலேயே சிறந்ததாக கருதப்படுகிறது. பெருமளவு பணத்தை சிறந்த கட்டிடங்களுக்காக முதலீடு செய்திருக்கிறோம். கிராமபுற மாணவர்களுக்கு மிகச் சிறப்பான கல்வி கிடைக்க வேண்டும் என்பதற்காக போக்குவரத்து வசதிகளும் ஏற்படுத்தியிருக்கிறோம். ஆனால் இந்த பிரமிக்கத்தக்க முறையில் ஒரு அதிர்ச்சியூட்டும் பலவீனம் உள்ளது. இந்தக் கல்வி இலவசமாக வழங்கப்படுவதுதான்

அது! பணம் கொடுத்து வாங்கும் பொரூளை மட்டுமே மதிப்புடையதாகக் கருதுவது மனிதர்களின் விசித்திரமான பழக்கம். இந்த காரணத்தால் இலவசப் பள்ளிகள் மற்றும் இலவச நூலகங்கள் மக்களை ஈர்ப்பதில்லை. ஆகவே பெரும்பாலான மாணவர்கள், பள்ளிப்படிப்பு முடிந்தபின் வேலைக்கு செல்லும் முன் மேற்கொண்டு பயிற்சி பெற வேண்டிய நிலைமையில் இருக்கிறார்கள். இதே காரணத்தால்தான், பணியில் அமர்த்துபவர்கள், அஞ்சல்வழி கல்வி மேற்கொண்டவர்களுக்கு வாய்ப்பளித்து ஊக்கமளிக்கிறார்கள்.

தனது ஓய்வு நேரத்தை வீட்டில் கல்வி பயில பயன்படுத்தும் மாணவனிடம் தலைமைத்துவப்பண்புகள் இருக்கும் என்று அனுபவத்தில் அறிந்திருக்கிறார்கள். இது கருணையினால் காட்டப்படும் சலுகை இல்லை, வியாபார ரீதியிலான சிறந்த முடிவாகும்.

ஆனால் மனிதர்களின் ஒரு பலவீனத்திற்கு மட்டும் பரிகாரமே இல்லை. உலகளாவிய பலவீனம் இலட்சியமின்மை. வீட்டில் இருக்கும் ஓய்வு நேரத்தில் ஏதேனும் பயிற்சி மேற்கொள்வது அல்லது கல்வி கற்பவர்களாக அவர்கள் இருக்கும்போது அவர்கள் தங்கள் பணியில் தாழ்ந்த ஒரு நிலையில் அதிக காலம் நீடிப்பதில்லை. அவர்களது கல்வி அவர்களுக்கு மேலே எழும்ப வாயில்களைத் திறந்து, இடையூறுகளைக் களைந்து புது வாய்ப்புகளை வழங்கக்கூடியவர்களுடன் நட்பை ஏற்படுத்திக் கொடுக்கிறது.

வேலையில் இருக்கும் ஊழியர்கள் தங்கள் பணிக்கு உதவக்கூடிய விசேஷ பயிற்சியை பெறவேண்டுமென்ற நிலைமையில் மீண்டும் பள்ளிக்குச் சென்று படிக்க முடியாதபோது வீட்டிலிருந்தபடியே படிக்கும் அஞ்சல்வழி கல்வி பயனுள்ளதாக அமைகிறது.

பொருளாதார மந்தநிலைமைக்குப் பிறகு, மாறிவரும் சூழ்நிலையில், கூடுதல் அல்லது புதிய வருவாய்க்கான வழியைத் தேட வேண்டிய கட்டாயம் ஆயிரக்கணக்கானோருக்கு ஏற்பட்டிருக்கிறது. அவர்களில் பலருக்கு இதற்கான ஒரே வழி, புதிய, விசேஷ அறிவைப் பெறுவதேயாகும். பலர் முற்றிலும் புதிய வேலைக்குச் செல்ல வேண்டிய அவசியமும் ஏற்படலாம். ஒரு வணிகன் தன்னிடம் கையிருப்பில் வைத்திருக்கும் பொருள் விற்காத நிலைமையில், அதிகமாக வாங்கப்படும் வேறொரு பொருளை விற்க வேண்டிய நிலைமைக்குத் தள்ளப்படுகிறான். அது போல தனது தனிப்பட்ட சேவையை வழங்கும் தொழிலில் ஈடுபட்டுள்ள ஒருவன், போதுமான வருவாய் கிடைக்காத நிலையில், அதிக வருவாய் பெற்றுத்தரக்கூடிய மற்றுமொரு வேலைக்குப் போக வேண்டிய அவசியம் ஏற்படுகிறது.

பொருளாதார மந்தநிலை ஏற்படும் முன்பு தன்னை ஒரு கட்டிடப்பணிப் பொறியாளராக தயார்படுத்திக்கொண்ட ஸ்டூவர்ட் ஆஸ்டின் வியர் அவர்களால் அந்தத் தொழிலில் போதுமான வருவாய்

ஈட்ட முடியவில்லை. தனது நிலைமையை ஆராய்ந்து வக்கீல் தொழிலுக்கு மாறுவதென்று முடிவு செய்து அதற்கான விசேஷ அறிவைப் பெற மீண்டும் கல்வியைத் தொடர்ந்து கார்போரேட் சட்டம் பயின்றார். பொருளாதார மந்தநிலை சீரடையும் முன்பாகவே சட்டப் படிப்பை முடித்து பயிற்சியும் பெற்றார். வக்கீலாக வாதாட தேவையான பார் தேர்வை எழுதித் தேர்ச்சி பெற்று உடனடியாக டெக்சாஸ் மாகாணத்தின் டல்லாஸ் நகரில் தனது தொழிலை ஆரம்பித்தார். புதிய வழக்குகளை ஏற்றுக்கொள்ள நேரமில்லாமல் தன் சேவையை நாடி வருபவர்களை திருப்பி அனுப்பிவிடும் நிலைமை அவருக்கு ஏற்பட்டது.

"குடும்ப பொறுப்பு இருப்பதால் எனக்கு சாத்தியப்படாது!" என்றோ, "எனக்கு வயதாகிவிட்டது" என்றோ காரணம் சொல்லி படிப்பை தவிர்ப்பவர்களுக்கு நான் சொல்ல விரும்பும் ஒன்று: ஸ்டூவர்ட் ஆஸ்டின் வியர் மீண்டும் தன் கல்வியைத் தொடர்ந்த போது அவருக்கு வயது நாற்பது. அவருக்கு திருமணமும் முடிந்திருந்தது. அது மட்டுமல்லாமல் மிகக் கவனமாக தனது பள்ளியையும் படிக்கவேண்டிய பாடத்தையும் தேர்ந்தெடுத்ததனால், நான்கு ஆண்டுகளில் முடிக்க வேண்டிய கல்வியை அவர் இரண்டே வருடங்களில் முடித்தார். அறிவை விலைக்கு வாங்குவது எப்படி என்று தெரிந்து வைத்திருப்பது லாபகரமானது!

பள்ளிப்படிப்பை முடித்துவிட்டோம் என்ற நினைப்பில் மேற்கொண்டு படிக்க முயற்சி செய்யாதவர்கள் எந்தத் தொழில் செய்பவர்களானாலும் அதில் சராசரி வெற்றியை மட்டுமே பெறுவார்கள். அவர்கள் வாழ்க்கையில் முன்னேறுவது சாத்தியமற்றது. தொடர்ந்து அறிவை வளர்த்துக்கொள்ளும் ஆர்வம் கொண்டிருப்பதே வெற்றியின் பாதையில் கொண்டு சேர்க்கும்.

ஒரு குறிப்பிட்ட உதாரணத்தை பார்க்கலாம்.

பொருளாதார மந்தநிலையின் போது, மளிகைக்கடை ஊழியர் ஒருவர் தன் வேலையை இழந்தார். கடையின் கணக்கு வழக்குகளை எழுதிப் பழகியவர் என்பதால் அவர் அக்கௌண்டிங் துறையில் சிறப்புப்பயிற்சி பெற்றார். அத்துறையின் புதிய மற்றும் அண்மைகால மாற்றங்களில் தன்னை பரிச்சயப்படுத்திக்கொண்டு அலுவலகக் கருவிகளைப் பயின்றார். தான் முன்பு பணியாற்றிய மளிகைக் கடையை போன்று அப்பகுதியில் இருந்த சுமார் நூறு சிறு வியாபாரிகளுக்குக் குறைவான மாதக் கட்டணத்தில் கணக்குகளை எழுதித்தரும் சுயத் தொழிலில் இறங்கினார். அவரது யோசனை நடைமுறைப்படுத்த எளிதாக இருந்த காணத்தால் விரைவிலேயே நடமாடும் அலுவலகம் ஒன்றை ஒரு சிறு வாகனத்தில் ஏற்படுத்தி கடைகடையாகச் சென்று அங்கேயே கணக்கெழுதித் தரத் துவங்கினார். அதுபோன்ற பல வாகனங்களை ஏற்படுத்தி ஏராளமான உதவியாளர்களை பணியில்

அமர்த்தி குறைந்த செலவில் சிறப்பான கணக்கீட்டு சேவையை வழங்கினார்.

விசேஷ அறிவும், கற்பனாசக்தியும்தான் இந்தப் புதுமையான மற்றும் வெற்றிகரமான வியாபாரத்தின் உட்பொருட்கள். முன்பு தன்னை பணியில் அமர்த்திய வியாபாரியை விட அந்த வருடம் அதிக வருமானவரியை அவர் செலுத்தினார். அவரது சோதனை நன்மையென்றானது.

இந்த வெற்றிகரமான வியாபாரத்திற்கு ஆரம்பப் புள்ளியாக இருந்தது ஒரு கருத்துருதான்!

அவருக்குக் அந்த ஆலோசனையை வழங்கிய பெருமை என்னை சேரும். இருப்பினும் பல்லாயிரக்கணக்கானவர்களுக்குப் பயன்படக்கூடிய மற்றும் அதைவிட அதிக வருவாய் பெற்றுத்தரக்கூடிய மற்றுமொரு கருத்துருவை வெளியிடப் போகிறேன்.

இந்தக் கருத்துருவை என்னுடன் பகிர்ந்துகொண்டவர் மொத்தவிற்பனைப் பணியை கைவிட்டு, பெரிய வணிகர்களுக்குக் கணக்கெழுதித்தரும் தொழிலை மேற்கொண்ட ஒருவர். அவர் வேலையில்லாமல் இருந்த காலத்தில் இதனை அவருடன் பகிர்ந்துகொண்ட போது, "நல்ல கருத்துருதான். ஆனால், அதிலிருந்து எப்படிப் பணம் சம்பாதிப்பதென்று எனக்குத் தெரியவில்லையே" என்றார். தனது அக்கௌண்டிங் அறிவை எப்படிச் சந்தைப்படுத்துவதென்று அவருக்குத் தெரியவில்லை.

சரிசெய்யப்பட வேண்டிய மற்றுமொரு பிரச்சினையாக இது ஆனது. ஒரு இளம் தட்டச்சரின் உதவியுடன் கணக்கீட்டு சேவையின் பயன்களைப் பற்றிய ஒரு அழகான புத்தகம் தயாரிக்கப்பட்டு வியாபாரிகளுக்கு விநியோகிக்கப்பட்டது. அழகாக டைப் செய்யப்பட்ட பக்கங்களை சாதாரண நோட்டுப்புத்தகத்தில் ஒட்டி புதிய தொழிலுக்கான மௌன விற்பனையாளரை உருவாக்கி இச்சேவையின் தன்மையை வலிமையாக எடுத்துரைத்தவுடன் அவரால் கையாள முடியாத அளவில் வாடிக்கையாளர்களின் எண்ணிக்கை அதிகரித்தது.

தன் சேவையை வழங்கும் சுயதொழிலில் ஈடுபட்டிருக்கும் ஆயிரக்கணக்கானவர்களுக்கு தங்கள் திறமையை விளக்கும் சுருக்கமான குறிப்புப் புத்தகம் வேண்டியிருக்கிறது. இதைத் தயாரித்துக் கொடுக்கக்கூடிய சிறப்பு திறமை படைத்தவர்களுடைய ஆண்டு வருமானம் மிக எளிதாக நாட்டின் மிகப் பெரிய வேலை வாய்ப்பு நிறுவனத்தின் வருமானத்தைவிட அதிகமாக இருக்கும். மேலும் இந்தச் சேவையைப் பெறுபவருக்கு வேலை வாய்ப்பு நிறுவனத்திலிருந்து பெறக்கூடிய பலனைவிடப் பலமடங்கு அதிக பலன் தருவதாக இருக்கும்.

இங்கு விவரிக்கப்பட்ட கருத்துரு, தேவையின் அடிப்படையில் அவசரமாக தோன்றியதாகும். ஆனால் அதன் பயன் அந்த ஒருவரோடு நின்றுவிடவில்லை. அந்த கருத்துருவை உருவாக்கிய பெண்மணியின் கற்பனாசக்தி போற்றதகுந்தது. தன் சிந்தனையில் உருவான அக்குழந்தை, ஒரு புதிய தொழிலையே தோற்றுவித்திருப்பதை அவர் கண்டார். சுயமாகத் தொழில்புரியும் ஆயிரக்கணக்கானவர்களுக்கு நடைமுறைக்கேற்ற ஆலோசனை கூறி, அவர்கள் செய்யும் தொழிலைச் சந்தைப்படுத்துவதற்குப் பயனுள்ள சேவை செய்யும் தொழில் அது.

"சுயதொழில் சேவையைச் சந்தைபடுத்துவதற்காகத் தயாரிக்கப்பட்ட திட்டம்" என்ற தனது வெற்றியைத் தொடர்ந்து, சமீபத்தில் கல்லூரிப் படிப்பை முடித்திருந்த தனது மகனுக்காக உற்சாகத்துடன் அடுத்த முயற்சியில் ஈடுபட்டார். தான் பார்த்த சுயதொழில் சேவையைச் சந்தைப்படுத்தும் திட்டங்களிலேயே மிகவும் அருமையான ஒரு திட்டத்தை அவனுக்காக உருவாக்கினாள்.

அழகாக தட்டச்சில் வார்க்கப்பட்ட ஒழுங்குபடுத்தப்பட்ட தகவல்களை கொண்ட சுமார் ஐம்பது பக்க நூல் அது. இயற்கையாக தனது மகனுக்கு இருந்த திறமைகள், அவனது பள்ளிப்படிப்பு அனுபவங்கள், அவன் எதிர்பார்த்த வேலை வாய்ப்புகள் போன்ற பல விதமான தகவல்கள் அதில் இடம் பெற்றிருந்ததை விவரித்தால் இது நீண்ட குறிப்பாக அமைந்துவிடும். அந்தத் திட்ட நூலில் அவளது மகன் எதிர்பார்த்த பதவியின் முழு விளக்கம், மற்றும் அதில் அவன் தனது பொறுப்புகளை எப்படி செயல்படுத்துவான் என்றும் அற்புதமாகச் சித்திரிக்கப்பட்டிருந்தது.

அந்தத் திட்டப் புத்தகத்தைத் தயாரிக்கப் பல வாரங்களின் உழைப்பு தேவைப்பட்டது. அதற்கான புள்ளிவிவரங்களை சேகரித்து சிறப்பான நன்மையை பெற அவள் தன் மகனை தினமும் நூலகத்திற்கு அனுப்பினாள். தான் விரும்பிய அலுவலகத்தில் தனது பணியை திறம்பட செய்வதற்கு தேவையான தகவல்களை சேகரிக்க தான் விண்ணப்பித்த நிறுவனங்களின் போட்டியாளர்களையும் அவன் சென்று சந்திக்க எற்பாடு செய்தாள். தனது வருங்கால நிறுவனத்திற்குப் பயன்படக்கூடிய ஐந்தாறு ஆலோசனைகளும் அதில் சேர்த்தாள். (அந்த ஆலோசனைகள் பின்னர் அந்நிறுவனத்தால் நடைமுறைபடுத்தப்பட்டன.)

"ஒரு வேலைக்காக இவ்வளவு சிரமப்பட வேண்டுமா?" என்று கேட்கத் தோன்றலாம். நாடகப்பாணியில் இருப்பதாக தோன்றக்கூடிய விடை நேரடியானது. வருமானத்திற்காக தனது தனிப்பட்ட சேவையையே நம்பியிருக்கும் லட்சக்கணக்கான ஆண்களும் பெண்களும் வாழ்வில் சந்திக்கும் மிகப்பெரிய சோகத்தைப் பற்றியது அது.

அந்த விடை இதுதான்: "ஒரு விஷயத்தை சிறப்பாகச் செய்வது ஒருபோதும் சிரமமாக இருக்காது! தன் மகனுக்காக அந்தப் பெண்

தயாரித்த திட்டத்தினால், அவன் விரும்பிய வேலை முதல் நேர்காணலின் போதே அவன் எதிர்பார்த்த சம்பளத்தில் கிடைத்தது!"

மேலும், முக்கியமான மற்றொரு விஷயம்: அவனுக்குக் கிடைத்த அந்த பதவி, அவன் தொடக்கநிலை ஊழியனாக இருக்கவேண்டிய அவசியமில்லாமல் இருந்தது! ஒரு ஜூனியர் எக்சிக்யூட்டிவ் என்ற நிலையில் துவங்கினாலும் எக்சிக்யூட்டிவ் நிலையில் இருப்பவருக்கு கிடைக்கவேண்டிய சம்பளமே அவனுக்கு கொடுக்கப்பட்டது.

"இதற்காகவா அவ்வளவு சிரமம் என்று கேட்பீர்களா?"

முக்கியமானதொரு விஷயம் ஒன்று உள்ளது. அவன் தொடக்கநிலை ஊழியனாக சேர்ந்திருந்தால், ஜூனியர் எக்ஸிக்யூட்டிவ் பதவிக்கு வரக் குறைந்தது பத்து வருடங்கள் ஆகியிருக்கும். அவனது விண்ணப்பத்தில் இருந்த திட்டம் அந்தப் பத்து வருடங்களை நீக்கிவிட்டது.

அடிமட்டத்திலிருந்து மேலே செல்வது சிறந்ததாக தோன்றலாம். ஆனால் அதில் மிகப்பெரிய நஷ்டம் ஒன்று உள்ளது: கீழிருந்து துவங்குபவர்கள் தங்கள் தலைகளை நிமிர்த்த முடியாமல் போவதால் வாய்ப்பு அவர்களை பார்க்கக்கூடிய உயரத்திற்கு இவர்கள் எட்டுவதில்லை. அதனால் அவர்கள் கீழேயே தங்கிவிடுகிறார்கள். அதுமட்டுமல்லாமல், கீழிருந்து மேல்நோக்கி காணும்போது அவர்கள் காணும் காட்சியானது முன்னேற வேண்டும் என்ற ஆர்வத்தை தூண்டுவதாக இருப்பதில்லை. அது, லட்சியத்தை கொன்றுவிடும் தன்மை கொண்டது. இதை நாம் பழக்கப்பட்ட பாதையிலேயே உழன்றுகொண்டிருப்பது என்கிறோம். அதாவது அன்றாட வாழ்க்கை முறைக்கு பழக்கப்பட்டு அதற்கு அடிமையாகி விடுவதால் அதனை அவர்கள் விதியென்று ஏற்றுக்கொள்வதால் உதறித்தள்ள முயற்சியும் செய்வதில்லை. ஆகவே வேலையில் சேரும் போது ஒன்றிரண்டு படிகள் மேலிருந்து துவங்குவது நல்லது. அப்படி செய்வதால் ஒருவர் சுற்றும் முற்றும் பார்த்து மற்றவர்கள் எப்படி முன்னேறுகிறார்கள் என்று கவனித்து புதிய வாய்ப்பைக் கண்டுபித்து அதனை தயங்காமல் பயன்படுத்திக் கொள்ள பழகிக் கொள்கிறார்கள்.

இதற்கு ஒரு அற்புத உதாரணம், டான் ஹால்பின். அவர், தனது கல்லூரி நாட்களில் மறைந்த நாட் ருக்னெவின் வழிகாட்டுதலுக்கு கீழ் இருந்த "1930 நேஷனல் சாம்பியன்ஷிப் நாட்டர்டேம் கால்பந்துக் குழு" வின் மேலாளராக இருந்தார்.

தங்களுக்கென உயர்ந்த இலக்கையே கொண்டிருக்கவேண்டும் என்று தன் கீழ் பணிபுரிந்தவர்களுக்கு உத்வேகமளித்த மாபெரும் தொழிலதிபர் ஆன்ட்ரூ கார்னேகி போல் தற்காலிகத் தோல்வியை நிரந்தரமான தோல்வியென்று கருதும் தவறைச் செய்துவிடக்கூடாது என்று அவர் அந்தப் பயிற்சியாளரிடமிருந்து கற்றிருக்க வேண்டும். எப்படியும் பொருளாதார மந்தநிலை ஏற்பட்டதனால் உண்டான

வேலையில்லா திண்டாட்டம் தொடர்ந்துகொண்டிருந்த மோசமான காலக்கட்டத்தில் கல்லூரிப்படிப்பை முடித்த அவர் முதலீட்டு வங்கித்துறை மற்றும் சினிமாத்துறையில் சிறிது காலம் பணியாற்றியபின் ஹால்பின் வாழ்கையில் முன்னேற ஒரு வாய்ப்பு இருப்பதாக கண்டு மின்சாரத்தால் இயங்கும் காதுக்கருவிகளை கமிஷன் அடிப்படையில் விற்கும் தொழிலுக்குள் நுழைந்தார்.

பிடிக்காவிட்டாலும் அடுத்த இரண்டாண்டுகள் அதே வேலையில் அவர் இருந்தார். தனது அதிருப்தியினால் உந்தப்பட்டு அவர் அடுத்தகட்ட நடவடிக்கை எடுத்திருக்காவிட்டால் அவரால் மேலெழும்பியிருக்கவே முடியாது. முதலில் தன் நிறுவனத்தில் உதவி விற்பனை மேலாளர் பதவிக்குக் குறி வைத்து அதனைப் பெற்றார். அவர் மேல்நோக்கி எடுத்துவைத்த அந்த ஓரடி, அவரைக் கூட்டத்திலிருந்து உயரே தூக்கி நிறுத்தி சிறப்பான வாய்ப்புகளை அவர் காணும்படி செய்ததுடன் வாய்ப்புகளும் அவரைக் கவனிக்கும்படியான இடத்தில் வைத்தது.

கேள்விச்சாதன விற்பனையில் சாதனை படைத்த ஹால்பின் பணிபுரிந்த நிறுவனத்தின் போட்டியாளர்களான டிக்டோகிராப் பிராடக்ட்ஸ் கம்பெனியின் தலைவர் ஏ.எம்.ஆன்ட்ரூஸ், பல்லாண்டுகளாக இயங்கிவரும் தனது நிறுவனத்திற்கு வரவேண்டிய வியாபாரத்தை தட்டிச்சென்ற அந்த மனிதரைப்பற்றி மேலும் அறிந்துகொள்ள விரும்பினார். ஹால்பின்னை அழைத்துவரச் சொன்னார். அந்த நேர்காணலின் முடிவில் அந்நிறுவனத்தின் அகூஸ்டிகான் டிவிஷன் என்னும் பிரிவின் புதிய விற்பனை மேலாளராக நியமிக்கப்பட்டார் ஹால்பின். ஹால்பினின் திறமையை பரிசோதிக்கும் வகையில் மூன்று மாதம் ஃப்ளோரிடாவிற்குச் சென்றுவிட்டார் ஆன்ட்ரூஸ். பிரச்சனைகளில் தத்தளித்து நீந்தி வருகிறாரா அல்லது மூழ்கி விடுகிறாரா என்று பார்க்க அவரைத் தனியாக இயங்கவிட்டார். ஹால்பின் மூழ்கவில்லை! வெற்றிபெறுபவனையே உலகம் விரும்பும். தோல்வியுற்றவனுடன் பேச அதற்கு நேரமில்லை என்ற நாட் ருக்னெ அவர்களின் வாக்கு அவரை உந்தித்தள்ள சாதாரணமாகப் பத்தாண்டு கால கடின உழைப்பிற்குப் பிறகே கிடைக்கும் அகூஸ்டிகான் மற்றும் சைலண்ட் ரேடியோ பிரிவின் மேலாளர் மற்றும் அந்த நிறுவனத்தின் வைஸ்-பிரெசிடென்ட் பதவி அவருக்கு சீக்கிரமே கிடைத்தது. அந்த மந்திர ஜாலத்தை அவர் ஆறு மாத காலத்திற்குள்ளாகவே நிகழ்த்தினார்.

புகழ்ச்சிக்கு தகுதியானவர் ஆன்ட்ரூஸா அல்லது ஹால்பினா என்று சொல்வது கடினம் ஏனென்றால் இருவருமே கற்பனாசக்தி என்னும் அபூர்வமான ஆற்றலை அபரிமிதமாகப் பெற்றிருந்தார்கள் என்று நிரூபித்து விட்டார்கள். நினைத்ததை சாதிப்பது என்ற உயர்ந்த தன்மை ஹால்பினிடம் இருப்பதை கண்டுபிடித்ததற்கு ஆன்ட்ரூஸுக்குப் பாராட்டு. தனக்குப் பிடிக்காத வேலையில் சமரசம் செய்து கொண்டு தொடர மறுத்த ஹால்பினுக்கு அதை விட அதிக பாராட்டு. நான்

வலியுறுத்த விரும்பும் முக்கியமான கருத்தும் இதுதான்: நாம் இருக்கும் பதவி நிலையில் தொடர்வது அல்லது மேற்கொண்டு முன்னேறுவது இரண்டுமே சில சூழ்நிலைகளால் ஏற்படுகிறது. நாம் விரும்பினால் அந்தச் சூழ்நிலைகளை நம்மால் கட்டுப்படுத்த முடியும்.

மற்றொரு கருத்தையும் நான் வலியுறுத்த விரும்புகிறேன். அதாவது வெற்றி மற்றும் தோல்வி இரண்டுமே பழக்கத்தின் விளைவே! உலகம் புகழும் குழுவாக நாட்டர்டேம் கால்பந்துக் குழுவை மாற்றிய அமெரிக்காவின் தலைச்சிறந்த பயிற்சியாளரான நாட் ருக்னெ அவர்களுடன் நெருங்கிய தொடர்பிருந்ததால்தான் ஹால்பினின் மனதில் சிறந்து விளங்கும் ஆர்வம் வளர்ந்திருக்கும் என்பதில் எனக்கு சிறிதளவும் சந்தேகம் இல்லை. சக மனிதரை அவரது சாதனைகளுக்காக கடவுளாக வழிபடுவதும் நல்ல யோசனைதான். ஆனால் அவர் வெற்றி பெற்றவராக இருக்க வேண்டும். உலக வரலாற்றில் மிகச்சிறந்த தலைவர்களில் ஒருவர் நாட் ருக்னெ என்று ஹால்பின் என்னிடம் கூறினார்.

அண்மையில், டான் ஹால்பினின் நிறுவனத்தில் ஒரு வேலைக்காக என் மகன் பிளேர் பேச்சுவார்த்தை நடத்தியது, சரியான தொழில் தொடர்புகள் ஒருவரின் வெற்றி தோல்விக்கு முக்கியக் காரணிகள் என்ற எனது கொள்கைக்கு எடுத்துக்காட்டாக அமைந்தது. ஹால்பினின் வேறெந்த போட்டி நிறுவனமும் வழங்கக்கூடிய சம்பளத்தில் பாதித்தொகையைத்தான் ஹால்பின் வழங்கினார் என்றாலும் அவனது தந்தை என்ற முறையில் எனது செல்வாக்கைப் பயன்படுத்தி பிளேரை ஹால்பினுடன் பணியாற்ற சம்மதிக்க வைத்தேன். ஏனென்றால் தனக்குப் பிடிக்காத சூழ்நிலைகளுடன் சமரசம் செய்ய மறுப்பவருடன் நெருங்கிய தொடர்பில் இருப்பது விலைமதிப்பற்றது என்று நான் நம்புகிறேன்.

கீழ்நிலையில் இருப்பது சலிப்பை ஏற்படுத்தக்கூடிய, சாரமற்ற, இலாபமில்லாத இடமாகும். அதனால்தான் சரியான திட்டமிடல் மூலம் மேல் நோக்கி நகர்வது எப்படியென்று விளக்க அதிக நேரம் எடுத்துக்கொண்டேன். அதே காரணத்தால்தான், தனது மகனுக்கு சாதகமான ஒரு நல்ல வேலை வாய்ப்பு கிடைக்க வேண்டுமென விரும்பிய ஒரு பெண்மணி எப்படி சாதுர்யமாக புதியதொரு பதவியை அவனுக்காக உருவாக்கினாள் என்பதை விரிவாகக் கூறியிருக்கிறேன்.

உலகப் பொருளாதார மந்தநிலைகுப்பின் ஏற்பட்ட மாற்றங்கள் தனி நபர் சேவைகளை சந்தைப்படுத்துதலில் புதிய மற்றும் மேம்பட்ட வழிகள் தேவைப்படுவதை வலியுறுத்தின. வேறெந்த வியாபாரத்தையும் விட தனி நபர் சேவைக்கு கைமாற்றப்படும் பணம் அதிகமாக இருக்கிறது என்றாலும் யாரும் இதுவரை இந்தத் தேவையை ஏன் உணரவில்லை என்று தெரியவில்லை. தினக்கூலிக்காகவும் சம்பளத்திற்காகவும்

மாதந்தோறும் பல மில்லியன் டாலர்களும் ஆண்டுதோறும் பல பில்லியன்களும் செலவிடப்படுகின்றன.

தாங்கள் விரும்பும் செல்வத்தின் கரு இங்குச் சுருக்கமாக விளக்கப்பட்டுள்ள கருத்துருவில்தான் மறைந்திருக்கிறது என்பதைச் சிலர் கண்டுகொள்ளலாம். ஆனால், குறைந்த தகுதி வாய்ந்த கருத்துருக்களே அதிக செல்வங்களை விளைவித்த விதைகளாக இருந்திருக்கின்றன. வுல்வொர்த் அவர்களின் 'ஃபைவ் அண்ட் டென் சென்ட் ஸ்டோர்' என்னும் கருத்துரு, தகுதியில் மிகவும் குறைவாக கருதப்பட்டாலும் அதை உருவாக்கியவருக்கு பெரும் செல்வத்தைத் திரட்டிக் கொடுத்தது.

இந்த ஆலோசனையில் ஒரு வாய்ப்பு மறைந்திருப்பதாக காண்பவர்கள் ஒழுங்கமைந்த திட்டமிடல் என்ற அத்தியாயத்தில் பெருமதிப்புள்ள உதவியை பெறுவார்கள். எங்கெல்லாம் ஆண்களும் பெண்களும் மேம்பட்ட சேவைகளை விரும்புகிறார்களோ அங்கெல்லாம் தனக்கான வாய்ப்பு இருப்பதை 'தனிநபர் சேவை' என்பதைச் சந்தைப்படுத்தும் ஒருவர் அறிந்துகொள்கிறார். மாஸ்டர் மைண்ட் தத்துவத்தைப் பயன்படுத்தி, தகுந்த விசேஷத் திறன் படைத்த சிலர் ஒன்றாக இணைந்து விரைவில் பணம் ஈட்டத் துவங்கும் ஒரு கூட்டணியை அமைக்கலாம். விளம்பரம் மற்றும் விற்பனை துறைகளில் சிறந்து விளங்குபவர் ஒருவரும், எழுத்துத்திறன் கொண்டவரும், தட்டச்சு பயின்ற மற்றும் அழகிய கையெழுத்துடையவரும், இந்த சேவைகளை உலகத்திற்கு எடுத்துரைத்து புதிய வணிகத்தை வளர்க்கும் திறமையுள்ள ஒருவரும் இணைந்து ஒரு குழுவாக செயல்படலாம். இந்த திறமைகள் அனைத்தும் ஒருவரிடமே இருந்தால் அவர் தனியொருவராகவே இந்த சேவையைத் துவங்கி பெரிய அளவிற்கு அதனை கொண்டு செல்லலாம்.

"தனி நபர் சேவைக்கான விற்பனைத் திட்டம்" தயாரித்த பெண்மணிக்கு நாடு முழுவதிலிருந்தும் கூடுதல் பணம் கொடுக்க தயாராக இருந்த பலரிடமிருந்து தங்களுக்கும் அதுபோன்ற தற்குறிப்பு ஒன்றைத் தயாரித்துத் தருமாறு வேண்டுகோள்கள் வந்தன. முன்பு ஈட்டிய வருமானத்தை விட அதிக அளவு பெறுவதற்கு உதவியாக ஒருவரது திறமைகளை நாடக பாணியில் தற்குறிப்பாக சித்தரித்துக்கொடுக்க தேர்ச்சிமிக்க தட்டச்சர்கள், ஓவியர்கள், எழுத்தாளர்கள் என பலர் அவரிடம் பணியில் அமர்த்தப்பட்டனர். தனது திறமையில் அவருக்கு இருந்த நம்பிக்கையின் காரணமாக முன் பணம் எதுவும் பெற்றுக்கொள்ளாமல் அந்த தற்குறிப்புகளின் உதவியுடன் ஒருவருக்கு கிடைக்கும் வேலைவாய்ப்பில் அவர் சம்பாதிக்கும் தொகையின் ஒரு சதவிகிதத்தை தன் கட்டணமாக வசூலித்தார். சிறந்த விற்பனைத்திறனால் மட்டுமே முன்பைவிட அதிக விலைக்கு தன் சேவைகளை விற்பது அவரது சாதனை என்று சொல்லமுடியாது. தனது

தனிப்பட்ட சேவையை விற்பவர் மட்டுமல்லாமல் வாங்குபவரும் லாபமடைய துணை புரிகிறார். தனது வாடிக்கையாளர்களைத் தவிர வேறு எவருடனும் அவர் தன் தொழில் ரகசியத்தை பகிர்ந்துகொள்வதில்லை.

உங்களிடம் கற்பனைத்திறன் மற்றும் அதிக பணம் சம்பாதிக்கும் ஆசை இருந்தால் இந்த ஆலோசனை உங்களுக்கு ஊக்கமளிக்கும். பல ஆண்டுகள் தொடரும் கல்லூரிப் படிப்பை முடித்தபின் ஒரு டாக்டர், வக்கீல் மற்றும் பொறியாளர் சராசரியாகப் பெறும் வருமானத்தைவிட அதிக வருவாய் தரும் சக்தி இந்தக் கருத்துருவிற்கு உள்ளது. மேலாளர், செயலாளர் உட்பட எந்த ஒரு பதவியை நாடுபவருக்கும், ஏன், தனது வருமானத்தை அதிகரித்து கொள்ள முயற்சிப்பவருக்கும் உங்களால் இந்தக் கருத்துருவை விற்க முடியும்.

நல்ல வலிமையான கருத்துருவிற்கு பொருத்தமான விலை என்று ஒன்று இல்லை!

எல்லாக் கருத்துருவிற்கும் பின்பலமாக இருப்பது விசேஷ அறிவு. கருத்துருவைப் பெறுவதைவிட, விசேஷ அறிவைப் பெறுவது எளிது. துரதிர்ஷ்டவசமாக செல்வத்தில் ஏராளம் காண முடியாதவர்கள் கருத்துருவில் கிடைப்பதை விட விசேஷ அறிவின் மூலம் மிகுதியை பெறமுடியும். இந்த உண்மையின் காரணமாகத்தான் தனி நபர் சேவைக்கு உலகளாவிய தேவை ஏற்பட்டுள்ளது. செயல்திறன் என்பது கற்பனாசக்தி கொண்டிருப்பது. வளங்களை தரவல்ல ஒழுங்குபடுத்தப்பட்ட திட்டங்களாக விசேஷ அறிவைக் கருத்துருவோடு இணைப்பதும் அதுவே.

உங்களிடம் கற்பனாசக்தி இருக்குமானால், நீங்கள் விரும்பும் செல்வங்களை தருவதற்கான ஆரம்பகட்டக் கருத்துரு இந்த அத்தியாயத்தில் உங்களுக்கு வெளிப்படலாம். மறந்துவிடாதீர்கள், கருத்துருதான் முக்கியமானது. விசேஷ அறிவை எந்த மூலையிலிருந்தும் உங்களால் பெறமுடியும்!

6

கற்பனாசக்தி

மனதின் பட்டறை

செல்வத்தை நோக்கி ஐந்தாவது அடி

மனிதனால் உருவாக்கப்பட்ட திட்டங்கள் அனைத்தும் வடிவமைக்கப்படும் பட்டறை தான் கற்பனாசக்தி. ஆசை என்னும் உந்துசக்திக்கு வடிவம் உருவம் மற்றும் செயல்திறன் கொடுப்பது, மனதின் கற்பனைத்திறனே.

மனிதனால் கற்பனை செய்யப்படுபவை அனைத்தையும் அவனால் உருவாக்க முடியும். அதற்கான செயல் திறன் அவனிடம் உண்டு.

துரிதமான மாறுதல்களுக்கு ஆட்படுத்தப்படக்கூடிய காலமாக இருப்பதால் மனித நாகரிகத்திலேயே கற்பனாசக்திக்கு மிகவும் உகந்த காலம் தற்காலமே. கற்பனையை மேம்படுத்தும் தூண்டுதல்களை எங்கும் காணலாம்.

மனிதகுலம் தோன்றிய நாள் முதல் தற்காலம் வரை ஒப்பிடும்போது கடந்த ஐம்பது ஆண்டுகளில் மனிதன் தனது கற்பனாசக்தி என்னும் மனத்திறனின் உதவியுடன் இயற்கை சக்திகளை கண்டுபிடித்து அதனை சிறந்த முறையில் பயன்படுத்தியும் வருகிறான். வானத்தை அவன் முழுவதுமாக வெற்றி கொண்ட விதத்தில் எந்தப் பறவையும் அவனுக்கு பறப்பதில் இணையாக முடியாது. ஆகாயத்தை முழுவதுமாக கட்டுக்குள் எடுத்து உலகின் மூலை முடுக்குகளில் இருப்பவர்களுடன் உடனே தொடர்பு கொண்டு பேசுவதை சாத்தியப்படுத்திவிட்டான். பல லட்சம் மைல் தொலைவில் உள்ள சூரியனை தனது கற்பனாசக்தியின் உதவியுடன் ஆராய்ந்து அதன் எடை மற்றும் உட்பொருட்களை கண்டுபிடித்திருக்கிறான். எண்ணங்களின் அதிர்வுகளை ஒளிபரப்பவும் பெறவும் உதவும் நிலையம் தன் மூளை என்று கண்டுபிடித்திருக்கிறான். தனது கண்டுபிடிப்பை நடைமுறைப்படுத்துவது எப்படி என்று யோசிக்கத் துவங்கியிருக்கிறான். மணிக்கு முன்னூறு மைல் வரை செல்லக்கூடியதாக மோட்டார் வண்டிகளின் வேகத்தை அதிகப்படுத்தியிருக்கிறான். காலை உணவை நியூயார்க்கிலும் மதிய உணவை ஸான் ஃப்ரான்சிஸ்கோவிலும் உண்ணும் காலம் வந்துவிட்டது.

பகுத்தறிவுக்கு உட்பட்டு, மனிதனின் எல்லையை நிர்ணயிப்பது அவனது கற்பனாசக்தியின் வளர்ச்சியும் அதன் பயன்பாடும் தான். ஆனால் அந்த வளர்ச்சியின் உச்சக்கட்டத்தை அவன் இன்னும்

எட்டவில்லை. தனது கற்பனாசக்தியை உணர்ந்திருந்தாலும் அதை ஆரம்பநிலையாக கருதிதான் பயன்படுத்தி வருகிறான்.

கற்பனையின் இரு வடிவங்கள்

கற்பனைத் திறன் இரு வேறு விதமானது. ஒன்று 'தொகுத்தளிக்கும் கற்பனாசக்தி,' மற்றொன்று 'படைக்கும் கற்பனாசக்தி.'

தொகுத்தளிக்கும் கற்பனாசக்தி: இந்தத் திறன் மூலம் ஒருவர் பழைய கொள்கைகள், கருத்துருக்கள், திட்டங்கள் ஆகியவற்றை ஒன்றாகத் தொகுக்கலாம். இந்தத் திறன் புதியவை எதுவும் படைக்காது. அதற்கு வழங்கப்படும் அனுபவம், கல்வி, கூர் நோக்கு ஆகியவற்றைக் கொண்டு அது வேலை செய்கிறது. கண்டுபிடிப்பாளர்கள் இதனைப் பயன்படுத்துவார்கள். இது பயனளிக்காதபோது, படைக்கும் கற்பனாசக்தியை நாடுவார்கள்.

படைக்கும் கற்பனாசக்தி: படைக்கும் கற்பனாசக்தி திறன் மூலம், அளவுக்குட்பட்ட மனித மனம், பிரபஞ்சத்தின் அளவற்ற ஆற்றலுடன் நேரடியாக தொடர்பு கொள்கிறது. இதன் வழியாகத்தான் படைப்பாற்றலுக்கு வேண்டிய விழிப்பும், உற்சாகமும் வந்து சேர்கின்றன. இதன் மூலமாகத்தான் எல்லா புதிய மற்றும் அடிப்படையான கருத்துருக்களும் மனிதனுக்கு கிடைக்கிறது.

இந்தத்திறன் மூலமாகத்தான் மற்றவர்களின் மன அதிர்வுகளை நாம் அறிகிறோம். இதன் மூலமாகத்தான் மற்றவர்களின் ஆழ்மனதுடன் நம்மால் தொடர்பு கொண்டு விஷயங்களை வழங்கவும் பெறவும் முடிகிறது.

தொடர்ந்து வரும் பக்கங்களில் படைக்கும் கற்பனாசக்தி செயல்படும் விதம் விவரிக்கப்பட்டுள்ளது. ஆனால் உணர் மனம் அதிவேகத்தில் அதிரும் போதுதான் இது செயல்படும். உதாரணத்திற்கு, ஆசை என்னும் பலமான உணர்வு தாக்கும்போதுதான் இது செயல்பாட்டில் இறங்குகிறது.

முன்பு குறிப்பிடப்பட்ட ஆதாரங்களிலிருந்து வரும் அதிர்வுகளை சுறுசுறுப்பாக இருந்து உணரும் சக்தி நேரடியாக அதன் பயன்பாட்டை சார்ந்திருக்கிறது. இது மிக முக்கியமான விஷயம். மேலே படிக்கும் முன் இதனை நன்றாக உள்வாங்கிக்கொள்ளுங்கள்.

இந்தக் கொள்கைகளை நீங்கள் பின்பற்றும்போது ஆசையை பணமாக மாற்றும் கதையை ஒரே ஒரு வாக்கியத்தில் விளக்க முடியாது என்பதை நீங்கள் நினைவில் கொள்ள வேண்டும். எல்லா கோட்பாடுகளையும் நீங்கள் மனதிற்குள் உள்வாங்கிக்கொண்டு நன்றாகக் கற்றுத் தேர்ந்து, செயல்படுத்தத் துவங்கும்போதுதான் இந்தக் கதை முழுமை அடையும்.

வியாபாரம், தொழில்துறை, நிதித்துறை ஆகியவற்றில் தலை சிறந்து விளங்குபவர்களும், பெரிய கலைஞர்களும், இசையமைப்பாளர்களும், கவிஞர்களும், எழுத்தாளர்களும் இந்த படைப்புத்திறனை வளர்த்துக்கொண்டதன் மூலம்தான் சிறப்படைந்தார்கள்.

எப்படி உடல் உறுப்புக்களும் தசைகளும் பயன்பாட்டினால் சரியாக தன் கடமைகளை செய்கின்றனவோ தொகுத்தளிக்கும் கற்பனாசக்தியாக இருந்தாலும் படைக்கும் கற்பனாசக்தியாக இருந்தாலும் அவை பயன்பாட்டைப் பொறுத்தே மேலும் விழிப்புடன் இருக்கும்.

ஆசை என்பது ஒரு எண்ணம், ஒரு உந்துசக்தி. அது தற்காலிகமானது, தெளிவில்லாதது. அது மெய்பிக்கப்படும் வரை அது மதிப்பற்றது. புலன்களால் அறியப்படாது. ஆசையை பணமாக மாற்றும் செயல்முறையில், தொகுத்தளிக்கும் கற்பனாசக்தியையே அதிக பயன்பாட்டில் இருக்கும். ஆனால் சில சந்தர்ப்ப சூழ்நிலைகளில் படைக்கும் கற்பனாசக்தியும் தேவைப்படலாம்.

இதுவரை பயன்படுத்தப்படாமல் இருந்ததால் பலவீனமாகியிருக்கும் படைக்கும் கற்பனாசக்தியைத் தூண்டியெழுப்ப அதைப் பயன்படுத்த துவங்குவதே போதும். இந்தத் திறன் இறப்பதில்லை. அமைதியாக மட்டுமே இருக்கும்.

இப்போதைக்கு தொகுத்தளிக்கும் கற்பனாசக்தியின் வளர்ச்சியில் மட்டுமே கவனம் செலுத்துங்கள். ஏனென்றால் ஆசையை பணமாக மாற்ற இதைத்தான் அடிக்கடி பயன்படுத்தப் போகிறீர்கள்.

மதிப்பிட முடியாத தூண்டுதலாக விளங்கும் ஆசையை கண்ணுக்குப் புலனாகும் பணமாக உருமாற்றுவதற்கு ஒன்றோ அல்லது அதற்கு மேற்பட்ட திட்டங்களோ தேவை. இத்திட்டங்கள், கற்பனாசக்தியின் - முக்கியமாக, தொகுத்தளிக்கும் கற்பனாசக்தியின் - உதவியோடுதான் உருவாக்கப்பட வேண்டும்.

இந்தப் புத்தகத்தை முழுவதுமாக படித்துமுடித்தபின் மீண்டும் இந்த அத்தியாயத்திற்கு வந்து, ஆசையை பணமாக மாற்றுவதற்கான திட்டங்களை உண்டாக்கத் தொடங்குங்கள். திட்டங்கள் தீட்டுவது எப்படி என்பதற்கான விளக்கத்தை அநேகமாக ஒவ்வொரு அத்தியாயத்திலும் கொடுத்து வருகிறோம். உங்கள் தேவைக்கேற்ற அறிவுரைகளைப் பின்பற்றி, இதுவரை செய்யவில்லை என்றால் உங்கள் திட்டங்களை ஒரு காகிதத்தில் எழுதுங்கள். இதை நீங்கள் செய்து முடிக்கும் நொடியில் தொட்டு உணர முடியாத உங்கள் ஆசைக்கு நீங்கள் உறுதியான ஒரு வடிவம் கொடுத்துவிட்டதாக அர்த்தம். இந்த வாக்கியத்தை மீண்டும் ஒரு முறை படியுங்கள். உரத்த குரலில் படியுங்கள், மெதுவாகப் படியுங்கள். அப்படி உங்கள் ஆசையை ஒரு வாக்கியமாக குறுக்கியவுடன், அது மெய்ப்பட ஒரு திட்டம்

வகுக்கப்பட்டவுடன் உங்கள் ஆசை மெய்ப்படும் பாதையில் உங்கள் முதல் அடியை நீங்கள் எடுத்து வைத்து விட்டீர்கள்.

நாம் வாழும் இந்த பூமியும், இதிலுள்ள அனைத்தும் பரிணாம வளர்ச்சியின் காரணமாக ஏற்பட்டவை. இந்த மாற்றத்தின் காரணமாக கண்ணுக்குத் தெரியாத மிகச் சிறிய மூலக்கூறுகள் இணைந்து ஒரு ஒழுங்குமுறைப்படி அமைக்கப்பட்டுள்ளன.

மேலும் - இந்த வாசகம் மாபெரும் முக்கியத்துவம் வாய்ந்தது-இந்த பூமியும் உங்கள் உடலில் உள்ள கோடிக்கணக்கான உயிரணுக்களும், அனைத்துப் பொருட்களிலுள்ள ஒவ்வொரு அணுவும்-எல்லாமே தொடக்கத்தில் கண்ணுக்குப் புலப்படாத ஆற்றலாக இருந்தவைதான்.

ஆசை என்பது எண்ணத்தின் தூண்டுதல்! எண்ணங்களின் உந்துவிசை ஆற்றலின் வடிவமே. ஆசை என்னும் எண்ணத் தூண்டுதலுடன் நீங்கள் பணத்தை சேர்க்க முற்படும்போது, இயற்கை எந்த ஆற்றலை பிரயோகித்து இந்த பூமி மற்றும் அதிலுள்ள அனைத்தையும், ஏன் உங்கள் உடல் மற்றும் அதிலுள்ள மூளை உள்பட அனைத்தையும் படைத்ததோ அதைத்தான் நீங்களும் பயன்படுத்துகிறீர்கள்.

அறிவியலால் உறுதி செய்ய முடிந்தவரை இந்தப் பிரபஞ்சம் முழுவதும் இரண்டு மூலப்பொருட்களால் மட்டுமே ஆனது-வஸ்து அல்லது ஜடப்பொருள், மற்றும் சக்தி. ஜடப்பொருட்களுடன் சக்தியை கலப்பதன் மூலமே மனிதனால் உணர முடிந்தவை அதாவது விண்வெளியில் மிதக்கும் நட்சத்திரங்கள் முதல் மண்ணுலகில் வாழும் மனிதன் வரை எல்லாமே படைக்கப்பட்டுள்ளன.

இயற்கை முறையைப் பின்பற்றி பயன்பெறும் வேலையில் நீங்கள் ஈடுபட்டிருக்கிறீர்கள். இயற்கை விதிப்படிதான் நீங்கள் ஆசை என்னும் எண்ணத்தை அதற்குரிய பௌதிகப் பொருளாகவோ அதற்குச் சமமான பணமாகவோ மாற்ற முயற்சி செய்கிறீர்கள் என்று மனப்பூர்வமாக நாங்கள் நம்புகிறோம்.

அது உங்களால் முடியும்! அது முன்னர் செய்யப்பட்ட ஒன்றே!

மாற்ற முடியாத விதிகளின் உதவியுடன் நீங்கள் செல்வங்களை குவிக்க முடியும். ஆனால் முதலில் அவற்றை நீங்கள் புரிந்துகொண்டு பயன்படுத்துவது எப்படியென்று அறிந்து கொள்ள வேண்டும். மீண்டும் மீண்டும் கூறுவதன் மூலமும், அதற்கான கோட்பாடுகளை வெவ்வேறு கோணங்களில் இருந்து அணுகுவதன் மூலமாகவும், தான் பெரும் செல்வம் ஈட்டிய இரகசியத்தை உங்களுடன் பகிர்ந்துகொள்கிறார் ஆசிரியர். அது உண்மையில் ஒரு “ரகசியமே” இல்லை என்று சொல்வது அதிசயமாகவும், முரண்பாடாகவும் தோன்றலாம். இயற்கையே நாம் வாழும் இந்த பூமியில் நட்சத்திரங்கள், கண்களுக்கு தென்படும் கிரகங்கள் மற்றும் நம்மைச் சுற்றியுள்ளதும் நமக்கு மேலும் கீழும் இருக்கும் மூலப்பொருட்களிலும் ஏன் புல்லின் ஒவ்வொரு இதழிலும்,

நாம் காணும் எல்லா உயிரினங்களிலும் என அனைத்திலும் அதனை இயற்கை விளம்பரப்படுத்துகிறது.

இப்போது இந்த வாக்கியத்தை படித்துக்கொண்டிருப்பவரின் உடலில் உள்ள சிறியதிலும் சிறியதான ஒரு குண்டூசிமுனை அளவிலான உயிரணுவை மாற்றுவதன் மூலம், உயிரியலில் இந்த ரகசியத்தை இயற்கை விளம்பரப்படுத்தியுள்ளது. எனவே, ஆசையை அதன் பௌதிகப் பொருளாக மாற்றுவது ஒன்றும் பெரிய அதிசயமில்லை!

இங்கு குறிப்பிடப்பட்டிருப்பவையில் எதுவுமே உங்களுக்கு புரியவில்லையென்றாலும் கவலைப்படாதீர்கள். நீங்கள் உளவியல் மாணவரில்லை என்றால் இந்த அத்தியாயத்தில் சொல்லப்படுவதையெல்லாம் முதல் வாசிப்பிலேயே உள்வாங்கிக் கொண்டு விடமுடியும் என்று எதிர்பார்க்க முடியாது.

ஆனால், காலப்போக்கில் நீங்கள் முன்னேற்றமடைவீர்கள்.

இனி சொல்லப்போகும் கோட்பாடுகள் கற்பனாசக்தியைப் புரிந்து கொள்ள உதவும். முடிந்த அளவில் முதலில் விஷயத்தை உள்வாங்கிக் கொள்ளுங்கள். மீண்டும் கவனத்தோடு படிக்கும் போது முழுமையின் விரிவான புரிதல் இருக்கும். எல்லாவற்றிற்கும் மேலாக குறைந்தபட்சமாக மூன்று முறை படித்து முடிக்கும் வரை படிப்பதை நிறுத்திவிடாதீர்கள். புரிதல் ஏற்படும் விதத்தில் நீங்கள் இதனை படிப்பதை நிறுத்த வேண்டுமென்று நினைக்கமாட்டீர்கள்.

கற்பனாசக்தியை நடைமுறையில் பயன்படுத்துவது எப்படி?

அனைத்து செல்வ வளங்களின் துவக்கப்புள்ளி கருத்துருக்களே. அவை கற்பனாசக்தியின் தயாரிப்புகள். கற்பனாசக்தியைப் பயன்படுத்தி பெருஞ்செல்வ வளங்களை பெறும் வழிமுறைகளை அறிந்து கொள்ளமுடியுமென்ற நம்பிக்கையுடன் மிகுந்த செல்வ வளங்களைப் பெற்றுக்கொடுத்த சில கருத்துருக்களை ஆய்வோம்.

வசீகரசக்தி கொண்ட கொதிசட்டி

ஐம்பது வருடங்களுக்கு முன் நாட்டு வைத்தியர் ஒருவர் நகரத்திலிருந்த மருந்துக்கடைக்கு தன் குதிரைவண்டியை ஓட்டிச் சென்று குதிரையைக் ஒரு மரக்கிளையில் கட்டிவிட்டுக் பின்புற வழியாக கடைக்குள் நுழைந்தார். அங்கு பணிபுரிந்த இளம் மருந்துக்கடை ஊழியருடன் ரகசியமாக பேசினார்

அவரது அந்தச் செயல் ஏராளமானவர்களைச் செல்வந்தர்களாக்கி உள்நாட்டுப் போருக்குப் பிந்தைய நாட்களில், தென் அமெரிக்காவிற்கு பெருஞ்செல்வத்தை கொண்டு வருவதாகவும் அமைந்தது.

ஒருமணி நேரத்திற்கும் மேலாக அந்த ஊழியருடன் குசுகுசுவென்று பேசிய பின் அவர் வெளியே சென்று தன் வண்டியிலிருந்து புராதனமான பெரிய குடுவை ஒன்றையும் (அதனுள் இருக்கும் பொருட்களை) கலக்குவதற்கான மரக்கரண்டி ஒன்றையும் எடுத்து வந்து கடையின் பின்னால் இருந்த உட்புற இடம் ஒன்றில் வைத்தார்.

கடை ஊழியர் அதை சரிபார்த்து தன் சட்டைப் பையிலிருந்து ஒரு பண சுருளை எடுத்து அவரிடம் கொடுத்தார். அதில் சரியாக அவரது வாழ்நாள் சேமிப்பான ஐநூறு டாலர்கள் இருந்தது! ரகசிய சூத்திரம் எழுதப்பட்ட ஒரு துண்டுக் காகிதத்தை டாக்டர் அவரிடம் கொடுத்தார். அதன் மதிப்பு, ஒரு அரசனை பிணைக்கைதியாகக் கொள்ளவல்லதாக இருந்தது! ஆனால் அது அந்த டாக்டருக்கு பயனற்றது. அந்த மந்திர சூத்திரத்தால் தான் குடுவையைச் கொதிக்கவைக்க முடியும். ஆனால் அந்தக் குடுவைக்குள்ளிருந்து எவ்வளவு செல்வம் வெளிப்படும் என்று அந்த டாக்டரோ ஊழியரோ அறிந்திருக்கவில்லை.

ஐநூறு டாலர்களுக்கு அந்தக் குடுவையை விற்க முடிந்ததில் டாக்டருக்குத் திருப்தி. அதைக்கொண்டு அவரால் தன் கடனை அடைத்து மன அமைதி பெற முடியும். ஆனால் அந்த ஊழியரோ ஒரு பழைய குடுவை மற்றும் ஒரு துண்டுக் காகிதத்திற்காக தன் வாழ்நாள் சேமிப்பை பணயம் வைத்திருந்தார்! அலாதீனின் அற்புத விளக்கை விட அதிக அளவில் தங்கம் அதிலிருந்து பொங்கி வழியப் போவதை அவர் கற்பனைசெய்து கூட பார்க்கவில்லை.

ஆனால் உண்மையில் அந்த குமாஸ்தா வாங்கியது ஒரு கருத்துருவே! பழைய குடுவையும் மரக்கரண்டியும் துண்டுக் காகிதமும் தற்செயலாக அமைந்தவைதான். துண்டுக் காகிதத்தில் இருந்த சூத்திரத்தோடு குடுவையைக்கொடுத்த மருத்துவர் அறியாத தான் மட்டுமே அறிந்த ஒரு உட்பொருளை அவர் அந்த குடுவைக்குள் போட்டவுடன் அதன் செயல்திறன் அதிசயங்களை விளைவிக்கத் துவங்கியது.

இந்தக் கதையை கவனமாகப் படித்து உங்கள் கற்பனாசக்தியை பரிசோதனை செய்யுங்கள். குடுவையிலிருந்து தங்கமாகப் பொங்கிவரும் வகையில் ரகசிய செய்தியுடன் அந்த ஊழியர் சேர்த்த உட்பொருள் என்ன என்று கண்டுபிடிக்க முடிகிறதா என்று பாருங்கள். இது 'அரேபிய இரவுகள்' கதையல்ல என்பதை படிக்கும்போது நினைவில் கொள்ளுங்கள். ஆனால் இது உண்மைகள் தாங்கிய கதை. உண்மை சில நேரங்களில் கதையை விட விசித்திரமாக இருக்கும். கருத்துருவின் வடிவில் தோன்றிய ஒரு உண்மை இது.

இந்த கருத்துரு, உருவாக்கிய செல்வத்தின் அளவை பார்க்கலாம். அந்த குடுவைக்குள் இருப்பதை மக்களுக்கு விநியோகித்ததன் மூலம்

லட்சக்கணக்கானவர்கள் அளவிடமுடியாத செல்வ வளத்தை இன்றளவும் அடைந்து வருகிறார்கள்.

உலகிலேயே அதிக அளவு சர்க்கரையை பயன்படுத்துவது அந்த குடுவை. அந்தக்காரணத்தால் கரும்பு பயிரிட்டு அதிலிருந்து சர்க்கரை எடுத்து அதைச் சந்தைப்படுத்துவதிலும் ஈடுபட்டுள்ள ஆயிரக் கணக்கானோருக்கு நிரந்தர வேலை வாய்ப்பை அந்தப் பழைய குடுவை வழங்கியிருக்கிறது.

ஆண்டுதோறும் லட்சக்கணக்கான கண்ணாடி பாட்டில்களை அந்தப் பழைய குடுவை பயன்படுத்துவதனால் கண்ணாடி பாட்டில்கள் தயாரிப்பில் ஈடுபட்டிருக்கும் பலருக்கு பெரும் எண்ணிக்கையில் வேலை வாய்ப்பை வழங்குகிறது.

மேலும், நாடெங்கிலும் ஆயிரக்கணக்கான குமாஸ்தாக்கள், தட்டச்சர்கள், சுருக்கெழுத்தாளர்கள் மற்றும் விளம்பரத்துறை வல்லுநர்களுக்கும் இந்தப் பழைய குடுவை வேலை வாய்ப்பு அளித்துள்ளது. இந்த விளைபொருளைப் பற்றிய பிரம்மாண்டமான சித்திரங்களாகத் தீட்டி ஏராளமான கலைஞர்கள் புகழும் பணமும் பெற்றிருக்கிறார்கள்.

தெற்கு அமெரிக்கப் பகுதியில் சிறிய நகரமாக இருந்த ஓரியோ இடத்தை அமெரிக்காவின் தெற்கு பகுதியின் தொழில் தலைநகரமாக மாற்றியது அந்த பழைய குடுவை. நகரத்திலுள்ள எல்லா வர்த்தகத்திற்கும், நடைமுறையில் அதன் ஒவ்வொரு குடிமகனுக்கும் நேரடியாகவோ மறைமுகமாகவோ அது பயனளித்து வருகிறது. நாகரிகமடைந்த நாடுகள் அனைத்திலும் இந்த கருத்துருவின் நல்ல தாக்கம் அதைத் தொட்டவர்களின் வாழ்க்கை துலங்கி தங்கமழையாக பொழிந்துள்ளது.

ஆயிரக்கணக்கான இளைஞர்கள் வாழ்க்கையில் வெற்றிக்கான பயிற்சியை பெறும் முக்கியமான கல்லூரி ஒன்றையும் தென் அமெரிக்காவில் நிறுவி நிர்வகித்து வருகிறது இந்தப் பழைய குடுவையிலிருந்து பெறப்பட்ட தங்கம்.

வேறு பல பிரமிக்கத்தக்க செயல்களையும் இந்தப் பழைய குடுவை புரிந்துள்ளது. உலகமெங்கும் நிலவிய பொருளாதார மந்தநிலையால் தொழிற்சாலைகளும், வங்கிகளும், வணிக நிறுவனங்களும் மூடிக்கிடந்தபோது தொடர்ந்து ஆயிரக்கணக்கானோருக்கு வேலை வாய்பளித்ததோடு அந்தக்கருத்துருவின் மீது அழியாத நம்பிக்கை வைத்திருந்த ஆதரவாளர்களுக்கு அதிகப்படியான பலனையும் அளித்தது.

அந்தப் பழைய பித்தளைக் குடுவைக்கு பேசும் திறன் இருந்தால், உலகமொழிகள் ஒவ்வொன்றிலும் குடுவையின் விளைபொருளால்

காதலர்கள், வர்த்தகங்கள், சுயதொழில் புரிபவர்கள் தூண்டப்படுவது பற்றிய நளினமான கதைகளைச் சொல்லும்.

அவற்றில் ஒரு காதல் கதை இந்தப் புத்தகத்தின் ஆசிரியருக்கு நன்றாகத் தெரியும். ஏனென்றால் அந்தக் கதை நிகழ்ந்த இடம் அந்த மருந்துக்கடை ஊழியர் குடவையை வாங்கிய இடத்திலிருந்து அதிகத் தொலைவில் இல்லை. அங்குதான் அவர் தன் மனைவியை முதன்முதலில் சந்தித்தது. அந்த வசீகர குடுவையைப் பற்றி அவருக்குக் கூறியதும் அவள்தான். அந்த குடுவையிலிருந்த விளைப்பொருளைக் குடித்தபடிதான், அவர் அவளிடம் திருமணம் செய்துகொள்ள முன்மொழிந்தார்.

அந்த வசீகர குடுவையிலிருந்தது வந்த விளைபொருள் உலகப் புகழ்பெற்ற ஒரு பானம் என்று இப்போது உங்களுக்குத் தெரிந்திருக்கும். அத்துடன் அந்தப் பானத்தை உலகிற்குக் கொடுத்த அதே நகரம்தான் தனக்கு ஒரு மனைவியையும் கொடுத்தது என்று ஒப்புக்கொள்கிறார் ஆசிரியர். மனைவி மட்டுமல்லாமல், விரும்பிய போதெல்லாம் போதையில்லாத உற்சாகத்தை வழங்கி, அதனால் ஒரு எழுத்தாளனிடமிருந்து சிறந்த படைப்பை வெளிக்கொண்டுவரத் தேவையான மன மலர்ச்சியையும் அது தருகிறது.

நீங்கள் யாராக இருந்தாலும், எங்கு வாழ்ந்தாலும், எந்தத் தொழிலில் ஈடுபட்டிருந்தாலும், இனிமேல் எங்காவது “கோக்க கோலா” என்ற பெயரைப் பார்த்தால், அந்த வளமான சாம்ராஜியம் ஒரே ஒரு கருத்துருவிலிருந்து பிறந்தது என்றும், அந்த மருந்துக்கடை குமாஸ்தா அதில் கலந்த ரகசிய பொருள் ‘கற்பனாசக்தி’ என்றும் நினைவில் கொள்ளுங்கள்.

ஒரு நிமிடம் நின்று சிந்தித்துப் பாருங்கள்.

கோக்க கோலாவின் ஆதிக்கம் பெரு நகரங்கள், சிறு நகரங்கள், கிராமங்கள், மற்றும் எல்லா சாலை சந்திப்புகளிலும் விரிவடைந்ததற்கு காரணம், இந்நூலில் தரப்பட்டுள்ள செல்வங்களை பெற உதவும் பதின்மூன்று படிகளையும் பின்பற்றியதுதான். ஆகவே, உலகெங்கும் உள்ள மக்களின் தாகத்தை தீர்க்க உதவும் கோக்க கோலா மாதிரியான உறுதியான மற்றும் தகுதியான கருத்துரு உங்களிடம் இருந்தால், அது அடைந்தது போன்ற வெற்றியை உங்களாலும் பெற முடியும்.

சத்தியமாக, எண்ணங்கள் என்பவை பொருட்களே. அவை உலகெங்கும் செயல்படுத்தப்படும் சக்தியுடையவை.

மில்லியன் டாலர்கள் என்னிடம் இருந்தால், நான் என்ன செய்வேன்?

“மனம் இருந்தால் மார்க்கம் உண்டு” என்ற பழமொழியை நிரூபிக்கும் கதை இது. தெற்கு சிகாகோவின் ஸ்டாக்யார்டு பகுதியில் மத மற்றும்

கல்வி போதகராகத் தன் பணியை மேற்கொண்ட அன்பிற்குரிய ஃப்ராங்க் டபிள்யூ. கன்ஸாலஸ் என்னிடம் கூறிய கதை.

தான் கல்லூரித் தலைவராக வாய்ப்பு கிடைத்தால் சரிசெய்ய முடியும் என்று கருதிய பல குறைபாடுகளைக் டாக்டர் கன்ஸாலஸ் கல்லூரியில் படிக்கும் போது, கல்வித்துறையில் கண்டார். இளைஞர்களுக்கு செய்முறைக்கல்வி வழியாகக் கற்பிக்கும் திட்டத்தை அமல்படுத்துவது அவருடைய ஆழ்ந்த ஆசையாக இருந்தது.

பழமைவாத கல்விமுறையின் ஊனம் பாதிக்காதபடி தனது கருத்துருவைச் செயல்படுத்தப் புதிய கல்லூரி ஒன்றைத் துவங்க முடிவு செய்தார்.

இந்தத் திட்டத்தை செயல்படுத்த ஒரு மில்லியன் டாலர்கள் தேவைப்பட்டது. அவ்வளவு பெரிய தொகை எங்கிருந்து கிடைக்கும்? அந்த இளம் மதபோதகரின் மனதை ஆக்கிரமித்திருந்த எண்ணம் அது தான்.

ஆனால் அவரால் எந்த முன்னேற்றத்தையும் அடைய முடியவில்லை.

ஒவ்வொரு நாளும் அதே சிந்தனையுடன் உறங்கினார். காலையிலும் அதே எண்ணத்துடன் எழுந்தார். சென்ற இடமெல்லாம் அதை எடுத்துச் சென்றார். அந்த எண்ணத்தை மீண்டும் மீண்டும் அசைபோட்டபோது அது அவருடைய ஒரு பிடிவாதமான ஆசையாக மாறியது. மில்லியன் டாலர்கள் என்பது மிகப்பெரியத் தொகைதான். இருப்பினும், சாத்தியமற்றது என்ற எல்லைக்கோடு ஒருவர் தன் மனதில் போட்டுக்கொள்வதுதான் என்று அவர் கருதினார்.

மதப் போதகராகவும் தத்துவவாதியாகவும் இருந்த டாக்டர் கன்ஸாலஸுக்குப் வாழ்கையில் வெற்றி பெறும் எவரும் கொண்டிருப்பது போல, உறுதியான நோக்கம்தான் தொடக்கப்புள்ளியாக இருக்க வேண்டும் என்று புரிந்தது. நோக்கத்துடன் அதில் உயிரோட்டத்தையும் சக்தியையும் புகுத்தக்கூடிய தீராத ஆசையும் இருந்தால்தான் அந்த ஆசைக்கு சமமான பௌதிகப் பொருளாக அந்த நோக்கம் வெளிப்படும் என்பதையும் அவர் கண்டுகொண்டார்.

இந்த உண்மைகளை புரிந்துகொண்டிருந்தாலும், எங்கிருந்து தேவையான பணத்தை பெறுவது என்று மட்டும் அவருக்கு புரியவில்லை. இயல்பாக மற்றவர்கள், "எனக்கு உதித்த கருத்துரு சிறப்பானதுதான் ஆனால் அதனை செயல்படுத்த தேவையான மில்லியன் டாலர்களை என்னால் கொண்டுவர முடியவில்லை!" என்று கூறி தன் திட்டத்தைக் கைவிட்டுவிடுவார்கள். பெரும்பாலானவர்கள் அப்படித்தான் கூறியிருப்பார்கள். ஆனால் டாக்டர் கன்ஸாலஸ் அப்படிச் சொல்லவில்லை. அவர் என்ன சொன்னார் செய்தார் என்பது மிகவும் முக்கியமானது என்பதால் இப்போது அவரை உங்களுக்கு அறிமுகப்படுத்தி அவரே தன் சொந்த வார்த்தைகளில் கூறவிடுகிறேன்:

“தேவையான மில்லியன் டாலர்களைச் சேகரிப்பது எப்படியென்று ஒரு சனிக்கிழமையன்று பகல் நேரத்தில் என் அறையில் அமர்ந்து சிந்தித்துக் கொண்டிருந்தேன். கடந்த இரண்டாண்டுகளாக நான் செய்ததெல்லாம் சிந்திப்பது மட்டும்தான், வேறெதுவுமில்லை!

“செயலில் ஈடுபடும் நேரம் வந்துவிட்டது!

“தேவையானத் தொகையை ஒரு வாரத்தில் சேகரித்துவிடுவதென்று மனதிற்குள் தீர்மானித்தேன். எப்படி? அதைப்பற்றி நான் கவலைப்படவில்லை. முக்கியமான விஷயம் என்னவென்றால் அந்தத்தொகைப் பெறப்படவேண்டிய கால அளவை நிர்ணயித்த தருணத்தில் நான் முன்பு எப்போதும் அறிந்திராத ஓர் விசித்திரமான உறுதி எனக்குள் பிறந்தது. உள்ளுக்குள்ளிருந்து ஏதோ ஒரு குரல், ‘இந்த முடிவை முன்பே எடுத்திருக்கலாமே! உனக்கான மில்லியன் டாலர்கள் எவ்வளவு காலமாக காத்திருக்கிறது தெரியுமா?’ என்று சொல்வது போல் இருந்தது.

“விஷயங்கள் துரிதமாக நடக்கத் துவங்கியது. பத்திரிகையாளர்களை அழைத்து ‘என்னிடம் மில்லியன் டாலர்கள் இருந்தால் அதை வைத்து நான் என்ன செய்வேன்’ என்றத் தலைப்பில் நான் மறுநாள் காலை ஒரு போதனை செய்யவிருப்பதாகத் தெரிவித்தேன்.

“உடனே அந்த போதனைக்கான தயாரிப்பில் ஈடுபட்டேன். ஆனால் வெளிப்படையாக சொல்லவேண்டுமென்றால் எந்த தயாரிப்பும் தேவைப்படவில்லை ஏனென்றால் இரண்டு வருடங்களாக இதற்கான தயாரிப்பில் ஈடுபட்டிருந்தேனே. அதன் பின்னணியில் இருந்த எனது மன நிலை எனக்குள் ஒரு பகுதியாக இருந்துவந்தது!

“நள்ளிரவிற்கு முன்பே என்னால் என் போதனையை எழுதி முடிக்கமுடிந்தது. மனதில் நம்பிக்கையுடன் உறங்கச் சென்றேன். ஏனென்றால் அந்த மில்லியன் டாலர்கள் ஏற்கனவே என் கைக்கு கிடைத்துவிட்டதாக உணர்ந்தேன்.

“மறுநாள், விடியற்காலையில் எழுந்து குளித்து கடவுளுக்கு முன் முழங்காலிட்டு அமர்ந்தேன். எனக்குத் தேவையான பணத்தைக் கொடுக்கவிருக்கும் மனிதரின் காதுகளை என் போதனை சென்றடையவேண்டுமென்று பிரார்த்தனை செய்தேன்.

“பிரார்த்தனை செய்து கொண்டிருக்கும்போதே, எனக்குத்தேவையான பணம் கிடைத்துவிடும் என்ற உறுதியான உணர்வு மீண்டும் ஏற்பட்டது. எனது உற்சாகத்தில், கவனக்குறைவாக இருந்து அந்தக் காகிதத்தை அங்கேயே விட்டுவிட்டு வந்துவிட்டேன் என்பதை பேச மேடை ஏறியபோதுதான் உணர்ந்தேன்.

“வீட்டிற்குச் சென்று அந்த குறிப்பை எடுத்துக்கொண்டு வர நேரமில்லை. அப்படிப்போக முடியாதது எத்தகைய நன்மையில் முடிந்தது! எனக்குத்தேவையான அந்த உரையை என் ஆழ்மனது

எனக்கு எடுத்துக் கொடுத்தது. போதனையைத் துவங்கும் முன் கண்களை மூடிக்கொண்டு மனதை ஒருமுகப்படுத்தி எனது இதயம் மற்றும் ஆன்மாவில் நிறைந்திருந்த என் கனவுகளை உரையாக்கினேன். அவையினருக்காக மட்டும் அல்லாமல், கடவுள் கேட்க பேசியது போலிருந்தது. என் கையில் அந்த மில்லியன் டாலர்கள் கிடத்தப்பட்டால் அதை வைத்து என்ன செய்யப்போகிறேன் என்று கூறினேன். செயல்முறைக் கல்வியுடன் இளைஞர்களால் தங்கள் மனதிற்கும் பயிற்சி அளிக்க முடியக்கூடிய ஒரு மிகச் சிறந்த கல்விக்கூடத்தை நான் உருவாக்குவேன் என்று தெரிவித்தேன்.

“போதனையை முடித்துக்கொண்டு நான் அமர்ந்தபோது அவையின் பின் வரிசையின் மூன்று இருக்கைகள் முன்னாலிருந்து ஒருவர் மெல்ல எழுந்து மேடையை நோக்கி நடந்துவந்தார். அவர் என்ன செய்யப்போகிறார் என்று நான் வியந்தேன். மேடையில் ஏறி என் கையை குலுக்கி “ரெவரண்ட் அவர்களே! உங்கள் உரை எனக்கு மிகவும் பிடித்தது. ஒரு மில்லியன் டாலர்கள் கிடைத்தால் நீங்கள் கூறியதையெல்லாம் செய்வீர்கள் என்ற நம்பிக்கையும் எனக்கு ஏற்பட்டிருக்கிறது. அதை நிரூபிக்கும் விதமாக, நாளை காலை என் அலுவலகத்திற்கு உங்களால் வரமுடியுமென்றால் அந்த மில்லியன் டாலர்களை நான் உங்களுக்குத் தருகிறேன். என் பெயர் பிலிப் டி. ஆர்மர்” என்றார்.

இளைஞரான கன்ஸாலஸ், ஆர்மரின் அலுவலகத்திற்குச் செல்ல அவருக்கு அந்தத் தொகை கிடைத்தது. அந்தப் பணத்தைக்கொண்டு அவர் ‘ஆர்மர் இன்ஸ்டிட்யூட் ஆஃப் டெக்னாலஜி’ யை நிறுவினார்.

எந்த மதபோதகரும் தன் வாழ்நாளில் காணமுடியாதது அந்தத் தொகை. இருப்பினும் அந்த எண்ணத்தின் தூண்டுதல் நொடிப்பொழுதில் உதித்ததாகும். தேவைப்பட்ட மில்லியன் டாலர்கள் கிடைத்தது ஒரு கருத்துருவின் காரணமாகவே. அதற்கு அடிப்படையாக இருந்த ஆசை இளைஞரான கன்ஸாலஸ் தன் மனதில் இரண்டு வருடங்களாக பேணிக்கொண்டிருந்ததாகும்.

இந்த முக்கியமான உண்மையை கவனியுங்கள். அந்தப் பணம் வேண்டும் என்று தன் மனதிற்குள் உறுதியாக முடிவு செய்து அதற்கான திட்டத்தையும் அவர் தீர்மானித்த முப்பத்தாறு மணி நேரத்திற்குள் அவருக்கு அது கிடைத்துவிட்டது!

இளைஞர் கன்ஸாலஸ், மில்லியன் டாலர்கள் வேண்டுமென்றும் அதைக் குறித்து தெளிவில்லாமல் பலவீனமாக எண்ணிக் கொண்டிருந்ததும், அது கிடைக்குமா என்று எதிர்பார்த்ததில் வினோதம் எதுவும் இல்லை. அவருக்கு முன்பும் அவருக்கு பின்னரும் பலர் அது போன்ற எண்ணம் கொண்டிருந்தார்கள். ஆனால் அந்த சனிக்கிழமையன்று, தனது தெளிவின்மையை ஒதுக்கி விட்டு, “இன்னும் ஒரு வாரத்தில்

தேவையான பணத்தை பெறுவேன்!" என்று உறுதியான முடிவை எடுத்தது வித்தியாசமானது மற்றும் தனித்துவம் வாய்ந்தது.

மிகச் சரியாக தனக்கு எவ்வளவு பணம் வேண்டும் மற்றும் அதனை அடையும் உறுதியும் கொண்டிருக்கும் ஒருவரது தரப்பில் நின்று கடவுள் உதவி செய்வார் என்று தோன்றுகிறது.

மேலும் எந்தக் கோட்பாட்டின் உதவியுடன் டாக்டர் கன்ஸாலஸ் மில்லியன் டாலர்களைப் பெற்றாரோ அது இன்னமும் உயிரோடத்துடன்தான் இருக்கிறது! அது உங்களுக்கும் வேலை செய்யக் காத்திருக்கிறது! அன்று இளம் மதபோதகருக்கு வெற்றிகரமாக பயனளித்தது போன்றே இன்றும் செயல்படக்கூடியதே, பிரபஞ்ச விதி. படிப்படியாக பதின்மூன்று கூறுகளை எடுத்துரைத்து, அவற்றைப் பயன்படுத்தத் தூண்டுவதே இந் நூலின் நோக்கமாகும்.

ஆசா கேண்ட்லருக்கும், டாக்டர் ஃப்ராங்க் கன்ஸாலஸுக்கும் ஒரு ஒற்றுமை இருந்தது. கருத்துருக்களை, உறுதியான நோக்கம் மற்றும் உறுதியான திட்டம் கொண்டு பணமாக மாற்றமுடியும் என்ற அதிரவைக்கும் உண்மையை அவர்கள் அறிந்திருந்தார்கள்.

நேர்மையும் கடின உழைப்பும் மட்டுமே செல்வங்களைக் கொண்டு குவிக்கும் என்று நம்புபவராக நீங்கள் இருந்தால் அந்த எண்ணத்தை முற்றிலுமாக நீக்கி விடுங்கள்! அது உண்மையல்ல! மிக அதிக அளவில் வரும் செல்வம் எப்போதுமே கடின உழைப்பால் வருபவை அல்ல! அது வரும் பட்சத்தில், உறுதியான தேவை மற்றும் கோட்பாடுகளைப் பின்பற்றியதே காரணமாக இருக்கும். அதிர்ஷ்டமோ திடீர் வாய்ப்போ காரணமாகாது. பொதுவாக, கருத்துரு என்பது, கற்பனாசக்தியிடம் முறையீடு செய்து செயலைத் தூண்டக்கூடிய எண்ணத்தின் உந்துசக்தியாகும். பொருட்களை விற்க முடியாத இடத்திலும், கருத்துருக்களை விற்க முடியும் என்று மிகச் சிறந்த விற்பனையாளர்கள் அறிவார்கள். சாதாரண விற்பனையாளர்களுக்கு இது தெரியாது. அதனால்தான் அவர்கள் "சாதாரணமாக"வே இருக்கிறார்கள்.

ஒரு நிக்கெல் நாணய மதிப்பிலான புத்தகங்களை வெளியிடும் பதிப்பாளர் ஒருவர் எல்லாப் பதிப்பாளர்களுக்கும் பயன்படும் ஒரு விஷயத்தை கண்டுபிடித்தார். மக்கள் ஒரு புத்தகத்தை வாங்கும் போது, அதன் தலைப்பைப் பார்த்து வாங்குகிறார்கள் அதன் உட்பொருளைப் பார்த்து அல்ல என்பதுதான் அது. விற்பனையாகாமல் இருந்த ஒரு புத்தகத்தின் தலைப்பை மக்களைக் கவரும் விதமாக மாற்றியதும், மில்லியன் பிரதிகள் விற்றது! புத்தகத்தின் உட்புறத்தில் எந்த மாற்றமும் செய்யப்படவில்லை. பழைய அட்டையைக் கிழித்தெறிந்து புதிய தலைப்பைத் தாங்கிய அட்டையை ஒட்டியதும் வியக்கத்தக்க மதிப்பில் விற்பனையானது.

எளிமையானதாகத் தோன்றினாலும், அது ஒரு சிறந்த கருத்துரு! நல்ல கற்பனாசக்தி.

கருத்துருக்களுக்கு இன்ன விலைதான் கிடைக்கும் என்றில்லை. படைப்பாளன், தன் கருத்துருவுக்கான விலையை தானே நிர்ணயிக்கிறான். அவன் திறமைசாலியாக இருந்தால் அதன் முழு மதிப்பையும் பெறுகிறான்.

சினிமாத்துறை ஏராளமான கோடீஸ்வரர்களை உற்பத்தி செய்திருக்கிறது. அவர்களில் பெரும்பாலானோர் புதிய கருத்துருக்களை படைக்கும் திறன் கொண்டிருக்கவில்லை. ஆனால், நல்ல கருத்துருவை அடையாளம் கண்டுகொள்ளும் கற்பனாசக்தி கொண்டிருந்தார்கள்.

இனி, அடுத்த கோடீஸ்வரர்களின் கூட்டம் வானொலி ஒலிபரப்புத் தொழிலிலிருந்து உருவாகக்கூடும். புதிய தொழில் என்பதால், சிறந்த கற்பனாசக்தி உடையவர்கள் அதில் அதிகமில்லை. புதிய மற்றும் தரமான, நிகழ்ச்சிகளைப் படைப்பவர்களும் கற்பனாசக்தி உடையவர்களைக் கண்டுபிடிக்கும் திறன் கொண்டவர்களும், வானொலி நிகழ்சிகளை கேட்கும் நேயர்களுக்கு நல்ல பலனை அளிப்பவர்களும் இதன் மூலம் செல்வந்தர்களாகப் போகிறார்கள்.

அனைத்து செலவுகளையும் ஏற்கும் விளம்பரதாரர்கள் இனி நல்ல கருத்துருவை ஆதரித்து தனது பணத்திற்குத் தகுந்த மதிப்புடைய நிகழ்ச்சிகளைப் படைப்பாளர்கள் கொடுக்கவேண்டுமென்று எதிர்பார்ப்பார்கள். அத்தகைய எதிர்பார்ப்பை சிறந்த படைப்புகள் மூலம் வழங்குபவர்கள் இத்தொழிலில் மிகுதியான செல்வத்தை ஈட்டப்போகிறார்கள் என்பது உறுதி.

மெல்லிசை பாடகர்கள் மற்றும் வெட்டிப்பேச்சு பேசி நேரத்தை வீணடிப்பவர்கள் நீக்கப்பட்டு, மக்களுக்குப் பயனுள்ளதாகவும் பொழுதுபோக்காகவும் அமையும் நல்ல நிகழ்ச்சிகளை கவனமாக வழங்குபவர்களுக்கே முக்கியத்துவம் அளிக்கப்படும்.

நல்ல வாய்ப்பிற்க்கான திறந்தவெளியாக இருக்கும் வானொலி தான் நாசம் செய்யப்படுவதாக ஓலமிடுகிறது. கற்பனாசக்தி இல்லாத படைப்பாளர்களிடமிருந்து காப்பாற்றப் படவேண்டுமென்று கதறுகிறது. வானொலியின் தற்போதைய தேவை, புதிய கருத்துருக்கள்!

வானொலியில் அப்படி என்ன வாய்ப்பு இருக்கக்கூடும் என்று வியப்பவர்கள் இந்த ஆலோசனை மூலம் லாபமடையலாம்: எதிர்காலத்தில் வானொலி நிகழ்ச்சிகள், “கேட்பவர்களுக்கான” நிகழ்ச்சிகளாய் இல்லாமல், பொருட்களை “வாங்குபவர்களுக்கான” நிகழ்ச்சிகளாக இருக்கும். இன்னும் யதார்த்தமாக சொல்வதென்றால், வெற்றிகரமான வானொலி நிகழ்ச்சிகளை தயாரிப்பவர்கள் அதனை கேட்பவர்களை வாங்குபவர்களாக மாற்றக்கூடியவர்கள் வெற்றிகரமான நிகழ்ச்சித் தயாரிப்பாளர்கள் ஆக கருதப்படுவார்கள். எதிர்காலத்தில்,

கேட்பவர்கள் மீது நல்ல தாக்கத்தை உண்டாக்கும் சிறப்பான நிகழ்ச்சிகளை தயாரிப்பவர்களே சிறந்த வெற்றிகரமான தயாரிப்பாளர்கள்.

வீண் பேச்சில் ஈடுபடுபவர்களின் வானொலி நிகழ்ச்சிகளை வாங்க விளம்பரதாரர்கள் தயங்குகிறார்கள். நகைச்சுவை நிகழ்ச்சிகளை ஸ்பான்சர் செய்பவர்கள், நிகழ்ச்சியை கேட்பவர்கள், உண்மையிலேயே சிரிக்கிறார்களா என்பதற்கு நிரூபணம் கேட்பார்கள். மேலும் அப்படிச் சிரிப்பூட்டுபவர்கள் பொருட்களை விற்பனை செய்ய வேண்டும் என்றும் எதிர்பார்ப்பார்கள்.

இந்தத் தொழிலில் நுழைய விரும்புகிறவர்கள் கவனத்தில் கொள்ளவேண்டிய மற்றுமொரு விஷயம் வழக்கமான பத்திரிகை மற்றும் சஞ்சிகைகளில் விளம்பரம் கொடுப்பவர்கள் போல இல்லாமல் இவர்கள் இதில் விசேஷ விளம்பர நிபுணர்களாக இருப்பார்கள். பழைய விளம்பர ஏஜென்ஸிகள் நவீன வானொலி கட்டுரை மற்றும் கதைகளைப் படிக்கத் தெரியாதவர்கள். ஏனெனில் அவர்கள் கருத்துருக்களை பார்க்கப் பழகிவிட்டவர்கள். வானொலியின் புதிய தொழில் நுட்பமானது எழுத்திலிருந்து ஓசையைப் படிக்கும் திறனை எதிர்பார்க்கிறது. இதைக்கற்றுக் கொள்ள இந்த ஆசிரியருக்கு ஆயிரக்கணக்கான டாலர்களும் ஒரு வருட காலமும் தேவைப்பட்டது.

நல்ல சிறந்த கருத்துருக்களைப் படைக்கவோ, அல்லது கண்டுகொள்ளவோ முடிந்தவர்களுக்கு வானொலியில் அதிக வாய்ப்பு காத்திருக்கிறது.

முன் வைக்கப்பட்ட விமர்சனங்களை கேட்டும் வானொலியில் இருக்கும் வாய்ப்புகளை உணர்ந்தும் இத்தொழிலில் கவனம் செலுத்த உங்களால் உரிய கருத்துருவை பெறமுடியவில்லை என்றால் நீங்கள் அந்த வாய்ப்பை மறந்துவிடுங்கள். உங்களுடைய வாய்ப்பு வேறொரு துறையில்தான் உள்ளது. ஆனால் எனது விமர்சனம் உங்களை ஓரளவேணும் சிந்திக்க வைத்திருந்தால் அதற்குள் மேற்கொண்டு நகருங்கள். உங்களுக்கான தொழில் வாய்ப்பை உண்டாக்கித் தரப்போகும் கருத்துருவை உங்களால் அடையாளம் காண முடியும்.

வானொலியில் பணியாற்றிய அனுபவம் இல்லையே என்று நீங்கள் பின்வாங்க வேண்டியதில்லை. ஆண்டிரூ கார்னேகி இரும்பு எஃகு தயாரிப்பது பற்றி எதுவும் அறிந்திருக்கவில்லை. இதை திரு கார்னேகியே என்னிடம் கூறியிருக்கிறார். ஆனால் இந்த நூலில் சொல்லப்படும் இரண்டு கோட்பாடுகளை அவர் செயல்படுத்தியதால்தான் அத்துறையில் அவரால் பெருஞ்செல்வம் சேர்க்க முடிந்தது.

ஒரு கருத்துருவைப் படைப்பவரும் அதை விற்பவரும் ஒருமித்து செயல்பட்டார்கள் என்பதில்தான் பெரிய அளவில் செல்வம் சேர்த்தவர்களின் கதை துவங்குகிறது. கார்னேகி, தன்னால் இயலாததை செய்துகொடுக்கும் திறன் படைத்தவர்களை தன்னைச் சுற்றி

வைத்திருந்தார். அவர்களுள் சிலர் கருத்துருக்களைப் படைப்பவர்கள். சிலர் அவற்றை நடைமுறை படுத்துபவர்கள். தனக்கும் தன்னைச் சேர்ந்தவர்களுக்கும் ஏராளமான செல்வத்தை அவரால் இதனால்தான் உண்டாக்க முடிந்தது.

பல்லாயிரக் கணக்கான மக்கள் திடீரென்று தங்களுக்கு அதிர்ஷ்டம் அடிக்கும் என்ற நம்பிக்கையில் இருக்கிறார்கள். அது போன்ற சாதகமான வாய்ப்பு அவர்களுக்கு அமையலாம். ஆனால் அதிர்ஷ்டத்தை மட்டுமே நம்பியிருப்பது பாதுகாப்பானது அல்ல. எனக்கும் ஒரு நல்ல வாய்ப்பு திடீரென்று கிடைத்தது. ஆனால் அதற்காக 25 வருடங்கள் உறுதியோடு உழைத்த பின்னரே அது எனக்கு ஒரு சொத்தாக மாறியது.

கார்னேகியை சந்தித்து, அவரது ஒத்துழைப்பைப் பெற்றது தான் எனக்குக் கிடைத்த வாய்ப்பு. சாதனைகளுக்கான கோட்பாடுகளை வெற்றியின் தத்துவமாக ஒழுங்குபடுத்தித் தருமாறு அன்றைய தினம் ஒரு கருவை என் மனதில் விதைத்தார். எனது இருபத்தைந்து வருட ஆராய்ச்சியின் விளைவாக ஆயிரக்கணக்கான மக்களுக்கு லாபம் விளைந்திருக்கிறது. அந்தத் தத்துவத்தைப் பயன்படுத்தியதால் ஏராளமான செல்வங்கள் சேர்க்கப்பட்டுள்ளன. இவை அனைத்தின் துவக்கமும் மிக எளிமையானது. இந்த கருத்துருவை யார் வேண்டுமானாலும் வெளியிட்டிருக்க முடியும்.

எனக்கான நல்வாய்ப்பு கார்னேகி மூலம் வந்தது. ஆனால் மன உறுதி, திடமான நோக்கம், அதனை அடையவேண்டுமென்ற ஆசை மற்றும் தொடர்ந்த 25 வருடங்களின் இடைவிடாத உழைப்பு இவையெல்லாம் எப்படி வந்தது? எனது அந்த ஆர்வம் சாதாரண ஆசை இல்லை. ஏமாற்றம் நிராகரிப்பு, தற்காலிகத் தோல்வி, விமர்சனம், மற்றும் "வீணாக்கப்பட்ட நேரத்தின்" நினைவு கூறல் என அனைத்தையும் கடந்து முன்னேறிய பிடிவாதமான ஆசை அது.

திரு கார்னேகி அவர்களால் முதன்முதலில் என் மனதில் விதைக்கப்பட்ட கருத்துருவை பேணி உயிருடன் காப்பாற்றி வந்தேன். நாளடைவில் அது படிப்படியாக சக்திவாய்ந்த ராட்சஸ உருவெடுத்து என்னை வழிநடத்தியது. கருத்துருக்கள் எப்போதுமே அப்படித்தான். முதலில் நீங்கள் அதற்கு உயிரையும் செயலையும் வழிகாட்டலையும் கொடுக்கிறீர்கள் அதன்பிறகு தனது வலிமையினால் எல்லா எதிர்ப்புகளையும் அது தகர்த்துவிடும்.

கருத்துருக்கள் கண்ணுக்குத் தெரியாத சக்திகள். ஆனால் அவற்றிற்கு உயிர் கொடுத்த மனித மூளையைவிட அதன் ஆற்றல் அதிகம். அதனை உருவாக்கிய மூளை மண்ணோடு கலந்துவிட்ட பிறகும் கருத்துருக்கள் உயிருடன் இருக்கும். உதாரணத்திற்கு கிறிஸ்தவ மதத்தின் சக்தியை எடுத்துக்கொள்வோம். இயேசுவின் மூளையில் உருவான ஒரு சிறிய கருத்துதான் அது. அதன் முக்கிய கோட்பாடு 'பிறர் உங்களை எப்படி

நடத்த வேண்டுமென்று விரும்புகிறீர்களோ அவ்வாறே மற்றவர்களையும் நடத்துங்கள்' என்பதுதான். இயேசு எங்கிருந்து வந்தாரோ அந்த இடத்திற்கே திரும்பிவிட்டார். ஆனால் அவரது கருத்தான கிறிஸ்தவ மதம் இன்றும் நீடிக்கிறது. என்றாவது ஒருநாள் கிறிஸ்தவம் நன்கு வளர்ச்சியடைந்து உலகெங்கும் பரவி இயேசுவின் ஆழமான ஆசையை நிறைவேற்றக்கூடும். 2000 வருடங்களாகத்தானே அவரது கருத்து செயல்பட்டு வருகிறது! இன்னும் சிறிது காலம் கொடுங்கள்.

வெற்றிக்கு விளக்கங்கள் தேவையில்லை
தோல்வி எந்த பாசாங்கையும் அனுமதிப்பதில்லை

7

ஒழுங்கமைக்கப்பட்ட திட்டமிடுதல்

ஆசையை செயல்படுத்துதல்

செல்வத்தை நோக்கி ஆறாவது அடி

மனிதன் படைக்கும் அல்லது பெறும் எதுவும் ஒரு ஆசையில் துவங்கியதுதான் என்று நீங்கள் கற்றுக்கொண்டுள்ளீர்கள். அந்த ஆசை கண்களுக்குப் புலப்படாத ஒன்றிலிருந்து திடமான ஒன்றாக உருமாறும் தனது பயணத்தின் முதல் படியை கற்பனாசக்தியின் உதவியுடன் மனதின் பட்டறையில் ஒழுங்கமைக்கப்பட்ட திட்டமிடுதல் மூலம் துவங்குகிறது.

இரண்டாவது அத்தியாயத்தில், ஆசையை அதற்கு சமமான பணமாக உருமாற்ற ஆறு நிச்சயமான நடைமுறைக்கேற்ற படிகளை மேற்கொள்ள வேண்டுமென்று அறிவுறுத்தப்பட்டீர்கள். அந்த ஆறு படிகளில் ஒன்றான நடைமுறைபடுத்தப்படக்கூடிய திட்டமிடுதல் மூலமாகத்தான் அந்த உருமாற்றம் நடைபெறும். நடைமுறைக்கேற்ற திட்டங்களை அமைப்பது எப்படியென்று நீங்கள் இப்போது பார்க்கப்போகிறீர்கள்:

(அ) பின் வரும் அத்தியாயத்தில் விளக்கப்படவிருக்கும் மாஸ்டர் மைண்ட் என்ற தத்துவத்தைப் பயன்படுத்தி, உங்கள் திட்டத்தை உருவாக்கவும் செயல்படுத்தவும் தேவையான மனிதர்கள் கொண்ட ஒரு குழுவை அமைத்தல். (இதனை பின்பற்றி நடப்பது மிகவும் முக்கியம். இதனை அலட்சியப்படுத்தவேண்டாம்.)

(ஆ) தனது ஒத்துழைப்பை அளிக்கும் அக்குழுவின் தனிநபர்களுக்கு பிரதியுபகாரமாக நீங்கள் தரவிருக்கும் நன்மைகள் என்னவாக இருக்குமென்று முதலிலேயே தீர்மானிக்க வேண்டும். எவ்விதமான சரியீடும் இல்லாமல் யாரும் உங்களுக்காக உழைக்க மாட்டார்கள். பணமோ வேறு எந்த விதமான சரியீடோ இல்லாமல் ஒருவர் தனக்காக உழைக்க வேண்டும் என்று அறிவுள்ள எவரும் கேட்கவோ எதிர்பார்க்கவோ மாட்டார்கள்.

(இ) உங்களது மாஸ்டர் மைண்ட் குழுவை வாரத்திற்கு இரு முறையேனும் சந்தியுங்கள். அப்பணத்தை ஈட்ட தேவைப்படும் திட்டங்களை முழுமையாக வடிவமைக்கும் வரை அதற்கு மேற்பட்ட சந்திப்புகளையும் நீங்கள் மேற்கொள்ளலாம்.

(ஈ) மாஸ்டர் மைண்ட் குழுவினர் ஒவ்வொருவருடனும் முழுமையான நல்லிணக்கம் நிலவட்டும். இதை பின்பற்ற மறந்தால் நீங்கள் தோல்வியை எதிர்பார்க்கலாம். பரிபூரணமான இணக்கம் இல்லாத இடத்தில் மாஸ்டர் மைண்ட் கோட்பாடு பலனளிக்காது.

இந்த உண்மைகளை மனதில் கொள்ளுங்கள்:-

முதலாவதாக: நீங்கள் மேற்கொள்ளவிருக்கும் செயல் உங்களுக்கு மிக முக்கியமான ஒன்றாகும். ஆகவே அதில் வெற்றி பெற பிழையற்ற திட்டங்கள் அவசியம்.

இரண்டாவதாக: இதர குழு உறுப்பினர்களின் அனுபவம், கல்வி, இயற்கையாக அமைந்த திறன், கற்பனாசக்தி ஆகியவற்றின் நன்மைகளை நீங்கள் பெற்றுப் பயன்படுத்திக் கொள்ள வேண்டும். மாபெரும் செல்வந்தர்களும் இதற்கு இணங்குகிறார்கள்.

பிறரின் ஒத்துழைப்பு இல்லாமல் எந்த ஒரு தனிமனிதனிடமும் பெருஞ்செல்வத்தை திரட்ட போதுமான அனுபவம், கல்வி, இயற்கையாக அமைந்த திறன் மற்றும் புத்திசாலித்தனம் இருப்பதில்லை. ஆகவே பெருஞ்செல்வத்தை திரட்டும் முயற்சிகள் அனைத்தும் நீங்கள் உங்கள் மாஸ்டர் மைண்ட் குழுவினருடன் இணைந்து உருவாக்கும் முயற்சிகளாக இருக்க வேண்டும். நீங்கள் உங்கள் தனிப்பட்ட திட்டங்களை முழுமையாகவோ அல்லது முழுமையின் சில சிறிய பகுதிகளாகவோ உருவாக்கலாம். ஆனால் அவற்றை உங்கள் மாஸ்டர் மைண்ட் குழு ஆய்ந்து ஏற்றுக்கொள்வதை நீங்கள் உறுதிசெய்ய வேண்டும்.

உங்கள் முதல் திட்டம் வெற்றி பெறவில்லையென்றால் அதற்கு பதிலாக வேறொரு புதிய திட்டத்தை செயல்படுத்தவேண்டும். அதுவும் தோல்வியடையும் பட்சத்தில் வேறொன்றை மேற்கொள்ள வேண்டும். வெற்றி கிடைக்கும் வரை இதை மீண்டும் மீண்டும் செய்து கொண்டிருப்பது அவசியம். இங்குதான் பெரும்பாலானவர்கள் தோற்கிறார்கள். அதற்குக் காரணம், அவர்களிடம் தோல்வியடைந்த திட்டங்களுக்குப் பதிலாக மாற்றுத் திட்டத்தை உருவாக்கும் விடாமுயற்சி இருப்பதில்லை.

எப்பேர்ப்பட்ட திறமைசாலியாக இருந்தாலும் நடைமுறைக்கேற்ற மற்றும் செயல்படுத்தப்படத்தக்க திட்டங்கள் இல்லாமல் பணம் சேர்க்கவோ அல்லது வேறெந்த நோக்கத்தையும் நிறைவேற்றிக் கொள்வதோ முடியாது. இதை மனதில் நிறுத்திக்கொள்ளுங்கள். உங்களது திட்டங்கள் தோற்கும்போது இதை நினைத்துப் பாருங்கள். ஆனால் தற்காலிகமான தோல்வி நிரந்தரமான தோல்வி ஆகாது.

உங்களது திட்டங்கள் வலிமையாக இல்லை என்பதை குறிக்கக்கூடும். வேறு திட்டங்களை உருவாக்குங்கள். மீண்டும் முதலிலிருந்து துவங்குங்கள்.

மின்சார பல்பைக் கண்டுபிடிக்கும் முன்னர் தாமஸ் ஆல்வா எடிசன் பத்தாயிரம் முறை தோல்வியடைந்ததாகக் கூறுவார்கள். வெற்றி மகுடத்தை சூடிக்கொள்ளும் முன்னர் பத்தாயிரம் முறை அவர் தோல்வியைச் சந்தித்தார் என்றுதான் பொருள்.

உங்கள் திட்டத்தில் உறுதியாக ஏதோ ஒரு குறைபாடு இருப்பதனால் தான் தோல்வி ஏற்படுகிறது. லட்சக்கணக்கான மக்கள் துயரம் மற்றும் வறுமையில் உழல்வதன் காரணமும் செல்வத்தை ஈட்ட பிழையற்ற திட்டம் அவர்களிடம் இல்லாமல் இருப்பதுதான்.

ஹென்றி ஃபோர்டு மாபெரும் செல்வந்தராக ஆனதன் காரணம் அவரது சிறப்பான மூளை அல்ல. அவர் மேற்கொண்ட பிழையற்ற திட்டமிடல் தான். ஃபோர்ட் அவர்களைவிடக் கல்வியறிவு அதிகமுள்ள ஆயிரம் நபர்களைக் காணலாம். இருப்பினும் அவர்கள் ஒவ்வொருவரும் வறுமையில் வாடுவதன் காரணம் பெருமளவில் பணம் திரட்ட சரியான திட்டம் இல்லாமல் இருப்பதுதான்.

உங்களது திட்டங்களின் உறுதியைப் பொறுத்தே உங்கள் சாதனைகள் அமையும். இது அனுபவத்தில் கண்ட உண்மை. சாமுவேல் இன்ஸல் ஒருமுறை 100 மில்லியன் டாலர்களை இழந்தார். உறுதியான திட்டங்களின் உதவியுடன் தான் இன்ஸல் தனக்கென பெருஞ்செல்வத்தை உண்டாக்கினார். இருப்பினும் பொருளாதார மந்தநிலை அவர் தனது திட்டங்களை மாற்றிக்கொள்ளும்படி செய்தது. அந்த மாற்றத்தால் அவருக்குத் தற்காலிக பின்னடைவு ஏற்பட்டது. ஏனென்றால் மாற்றப்பட்ட புதிய திட்டங்கள் உறுதியானவையாக இல்லை. திரு. இன்ஸல் வயதானவர் என்ற காரணத்தால் தற்காலிக பின்னடைவை விட நிரந்தரமான தோல்வியை கூட அவரால் ஏற்றுக்கொள்ளக்கூடும். ஆனால் வேறு புதிய திட்டங்களை மீண்டும் உருவாக்கக்கூடிய விடாமுயற்சி அவரிடமில்லை என்பதையே அந்தத் தோல்வி காட்டும்.

தோல்வியை ஏற்கச் சொல்லி எவரும் சாட்டையடி பெறுவதில்லை. அவர்களது மனதே எடுத்த அவ்வேலையைக் கைவிட சொல்லும் வரை.

இதை நாம் அடிக்கடி சொல்லப் போகிறோம். ஏனென்றால் முதல் தோல்வியை நாம் கண்டுகொண்டு உடனே அதனை சரிசெய்ய வேண்டும்.

ஜேம்ஸ் ஜே. ஹில், கிழக்கிலிருந்து மேற்கு வரை நீளும் ரயில் பாதையைக் கட்டமைக்கும்போது அவருக்குத் தேவையான மூலதனத்தைத் திரட்டுவதில் தற்காலிக தோல்வி ஏற்பட்டது. ஆனால் புதிய திட்டங்களை வடிவமைத்து அவற்றின் மூலம் அவர் தனது தோல்வியை வெற்றியாக மாற்றிக் கொண்டார்.

ஹென்றி ஃபோர்டு தொழில் தொடங்கிய ஆரம்ப காலகட்டத்தில் மட்டுமல்லாமல் அதில் உச்சத்தை எட்டிய பிறகும் பலமுறை தற்காலிகத் தோல்வியைச் சந்தித்திருக்கிறார். ஆனால் புதுப்புது திட்டங்களை உருவாக்கி பொருளாதார வெற்றியடைந்தார்.

பெருஞ்செல்வந்தர்களைப் பார்க்கும்போது நாம் அவர்கள் அடைந்த வெற்றியை மட்டுமே காண்கிறோம். அந்த நிலையை அடையும் முன்பு அவர்கள் சந்தித்திருந்த தற்காலிகத் தோல்விகளை நாம் அலட்சியப்படுத்திவிடுகிறோம்.

இந்த கோட்பாடுகளைப் பின்பற்றுபவர்கள் எவரும் தற்காலிகத் தோல்விகளைச் சந்திக்காமல் வெற்றி காண முடியாது. தோல்வி ஏற்படும்போது உங்கள் திட்டம் உறுதியானது இல்லையென்று உணர்ந்து ஏற்றுக்கொண்டு அதனை மாற்றி மீண்டும் உங்கள் இலக்கை நோக்கிப் பயணிக்க வேண்டும். இலக்கை எட்டும் முன்பு உங்கள் முயற்சியை துறந்துவிட்டால் நீங்கள் 'விலகி ஓடுபவராக' ஆகிவிடுவீர்கள்.

முயற்சிகளை கைவிட்டு விலகி ஓடுபவன் ஒருபோதும் வெற்றி பெறுவதில்லை-வெற்றி பெறுபவன் முயற்சியை கைவிடுவதில்லை

இந்த வாசகத்தை ஒரு காகிதத்தில் பெரிய எழுத்துக்களில் ஒரு அங்குல அளவில் எழுதி, தினமும் காலை மற்றும் இரவில் உங்கள் கண்ணில் படும்படியாக சுவற்றில் மாட்டி வையுங்கள்.

உங்கள் மாஸ்டர் மைண்ட் குழுவை தேர்ந்தெடுக்கும்போது, தோல்வியைக் கண்டு துவளாதவர்களை உறுப்பினர்களாக்குங்கள்.

பணத்தைக் கொண்டுதான் அதிக பணத்தை உருவாக்க முடியுமென்று மூடர்கள் சிலர் நம்புவதுண்டு. அது உண்மையல்ல! இங்கு சொல்லப்படும் கோட்பாடுகள் மூலம் ஆசையை அதற்கு நிகரான ஒரு பௌதிகப் பொருளாக அல்லது பணமாக மாற்றமுடியும். மற்றபடி பணம் ஒரு சாதாரண ஜடப்பொருளே. அது நகராது, சிந்திக்காது, பேசாது. ஆனால் ஒருவர் தனக்கு வேண்டுமென்று ஆசையுடன் பணத்தை அழைத்தால் அது மட்டும் அதற்கு கேட்கும்.

சேவைகளை விற்க திட்டமிடுதல்

தனிப்பட்ட மனிதரின் சேவைகளை சந்தைப்படுத்துவதற்கான வழிவகைகள் இந்த அத்தியாயத்தில் இனிவரும் பகுதியில் விவரிக்கப்பட்டுள்ளது. இங்கு சொல்லப்பட்டிருக்கும் தகவல், தனிநபர் சேவை வழங்கும் எவராலும் நடைமுறைபடுத்தப்படக்கூடியவையாக இருக்கும் என்றாலும் தங்கள் தொழிலில் தலைமைப் பதவியை அடைய விரும்புவோருக்கு இது விலைமதிப்பற்ற ஒன்றாக இருக்கும்.

பெருமளவில் செல்வம் சேர்க்கும் நோக்கத்துடன் வடிவமைக்கப்பட்ட எந்த நிறுவனத்திற்கும் சாதுரியமான திட்டமிடல் அவசியமாகும்.

தனிநபர் சேவையின் விற்பனை மூலம் செல்வந்தராக விரும்புபவர்களுக்கான ஆலோசனைகளை இங்கு காணலாம்.

பெருஞ்செல்வங்கள் அனைத்தும் தனிநபர் சேவை அல்லது கருத்துக்களின் விற்பனை மூலமாக வளர்க்கப்பட்டவைதான் என்று அறிவது உங்களுக்கு ஊக்கம் அளிக்கலாம். தனக்கு வேண்டிய செல்வத்திற்கு பதிலாக ஒருவரால் தர முடிந்தது தனிநபர் சேவையும் கருத்துக்களும்தான். வேறேதும் இல்லை.

பொதுவாக சொல்லவேண்டுமென்றால் உலகில் மக்கள் இருவகையினர். ஒரு வகையினர் தலைவர்களாக அறியப்படுகிறார்கள். மற்ற வகையினர் பின்பற்றுபவர்கள். உங்கள் முயற்சியை துவங்கும் முன்பே நீங்கள் தலைவனாக ஆக விரும்புகிறீர்களா அல்லது பின்பற்றுபவனாக இருந்துவிடப் போகிறீர்களா என்பதை முடிவு செய்து கொள்ளுங்கள். இரு தரப்பினர் பெறும் ஊதியத்தில் பெரிய அளவு வித்தியாசம் உண்டு. தொண்டனாக இருந்துகொண்டு தலைவனுக்கு உரிய சன்மானம் வேண்டுமென்று எதிர்பார்க்கும் தவறை சிலர் செய்கிறார்கள்.

தொண்டனாக இருப்பதில் அவமானமில்லை. இருப்பினும், தொண்டனாக இருப்பதில் பெருமதிப்பும் இல்லை. பெரும்பாலான தலைவர்கள் தொண்டர்களாகத்தான் துவங்கினார்கள். ஆனால் அவர்கள் புத்திசாலிகளாக இருந்ததால் பெரும் தலைவர்களாக ஆக முடிந்தது. ஒரு தலைவனை சாதுரியமாக பின்பற்றாத எவனும் திறமை வாய்ந்த தலைவனாக உயர முடியாது. தொண்டன் ஒருவன் வேகமாகத் தலைமைப்பண்புகளைப் வளர்த்துக்கொள்ள வேண்டும். புத்திசாலி தொண்டனுக்கு பல நன்மைகள் உண்டு. அவற்றுள் ஒன்று, தலைவரிடமிருந்து தலைமைப் பண்புகளை நேரடியாகப் பெறும் வாய்ப்பு.

தலைமைத்துவத்தின் முக்கியக் பண்புகள்

தலைமைத்துவத்தின் முக்கிய காரணிகள் பின்வருமாறு:-

1. அசைக்கமுடியாத துணிவு: அசைக்கமுடியாத துணிவு என்பது, தன்னையும் தன் தொழிலையும் நன்கு அறிந்திருப்பது. சுய நம்பிக்கையும் துணிச்சலும் இல்லாத தலைவனின் ஆதிக்கத்தை, தொண்டன் விரும்பமாட்டான். விரும்பினாலும் அது நீண்ட காலம் நிலைக்காது.
2. சுயக் கட்டுப்பாடு: சுயக் கட்டுப்பாடு இல்லாதவனால் மற்றவர்களைக் கட்டுப்படுத்த முடியாது. தலைவனின் சுயக்

கட்டுப்பாடு, தொண்டர்களுக்கு உதாரணமாகிறது. புத்திசாலிகள் அதைப் பின்பற்றுவார்கள்.

3. நியாய உணர்வு: எல்லோரையும் சமமாகவும் நீதி உணர்வுடனும் அணுகாத தலைவனால் தன் தொண்டர்களிடமிருந்து மரியாதையை எதிர்பார்க்க முடியாது.

4. உறுதியான முடிவு: தனது தீர்மானங்களில் உறுதியாக இல்லாத ஒருவனால் பிறருக்கு தலைவனாக இருக்க முடியாது.

5. உறுதியான திட்டங்கள்: வெற்றிகரமான தலைவன் தனது பணிகளை திட்டமிட்டு செயல்படுத்துவான். யூகத்தின் அடிப்படையில் நடைமுறைக்குச் சாத்தியமில்லாத திட்டங்களை செயல்படுத்த விரும்பும் தலைவன், சுக்கான் இல்லாத கப்பலுக்கு ஒப்பாவான். அக் கப்பல் என்றாவது ஒருநாள் பாறையில் மோதிவிடும்.

6. கொடுக்கப்படும் கூலிக்குத் தகுந்த அளவை விட கூடுதலாக வேலை செய்யும் பழக்கம்: தன் தொண்டர்களின் எதிர்பார்ப்பை விட அதிகமாக உழைக்க எப்பொழுதும் தயாராக இருப்பது ஒரு தலைவன் விரும்பியேற்கும் தண்டனை ஆகும்.

7. இனிமையான ஆளுமை: சுறுசுறுப்பற்ற அலட்சியமான மனிதன் வெற்றிகரமான தலைவனாக முடியாது. தலைமைத்துவம் என்பது மரியாதையை பெறக் கூடியதாக இருக்க வேண்டும். ஒரு சிறந்த ஆளுமையின் எல்லா அம்சங்களிலும் உயர்வாக இருந்தால்தான் தொண்டர்களின் மரியாதையைப் பெறமுடியும்.

8. அனுதாபமும் புரிதலும்: வெற்றிகரமான தலைவன் தன் தொண்டர்கள் மீது அனுதாபத்துடன் நடந்துகொள்ளவேண்டும். மேலும் அவர்களையும் அவர்களது பிரச்சினைகளையும் புரிந்து கொள்ள வேண்டும்.

9. நுணுக்கமான விவரங்களில் தேர்ச்சிப்பெற்றிருக்க வேண்டும்: வெற்றிகாரமான தலைமைத்துவத்திற்கு நுணுக்கமான விவரங்களின் தேர்ச்சி அவசியம்.

10. முழுப்பொறுப்பையும் ஏற்கும் விருப்பம் கொண்டிருத்தல்: வெற்றிகரமான தலைவன் தன் தொண்டர்களின் குறைகள் மற்றும் தவறுகளுக்கான முழுப்பொறுப்பையும் ஏற்றுக்கொள்ளத் தயாராக இருப்பான். இந்த பொறுப்பைத் தட்டிக் கழித்தால் அவனால் தலைவனாக நீடிக்க முடியாது. தொண்டர்களில் ஒருவன் தகுதியற்றவனாக இருந்து, தவறு செய்தால் அந்தத் தவறை தானே செய்ததாக அவன் கருதவேண்டும்.

11. ஒத்துழைப்பு: கூட்டணியாக இருந்து ஒத்துழைத்து முயற்சி செய்யும் தத்துவத்தைப் புரிந்து கொண்டு ஒரு தலைவன் பணியாற்ற வேண்டும். தன் தொண்டர்களுள்ளும் அந்த ஒத்துழைப்பு மனப்பான்மையை அவன் வலியுறுத்த வேண்டும். தலைவனாக இருக்க அதிகாரம் தேவை. அதிகாரத்திற்கு ஒத்துழைப்பு அவசியம்.

தலைமைத்துவத்தில் இரண்டு வகை உண்டு. சிறந்த தாக்கத்தை ஏற்படுத்தக்கூடிய தலைமை தொண்டர்களின் ஒப்புதலுடனும், அனுதாபத்துடனும் செயல்படுவது. இரண்டாவது வகையான தலைவர்கள், அனுதாபமில்லாமல் வலுகட்டாயமாக தலைவர்களாக முடிசூட்டிக்கொள்பவர்கள்.

அதிகாரத்தைப் பயன்படுத்தித் தலைவர்களானவர்கள் நீண்ட காலம் நீடிக்க முடியாது என்பதற்கு வரலாற்றில் சாட்சியங்கள் நிரம்பியுள்ளன. பெருமளவில் சர்வாதிகாரிகளும் அரசர்களும் வீழ்ச்சியடைந்து மறைந்துள்ளனர். அதன் அர்த்தம், தங்கள் மீது திணிக்கப்படும் தலைமையை மக்கள் ஏற்றுக் கொள்ளமாட்டார்கள் என்பதுதான்.

தலைவர்களுக்கும் தொண்டர்களுக்கும் இடையே புதியதொரு உறவு நிலவுவதை இப்போது நம்மால் காண முடிகிறது. தொழில் துறை மற்றும் வியாபாரத்தில் புதிய தலைவர்களின் தேவை ஏற்பட்டுள்ளது. அதிகாரத் தொனியில் செயலாற்றிய பழைய தலைமுறையினர் ஒத்துழைப்பு என்னும் கோட்பாட்டின் அடிப்படையில் செயலாற்றும் புதிய தலைமைப் பண்புகளைப் புரிந்துகொண்டு அதற்கேற்ப மாற வேண்டும். இல்லாவிட்டால் அவர்கள் தொண்டர் பதவிக்குத் தள்ளப்படுவார்கள். அவர்களுக்கு வேறு வழியே இல்லை.

எதிர்காலத்தில் தலைவன் மற்றும் தொண்டன், பணியாளர் மற்றும் பணியில் அமர்த்துபவர்களுகிடையே பரஸ்பர ஒத்துழைப்பு என்னும் அடிப்படையில் சமமாக பகிர்ந்துகொள்ளுதல் என்ற விதத்தில் லாபங்கள் அமையும். அதாவது இருவரும் தொழிலில் சம பங்குதாரர்கள் போன்று இருப்பார்கள்.

நெப்போலியன், ஜெர்மனியின் கெய்சர் வில்ஹெம், ரஷ்யாவின் ஜார் சக்கரவர்த்தி, ஸ்பெயின் நாட்டு அரசர் இவர்களெல்லாம் வலுகட்டாயத்தலைவர்களாக அதிகாரத்தை பயன்படுத்தி ஆட்சி புரிந்தார்கள். அவர்களது நாட்கள் முடிந்துவிட்டன. அமெரிக்கப் பொருளாதாரத்திலும் இவர்களைப் போன்றவர்கள் வியாபாரம் நிதித்துறை மற்றும் தொழிற்சங்கங்களில் இருந்திருக்கிறார்கள். ஆனால் அவர்கள் தூக்கி எறியப்பட்டுவிட்டார்கள். தொண்டர்களின் ஒத்துழைப்புடன் செயல்படும் தலைமையே நீடிக்கும்.

அதிகாரத் தலைமையை சிறிது காலம் மக்கள் ஏற்கலாம், ஆனால் அதுவும் முழு விருப்பத்துடன் இருக்காது.

இனி வரும் புதுவகை தலைமை இந்த அத்தியாயத்தில் கூறப்பட்டுள்ள தோல்விக்கான பதினோரு காரணிகளையும் வேறு சிலவற்றையும் கூட உள்ளடக்கிய தலைமையாக இருக்கும். இவற்றை அடிப்படையாகக்கொண்டு செயல்படும் ஒரு தலைவன் முன்னேற ஏராளமான வாய்ப்புகள் கிடைக்கும். இப்படிப்பட்ட தலைவர்கள இல்லாத காரணத்தால்தான் பொருளாதார மந்தநிலை வெகு காலம் நீடித்தது. அது முடிவடைந்த நேரத்தில் இத்தகைய கோட்பாடுகளை அடிப்படையாகக்கொண்டு செயல்படும் புதிய தலைவர்களுக்கான தேவை பெரிதும் அதிகரித்தது. பழைய தலைவர்களுள் சிலர் தங்களை சீர்திருத்திக்கொண்டு புதிய தலைவர்கள் ஆகலாம். ஆனால் பொதுவில் புதிய மெட்டாலான தலைவர்களே உலகத்திற்கு தேவை. இந்த தேவையே உங்களுக்கான வாய்ப்பாக இருக்கலாம்.

தலைவர்களின் தோல்விக்கான 10 முக்கியக் காரணங்கள்

தோல்வி அடையும் தலைவர்களின் பெரிய தவறுகளை இப்போது பார்க்கலாம். ஏனென்றால் என்ன செய்ய வேண்டும் என்று அறிந்திருப்பது அவசியம் என்பதைப் போலவே என்ன செய்யக்கூடாது என்பதையும் அறிவது அவசியம்.

1. சின்னச் சின்ன விஷயங்களில் கவனம் செலுத்த இயலாமை: சிறந்த தலைமையில் சின்னச் சின்ன விஷயங்களிலும் கவனம் செலுத்தி ஒழுங்கமைக்கும் திறன் இருப்பது அவசியம். ஒரு உண்மையான தலைவனாக இதை செய்யமுடியாமல் போகும் அளவிற்கு எவரும் வேலையில் பரபரப்பாக இருப்பதில்லை. திட்டங்களை மாற்றி அமைத்து அவசர காலத்தில் கவனம் செலுத்த முடியாததற்கு காரணம் நேரமின்மை என்று சுட்டிக்காட்டினால் அது அவனது திறமையின்மையை வெளிபடுத்தும். தனது தலைமை பதவியை ஒட்டிய அனைத்து விவரங்களிலும் தேர்ச்சிப்பெற்றவன்தான் வெற்றிகரமான தலைவனாக இருக்க முடியும். சின்னச் சின்ன விஷயங்களைத் தன் கீழ் உள்ள நம்பகரமானவர்களிடம் ஒப்படைப்பது என்றும் கூட இது பொருள்படும்.
2. பணிவான சேவை புரிய முன்வராமல் இருத்தல்: தேவை ஏற்படும்போது மற்றவர் வழக்கமாக செய்யும் வேலையை விருப்பத்துடன் ஏற்று செய்ய தயங்காதவரே மிகச்சிறந்த தலைவராவார். “உங்களில் உயர்ந்தவரே அனைவரது

பணியாளனாக இருப்பார்" என்ற உண்மையை சிறந்த தலைவர்கள் ஏற்றுக்கொண்டு அதன்படி செயல்படுவார்கள்.

3. தங்கள் திறமைக்கேற்ற சம்பளத்தை எதிர்பார்பது, அந்தத் திறமையை பயன்படுத்தி செய்த ஊழியத்திற்கு ஏற்ற சம்பளத்தை எதிர்பார்பதில்லை: ஒருவரிடம் ஒரு திறமை இருக்கும் காரணத்திற்காக ஊதியம் வழங்கப்படுவதில்லை. அதை பயன்படுத்தி அவர்கள் என்ன செய்கிறார்களோ அல்லது மற்றவர்களைச் செய்யத் தூண்டுகிறார்களோ அதற்காகத்தான் ஊதியம் தரப்படுகிறது.

4. தொண்டர்களுடன் போட்டி ஏற்பட்டுவிடுமோ என்ற அச்சம்: தன் தொண்டனே தனக்குப் போட்டியாக வந்துவிடுவான் என்று ஒரு தலைவன் அஞ்சினால் அந்த நிலைமை கூடிய சீக்கிரமே ஏற்பட்டுவிடும். சிறந்த தலைவன் எந்தவித அச்சமுமின்றி, தனக்குத் தெரிந்ததை எல்லாம் தன் தொண்டனுடன் பகிர்ந்துகொள்வான். இப்படிச் செய்வதன் மூலமாக பல தலைவர்களை உருவாக்கி ஒரே நேரத்தில் பல இடங்களில் பல செயல்களை அவனால் சரிவர செய்ய முடியும். சொந்த முயற்சியில் ஈட்டும் பணத்தை விட பலருக்கு பயிற்சி அளித்து அவர்களிடமிருந்து உழைப்பைப்பெற்று அதிகம் சம்பாதிக்கலாம் என்பது நிரந்தரமான உண்மை. திறமையான தலைவன் தன் பணியைக்குறித்த தனது அறிவு மற்றும் ஆளுமையின் காந்தசக்தி மூலம் மற்றவர்களது திறனை அதிகரித்து, சிறப்பான சேவையை அவர்கள் தனது உதவியின்றி செய்ய வழிகாட்டுகிறான்.

5. கற்பனைத்திறன் இல்லாதிருத்தல்: கற்பனைத் திறன் இல்லாத தலைவனால் திடீர் அவசரங்களை சமாளிக்கவோ தன் தொண்டர்களுக்கு வழிகாட்டவோ முடியாது.

6. சுயநலம்: தொண்டர்கள் செய்யும் பணிக்கும் தானே புகழப்படவேண்டுமென்று எதிர்பார்க்கும் தலைவன் இகழப்படுவான். உண்மையிலேயே சிறந்த தலைவன் புகழை எதிர்பார்ப்பதில்லை. செய்யப்பட்ட வேலை போற்றுதலுக்கு தகுதியானது என்றால் அதற்கான எல்லாப் புகழும் தொண்டர்களை சென்றடைவதில் திருப்தி அடைவான் ஏனென்றால் பெரும்பாலானவர்கள் புகழுக்காக கடுமையாக உழைப்பவர்கள் வெறும் ஊதியத்திற்காக அல்ல.

7. முன்கோபம்: முன்கோபம் மற்றும் பொறுமையின்மையுடன் செயல்படும் தலைவனை தொண்டர்கள் மதிப்பதில்லை. மேலும் எவ்விதமான கோபத்தின் வெளிப்பாடும்

சகிப்புத்தன்மையும் அதில் ஈடுபடும் அனைவரது உயர்ப்பண்புகளையும் சிதைத்துவிடும்.

8. விசுவாசம் இல்லாதிருத்தல்: இது, இந்தப் பட்டியலில் முதலிடத்தில் இருந்திருக்க வேண்டும். தன் சக ஊழியர்கள், தொண்டர்கள் மேலதிகாரிகள் மற்றும் தன் கீழே உள்ளவர்களுக்கு நேர்மையில்லாமல் இருப்பவனால் அதிக நாட்கள் தலைவனாக நீடிக்க முடியாது. துரோகி தூசுக்கு சமமாவான். வாழ்க்கையின் எல்லா அம்சங்களிலும் நேர்மையின்மை என்பது வீழ்ச்சிக்கு முக்கியமான காரணமாகும்.

9. அதிகாரத் திணிப்பு: தொண்டர்கள் மனதில் பயத்தை உண்டாக்கி வேலை வாங்காமல், ஊக்குவித்து வேலை வாங்குபவனே திறமையான தலைவன். அதிகாரத்தால் தொண்டர்கள் மீது தாக்கம் ஏற்படுத்துபவன் வலிமையை வெளிபடுத்தும் தலைவன். ஒரு தலைவன் உண்மையான தலைவன் என்றால் அதை விளம்பரப்படுத்த தேவையில்லை. அவனது அனுதாபம், புரிதல், நியாயமான நடத்தை அவன் தன் தொழிலை நன்கு அறிந்தவன் என்பதை எடுத்துக்காட்டும்.

10. பட்டப் பெயரை வலியுறுத்துதல்: தகுதிவாய்ந்த தலைவன் தொண்டர்களால் அழைக்கப்படும்போது அடைமொழி ஒன்று சேர்க்கப்படவேண்டுமன்ற தேவையில்லை. பொதுவாக அடைமொழியை வலியுறுத்தும் தலைவனிடம் சொல்லத்தகுந்த குணங்கள் ஒன்றும் இருப்பதில்லை. உண்மையான தலைவனின் அலுவலகக் கதவுகள் நுழைய விரும்புவோருக்கு எப்போதும் திறந்திருக்கும். அங்கு வீண் பகட்டு இருக்காது.

தலைவர்களின் தோல்விக்குப்பின்னால் இருக்கும் பொதுவான காரணங்கள் இவையே. இவற்றில் ஏதேனும் ஒரு காரணம் கூட தோல்விக்குப் போதுமானதாகும். இந்தக் குறைகள் உங்களிடம் காணப்படக்கூடாது என்று நீங்கள் விரும்பினால் இந்தப் பட்டியலை கவனமாகப் படியுங்கள்.

புதிய தலைமை தேவைப்படும் சில வளமான துறைகள்

இந்த அத்தியாயத்தைத் தாண்டி மேற்கொண்டு நகரும் முன் தலைமைத்துவம் குறைந்து வரும் துறைகள் மற்றும் புதிய தலைவர்களுக்கான வாய்ப்பு எந்தெந்த வளமான துறைகளில் உள்ளது என்று அறிந்துகொள்ள உங்கள் கவனத்தை நாடுகிறோம்.

முதலாவது: அரசியலில் மிக அதிகமாக வற்புறுத்தும் தேவை புதிய தலைமைக்கு உள்ளது. இது அவசரநிலை போன்ற உடனடியான தேவையாகும். பெரும்பாலான அரசியல்வாதிகள் சட்டபூர்வமாக இயங்கும் உயர்தர கொள்ளைக்காரர்களாக தோன்றுகிறார்கள். வரிகளை ஏராளமாக அதிகரித்து மக்களால் தாங்கிக்கொள்ள முடியாத அளவில் தொழில் மற்றும் வியாபாரத்தில் அதீதமாக ஈடுபட்டு பெரும் சுமை ஏற்றி விட்டார்கள்.

இரண்டாவது: வங்கித் துறை சீர்திருத்தத்திற்கு உள்ளாகியிருக்கிறது. இத்துறையின் தலைவர்கள் எல்லோருமே பொது மக்களின் நன்மதிப்பை இழந்துவிட்டார்கள். ஏற்கனவே அவர்கள் சீர்திருத்தத்திற்கான தேவை இருப்பதை உணர்ந்து அதற்கான வேலையை துவங்கியிருந்தார்கள்.

மூன்றாவது: தொழில்துறையில் புதிய தலைவர்களின் தேவை உள்ளது. பழைய வகை தலைவர்கள் மனித உறவுகள் என்னும் சமன்பாட்டை கருதாமல் லாபப் பங்கீடு கொடுப்பதை மட்டுமே கருதினார்கள். மனிதர்களைப் பற்றி அவர்கள் கவலைப்படவில்லை. எதிர்காலத் தலைவர்கள் தங்களைப் பாதி அளவுக்கு பொதுநல ஊழியர்களாக கருதிக்கொண்டு, எந்தத் தனி மனிதர் மீதும், அவர்களின் குழு மீதும் தீங்கு விளைவிக்காதபடி தங்கள் நிறுவனங்களை நிர்வகித்து வரவேண்டும். உழைக்கும் மக்களைச் சுரண்டுவது பழங்காலத்திய செயல். தொழிலில், வியாபாரத்தில், தொழிற்சங்கங்களில் தலைமை ஏற்க வேண்டும் என்று முயல்பவர்கள் இதை நினைவில் கொள்ள வேண்டும்.

நான்காவது: வருங்கால மதத்தலைவர்கள் தங்களைப் பின்பற்றுவோரின் தற்காலிக தனிப்பட்ட மற்றும் பொருளாதார பிரச்சினைகளை தீர்த்து வைக்க வற்புறுத்தப்படுவார்கள். இறந்தகால மற்றும் வருங்கால விஷயங்களை விட நிகழ்காலத்தில் அவர்கள் அதிக கவனம் செலுத்த வேண்டும்.

ஐந்தாவது: சட்டம், மருத்துவம், கல்வி ஆகியவற்றில் புது வகையான தலைமையும், ஓரளவிற்குப் புதிய தலைவர்களும் கூட தேவை. கல்வித்துறையில் இது மிகவும் உண்மை. அத்துறையின் தலைவர், பள்ளிக் கல்வியை எப்படி அன்றாட வாழ்வில் பயன்படுத்துவது என்று கற்றுதர வேண்டும். ஏட்டுப் படிப்பைவிட, செயல்முறை விளக்கும் தரும் படிப்பை வலியுறுத்த வேண்டும்.

ஆறாவது: பத்திரிக்கை துறையில் புதிய தலைவர்கள் தேவைப்படுவார்கள். எதிர்கால செய்தித்தாள்கள் வெற்றிகரமாக நடைபெற அவற்றின் முன்னுரிமைகள் நீக்கப்பட்டு விளம்பர

மானியத்திலிருந்து விடுபட வேண்டும். விளம்பரம் கொடுப்பதன் மூலம் தங்களது பிரச்சாரத்திற்குப் பத்திரிகைகளைப் பயன்படுத்திக்கொள்வது நிறுத்தப்பட வேண்டும். ஊழல்களையும், ஆபாசமான படங்களையும் வெளியிடுவதன் மூலம் மனித மனதை களங்கப்படுத்தும் பத்திரிகைகள் விரைவில் அழிந்து போகும்.

மேற்கூறப்பட்டவை புதிய தலைமை மற்றும் புதிய தலைவர்களுக்கான வாய்ப்புகள் இருந்த சில துறைகள். உலகம் மாபெரும் மாற்றத்திற்கு ஆளாகிக் கொண்டிருக்கிறது. மனித பழக்கவழக்கங்களின் மாற்றங்களை ஊக்குவிக்கும் பத்திரிகைகளும் மாற்றத்திற்கு உள்ளாக வேண்டும். வேறெந்த நிறுவனங்களையும் விட இந்த ஊடகங்கள் நாகரிகத்தின் போக்கை நிர்ணயிக்க வல்ல சக்தியாகும்.

தலைமைப்பதவிக்கு எப்போது, எப்படி விண்ணப்பிப்பது

ஆயிரக்கணக்கான ஆண்களுக்கும் பெண்களுக்கும் தங்கள் தனிநபர் சேவையைச் சந்தைப்படுத்த உதவி செய்த அனுபவங்கள்தான் இங்கு விளக்கப்படும் தகவல். ஆகவே, இது நடைமுறைக்கு ஏற்றது என்று நம்பலாம்.

சேவைகள் சந்தைப்படுத்தபடக்கூடிய ஊடகம்

தனிநபர் சேவையை விற்பவரையும், அவற்றை வாங்குபவரையும் இணைக்கும் பாலமாகச் செயல்படும் ஊடகங்கள் இவை:

1. வேலை வாய்ப்பு நிறுவனங்கள்: திருப்திகரமான விளைவுகளை காட்டக்கூடிய பதிவுகள் கொண்ட பிரபல நிறுவனங்களையே தேர்ந்தெடுப்பதில் கவனமாக இருக்க வேண்டும். ஒப்பீட்டு அளவில் அது போன்ற சில நிறுவனங்கள் மட்டுமே இருந்தது.
2. விளம்பரங்கள்: பத்திரிகைகள், மாத இதழ்கள், சஞ்சிகைகள் மற்றும் வானொலி விளம்பரங்கள். திருப்திகரமான விளைவுகள் ஏற்படுத்த நம்பகமானதாக இருக்கும் வகைபடுத்தப்பட்ட விளம்பரங்களை சாதாரண வேலைகளுக்கு விண்ணப்பிப்பவர்கள் பயன்படுத்தலாம். எந்த விதமான நிறுவனங்களின் கவனத்தை ஈர்க்க விரும்புகிறோமோ அந்த நிறுவனங்களின் அதிகாரிகள் அதிகம் படிக்கும் செய்தித்தாளின் பக்கத்தில் காட்சிப்படுத்தப்பட்ட டிஸ்ப்ளே வகை விளம்பரம் சிறப்பானது. விற்பனையாகும் பண்புகளை நன்கு விளக்கும் விளம்பரங்கள் தகுந்த நிபுணர்களால் உருவாக்கப்பட வேண்டும்

அப்போதுதான் அவற்றிற்கு எதிர்பார்க்கப்படும் பதில் கிடைக்கும்.

3. தனிப்பட்ட விண்ணப்பக்கடிதம்: ஒருவரிடம் இருக்கும் திறன் எவருக்கு தேவைப்படுமோ அவர்களுக்கு தனிப்பட்ட முறையில் விண்ணப்பக்கடிதம் அனுப்புதல். இந்தக் கடிதங்கள் மிகவும் அழகாக தட்டச்சில் உருவாக்கப்பட்டு எப்போதும் விண்ணப்பதாரரால் கண்டிப்பாக கையொப்பமிடப்பட்டிருக்க வேண்டும். அத்துடன் விண்ணப்பதாரரின் கல்வித்தகுதி பற்றிய சுருக்கம் இணைக்கப்பட வேண்டும். விண்ணப்பதாரரின் கல்வித்தகுதி அல்லது வேலை அனுபவம் இரண்டுமே ஒரு நிபுணரால் தயாரிக்கப்பட வேண்டும். (கொடுக்கப்பட வேண்டிய தகவல் என்ன என்பதைப் அறிவுறுத்தல்களில் பார்க்கவும்.)

4. பரிச்சயமானவர்கள் மூலம் வேலைக்கான விண்ணப்பத்தை அனுப்புதல்: எங்கு சாத்தியமோ வேலைவாய்ப்பு அளிக்கும் நிறுவனத்திற்கும் விண்ணப்பதாரருக்கும் பொதுவான நபர் மூலமாக வேலைக்கு விண்ணப்பம் செய்வது விரும்பத்தக்கது. உயர்மட்ட அதிகாரிகளுடன் தொடர்பை விரும்புபவர்கள் தங்களைத் தாங்களே விற்பனை செய்து கொள்வதாகப் பிறர் எண்ணிவிடக்கூடாது என்றால் இந்த முறை மிகவும் உகந்தது.

5. நேரடியாக நிறுவனத்திற்குச் சென்று வேலைக்கு விண்ணப்பித்தல்: சில நேரங்களில் வேலைக்கு விண்ணப்பம் செய்பவரே நிறுவனத்திற்கு நேரடியாகச் சென்று சம்மந்தப்பட்டவரை சந்திப்பது உகந்ததாக இருக்கும். விண்ணப்பிக்கும் வேலைக்கான தனது தகுதி பற்றிய சுருக்கம் ஒன்றும் உடன் எடுத்துச் செல்லப்பட வேண்டும். நேர்காணபவர் அதைப்பற்றி விவாதிக்க விரும்புவார்.

விண்ணப்பத்துடன் இணைக்கப்படவேண்டிய சுருக்கமான தகவல்கள்

தான் வாதாடவிருக்கும் நீதிமன்ற வழக்கிற்காக எப்படி ஒரு வழக்கறிஞர் கவனத்துடன் தயார் செய்வாரோ அதேபோன்ற கவனத்தோடு இதை தயாரிக்க வேண்டும். இத்தகைய வேலைகளில் ஒருவர் அனுபவம் மிகுந்தவராக இல்லையென்றால் அதற்கென ஒரு நிபுணரின் உதவியை நாடிப்பெறுவது நல்லது. வியாபாரிகள் தங்கள் பொருட்களை விற்பனை செய்ய, கலைநயம் மற்றும் உளவியல் சித்தாந்தங்கள் அறிந்தவர்களை பயன்படுத்தவேண்டும். தனிநபர் சேவையை வழங்குபவர்களும் தன்னை விளம்பரப்படுத்திக் கொள்ள வேண்டும். கீழே கொடுக்கப்பட்டுள்ள விவரங்கள் அதில் இடம் பெற வேண்டும்.

1. கல்வித் தகுதி: பள்ளிப்படிப்பு பற்றிய தகவல் மற்றும் அதில் கற்ற விசேஷ பாடங்கள், அந்த பாடங்கள் தேர்ந்தெடுக்கப்பட்ட காரணங்கள் அதில் அடங்கியிருக்கவேண்டும்.

2 அனுபவம்: தற்போது விண்ணப்பிக்கும் பதவியில் வேறு நிறுவனத்தில் முன்பு நீங்கள் பணியாற்றியிருந்தால் அந்த அனுபவத்தை முழுமையாக தரவும். முன்பு நீங்கள் பணியாற்றிய நிறுவனத்தில் உங்களுடன் பணிபுரிந்த சிலர் குறித்த விவரங்கள், அவர்கள் பெயர் முகவரி ஆகியவையும் கொடுக்கப்படவேண்டும். நீங்கள் விண்ணப்பிக்கும் பதவிக்கு மிகவும் இன்றியமையாத அனுபவம் ஏதேனும் உங்களிடம் இருக்குமானால் அதையும் தெளிவாக வெளிப்படுத்துங்கள்.

3 சான்றாதரம்: வேலைக்கு விண்ணப்பம் செய்பவர் குறித்த அனைத்து பழைய பதிவுகளையும் புதிய நிறுவனத்தார் தெரிந்து கொள்ள விரும்புவார்கள். எனவே கீழ்க்கண்டவர்களிடமிருந்து பெற்ற குறிப்புரைகளின் நகல்களை விண்ணப்பத்துடன் இணைக்கவும்:

அ. முன்னாள் முதலாளி

ஆ. உங்களுக்கு பாடம் கற்பித்த ஆசிரியர்கள்

இ. முன்னணிப் பிரமுகர்கள்

4. உங்கள் புகைப்படம்: சுய குறிப்பு இணைப்புடன் உங்கள் சமீபத்திய புகைபடம் ஒன்றையும் இணைக்கவும்.

5. குறிப்பிட்ட பதவிக்கு விண்ணப்பிக்கவும். தகுதியுள்ள ஏதேனும் ஒரு பதவிக்கு என்று விண்ணப்பிக்கக் கூடாது. அப்படி செய்தால் உங்களிடம் விசேஷ தகுதிகள் இல்லை என்று கருதப்படும்.

6. விண்ணப்பிக்கப்படும் பதவிக்கான சிறப்புத் தகுதிகள் உங்களிடம் உள்ளது என்பதை முழுமையாக விவரிக்க வேண்டும். இதை வைத்துதான் உங்களுடைய சம்பளம் நிர்ணயிக்கப்படும்.

7. சம்பளமின்றி சிறிது காலம் பயிற்சிப் பணி செய்வதாக கூறுங்கள். ஒரு குறிப்பிட்ட வேலையை நீங்கள் எதிர்பார்த்து அது வேண்டுமென்று உறுதியாக இருந்தால், குறிப்பிட்ட காலம் வரை பயிற்சிப் பணி மேற்கொண்டு உங்கள் திறமையை நிரூபித்து பிறகு நிரந்தரமாக வேலையை தக்கவைத்துக்கொள்வது சிறந்தது. அதிசயிக்கத்தக்க வகையில் இப்படிச் சொல்பவர்களுக்கு வேலை கிடைப்பது உறுதி. வேலைக்கு உரிய தகுதி உங்களிடம் இருப்பதாக நீங்கள் நம்பினால் இதை தாராளமாகச் செய்யலாம். உங்களது

மதிப்பை அவர்கள் எடைபோட இப்படி ஒரு வாய்ப்பைத் தருவது உங்களுடைய தன்னம்பிக்கையைக் காட்டுவதாக எடுத்துக்கொள்ளப்படும். அவர்களுக்கும் உங்கள் மீது நம்பிக்கையை ஊட்டும். பயிற்சிப் பணி காலம் முடிந்து வேலை உறுதியாகும்போது பெரும்பாலும் நீங்கள் வேண்டாம் என்று மறுத்த காலத்திற்கும் சேர்த்துத்தான் அவர்கள் சம்பளம் கொடுப்பார்கள். சம்பளத்தை மறுக்க கீழ்கண்ட காரணங்களை நீங்கள் கூறலாம்:

1. *பதவிக்குரிய வேலையை உங்களால் செவ்வனே செய்ய முடியும் என்ற தன்னம்பிக்கை.*
2. *பயிற்சிப்பணி காலம் முடிந்த பிறகு வேலை கொடுப்பார்கள் என்று அவர்கள் மீது உங்கள் நம்பிக்கை.*
3. *எப்படியாவது அந்த பதவியைப் பெற்றாக வேண்டும் என்ற திடமான உறுதி.*

8. உங்களை பணியில் சேர்த்துக்கொள்ளும் நிறுவனத்தின் வியாபாரம் பற்றி நன்கு தெரிந்து வைத்துக் கொள்ளுங்கள்: அந்த நிறுவனத்தைப் பற்றி நன்கு ஆராய்ந்து அத்தகவல்களை சேகரித்து வைத்திருங்கள். அந்தத் தகவல்களிலிருந்து சில விஷயங்களை உங்களிடம் உள்ள சிறப்புத் தகுதியாக இங்கு குறிப்பிடலாம்.

இது அவர்கள் மீது சிறந்த தாக்கத்தை ஏற்படுத்தும். உங்களிடம் கற்பனாசக்தியும், வேலை பெற வேண்டும் என்ற உண்மையான ஆர்வமும் இருப்பதை அது எடுத்துக்காட்டும். சட்டத்தைப் பற்றிய நிறைவான அறிவு கொண்ட வழக்கறிஞரை விட, அவ்வழக்கைக் கோர்வையாக எழுதிக் கொடுக்கும் குமாஸ்தாவே வழக்கின் வெற்றிக்கு காரணமாகிறார் என்பதை மறக்க வேண்டாம். உங்களுடைய "வழக்கையும்" அதுபோன்றே முழுமையான மற்றும் சரியான முறையில் வழங்கினால் வெற்றிக்கான தூரத்தின் ஒரு பாதியை ஆரம்பகட்டத்திலேயே எட்டி விட்டதாக கருதலாம்.

விண்ணப்பத்தில் பக்கங்கள் கூடிவிடும் என்ற கவலை வேண்டாம். வேலையை கண்டிப்பாக பெற வேண்டுமென்ற உங்கள் ஆர்வத்தைப் போல சரியான தகுதி வாய்ந்த பணியாளரையே அவர்களும் எதிர்பார்கிறார்கள். ஆகவே அதிகமென்றாலும் முடிந்தவரை உங்களைப்பற்றிய அனைத்து தகவல்களையும் கொடுங்கள்.

உங்களைப்பற்றிய சுருக்கம் மிக ஒழுங்காகத் தயாரிக்கப்பட்டிருக்க வேண்டும். சிறு விஷயங்களிலும் கவனம் செலுத்துபவராக அது உங்களை காட்டும். அது போன்ற அறிமுக சுருக்கங்களை நான்

சிலருக்காக தயாரித்து கொடுத்திருக்கிறேன். அதன் உதவியுடன் அவர்கள் நேர்காணல் இல்லாமலேயே வேலைக்கு சேர்த்துக்கொள்ளப்பட்டனர்.

இப்படி தயாரிக்கப்பட்ட ஆவணத்தின் எல்லாப் பக்கங்களையும் ஒன்றாக பிணைத்து புத்தகம் போன்று செய்து அதன் மீது கலைநயமிக்க ஒரு ஓவியரைக் கொண்டு உங்கள் பெயரை எழுதச் சொல்லுங்கள்.

திரு....... அவர்களின் கல்வித் தகுதி பற்றிய குறிப்பு
விண்ணப்பிக்கும் பதவி:......
நிறுவனத்தின் தலைவரது காரியதரிசி பதவி

(நிறுவனத்திற்கும் பதவிக்கும் ஏற்றது போல் மாற்றி அமைத்துக் கொள்ளவும்)

இப்படி விசேஷ கவனத்துடன் உங்கள் விண்ணப்பத்தை சமர்ப்பித்தால் அது தனிப்பட்ட கவனம் பெறும். மேலும் உங்களைப்பற்றிய குறிப்பை சுருக்கமாக மிக அழகான தாளில் தட்டச்சிட்டு கனமான பைண்டிங் செய்து அட்டையின் மீது அந்த நிறுவனத்தின் பெயரை எழுதி உள்ளே உங்களது புகைப்படம் ஒன்றை ஒட்டி வைக்கவும். பிறகு இதனை மேம்படுத்த தேவையான மாற்றங்களை செய்யலாம்.

வெற்றிகரமாக விளங்கும் விற்பனையாளர்கள் தங்கள் தோற்றத்தை அழகுபடுத்திக் கொள்கிறார்கள். ஏனென்றால் முதல் பார்வையில் ஏற்படுத்தும் தாக்கம் நீடிக்கும். உங்களைப்பற்றிய சுருக்கமான குறிப்பு தான் உங்களது விற்பனையாளன். அதற்கு அழகான சட்டை அணிவியுங்கள். அதைவிட சிறப்பான அறிமுக குறிப்பை இதுவரை பார்த்ததில்லை என்று அந்த நிறுவனத்தினருக்கு தோன்றட்டும். நீங்கள் விரும்பும் பதவி சிறந்தது என்றால் அதற்கான உங்கள் முயற்சியும் சிறப்பாகவே இருக்க வேண்டும். உங்களது ஆளுமையால் உங்களால் உடனடியாக சிறந்தத் தாக்க்ம் ஏற்படுத்த முடிந்தால், உங்களால் அதிகச் சம்பளத்தில் பணியை துவங்கமுடியும். வழக்கமாக எல்லோரும் செய்வது போல் நீங்களும் விண்ணப்பித்தால் இது சாத்தியமில்லை.

ஒரு வேலை வாய்ப்பு நிறுவனம் அல்லது விளம்பர ஏஜென்சி மூலம் நீங்கள் வேலை தேடினால், அவர்களிடம் நீங்கள் தயாரித்த சுருக்கத்தை கொடுங்கள். அவர்களுக்கும் உங்களை பணியில் அமர்த்தவிருக்கும் நிறுவனத்தாருக்கும் உங்கள் மீது உயர்ந்த அபிப்பிராயம் ஏற்படும்.

நீங்கள் விரும்பிய அதே பதவியை அடைவது எப்படி

ஒருவர் தங்களுக்கு மிகவும் ஏற்ற பணி எதுவோ அதைச் செய்வதில் தான் மிகுந்த மகிழ்ச்சி அடைவார். ஓவியன் வண்ணங்களைக் கொண்டு

விளையாட விரும்புகிறான். கைத்தொழில் அறிந்தவன் கை வேலை செய்ய விரும்புகிறான். எழுத்தாளன் எழுதுவதில் மகிழ்ச்சி காண்கிறான். விசேஷ திறமை எதுவும் இல்லாதவர்கள்கூட தொழிலிலும் வியாபாரத்திலும் தங்களுக்கென்று சில துறைகளை விரும்புகிறார்கள். நிலத்தை உழுவது முதல், தயாரிப்பு, சந்தைப்படுத்துதல் மற்றும் பிற சுய தொழில்கள் ஏராளம் உள்ளன..

முதலாவது: உங்களுக்கு விருப்பமான வேலையை தீர்மானித்துக் கொள்ளுங்கள். அப்படி ஒரு பதவி இல்லையென்றால் உங்களால் அதை உருவாக்க முடியும்.

இரண்டாவது: எந்த நிறுவனத்திற்காக வேலை செய்யப் போகிறீர்கள் என்பதைத் தேர்ந்தெடுங்கள்.

மூன்றாவது: அந்த நிறுவனத்தில் பணிபுரியும் ஊழியர்கள், அவர்களது மனிதவளம் குறித்த கொள்கைகள் மற்றும் வருங்கால முன்னேற்ற பாதை அல்லது அதற்கான வாய்ப்புகள் முதலியவற்றைத் தெரிந்து கொள்ளுங்கள்.

நான்காவது: உங்கள் திறமைகளை ஆராய்ந்து பணியில் அமர்ந்தபின் எந்த அளவிற்கு உங்களால் சிறப்பாகப் பணியாற்ற முடியும் என்று புரிந்து கொள்ளுங்கள். எந்தெந்த வழிகளில் நிறுவனத்திற்கு லாபகரமான சேவை மற்றும் வளர்ச்சியை உங்களால் வழங்க முடியும் என்றும், அதற்கான கருத்துகளை எடுத்துக்கூற முடியும் என்றும் திட்டமிடுங்கள்.

ஐந்தாவது: உங்களுக்கு ஒரு “வேலை” வேண்டும் என்ற எண்ணத்தையும் அந்த நிறுவனத்தில் உங்களுக்கு வேலை கிடைக்குமா என்ற சந்தேகத்தையும் நீக்கிவிடுங்கள். அந்த நிறுவனத்தில் வேலை இருக்கிறதா என்று கேட்காமல் அந்த வேலை கிடைத்தால் உங்களால் அந்தப்பொறுப்பில் எப்படி திறமையுடன் செயல்பட முடியுமென்பதில் மட்டும் கவனம் செலுத்துங்கள்.

ஆறாவது: இவற்றை மனதில் நன்கு அசைபோட்ட பிறகு அனுபவமுள்ள ஒருவரிடம் கொடுத்து அதைத் துல்லியமாக எழுதச் சொல்லுங்கள்.

ஏழாவது: இந்த ஆவணத்தை அந்த நிறுவனத்தில் அதற்கான பொறுப்பிலுள்ள நபரிடம் ஒப்படையுங்கள். மற்றவை தானே நடக்கும். ஒவ்வொரு நிறுவனமும் கருத்துருக்களாலோ, சேவைகளாலோ, அல்லது புதிய அறிமுகங்களாலோ தனக்கு லாபகரமாக அமையும்

ஊழியர்களுக்காக எப்போதும் காத்திருக்கின்றது. உறுதியான திட்டத்துடன் நிறுவனத்திற்கு நன்மை பயக்கக்கூடிய நபருக்கு நிச்சயமாக இடமுண்டு.

மேற்கூறப்பட்ட முறைப்படி செயல்பட சில நாட்களோ அல்லது வாரங்களோ நீங்கள் கூடுதலாக உழைக்கவேண்டும். ஆனால் அதனால் கிடைக்கவிருக்கும் அங்கீகாரமும், முன்னேற்றமும், சம்பளமும் அதிகம் என்பதை கருத்தில் கொள்ளுங்கள்.

பதவியில் மேல்படிகளை வேகமாக ஏறுபவர்கள் அதற்காக சிறப்பாக திட்டமிட்டு செயல்பட்டிருக்க வேண்டும். (முதலாளியின் வாரிசுகள் இருப்பது விதிவிலக்கு.)

சேவைகளைப் புது விதமாக சந்தைப்படுத்துதல் “பணியாளர்கள்” இப்போது “பங்குதாரர்கள்”

வருங்காலத்தில் சிறப்பான நன்மைகள் பெற விரும்புபவர்கள் முதலாளி தொழிலாளி உறவுமுறையில் பிரமிக்கத்தக்க மாறுதல்கள் ஏற்பட்டிருப்பதை கவனத்தில் கொள்ள வேண்டும்.

முன்பு வசதி படைத்தவன் வேலையை பெற்றான். இப்போது வேலையில் தங்கமாக மின்னுபவனுக்கே வேலை அதாவது தரத்தில் சிறந்தவனுக்கே வேலை.

எதிர்காலத்தில் வேலை வழங்குபவர்

வேலை செய்பவர்

சேவையை பெற்றுக் கொள்பவர்கள்

தனிநபர் சேவைகளை வழங்கும் இந்தப் புதிய முறையில், முதலாளியும் தொழிலாளியும் இணைந்து பணிபுரிந்து பொதுமக்களுக்குச் சிறப்பான சேவையை அளிப்பார்கள். முன்பெல்லாம் இருவரும் கலந்தாலோசித்து தங்களுக்கு லாபகரமானதை மட்டுமே கேட்டு வாங்குவர். சேவையைப் பெறும் பொதுமக்களுக்குத்தான் இதில் இழப்பு.

இதனால் காயப்பட்ட பொதுமக்களின் எதிர்ப்பே பொருளாதார மந்தநிலையை உருவாக்கியது. அந்தநிலை மாறி வணிகங்கள் தமது பழைய சமநிலைக்கு வந்தாக வேண்டும். பொதுமக்களுக்கு பாதகமாக அமையும் எதையும் இனி தங்களால் செய்யமுடியாதென்பதை தொழிலாளர்களும் முதலாளிகளும் புரிந்து கொள்ள வேண்டும். இனி உண்மையான முதலாளி பொதுமக்களே. தனிநபர் சேவையை விற்பனை செய்யும் எவரும் இதை கவனத்தில் கொள்ள வேண்டும்.

இன்று அமெரிக்க ரயில் நிறுவனங்கள் எல்லாம் இழப்பில் இயங்குகின்றன. ரயில் எதிர்பார்க்கப்படும் நேரத்தை அறிந்துகொள்ள

சுவற்றில் ஒட்டப்பட்ட அட்டவணையை சுட்டிக்காட்டிய நாட்கள் முன்பு இருந்தது. இது நம் அனைவரது அனுபவமும்தான்!

தரையில் ஓடும் டிராம்களிலும் மாற்றங்கள் ஏற்பட்டுள்ளன. நடத்துனர்கள் பயணிகளுடன் பேச ஆர்வமாக இருந்த காலம் ஒன்று. இன்று அந்த போக்குவரத்து முறையே அகற்றப்பட்டுவிட்டது. எனவே மக்கள் பேருந்தில் பயணிக்க வேண்டியுள்ளது. பேருந்துகளில் கனிவான சொற்கள் பரிமாற்றம் செய்துகொள்ளப்படுவதில்லை.

செயல்பாட்டில் இல்லாத டிராம் தண்டவாளங்கள் துருப்பிடித்துக் கொண்டிருக்கின்றன. அல்லது நீக்கப் பட்டுவிட்டன. ஓடிக்கொண்டிருக்கும் ஒன்றிரண்டு டிராம்களில் பயணிகள் பேசாமல் அமைதியாக பயணிக்கிறார்கள். ஓடிக்கொண்டிருக்கும் வண்டியை நிறுத்தி மக்களை ஏற்றிக்கொள்கிறார்கள்.

காலம்தான் எப்படி மாறிவிட்டது! நான் சொல்ல வருவது இது தான். காலம் மாறிவிட்டது. இந்த மாற்றம் டிராம் மற்றும் ரயில்களில் மட்டுமின்றி வாழ்க்கையின் எல்லாத் துறைகளிலும் பிரதிபலிக்கின்றன. அதனால் பொதுமக்கள் பற்றிய கவலை இல்லை என்ற போக்கு மாறி, ‘உங்களுக்காகவே நாங்கள்’ என்று சேவை நிறுவனங்கள் கூவி அழைக்கின்றன.

கடந்த கால மாற்றங்களிலிருந்து வங்கிகள் ஓரிரண்டு பாடங்களைக் கற்றிருக்கின்றன. வங்கி அதிகாரிகள் மற்றும் ஊழியர்கள் பணிவின்றி நடப்பது மிகவும் குறைந்திருக்கிறது. சில ஆண்டுகளுக்கு முன்பு வரை வங்கி அதிகாரிகள் கடன் கேட்டு வருபவர்களை சந்திக்கக் கூட மறுப்பார்கள். அந்த நிலை இன்று மாறி விட்டது.

ஆயிரக்கணக்கான வங்கிகள் திவாலானது, விலை உயர்ந்த மரக்கதவுகளுக்குப் பின் மறைவாக அமர்ந்திருந்த வங்கியாளர்களை இப்போது வெளிச்சத்திற்கு கொண்டு வந்துள்ளது. இப்போது திறந்த அறையில்தான் அவர்கள் அமர்கிறார்கள். வங்கிக்கு வரும் வாடிக்கையாளர்கள் அவர்களை எளிதாகப் சந்திக்கலாம். வாடிக்கையாளர் பிரச்சினைகளை புரிந்து கொண்டு அவர்கள் கனிவுடன் பதிலளிக்கிறார்கள்.

முன்பெல்லாம் மளிகைக்கடை ஊழியர்கள் தங்கள் நண்பர்களுடன் அரட்டையில் நேரத்தை கழிப்பார்கள். அவர்கள் பேசி முடிக்கும் வரை நாம் ஒரு மூலையில் நின்று கொண்டிருப்போம். கடை முதலாளி கூட நம்மை கண்டுகொள்ள மாட்டார். கல்லாவில் சேர்ந்த பணத்தைக் கணக்கிட்டு வங்கிக்கு அனுப்புவதில் மட்டுமே கவனமாக இருப்பார். இப்போதோ, சங்கிலித் தொடர் போல பெரிய கடைகள், சேவை மனப்பான்மை உள்ள கனிவான நபர்களால் நிர்வகிக்கப்பட்டு, வாடிக்கையாளரின் செருப்புகளைத் துடைப்பதைத் தவிர மற்ற எல்லா வகையிலும் அவர்களுக்கு சேவை புரிய வழி ஏற்பட்டுள்ளது.

அந்த நாளில் இருந்தது போன்ற வியாபாரிகள் இப்போது இல்லை. காலம் மாறிக்கொண்டே இருக்கிறது. "கனிவு", "சேவை" இவை இரண்டும்தான் இப்போது வியாபாரிகளின் தாரக மந்திரம். தனிநபர் சேவையை சந்தைப்படுத்துவோருக்கும் இது பொருந்தும் ஏனென்றால் பொதுமக்களே இவ்விரு தரப்பினருக்கும் முதலாளி.

வீடுகளில் எரிவாயுவின் உபயோக அளவை அதற்கான மீட்டரில் பார்த்துக் குறிக்கும் பணியாளர்கள் முன்பு பொறுமையின்றிக் வீட்டுக் கதவைத் தடதடவென்று தட்டுவார்கள். காக்க வைக்கப்பட்டதை அவர்கள் கோபம் வெளிபடுத்தும். அந்த நிலை இப்போது மாறிவிட்டது. 'மகிழ்ச்சி அடைகிறோம்-உங்களுக்கு சேவை செய்வதில்' என்று கூறியபடியே வருகிறார்கள் இன்றைய ஊழியர்கள். இவர்களால் தங்கள் தொழிலுக்கு மிகப்பெரிய பாதகம் ஏற்பட்டதை எரிவாயு நிறுவனங்கள் உணரும் முன்பே, எண்ணெய் வியாபாரிகள் தங்கள் கனிவான ஊழியர்களை அனுப்பி அந்த வியாபாரத்தை தங்கள் வசப்படுத்திக் கொண்டு விட்டார்கள். இப்போது அவர்களது வியாபாரம் பெருகி வருகிறது.

பொருளாதார மந்தநிலையின் போது நான் பென்சில்வேனியாவில் ஆந்த்ரசைட் நிலக்கரி விளையும் பகுதிகளில் அந்த நிலக்கரித் தொழில் ஏன் அழிந்தது என்று கண்டுபிடிக்க சில மாதங்களை கழித்தேன். சுரங்கத்திலிருந்து நிலக்கரி எடுக்கும் ஒப்பந்ததாரர்கள், பேராசையுடன் போட்டி போட்டதுதான் முக்கிய காரணம் என்று அறிந்துகொண்டேன். சுரங்கத் தொழிலாளர்கள் தங்கள் வேலையை இழந்தார்கள்.

அதிகச் சம்பளம் கேட்டு அழுத்தம் கொடுத்த சுரங்கத் தொழிலாளர் தலைவர்களாலும், பேராசையுடன் செயல்பட்ட சுரங்க ஒப்பந்ததாரர்களாலும் நிலக்கரி வியாபாரம் திடீரென்று குறைந்தது. சுயநலத்துடன் பேரம் பேசி லாபம் தேடிக்கொண்ட ஒப்பந்ததாரர்களால் நிலக்கரியின் விலை உயர்ந்தது. அதனால் இந்த வியாபாரம் க்ரூட் ஆயில் உற்பத்தியாளர்களுக்கு போய்ச் சேர்ந்தது. தாமாகவே இவர்கள் தங்கள் பணியை விட்டுக் கொடுத்து விட்டார்கள்.

"பாவத்தின் சம்பளம் மரணம்" என்ற பைபிள் வாசகத்தை பலரும் கேட்டு புரிந்துகொண்டிருப்பார்கள். இன்று உலகில் மற்றொரு வாசகத்தின் அர்த்தமும் எளிதாக விளங்குகிறது: "நீ எதை விதைக்கிறாயோ அதையே அறுப்பாய்."

உலகையே புரட்டிப்போட்ட பொருளாதார மந்தநிலை போன்ற மிகப்பெரிய ஒரு நிகழ்ச்சி தற்செயலாக நடந்ததாகக் கொள்ள முடியாது. இதற்கு ஒரு காரணம் இருந்தது. காரணமில்லாமல் எதுவும் நடப்பதில்லை. உலகமே பழகிவிட்ட "விதைக்காமலேயே அறுவடை செய்ய" முற்பட்டதுதான்.

இப்படிச் சொல்வதனால், மந்தநிலை ஒரு பயிர் என்றும், அதை அறுவடை செய்ய உலகம் வற்புறுத்தப்பட்டது என்றும் அர்த்தமாகாது. தவறான விதையை பயிரிட்டதுதான் அடிப்படைத் தவறு. கள்ளிச் செடியை விதைத்துவிட்டு நெல்லை அறுவடை செய்ய முடியாது என்று எல்லோருக்கும் தெரியும். உலகப் போர் துவங்கியவுடன் மக்கள் தரமற்ற மற்றும் குறைந்தளவிலான சேவையை வழங்க ஆரம்பித்தார்கள். அதாவது எதுவும் கொடுக்காமல் மற்றவர்களிடமிருந்து பெற வேண்டுமென்று விரும்பினார்கள்.

தனது தனிப்பட்ட சேவையை வழங்குபவர்களுக்கு இந்த உதாரணங்கள் பயன்படும். நாம் யார், எங்கிருக்கிறோம் என்பது நமது நடவடிக்கைகளால் மட்டுமே தீர்மானிக்கப்படுகிறது. வியாபாரம், நிதி, போக்குவரத்து போன்ற துறைகளிலும் காரண காரிய தத்துவம் செயல்படுமானால் தனிப்பட்ட சேவையை வழங்குபவர்களை கட்டுப்படுத்தி அது அவர்களது பொருளாதார அந்தஸ்தைத் நிர்ணயிக்கிறது.

உங்களது QQS மதிப்பு என்ன

தனிப்பட்ட சேவைகளைத் திறமையுடன் தொடர்ந்து வழங்குபவர்களின் வெற்றிக்கான காரணங்களை விரிவாகப் பார்த்தோம். அக்காரணங்களை அலசி ஆராய்ந்து நன்கு புரிந்து கொண்டு அதற்கேற்ப செயல்பட்டால் தான் சேவைகளைச் சந்தைப்படுத்துவதில் திறமையுடன் நிரந்தரமாக இயங்க முடியும். தரம்(QUALITY), அளவு (QUANTITY), மற்றும் உணர்ச்சிப்பூர்வமான (SPIRIT) செயல்பாட்டையும் பொறுத்து சேவைக்கு உரிய விலை மற்றும் அச்சேவை நீடிக்கவேண்டிய கால அளவும் தீர்மானிக்கப்படுகிறது. ஆகவே நிரந்தரமான சந்தையைப் பிடிக்க வேண்டுமென்றால் உங்களிடம் QQS இருக்க வேண்டும். அதாவது தரம், அளவு, உணர்வு ஆகிய மூன்றும் இருக்க வேண்டும். இதை பழக்கபடுத்திக்கொள்ளுங்கள்.

இதன் சரியான அர்த்தம் என்னவென்று அறிந்துகொள்ள இந்த சூத்திரத்தை ஆராய்வோம்.

1. QUALITY-தரம்: சேவையின் தரம் என்பது, உங்கள் தகுதிக்கேற்ப திறமையுடன், எல்லா விவரங்களும் துல்லியமாக இருக்கும்படி சேவை செய்தல் ஆகும்.
2. QUANTITY-அளவு: அளவு அல்லது எண்ணிக்கை என்பது, சேவைக்கான தேவை எழும்பும்போதெல்லாம் அதனை வழங்குவதாகும். அப்படிப்பட்ட சேவைக்கு வாடிக்கையாளர்களை பழக்கப்படுத்துவதாகும்.

3. SPIRIT-உணர்வு: சேவையின் உணர்வு என்பது, ஒப்புக்கொண்டபடி இணக்கமான முறையில் உங்கள் ஊழியர்களுடனும், தொழில் கூட்டாளிகளுடன் நடந்து கொள்ளுதல்.

தரம் மற்றும் அளவு போதுமானதில்லை. எம்மாதிரியான உணர்வுடன் சேவையை நீங்கள் வழங்குகிறீர்களோ அதைப் பொறுத்துத்தான் உங்கள் சேவைக்கு நல்ல விலை கிடைக்கும். வேலையும் நீண்டகாலம் நீடிக்கும்.

ஆன்ட்ரூ கார்னேகி, தனிநபர் சேவையை வெற்றிகரமாகச் சந்தைப்படுத்துவதில் இந்த மூன்றாவது குறிப்பை பெரிதும் வலியுறுத்தினார். சேவையை வழங்குபவன் இணக்கமாக செயல்படுபவனாக இருக்கவேண்டும் என்று மீண்டும் மீண்டும் கூறுவார். ஓர் ஊழியனிடம் நல்ல தரமான மற்றும் நிறைவான, அளவில் சேவை வழங்கும் திறமை இருப்பினும் இணக்கமான உணர்வுடன் அவன் பணியாற்றவில்லை என்றால் அவனைத் தொடர்ந்து பணியில் வைத்திருக்க மாட்டேன் என்று கூறுவார். நம்முடன் ஒத்துப் போகிறவர்களாக இருக்க வேண்டும் என்பார்.

இந்த குணங்களை உடையவர்கள் அதிக செல்வங்கள் பெறுவதை உறுதி செய்தார். மற்றவர்கள் வெளியேற்றப்பட்டார்கள்.

இனிமையான ஆளுமை இருக்கும் ஒருவரால்தான் உற்சாகமான மற்றும் நேர்மறையான மனநிலையிலிருந்தபடி செயல்படமுடியும். ஒருவன் இனிமையான ஆளுமையும், இணக்கமான சேவை மனப்பான்மையும் கொண்டிருந்தால் அவன் தரத்தில் சற்று தாழ்ந்திருந்தாலும் அதை மற்றவர்கள் பொருட்படுத்த மாட்டார்கள். ஆனால் இணக்கமாக இருந்து சேவை வழங்கவில்லையென்றால் அதனை வேறு எந்தவிதத்திலும் ஈடுகட்ட முடியாது.

உங்கள் சேவையின் மூலதன மதிப்பு

தனிப்பட்ட சேவையை வழங்குபவர் ஒருவர், பொருட்களை விற்பனை செய்யும் ஒருவரைப் போன்ற வியாபாரிதான். எனவே பொருட்களை விற்கும் வியாபாரிக்கு பொருந்தும் விதிகள் இவருக்கும் பொருந்தும்.

பொதுவாக பொருட்கள் விற்கும் வியாபாரிகள் கடைபிடிக்கும் விதிகளை இவர்கள் கடைபிடிக்க தவறும் காரணத்தால் இதனை வலியுறுத்தவேண்டியுள்ளது.

சேவைகளுக்கான புதிய சந்தையில் முதலாளியும் தொழிலாளியும் பொது மக்களின் சேவையில் பங்குதாரர்களாக இருக்கிறார்கள். முன்பெல்லாம், அதிக எண்ணிக்கையில் மக்களை சந்திப்பவன் சிறந்த

விற்பனையாளன் என்று கருதப்பட்டான். அந்த நிலை மாறி, பலருக்கு தன் சேவையை வழங்குபவனே சிறந்தவன் என்றாகிவிட்டது.

மூடப்பட்ட கதவுகளுக்குப்பின் நடைபெற்று வந்த வியாபாரம், போட்டியின் காரணமாக அழுத்தம் பெற்று திரைக்கு பின்னாலிலிருந்து வெளியே வந்துவிட்டது. இனி திரை போட்டு மூட வேண்டிய அவசியமில்லை. வாடிக்கையாளர் மீது அழுத்தம் தராத வகையில் தான் இனி வியாபாரம் நடத்தப்படவேண்டும்.

உங்கள் சேவையை வழங்கி நீங்கள் பெறும் வருவாய்தான் உங்கள் மூளையின் மூலதன மதிப்பாகும். உங்கள் ஆண்டு வருமானம் உங்கள் மூளையின் மூலதனத்தின் ஆறு சதவிகிதம் என்று எடுத்துக் கொள்ளலாம். வட்டிக்கு பணம் கொடுத்தால் ஆறு சதவிகிதம் ஆண்டுக்கு பெறலாம். மூளையை விடப் பணம் அதிக மதிப்புடையதல்ல. உண்மையில் மிகவும் குறைவானதே.

பொருட்களை கொண்டு செய்யும் வியாபாரத்தில் ஏற்றத் தாழ்வு ஏற்படலாம் ஆனால் மூளையைக் கொண்டு செய்யப்படும் தொழிலில் பொருளாதார மந்தநிலை ஏற்படாது. மேலும் அந்த மூலதனம் திருடப்படவோ அல்லது தொலைந்தோ போகாது. ஆகவே திறமையுள்ள "மூளைகள்", மூலதனத்தின் மிகவும் விரும்பத் தகுந்த வடிவங்களாகும்.

அதுமட்டுமல்ல. வியாபாரத்திற்காக பயன்படுத்தப்படும் பணம், திறமையான மூளைகளுடன் கலக்கவேண்டும் இல்லையென்றால் அது வெறும் மண்ணுக்கு சமம்.

தோல்விக்கான 30 முக்கிய காரணங்கள் இவற்றில் எத்தனை உங்களை முன்னேறாமல் தடுப்பவை?

உண்மையாக முயற்சி செய்து தோற்றுப் போகிறவர்கள் பெருமளவில் இருப்பதுதான் வாழ்க்கையின் மாபெரும் சோகம்.

வெற்றி பெறும் சிலருடன் ஒப்பிடும் போது தோற்பவர்களின் எண்ணிக்கை 98 சதவிகிதம் என்பது பெரிய தாக்கத்தை உண்டாக்குகிறது. ஒரு சமுதாயத்தின் 98 சதவிகித மக்கள் தோல்வி அடைகிறார்கள் என்றால் அந்த நாகரிகத்திலும், கல்வி முறையிலும் அடிப்படையிலேயே ஏதோ குறைபாடு உள்ளது என்றுதான் அர்த்தம். ஆனால், இந்த நூலை எழுதுவதன் என் நோக்கம், சமுதாயத்தில் உள்ள நல்லது கெட்டதை ஆராய்ந்து நீதி போதனை வழங்குவதல்ல. அதற்கு இதைப்போல நூறுமடங்கு பெரிய புத்தகத்தை எழுத வேண்டும்.

தோல்விக்கு முப்பது காரணங்களும் வெற்றி பெற்று செல்வந்தன் ஆக பதின்மூன்று காரணங்களும் உள்ளன என்று எனது ஆராய்ச்சியில் கண்டுகொண்டேன். இந்த அத்தியாயத்தில் தோல்விக்கான 30 காரணங்கள் விளக்கப்படும். இந்தப் பட்டியலைப் படிக்கும் போதே

அவற்றில் எந்தெந்த காரணங்கள் உங்களுக்கும் உங்கள் வெற்றிக்கும் இடையே தடைக்கற்களாக நிற்கின்றன என்று குறித்துக் கொள்ளுங்கள்.

1. சாதகமற்ற பரம்பரை பின்னணி: பிறவியிலேயே மூளைத்திறன் குறைவாக உள்ளவர்களுக்கு நாம் செய்யக்கூடியது ஒன்றுமில்லை. ஒரே ஒரு வழி உண்டு. அது மாஸ்டர் மைண்ட் குழு மூலம் உதவி பெறுவது. ஆனால் 30 காரணங்களில் இந்த ஒரு காரணம்தான் தனி நபராக ஒருவரால் சுலபமாக மாற்றியமைக்க முடியாத குறைபாடாகும்.

2. வாழ்க்கையில் தீர்மானமான இலக்கு இல்லாதிருத்தல்: ஒரு முக்கிய இலக்கு எதுவும் இல்லாமல் வாழ்க்கை நடத்துபவனுக்கு வெற்றி கிடைக்க வாய்ப்பில்லை. நான் ஆராய்ந்த 100 மனிதர்களில் 98 நபர்களிடம் எந்த இலக்கும் இருக்கவில்லை. அதற்குக் காரணம் அடுத்த குறிப்பில் இருக்கலாம்.

3. சாதாரணமான வாழ்க்கைத் தரத்திலிருந்து உயர வேண்டும் என்ற ஆர்வமின்மை: வாழ்க்கையில் மேலே உயர வேண்டும் என்ற ஆர்வம் இல்லாமலும், அதற்காக உழைக்கத் தயாராகவும் இல்லாமல் இருப்பவர்களுக்கு நம்மிடம் மருந்து கிடையாது.

4. போதுமான கல்வியறிவு இன்மை: இந்தக் குறைபாட்டை ஓரளவு எளிதாகத் திருத்திவிடலாம். மிகச் சிறந்த கல்வியறிவு படைத்தவர்கள் தாமாகவே கற்றவர்கள் என்பதை நான் அனுபவத்தில் அறிவேன். கல்லூரிப் படிப்பை விட அதிக ஞானம் உள்ள ஒருவன்தான் கற்றவனாக இருக்கிறான். தான் விரும்புபவற்றை மற்றவர்கள் பாதிக்கப்படாத வகையில் பெறுபவனே கல்வி கற்றவன் ஆகிறான். ஏராளமான அறிவு பெற்றால் அது கல்வி ஆகாது. தனக்கிருக்கும் அறிவைத் திறமையாகவும் தொடர்ந்தும் பயன்படுத்த முடிந்தால் அதுதான் கல்வி. ஒருவருக்கு இருக்கும் அறிவைப்பொறுத்து அவருக்கு சம்பளம் வழங்கப்படுவதில்லை. தான் அறிந்ததை அவர் எவ்வளவு தூரம் பயன்படுத்துகிறார் என்பதை பொறுத்தே சம்பளம் வழங்கப்படுகிறது.

5. சுய ஒழுக்கமின்மை: ஒழுக்கம் என்பது சுய கட்டுப்பாட்டினால் வருவது. இதன் பொருள் தனது எதிர்மறைப் பண்புகளை ஒருவன் கட்டுப்படுத்த வேண்டும் என்பதாகும். சூழ்நிலைகளை கட்டுப்படுத்தும் முன்பு தன்னைக் கட்டுப்படுத்திக் கொள்வது அவசியம். ஒருவர் தனது பலவீனங்களை வெல்வதே உலகில் மிகவும் கடினமானதாகும். உங்கள் சுயத்தை நீங்கள் ஜெயிக்கவில்லையென்றால் உங்கள் சுயம் உங்களை ஜெயித்துவிடும். உங்கள் உயிர் நண்பனையும், பரம

எதிரியையும் ஒரே நேரத்தில் பார்க்க வேண்டுமென்றால் கண்ணாடி முன் நில்லுங்கள்.

6. ஆரோக்கியமின்மை: உடல் ஆரோக்கியம் இல்லாதவர்கள் சிறப்பான வெற்றியை அடைய முடியாது. பெரும்பாலான நோய்க்கான காரணங்கள் பல கட்டுப்படுத்தலுக்கு ஆட்படுகிறது:

   அ. உடல் ஆரோக்கியத்தை பாதிக்கக் கூடிய உணவுகளை அதிகம் உட்கொள்ளுதல்

   ஆ. தவறான மற்றும் எதிர்மறையான எண்ணங்களை வளர்த்துக்கொள்ளுதல்

   இ உடலுறவில் தவறாகவும் அதிகமாகவும் ஈடுபடுதல்

   ஈ சரியான உடற்பயிற்சியின்மை

   உ. சரியாக மூச்சு விடும் பழக்கம் இல்லாததால் தூய்மையான காற்று இன்மை;

7. குழந்தைப் பருவத்தில் தவறான சூழலின் பாதிப்பு: ஒரு மரத்தின் கிளை எவ்வளவு வளைந்து கொடுக்கிறதோ அவ்வளவு உயரமாக வளரும். பிற்காலத்தில் குற்றவாளிகளாக மாறியவர்கள் குழந்தைப்பருவத்தில் குற்றம் நிலவிய சூழ்நிலையில் தவறான நண்பர்கள் மூலம் குற்றம் புரிய கற்றுக்கொண்டவர்களே.

8. காலதாமதம் செய்தல்: தோல்விக்கு மிக பொதுவான காரணம் இது. உனது வெற்றியை தடுப்பதற்கு, காலதாமதம் என்னும் கிழவன் உனது நிழலுக்குள் ஒளிந்திருக்கிறான். நம்மில் பலர் தோற்றுப் போனதற்கு காரணம் சரியான நேரத்திற்காக காத்திருந்ததுதான். எனவே காத்திருக்க வேண்டாம். சரியான நேரம் என்பது வராது. நீங்கள் இருக்கும் இடத்தில் கைக்கு கிடைக்கும் கருவியுடன் துவங்குங்கள். நாள்பட நாள்பட நல்ல கருவிகள் கிடைக்கும்.

9. விடா முயற்சியின்மை: நாம் துவங்குவதில் வல்லவர்கள். ஆனால் முடிப்பதில் திறமை இல்லாதவர்கள். பலர் முதல் முறையாக தோல்வி அடையும் போதே எடுத்த வேலையை கைவிட்டு விட்டு ஓடிவிடுவார்கள். விடாமுயற்சிக்கு ஈடு இணை இல்லை. விடாமுயற்சியைத் தாரக மந்திரமாகக் கருதுபவன் தோல்வி என்னும் கிழவன் களைப்படைந்து ஓடிவிடுவதைக் காண்பான். விடாமுயற்சிக்கு முன்பு தோல்வியால் நிற்க முடியாது.

10. எதிர்மறையான ஆளுமை: தனது எதிர்மறை ஆளுமையால், தான் சந்திப்பவர்களை விலகிப்போகச் செய்பவனால் என்றுமே வெற்றி பெற முடியாது. வெற்றி காண்பதற்கு ஆற்றல் தேவை.

ஆற்றல் என்பது பலரின் ஒத்துழைப்பால் வருவது. எதிர்மறை ஆளுமை ஒத்துழைப்பைத் தூண்டாது.

11. கட்டுக்குள் அடங்காத பாலுணர்வு: மனிதனைச் செயல்புரியத் தூண்டும் சக்திகளில் பாலுணர்வு மிக அதிக சக்தி வாய்ந்த ஒன்றாகும். அதிக சக்தி வாய்ந்தது என்பதாலேயே அதனைக் கட்டுக்குள் வைத்து நல்வழிப்படுத்த வேண்டும்.

12. பரிமாற்றிக்கொள்ள ஒன்றும் இல்லாமல் எதையும் பெற விரும்பும் தீராத ஆசை: சூதாடி பணம் சம்பாதிக்கவேண்டுமென்ற வெறி கோடிக்கணக்கான மக்களை பிடித்து ஆட்டுகிறது. 1929இல் பங்குச்சந்தையில் கோடிக்கணக்கான மக்கள் முதலீடு செய்து அனைத்தையும் இழந்ததே இதற்கு சாட்சி.

13. முடிவெடுக்கும் திறன் இல்லாதிருத்தல்: வெற்றி பெறும் மனிதர்கள், முடிவெடுப்பதில் தாமதம் செய்வதில்லை. எடுத்த முடிவு மாற்றப்படவேண்டுமென்றால் அதில் வேகம் காட்டுவதில்லை. தோல்வி அடைந்தவர்களோ முடிவெடுப்பதில் தாமதமாகவும், எடுத்த முடிவை மாற்றிக் கொள்வதில் வேகமாகவும், அடிக்கடி மாற்றிக் கொண்டும் இருப்பார்கள். முடிவுகள் எடுக்காமல் இருப்பதும், கால தாமதம் செய்வதும் இரட்டையர்கள். ஒன்று இருக்கும் இடத்திற்கு மற்றொன்றும் வந்து சேரும். இந்த ஜோடியை உதைத்து வெளியேற்றுங்கள். இல்லையென்றால் அவை உங்களைத் தோல்வி என்னும் ஆலையில் தள்ளி இறுக்கிப் பூட்டிவிடும்.

14. ஆறு அடிப்படை அச்சங்களில் ஏதேனும் ஒன்று: இதுகுறித்து உங்களுக்காக பின்னால் ஒரு அத்தியாயத்தில் ஆராய்ந்திருக்கிறோம். அந்த ஆறு அச்சங்களையும் நீங்கள் வெற்றி கொள்ள வேண்டும்.

15. தவறான வாழ்க்கைத் துணையை தேர்ந்தெடுத்தல்: வாழ்க்கையில் தோல்விக்கு இது ஒரு பொதுவான காரணம். திருமணம் என்பது அந்தரங்கத்தை ஏற்படுத்தும் உறவுமுறை. அது இணக்கமாக இல்லையென்றால் தோல்வி உண்டாவது நிச்சயம். துயரம் மற்றும் சோகத்தை உண்டாக்கி வாழ்க்கையில் உயர வேண்டும் என்ற ஆர்வத்தை அது அழித்துவிடும்.

16. அளவுக்கு அதிகமாக முன்னெச்சரிக்கை நடவடிக்கை: தேவைக்கு அதிகமான எச்சரிக்கையுடன் இருப்பவர்களுக்கு, மற்றவர்களுக்கு கிடைத்தது போக மீதம் இருப்பதே கிடைக்கும். எச்சரிக்கையின்மையைப் போலவே அதீத எச்சரிக்கையும் தீமையானதாகும். அப்படிப்பட்ட அதீதங்கள் தவிர்க்கப்படவேண்டும். வாழ்கையில் அதிர்ஷ்டத்திற்கான வாய்ப்புகள் அமையும்.

17. தொழிலில் தவறான கூட்டுக்காரர்களைச் சேர்த்துக் கொள்ளுதல்: வியாபாரத்தில் ஏற்படும் தோல்விகளில் மிகப் பொதுவான காரணம் இதுவே. தனிப்பட்ட சேவையை வழங்கும்போது உங்களுக்கு உற்சாகமூட்டும் மற்றும் புத்திக்கூர்மை உடைய முதலாளியை தேர்ந்தெடுப்பது அவசியம் ஏனென்றால் நெருங்கிய கூட்டாளிகளை பார்த்து நாமும் அப்படியே நடந்து கொள்வோம். பின்பற்ற உகந்த பண்புகள் கொண்ட தலைமையை தேர்ந்தெடுங்கள்.

18. மூடநம்பிக்கையும் பாரபட்சமும்: மூடநம்பிக்கை அச்சத்தினால் ஏற்படுவது. அறியாமையையும் குறிக்கிறது. வெற்றியாளர்கள் தங்கள் மனதை திறந்து அச்சமின்றி இருப்பார்கள்.

19. தவறான தொழிலைத் தேர்ந்தெடுத்தல்: தனக்குப் பிடிக்காத எந்த வேலையிலும் ஒருவன் வெற்றி காண முடியாது. ஒருவரால் முழுமனதுடன் ஈடுபடக்கூடிய சேவைத்துறையை தேர்ந்தெடுப்பது அவசியமானது.

20. கவனத்தை மையப்படுத்தாமல் எடுக்கும் முயற்சி: பலதரப்பட்ட வேலைகளைச் செய்வதில் பயனில்லை. ஏதேனும் ஒன்றை முக்கிய லட்சியமாக எடுத்துக் கொண்டு அதில் ஈடுபட வேண்டும்.

21. பகுத்தறியாமல் செலவு செய்தல்: வீண் செலவு செய்பவன் வெற்றி அடைய மாட்டான். அதன் முக்கிய காரணம் வறுமை எந்த நேரத்திலும் அவனை தீண்டலாம். உங்கள் சம்பளத்தில் ஒரு பகுதியைத் தவறாமல் தொடர்ந்து சேமியுங்கள். வங்கியில் பணம் சேமிக்கப்பட்டிருந்தால் உங்கள் தனிநபர் சேவைக்கான கூலியை நிர்ணயிக்கும் போது அது உங்களுக்கு தைரியத்தைக் கொடுக்கும்.

22. உற்சாகமின்மை: உற்சாகம் இல்லாமல் ஒருவரால் மற்றவருக்கு நம்பிக்கை அளிக்க முடியாது. மேலும் உற்சாகம் என்பது ஒருவரிடமிருந்து மற்றவருக்குத் தொற்றிக்கொள்ளும் இயல்புடையது. கட்டுப்பாடுடன் உற்சாகமாக இருப்பவர் எப்போதும் குழுவில் வரவேற்கப்படுவார்.

23. சகிப்புத்தன்மை இல்லாதிருத்தல்: மற்றவர்களது கருத்தை கேட்க மறுக்கும் வகையில் தன் மனதை மூடிக்கொள்பவரால் வாழ்க்கையில் முன்னேற முடியாது. சகிப்புத்தன்மை இல்லையென்றால் ஞானம் பெறும் வாய்ப்பும் இல்லை. மதம், இனம், அரசியல் ஆகிய விஷயங்களில் சகிப்புத்தன்மை இல்லாதிருப்பது ஆபத்தானது.

24. அத்துமீறும் தன்மை: உணவு, குடி மற்றும் பாலியல் உறவு ஆகியவற்றில் கட்டுப்பாடு இல்லாதிருத்தல் அழிவுக்கு

வழிவகுக்கும். இவற்றுள் எதில் அத்துமீறி நடந்துகொண்டாலும் அது நிச்சயமாக வாழ்கையில் தோல்வியை ஏற்படுத்தும்.

25. மற்றவர்களுடன் ஒத்துழைக்க இயலாமை: ஏனைய காரணங்களை விட இந்த ஒரு காரணத்தால் பதவி மற்றும் வாய்புகளை இழந்தவர்களின் எண்ணிக்கை அதிகமாகும். எந்தவொரு தலைவனும் விவரமறிந்த வியாபாரியும் இந்தத் தவறை அனுமதிக்க மாட்டான்.

26. சுய முயற்சியின்றி பெறப்பட்ட அதிகாரம் (செல்வந்தர்களின் குழந்தைகளாகப் பிறந்த காரணத்தால் பெறப்படும் சொத்து மற்றும் அதிகாரம்): படிப்படியாக பெறப்படாத பதவியும் பணமும் வெற்றிக்கு ஆபத்தாக முடியும். திடீர் செல்வம் வறுமையைவிட ஆபத்தானது.

27. வேண்டுமென்றே நேர்மை தவறி நடப்பது: நேர்மைக்கு இணையான பண்பு வேறொன்று இல்லை. சூழ்நிலை காரணமாக, சுயகட்டுப்பாட்டை மீறி சிலர் எப்போதேனும் ஒருமுறை நேர்மை தவறக்கூடும். ஆனால் வேண்டுமென்றே நேர்மை தவறுபவருக்கு வெற்றி கிடைக்காது. சீக்கிரமே அதன் விளைவை அவர் சந்திக்க நேரிடும். அவரது பெயர் கெடுவதுடன் அவர் தனது சுதந்திரத்தையும் இழக்கக்கூடும்.

28. பகட்டும் அகம்பாவமும்: இந்தக் குணங்கள், மற்றவர்களை நெருங்க விடாமல் எச்சரிக்கும் சிகப்பு விளக்குகளாகும். இவை வெற்றியை அழிக்கக்கூடியவை.

29. சிந்திக்காமல் ஊகித்துக் கொண்டிருத்தல்: பெரும்பாலானவர்கள் சரியாக சிந்திக்க தோதான உண்மைகளை சேகரிக்க தவறி அலட்சியமாக இருந்துவிடுகிறார்கள். இப்படி சிந்தித்து முடிவெடுக்காமல், பிறரது கருத்துகளை கேட்டு ஊகத்தின் அடிப்படையில் முடிவெடுப்பது தோல்வியைத் தரும்.

30. மூலதன பற்றாக்குறை: தொழில் செய்பவர் பலர் இந்தக் காரணத்தால்தான் பொதுவாக தோல்வி அடைகிறார்கள். தனக்கென்று தொழிலில் ஒரு நற்பெயர் ஈட்டும் முன்பு அதை துவங்கும் போதே தங்கள் தவறுகளால் வரும் நஷ்டத்தை ஈடுகட்டப் போதுமான கையிருப்பு நிதி ஒதுக்காமல் இருப்பதால் தோல்வி ஏற்படுகிறது.

31. மேற்கூறப்பட்ட 30 காரணங்களில் அடங்காத வேறொரு காரணத்தால் நீங்கள் தோல்வியடைந்திருந்தால், அதை இங்கே எழுதிக்கொள்ளுங்கள்.

வாழ்க்கையில் முயற்சி செய்து தோல்வியை சந்திப்பவர்களின் பொதுவான காரணங்கள் இங்கு விளக்கப்பட்டுள்ளது. நீங்களும் முயற்சி

செய்து தோல்வியடைந்தவர் என்றால் உங்கள் நலம்விரும்பியை கொண்டு உங்கள் தோல்விக்கான காரணம் என்னவென்று ஆராயுங்கள். நீங்கள் தனியாகவே இதை ஆராய்வதுதான் சரி. ஆனால் பிறரைப்போல் தன்னை பார்பது என்பது பெரும்பாலானோரால் செய்ய முடியாதது.

ஒருவரது தவறை சுட்டிகாட்டும் பழமையான கண்டிப்பு முறை, "உன்னை நீ அறிந்து கொள்". ஒரு பொருளை நீங்கள் விற்பதானால் அந்தப் பொருளைப் பற்றி நீங்கள் நன்கு அறிந்திருக்க வேண்டும். தங்களது தனிப்பட்ட சேவையை வழங்குபவருக்கும் இது பொருந்தும். உங்கள் பலவீனங்களை நீங்கள் அறிந்திருக்க வேண்டும். அப்போது தான் உங்களால் அவற்றை நீக்கவும், விட்டு விலகவும் முடியும். அதேபோல் உங்கள் வலிமைகளையும் அறிந்திருப்பது அவசியம். கச்சிதமான சுய ஆய்வின் மூலமே உங்களால் உங்களைப் பற்றி நன்கு அறிந்து கொள்ள முடியும்.

பிரபல நிறுவனம் ஒன்றில் வேலைக்கு விண்ணப்பித்திருந்த ஒருவன் தன்னைப் பற்றிய அறியாமையால் எப்படி நடந்து கொண்டான் என்பதற்கான உதாரணம் இது. அவனிடம் கேட்கப்பட்ட பல கேள்விகளுக்கு சரியாக விடை அளித்தான். இறுதியில் அவன் எதிர்பார்த்த சம்பளம் பற்றி கேட்டபோது, குறிப்பிட்ட தொகை எதுவும் என் மனதில் இல்லையென்று பதில் அளித்தான். உடனே அந்த மேலாளர், 'நல்லது, ஒரு வாரம் வேலை செய்யுங்கள், பிறகு உங்கள் சம்பளத்தை முடிவு செய்யலாம்' என்றார்.

'எனக்கு இதில் ஒப்புதல் இல்லை' என்றான் இவன். 'எனது தற்போதைய வேலையில் இதைவிட அதிகம் கிடைக்கிறது' என்றான்.

உங்கள் முதலாளியிடம் சம்பள உயர்வு கேட்கும்போதும் புதிய வேலையில் சேரும் போதும் சம்பளம் பற்றிய கலந்துரையாடலின் போது நீங்கள் கவனத்தில் கொள்ளவேண்டியது: தரப்படும் சம்பளத்தைவிட உங்கள் மதிப்பு அதிகமாக இருப்பதை உறுதி செய்வது.

அதிக சம்பளம் வேண்டும் என்று விரும்புவது எல்லோரும் செய்வது தான். ஆனால் அதற்கான தகுதியுடையவராக இருப்பது அவசியம். நியாயமான தேவைகள் அதிகம் இருப்பதால், அதிக சம்பளம் கொடுக்கப்பட வேண்டுமென்று பலர் எண்ணுகிறார்கள். உங்கள் உழைப்பின் மதிப்பிற்கும் உங்கள் தேவைக்கும் எந்த சம்பந்தமும் இல்லை. நீங்கள் பணிபுரியும் நிறுவனத்திற்கு எவ்வளவு பயனுள்ள சேவையை நீங்கள் வழங்குகறீர்களோ அல்லது மற்றவர்களை அத்தகைய சேவை செய்ய தூண்டுகிறீர்களோ அதைப் பொறுத்தே உங்களது மதிப்பு நிர்ணயிக்கப்படும்.

உங்களை நீங்களே மதிப்பிட்டு உணர 28 கேள்விகள்

பொருட்களை விற்கும் வியாபாரி, ஆண்டுக்கு ஒருமுறை தன் பொருட்களைக் கணக்கெடுக்கிறார். அதுபோல, தனிப்பட்ட தனது சேவையை வழங்கும் ஒருவர் ஆண்டுக்கு ஒருமுறையேனும் சுய ஆய்வு செய்து கொள்ள வேண்டும். அதன் விளைவாக தொடரும் வருடங்களில் அவரது குறைபாடுகள் குறைந்தபடியிருக்கும். நற்பண்புகளின் எண்ணிக்கை அதிகரிக்கும். வாழ்க்கையில் சிலர் முன்னேறுகிறார்கள் சிலர் பின்னடைவுகளை சந்திக்கிறார்கள், சிலர் இருந்த இடத்திலேயே நின்றுவிடுகிறார்கள். முன்னேறுவதே நோக்கமாக இருக்க வேண்டும். ஆண்டுக்கு ஒருமுறை சுய ஆய்வு செய்தால் நமது முன்னேற்றம் நமக்குத் தெரியவரும். அதேநேரம் நாம் பின்தங்கிவிட்டோமா என்றும் தெரியவரும். முன்னேற்றம் குறைவாக இருப்பினும் மேலேறிக் கொண்டேயிருப்பதுதான் தனிப்பட்ட சேவையை வழங்குபவர்கள் கவனிக்க வேண்டிய விஷயம்.

ஆண்டு இறுதியில் சுய ஆய்வு செய்வது உங்கள் குறைகளை நீக்குவதற்கு புதுவருடத் தீர்மானம் எடுக்க உதவியாக இருக்கும். சுய அலசலுக்கான கீழ்க்கண்ட கேள்விகளைப் படித்து உங்கள் பதிலை நடுநிலையில் இருந்து பரிசோதிக்கக்கூடிய ஒருவருடன் பகிர்ந்து கொள்ளுங்கள்.

தனிநபருக்கான சுய பகுப்பாய்வுக்கான கேள்விகளின் பட்டியல்

1. இந்த ஆண்டின் இலக்கு என்று நான் நிர்ணயித்ததை அடைந்தேனா? (உங்கள் வாழ்நாளில் அடைய விரும்பும் லட்சியத்தை ஆண்டுதோறும் குறிப்பிட்ட அளவு அடைவதாக தீர்மானிக்கவேண்டும்.)
2. இந்த ஆண்டு நான் வழங்கிய சேவை என்னால் முடிந்த அளவு சிறந்த தரம் கொண்டதாக இருந்ததா அல்லது தரக்குறைவு இருந்த பகுதி அதில் ஏதேனும் உண்டா?
3. நான் வழங்கிய சேவையின் எண்ணிக்கை என்னால் முடிந்த உச்சகட்ட அளவா?
4. என் நடத்தை இணக்கமாகவும் ஒத்துழைப்பை அளித்ததாகவும் இருந்ததா?
5. காலதாமதம் என் திறமையின் வெளிப்பாட்டை குறைப்பதை எப்போதேனும் அனுமதித்தேனா? அப்படிச் செய்திருந்தால் எந்த அளவிற்கு?

6. என் ஆளுமையை நான் மேம்படுத்திக்கொண்டேனா? ஆம் என்றால் எந்தெந்த வழிகளில்?
7. எடுத்துக்கொண்ட திட்டங்களை முடிக்கும் வரை நான் விடாமுயற்சியுடன் செயல்பட்டேனா?
8. அனைத்து நேரங்களிலும் தீர்மானங்கள் எடுப்பதில் உடனடியாகவும் உறுதியுடனும் செயல்பட்டேனா?
9. ஆறு அடிப்படை அச்சங்களில் ஒன்றோ அல்லது ஒன்றிற்கு மேற்பட்ட அச்சமோ என் திறமையைப் பாதிக்கும் வகையில் நடந்து கொண்டேனா?
10. அதிகமான எச்சரிக்கையுடன் அல்லது போதுமான எச்சரிக்கை இல்லாமல் செயல்பட்டேனா?
11. தொழில் கூட்டாளியுடன் என் உறவு இனிமையாக இருந்ததா? கசப்பாக இருந்திருந்தால் முழுமையான தவறும் என்னுடையதா அல்லது அதில் ஒரு பகுதி மட்டுமே என்னுடையதா?
12. வேலையில் கவனம் செலுத்தி மனதை ஒருமுகப்படுத்தாமல் என் ஆற்றலைச் சிதறவிட்டேனா?
13. எல்லா விஷயங்களிலும் திறந்த மனதுடனும் சகிப்புத்தன்மையுடனும் நடந்து கொண்டேனா?
14. கடந்த ஆண்டில் எனது சேவையை வழங்குவதில் எந்த வகையில் முன்னேற்றம் இருந்திருக்கிறது?
15. எனது எந்தப் பழக்கத்திலாவது அத்துமீறியிருக்கிறேனா?
16. தனிமையில் அல்லது மற்றவர்கள் மத்தியில் இருக்கும்போது அகம்பாவத்துடன் நடந்து கொண்டேனா?
17. என் கூட்டாளிகள் எனக்கு மரியாதை வழங்கும் வகையில் நடந்து கொண்டேனா?
18. என் முடிவுகள் சிந்தித்து எடுக்கப்பட்டவையா, அல்லது யூகத்தின் அடிப்படையில் எடுக்கப்பட்டவையா?
19. எனது நேரம், செலவுகள், வருமானம் ஆகியவற்றை முறையாக திட்டமிட்டேனா? அதில் பழமைவாதம் தென்பட்டதா?
20. லாபமற்ற முயற்சிகளில் ஈடுபட்டு எவ்வளவு நேரத்தை நான் செலவு செய்தேன்? அதை வேறு நல்ல முயற்சிகளில் ஈடுபட்டு செலவழித்திருக்க முடியுமா?
21. எனது நேரத்தையும் பழக்கங்களையும் எம்மாதிரியாக மாற்றி அமைத்துக் கொண்டால் அடுத்த ஆண்டு என்னால் இன்னும் திறமையாக பணியாற்ற முடியும்?

22. எப்போதேனும் என் மனசாட்சிக்கு விரோதமாக நடந்து கொண்டேனா?
23. நான் வாங்கிய சம்பளத்தைவிட அதிக அளவு அல்லது உயர்வான சேவையைச் செய்திருக்கிறேனா?
24. யாரிடமேனும் பாரபட்சமாக நடந்து கொண்டேனா? அப்படியிருந்தால் எந்த வகையில்?
25. என் சேவையை நானே வாங்கும்படி இருந்திருந்தால், அது திருப்திகாரமான சேவையாக இருந்திருக்குமா?
26. எனக்கு சரியான மற்றும் பொருத்தமான வேலையைதான் செய்துகொண்டிருக்கிறேனா? இல்லையென்றால் அதற்கான காரணம் என்ன?
27. என்னிடம் சேவையை வாங்கியவர்கள் திருப்தியாக இருக்கிறார்களா? இல்லையென்றால் அதன் காரணம் என்ன?
28. வெற்றிக்கான அடிப்படை கோட்பாடுகளில் எனக்கான தற்போதைய தரவரிசை எவ்வளவு? (இந்த மதிப்பீட்டை நேர்மையாக செய்துமுடித்து உங்கள் குறைகளை அறிந்த துணிச்சலான ஒருவரின் உதவியுடன் பரிசோதித்துக் கொள்ளுங்கள்.)

இந்த அத்தியாயத்தில் கொடுக்கப்பட்டுள்ள விஷயங்களை படித்து உள்வாங்கிக் கொண்டதால், உங்களது தனிப்பட்ட சேவையை வழங்க மற்றும் சந்தைப்படுத்த நடைமுறை திட்டம் ஒன்றை உருவாக்கத் தயாராகி விட்டீர்கள். தனிப்பட்ட சேவையை வழங்க தேவையான கோட்பாடுகள் ஒவ்வொன்றையும் விளக்கியிருக்கிறோம். முக்கியமான தலைமைப்பண்புகள், தோல்விக்கான பொதுவான காரணங்கள், நல்ல தலைமைக்கு இருக்கும் நல்வாய்ப்புகள், வாழ்க்கையின் எந்தத் துறையிலும் தோல்விக்கான காரணங்கள், மற்றும் சுய ஆய்விற்கான கேள்விப் பட்டியல். தனிநபர் சேவையை வழங்கி செல்வங்களை குவிக்க விரும்புவோருக்கு இந்த விரிவான மற்றும் விளக்கமான தகவல்கள் கொடுக்கப்பட்டுள்ளன. தனது செல்வத்தை இழந்தவர்களும், முதன்முதலாகத் தொழிலில் இறங்குபவர்களும், தனிநபர் சேவை வழங்கும் தொழிலில் இறங்குவதைத் தவிர வேறு எதிலும் இறங்க வாய்ப்பில்லை. ஆகவே நன்கு பயன்பெறும் வகையில் அதனை சந்தைப்படுத்த முழுமையான நடைமுறைக்கேற்ற தகவல்களை கைவசம் வைத்திருப்பது அவசியம்.

இந்த அத்தியாயத்தில் குறிப்பிடப்பட்டுள்ள தகவல்கள் எந்தத் துறையில் தலைமைப் பதவியை அடைய விரும்புபவருக்கும் உதவியாக இருக்கும். குறிப்பாக வியாபாரத்திலோ தொழிலிலோ

உயர்பதவியில் இருப்பவர்களுக்குத் தங்கள் சேவையை வழங்க விரும்புவோருக்கு மிகவும் பயன்படும்.

இத்தகவல்களை உள்வாங்கிக்கொண்டு, புரிந்துகொண்டு, செயல்பட்டால் அது அவர்களின் சந்தைப்படுத்துதலில் பயன்படுவதோடு, மனிதர்களைச் சரியாக எடை போடவும் உதவி செய்யும். மனிதவள இயக்குனர்கள், வேலை வாய்ப்பு தேடித்தரும் மேலாளர்கள், வேலைக்கு ஆட்களை எடுக்கும் பொறுப்பிலுள்ள மற்ற அதிகாரிகள், பிற நிர்வாகிகள் ஆகிய அனைவருக்கும் இது விலைமதிப்பில்லாத தகவலாகும். இதில் உங்களுக்கு சந்தேகமிருந்தால், சுய அலசலுக்கான 28 கேள்விகளுக்கும் பதில் அளித்துப் பாருங்கள். சந்தேகம் இல்லாவிட்டாலும், பதில் அளித்துப் பார்ப்பது சுவாரசியமானதாகவும் பயனளிப்பதாகவும் இருக்கும்.

செல்வம் சேர்ப்பதற்கான வாய்ப்புகளை ஒருவரால் எங்கே எப்படி கண்டுபிடிக்கமுடியும்?

செல்வத்தைத் எப்படி திரட்டுவது என்ற கோட்பாடுகளை நாம் நன்கு ஆராய்ந்து விட்டோம். இயல்பாக “இந்தக் கோட்பாடுகளைப் பயன்படுத்துவதற்கான சாதகமான வாய்ப்புகள் எங்கே இருக்கின்றன, அதை எப்படிக் கண்டுபிடிப்பது?” என்ற கேள்வி எழுகிறது. தங்கள் செல்வத்தை சிறிய அல்லது பெரும் அளவில் பெருக்க விரும்பும் அமெரிக்கர்களுக்கு அந்த நாடு எத்தகைய வாய்புகளை அளிக்கிறது என்று பார்க்கலாம்.

உலகெங்கும் இருப்பதை விட சட்டத்தை மதித்து நடக்கும் மக்களுக்கான கருத்து சுதந்திரம் மற்றும் செயல் சுதந்திரம் இங்கு அதிகம் என்பதை நினைவில் கொள்வோம். இந்த சுதந்திரத்தினால் உள்ள நன்மைகளை நம்முள் பெரும்பாலானோர் கண்டுகொண்டதில்லை. இதுபோன்ற தடைகளற்ற சுதந்திரத்தைப் பிற நாடுகளில் உள்ள கட்டுப்படுத்தப்பட்ட சுதந்திரத்தோடு நாம் ஒப்பிட்டுப் பார்த்ததில்லை.

இங்கு கருத்து சுதந்திரத்துடன், கல்வி, மதம், அரசியல் கட்சி செய்ய விரும்பும் வியாபாரம் அல்லது தொழில் ஆகியவற்றை தேர்ந்தெடுத்து செயல்படுத்துவதற்கான சுதந்திரம் மற்றும் விரும்பிய இடத்தில் சொத்து வாங்கி வசித்து அனுபவிக்க சுதந்திரம், திருமணத்தில் சுதந்திரம், எல்லா இனங்களுக்கும் சமவாய்ப்பு வழங்கும் சுதந்திரம், விருப்பப்பட்ட மாநிலத்திற்கு பயணம் செய்யும் சுதந்திரம், விரும்பிய உணவை உண்பதற்கு சுதந்திரம், ஜனாதிபதி பதவி உள்பட நாட்டின் எந்தப் பதவியையும் வகிக்க விரும்பும் சுதந்திரம் என பல சுதந்திரங்கள் நமக்கு உண்டு.

இதற்கு மேலும் பல சுதந்திரங்கள் இருப்பினும் அமெரிக்காவில் உள்ள வாய்ப்புகளை மேலோட்டமாக கணக்கிட இது போதுமானது. இந்த நாட்டில் பிறந்தவர்களுக்கும் குடியுரிமை பெற்றவர்களுக்கும் சரிசமமான அளவில் சுதந்திரம் வழங்கப்படுவது தெளிவான ஒன்று.

இந்த விரிவான சுதந்திரம் நமக்கு கொடுத்துள்ள சில நன்மைகளை கருதலாம். ஒரு சராசரி அமெரிக்க குடும்ப வருமானத்தை எடுத்துக் கொண்டு, அவர்கள் அனுபவிக்கும் வசதிகளை கணக்கிட்டால் அவை ஏராளம்!

(அ) உணவு. கருத்து சுதந்திரத்திற்கு அடுத்தபடியாக, வாழ்கையின் மூன்று அடிப்படை தேவைகள் உணவு உடை மற்றும் உறைவிடமாகும். எல்லா விதமான சுதந்திரங்களையும் அனுபவிப்பதன் காரணமாக சராசரி அமெரிக்கக் குடும்பத்திற்கு அவர்களுக்கு விருப்பப்பட்ட உணவு உகந்த விலையில் கிடைக்கிறது. நியூயார்க் நகர டைம் ஸ்கொயர் பகுதியில் வசிக்கும் இருவர் அடங்கிய குடும்பத்தின் காலை உணவிற்க்காகும் செலவைக் கணக்கிட்டுப் பார்த்தால் கீழ்க்கண்ட ஆச்சரியமான உண்மை வெளியாகிறது:

உணவுப்பொருள் விலை	*(விலை)*
திராட்சை ரசம் (ஃப்ளோரிடா)	2
ரிப்பிள் பிரேக்ஃபாஸ்ட் கோதுமை (கன்சாஸ்)	2
தேனீர் (சீனா)	2
வாழைப்பழம் (தென் அமெரிக்கா)	2.50
பிரெட் டோஸ்ட் (கன்சாஸ்)	1
நாட்டுக்கோழி முட்டை (ஊட்டா)	7
சர்க்கரை (கியூபா / ஊட்டா)	0.50
பட்டர் & கிரீம் (நியூ இங்கிலாந்து)	3
மொத்தம்	20

இருவர் மட்டுமே உள்ள குடும்பம் மலிவான விலையில் வெவ்வேறு இடத்தில் உற்பத்தியாகி வரும் பொருட்கள் அடங்கிய காலை உணவை முடித்துவிட முடியும்! சீனா, தென் அமெரிக்கா, ஊட்டா, கன்சாஸ், நியூ இங்கிலாந்து போன்ற பல இடங்களிலிருந்து ஜனத் தொகை மிகுந்த நகரத்தில் வாழும் ஒரு சாதாரண தொழிலாளியின் வீட்டில் இவ்வளவு குறைந்த விலைக்கு வந்து இறங்குகிறது.

இந்தத் தொகையில் மத்திய மாநில அரசுகளின் வரிகளும் அடங்கும். (வரிச்சுமையால் மக்கள் சாகும் நிலைக்குத் தள்ளப்பட்டுள்ளார்கள்

என்று எதிர் கட்சிகளின் ஆட்சி மீது குற்றம் கூறும் அரசியல்வாதிகள் இதைப்பார்க்கவில்லை.)

(ஆ) உறைவிடம். இந்தக் குடும்பம் வசிக்கும் அடுக்குமாடி கட்டிட வீட்டின் வாடகை மாதத்திற்கு அறுபத்தைந்து டாலர். வீட்டை ஆவி கொண்டு சூடாக்க வெப்பம், மின்சாரம், சமையல் எரிவாயு என்று எல்லாமே இதற்குள் அடக்கம். சிறிய நகரங்களில் அல்லது நியூயார்க் நகரிலேயே நெரிசலற்ற பகுதிகளில் வீடு, 20 டாலருக்குக் கிடைக்கும்.

காலை உணவிற்கு அவர்கள் உட்கொண்ட ரொட்டி மின்சார டோஸ்டரில் வாட்டப்பட்டது. அதன் விலை இரண்டு டாலர் இருக்கலாம். வீட்டை சுத்தம் செய்ய உதவும் வேக்குவம் கிளீனர் மின்சாரத்தினால் இயக்கப்படுகிறது. எந்நேரமும் வெந்நீரும் குளிர்நீரும் சமையலறையிலும் குளியலறையிலும் கிடைக்கிறது, உணவு வைக்கப்படும் குளிர்சாதனப் பெட்டி மின்சாரத்தால் இயங்குகிறது. மனைவி தலைமுடியை சுருளாக்கிக் கொள்வதற்கும் துணி துவைப்பதற்கும் இஸ்திரி போடுவதற்கும் மின்சாரக் கருவிகள் உள்ளன. கணவன் எலக்ட்ரிக் ஷேவரில் சவரம் செய்து கொள்கிறார். பொழுதுபோக்கு நிகழ்ச்சிகள் வானொலியில் இருபத்திநான்கு மணி நேரமும் கேட்கலாம். இன்னும் பல வசதிகள் அந்த வீடுகளில் இருந்தாலும் இங்கு எடுத்துசொல்லப்பட்டவையே அவர்கள் அனுபவிக்கும் சுதந்திரத்தை காட்டுவதற்குப் போதுமானதாகும்.

(இ) உடை: ஆண்டுக்கு 200 டாலருக்கும் குறைவான செலவில் சராசரி அமெரிக்கப் பெண்மணியால் அழகான மற்றும் வசதியான உடைகளை உடுத்திக்கொள்ள முடியும். ஆண்களாலும் அதே செலவில் அல்லது அதைவிட குறைவான செலவில் உடைகள் உடுத்த முடியும்.

இங்கு நாம் மூன்று அடிப்படை வசதிகளைப் பற்றி மட்டுமே குறிப்பிட்டோம். அமெரிக்காவில் இதை விட வேறு பல நன்மைகளை மக்கள் பெறுகிறார்கள். நாள் ஒன்றிற்கு சராசரி வேலை நேரம் 8 மணி தான். அந்த உழைப்புக்கே இன்னும் ஏராளமான வசதிகளை அவர்கள் அனுபவிக்கலாம். குறைந்த செலவில் போக்குவரத்து வசதிகள் உள்ளதைக் குறிப்பிட வேண்டும்.

உலகில் வேறு எந்த நாட்டிலும் இல்லாத சொத்துக்களை வாங்கி அனுபவிக்கும் உரிமை சராசரி அமெரிக்கனுக்கு உண்டு. தன்னிடமுள்ள உபரி நிதியின் பாதுகாப்பிற்கு அரசாங்கம் உத்திரவாதம் அளிக்கும் வங்கிகளில் போடலாம். மாநிலங்களுக்கு இடையே பயணம் செய்ய பாஸ்போர்ட் மற்றும் அனுமதி தேவையில்லை. விரும்பியவாறு தன் வசதியைப் பொறுத்து ரயில், கார், பஸ், விமானம், என்று எதில் வேண்டுமானாலும் பயணம் செய்யலாம். ஜெர்மனி, ரஷ்யா, இத்தாலி மற்றும் பல ஐரோப்பிய நாடுகளில் இவ்வளவு சுதந்திரமாக இவ்வளவு குறைந்த கட்டணத்தில் பயணம் செய்ய முடியாது.

இந்த ஆசீர்வாதங்களை வழங்கிய "அதிசயம்"

தேர்தல் நேரத்தில் ஓட்டு கேட்டு வரும் அரசியல்வாதிகள் அமெரிக்காவின் சுதந்திரத்தைப் பற்றி பெருமையாகப் பேசுவதைக் கேட்கிறோம் ஆனால் அதன் ஆதாரம் என்ன, அது எப்படி எங்கிருந்து வந்தது என்று அவர்கள் ஆராய முயல்வதில்லை. எந்த தனிப்பட்ட விருப்போ வெறுப்போ இல்லாமல் நான் அதை இப்போது ஆராயப்போகிறேன்.

கண்ணுக்குத் புலப்படாத சக்தியின் ஆதாரம் மற்றும் இயல்பை ஆராயும் உரிமை எனக்குள்ளது ஏனென்றால் இந்த சக்தியை ஒழுங்கமைத்து பராமரித்து வரும் மனிதர்களை இருபத்தைந்து ஆண்டுகளாக நான் பார்த்து வருகிறேன்.

மனிதர்கள் மீது இந்தக் கருணையை பொழிவது மூலதனம்!

மூலதனம் என்பது வெறும் பணம் மட்டும் அல்ல. தங்கள் நன்மைக்காகவும் மக்களின் நன்மைக்காகவும் மிகவும் ஒழுங்காக அமைக்கப்பட்ட புத்திசாலித்தனம் மிக்க மனித குழுக்களையும் குறிக்கும்.

இந்தக் குழுவில் அறிவியல் அறிஞர்கள், கல்வியாளர்கள், வேதியியலாளர்கள், புதிய கண்டுபிடிப்பாளர்கள், வணிக ஆய்வாளர்கள், விளம்பரம் செய்வோர், போக்குவரத்து நிபுணர்கள், கணக்கீட்டாளர்கள், வழக்கறிஞர்கள், மருத்துவர்கள், மற்றும் தொழில் மற்றும் வியாபாரத்தின் எந்த ஒரு துறையிலும் சிறப்பான அறிவு பெற்ற ஆண்களும் பெண்களும் இருக்கிறார்கள். இவர்கள் புதிய துறைகளில் நுழைந்து சோதனைகள் செய்து முன்னோடிகளாகத் திகழ்கிறார்கள். கல்லூரிகள், மருத்துவமனைகள், பள்ளிகள், சாலைகள் போன்றவற்றிற்கு ஆதரவளித்து அரசாங்கச் செலவுகளையும் எற்றுக்கொள்கிறார்கள். மனித மேம்பாட்டிற்கு காரணமான எண்ணற்ற அம்சங்களை கவனித்து நமது நாகரிகத்தின் மூளையாக திகழ்கிறார்கள் இந்த முதலாளித்துவ வாதிகள்.

மூளை இல்லாதவன் கையில் பணம் ஆபத்தை விளைவிக்கும். பணத்தைச் சரியாகப் பயன்படுத்தினால் அது நாகரிகத்தின் முக்கிய கருவியாக அமையும். நியூயார்க் குடும்பத்திற்கான விலை குறைந்த காலை உணவு, வந்து சேர தேவைப்படும் இயந்திரங்கள் கப்பல்கள் ரயில்கள் மற்றும் இவற்றை இயக்குவதற்கு பயிற்சி பெற்ற ஆட்கள் ஆகிய அனைத்தையும் சாத்தியப்படுத்துவது மூலதனமே.

யாரும் மூலதனம் போடாமலிருந்தால் காலை உணவுக்கான இந்தப் பொருட்கள் எப்படி இவரிடம் வந்து சேரும் என்று ஒரு கணம் எண்ணிப் பாருங்கள்.

தேநீருக்காக நீங்கள் அமெரிக்காவிலிருந்து வெகு தொலைவில் உள்ள சீனா அல்லது இந்தியாவிற்குச் செல்ல வேண்டும். மிகத் திறமையான நீச்சல்காரராக இல்லையென்றால் இந்த சுற்றுப்பயணத்தை மேற்கொள்ளும் முன்னரே களைத்துப் போய் விடுவீர்கள். இருந்தாலும் வேறொரு பிரச்சினையை நீங்கள் எதிர்கொள்ள வேண்டியிருக்கும். நீந்தி வருவதற்கான உடல் வலிமை இருந்தாலும் பணத்திற்கு என்ன செய்வது?

சர்க்கரைக்காக கியூபாவை நோக்கி வேறொரு சுற்று நீச்சல் அடிக்க வேண்டி வரும் அல்லது ஊட்டாவிற்குக் கால்நடையாகப் போய்வர வேண்டும். இருந்தாலும் நீங்கள் வெறுங்கையோடு திரும்ப வேண்டி இருக்கும். ஏனென்றால், சர்க்கரையைத் தயாரித்து தூய்மைப்படுத்தி உரிய போக்குவரத்தில் கொண்டு வந்து அமெரிக்காவின் எல்லா வீடுகளுக்கும் வழங்க மிகப்பெரிய ஒழுங்கமைக்கப்பட்ட அமைப்பு தேவைப்படுகிறது.

முட்டைகள் நியூயார்க் நகரத்திற்கு அருகில் உள்ள பண்ணைகளில் கிடைத்துவிடும். ஆனால் இரண்டு க்ளாஸ் திராட்சை ரசத்திற்கு நீங்கள் ஃபிளோரிடாவிற்கு நடந்துபோய் வர வேண்டியிருக்கும். கோதுமை ரொட்டித் துண்டுகளைப் பெறுவதற்கு நீங்கள் கான்சாஸ் அல்லது கோதுமை விளையும் வேறொரு மாநிலத்திற்கு நடந்து போக வேண்டியிருக்கும்.

காலை உணவுக்கான பிஸ்கட்டுகள் தயாரிப்பதற்கு இயந்திரங்களும் பயிற்சி பெற்ற நிறுவனமும், ஊழியர்களும் தேவை. இவை அனைத்திற்கும் மூலதனம் வேண்டும்.

சிறிது நேர ஓய்விற்குப்பின் தென் அமெரிக்காவை நோக்கி நீச்சல் அடித்தால் உங்களுக்கு வாழைப்பழம் கிடைக்கும். திரும்பி வரும்போது சற்று நடந்தால் வெண்ணையும் கிரீமும் மற்ற பால் பொருட்களும் வாங்கிவிடலாம். அதன் பிறகுதான் அந்த நியூயார்க் குடும்பத்திடமிருந்து உங்கள் உழைப்பிற்க்கான பணம் கிடைக்கும்.

அபத்தமாக இருக்கிறது என்கிறீர்களா? ஆம் மூலதனம் மட்டும் இல்லையென்றால் இதுவரை சொன்ன வழிகளில்தான் காலை உணவை நியூயார்க்கில் நீங்கள் பெற முடியும்.

அந்த எளிமையான காலை உணவை வழங்குவதற்குத் தேவையான ரயில் ரோடுகளும் நீராவிக் கப்பல்களும் தயாரித்துப் பராமரிப்பதற்குத் தேவையான பணம் எவ்வளவு என்று பார்த்தால் ஒருவரது கற்பனா சக்திக்குள் அடங்காது. கோடிக்கணக்கில் இருக்கும். இந்தக் கப்பல்களையும் ரயில்களையும் இயக்கத் தேவையான ஊழியர்களின் பயிற்சிக்கான செலவும் பெரிய தொகையே. ஆனால் போக்குவரத்து நவீன அமெரிக்க நாகரிகத்தின் ஒரு பகுதிதான். விவசாயம் செய்து விளைச்சல் கிடைத்தால்தானே போக்குவரத்திற்கான வாய்ப்பு ஏற்படும்.

அதற்கான செலவு கோடிக்கணக்கில் ஆகும். கருவிகள், இயந்திரங்கள், பொருட்களை சேகரிக்கும் பெட்டிகள், அவற்றை சந்தைப்படுத்துவதற்கான செலவு மற்றும் ஊழியர்களின் ஊதியம் என்று பல உண்டு.

ரயில்களும் கப்பல்களும் தானாக மண்ணிலிருந்து தோன்றியவை அல்ல. வளர்ந்து வரும் நாகரிகத்தின் தேவைக்கேற்ப கற்பனா சக்தி, நம்பிக்கை, உற்சாகம், முடிவெடுக்கும் திறன், விடாமுயற்சியுடன் கூடிய நிர்வாகத் திறன் மிக்க மனிதர்களால் உருவாக்கப்பட்டுள்ளன. வாழ்க்கையில் சாதனைகள் புரிந்து லாபம் சம்பாதித்து செல்வங்களை குவிக்க வேண்டும் என்ற ஆர்வத்தினால் செயல்படுகிறார்கள். இவர்களுக்கு முதலாளித்துவ வர்க்கம் என்று பெயர். இவர்களது சேவை இல்லாமல் மனித நாகரிகத்தால் நிலைக்க முடியாது என்பதால் செல்வங்கள் இவர்கள் பாதையில் குவிந்து கிடக்கிறது.

தங்களது உழைப்பால் முன்னேறியவர்கள் என்று பல பேச்சாளர்கள் குறிப்பிடுவது இவர்களைத்தான். அதேசமயம் இடதுசாரிகளும் கொள்ளையடிக்கும் நேர்மையற்ற அரசியல்வாதிகளும் லஞ்சம் வாங்கும் தொழிற்சங்கத் தலைவர்களும் “மக்களைச் சுரண்டுபவர்கள்” என்றும் “வால் ஸ்ட்ரீட்-பங்குச் சந்தைக்காரர்கள்” என்றும் குறிப்பிடுவது இவர்களைத்தான்.

எந்த பொருளாதார அமைப்பின் ஆதரவாளராகவோ எதிர்ப்பாளராகவோ நான் இதை தெரிவிக்கவில்லை. “லஞ்சம் வாங்கும் தொழிற்சங்கத் தலைவர்கள்” என்று நான் குறிப்பிடும் போது ஒட்டுமொத்தமாக அவர்கள் தொழிலாளர்களின் சம்பளத்திற்கு பேரம் பேசுவதை குறை கூறவில்லை. அதேபோல முதலாளித்துவ வர்க்கத்தையும் அவர்கள் தூய்மையானவர்கள் என்று சான்றிதழ் வழங்கவில்லை.

இந்த புத்தகத்தின் நோக்கம் - 25 ஆண்டுகாலமாக நான் என் உழைப்பை கொடுத்த இந்தப் புத்தகத்தின் நோக்கம், யார் வேண்டுமானாலும் எந்த அளவிற்கு வேண்டுமானாலும் செல்வங்கள் பெற நம்பகமான தத்துவத்தை வழங்குவதே.

முதலாளித்துவ பொருளாதாரத்தின் நன்மையை நான் இங்கு விரிவாக அலச இரண்டு காரணங்கள் உண்டு:

1. செல்வம், சிறியதாகவோ பெரியதாகவோ எப்படியிருந்தாலும் அதைத் தன் கட்டுப்பாட்டில் வைத்திருக்கும் ஒழுங்குமுறையைத் அறிந்து அதற்கேற்ப தங்களை மாற்றிக்கொள்ள வேண்டும் என்பது.
2. ஒழுங்கமைக்கப்பட்ட மூலதனம் நச்சுத்தன்மை வாய்ந்தது என்பதாக உருவகப்படுத்தும் அரசியல்வாதிகளும் எதிர்ப்பாளர்களும் கூறும் கருத்துகளுக்கு எதிர்க் கருத்தை உங்கள் முன் வைப்பது.

இந்த நாடு, முதலாளிகளின் நாடு. மூலதனத்தால் வளர்ந்த நாடு. இந்த நாடு வழங்கும் சுதந்திரத்தையும், எல்லையற்ற வாய்ப்புகளையும் அனுபவித்து செல்வந்தர்களாக விரும்பும் நாம், ஒழுங்கமைக்கப்பட்ட மூலதனம் இதுபோன்ற நன்மைகளை நமக்கு வழங்கவில்லையென்றால் வாய்ப்புகளோ செல்வமோ ஏற்பட்டிருக்க முடியாது என்பதைப் புரிந்து கொள்ள வேண்டும்.

கடந்த 20 ஆண்டுகளாக, இடதுசாரிகளும், சுயநலம் வாய்ந்த அரசியல்வாதிகளும், நேர்மையற்ற தொழிற்சங்கத் தலைவர்களும், சில சமயங்களில் மதத் தலைவர்களும் கூட, “வால் ஸ்ட்ரீட்-பங்குச்சந்தை முதலீட்டாளர்கள்”, “பண பரிமாற்றம் செய்வோர்”, “பெரிய வியாபாரிகள்” என்று பலவிதமாக இவர்களை கிண்டல் பேச்சு பேசி பொழுதை போக்குகிறார்கள்.

பொருளாதார மந்தநிலை ஏற்பட்டபோது இது பொதுவான பழக்கம் ஆகி அரசாங்கத்தின் உயரதிகாரிகள் அரசியல்வாதிகள் மற்றும் தொழிற்சங்கத் தலைவர்களுடன் சேர்ந்துகொண்டு, எந்த மூலதன ஒழுங்குமுறை அமெரிக்காவை உலகின் மிகப்பெரிய பணக்கார நாடாக உயர்த்தியதோ, அந்த ஒழுங்குமுறையைச் சிதைக்கும் முறையில் இயங்கியதைக் கண்டோம். இது பொருளாதார மந்தநிலையை நீடித்தது. நாட்டின் முதுகெலும்பாக இருந்த இந்த தொழிற்சாலைகளில் தங்கள் வேலைகளை பல்லாயிர கணக்கானோர் இழந்தார்கள்.

அசாதாரணமான இந்த அரசு அதிகாரிகள் மற்றும் சுயநலமான அரசியல்வாதிகளின் கூட்டணி இயங்கிக் கொண்டிருந்த நேரத்தில் திடீரென்று ஒரு தொழிற்சங்கத்தலைவர் தன்னால் அவர்களுக்கு ஓட்டுக்களை வாங்கித் தரமுடியும் என்று கூறினார். இதற்கு பதிலாக தன் தொழிலாளர்களின் எண்ணிக்கையை பலப்படுத்தி வேலைகேற்ற கூலி என்ற நிலைமையை மாற்றி புதிய சட்டத்தை கொண்டுவர வேண்டினார்.

கோடிக்கணக்கான மக்கள் இன்னமும் ஒன்றும் கொடுக்காமல் பெறும் மனநிலையில் இருந்து கொண்டிருக்கிறார்கள். அவர்களுள் சிலர், தொழிற்சங்கங்களோடு சேர்ந்துகொண்டு குறைந்த நேர வேலைக்கு அதிகச் சம்பளம் கேட்கிறார்கள். மற்றவர்கள் வேலையே செய்வதில்லை. அரசாங்கத்திடமிருந்து சலுகைகளை கேட்டு பெற்றுக் கொள்கிறார்கள். அரசாங்கம் அந்தத் தொகையை காசோலை வடிவத்தில் அஞ்சல் ஊழியர்கள் மூலம் அவர்கள் வீட்டிற்கே அனுப்பி வைத்தது. அந்தத் தொகைக்கான காசோலை காலை ஏழு மணிக்கு கொடுக்கப்படுவது அசௌகரியமாக இருக்கிறது என்று தங்கள் போராடும் உரிமையை செயல்படுத்தி நியூ யார்க் நகர அஞ்சல் அலுவலகம் முன்பு போராட்டம் நடத்தி அது காலை பத்து மணிக்கு மேல் வழங்கப்படவேண்டும் என்றனர் சிலர்.

கூட்டத்தைக்கூட்டி குறைந்த உழைப்பிற்கு அதிகச் சம்பளம் கேட்டு செல்வந்தர் ஆக முடியும் என்று நீங்கள் நம்பினால், அரசாங்க சலுகைகள் உங்களது காலைத் தூக்கத்தை கெடுக்காமல் வந்து சேர வேண்டும் என்று நீங்கள் எதிர்பார்த்தால், அரசாங்க கஜானாவை சூறையாடுவதற்கு அனுமதி அளித்தால்தான் உங்களுக்கு ஓட்டுப் போடுவேன் என்று அரசியல்வாதிகளிடம் நீங்கள் கூறினால், நல்லது, அதே நம்பிக்கையுடன் இருங்கள். உங்களை யாரும் தொந்தரவு செய்ய மாட்டார்கள். இது சுதந்திர நாடு. எவரும் தங்கள் விருப்பப்படி நினைக்கும் உரிமை உண்டு. குறைந்த முயற்சியில் ஒருவர் வாழ்க்கை நடத்தலாம். ஏன் எந்த வேலையும் செய்யாமலேயே கூட சிலர் வாழ்க்கை நடத்தலாம்.

எவரும் சரிவர புரிந்து கொள்ளாத சுதந்திரம் என்ற கோஷத்தின் உண்மையான அர்த்தம் என்னவென்று நீங்கள் தெரிந்து கொள்ள வேண்டும். சுதந்திரம் உயர்வானது, எல்லோருக்கும் கிடைப்பது, ஏராளமான நன்மைகளை வழங்குவது என்பது உண்மையென்றாலும் முயற்சியே இல்லாமல் பணக்காரன் ஆகிவிட முடியும் என்று அர்த்தமில்லை. அப்படிச் சொல்லவும் முடியாது.

பிறருக்கு பயனுள்ள சேவையை வழங்கினால்தான் சட்டபூர்வமாக உங்களால் பணத்தைச் சேர்க்க முடியும். இது ஒன்றுதான் நம்பகமான வழி. எண்ணிக்கையின் பலத்தினால் பலவந்தமாக பணக்காரன் ஆக முடியாது. சேவையோ அல்லது அதற்கு சமமான எதையாவது கொடுக்காமல் செல்வங்களை சேர்க்கும் அமைப்பு எங்கும் இல்லை.

பொருளாதார விதி என்று ஒரு தத்துவம் உண்டு. அது கோட்பாடு என்பதற்கு மேலானது. எந்த மனிதனாலும் மீற முடியாத சட்டம்.

இந்தக் கோட்பாட்டின் பெயரை நினைவில் கொள்ளுங்கள் ஏனென்றால் அரசியல்வாதிகள் மற்றும் அரசு இயந்திரங்களை விட இது வலிமையானது. எந்தத் தொழிற்சங்கத்தின் கட்டுப்பாட்டையும் மீறிய வலிமை கொண்டது. கொள்ளையடிப்பவர்கள் மற்றும் சுயநலம் கொண்ட தலைவர்களால் அதை வசப்படுத்தவோ திசைத் திருப்பவோ லஞ்சம் கொடுத்து வாங்கவோ முடியாது. முக்கியமாக, அனைத்தையும் அது கண்காணிக்கின்றது. எதையும் பிறருக்கு கொடுக்காமல் தனக்கு மட்டுமே செல்வம் சேர வேண்டும் என்று கருதுபவர்களின் நடவடிக்கைகளை துல்லியமாகப் பதிவு செய்யும் கணக்குப் புத்தகம் அதனிடம் உள்ளது. அதன் ஆய்வாளர்கள் ஒரு நாள் உங்களைத் தேடிவந்து எவ்வளவு சிறியதாக இருந்தாலும் கூட உங்கள் கணக்குப் புத்தகங்களை ஆராய்வார்கள்.

“வால் ஸ்ட்ரீட்-பங்குச்சந்தை முதலீட்டாளர்கள்”, “பெரிய வியாபாரிகள்”, “கொள்ளையடிக்கும் முதலாளித்துவக் கொள்கைகள்” என்று எந்தப் பெயரில் நீங்கள் அழைத்தாலும், நமக்கு “அமெரிக்க

சுதந்திரத்தை" வழங்கியுள்ள இந்தக் குழுவில் இருப்பவர்கள் ஒவ்வொருவரும் வலிமையான பொருளாதார சட்டத்தை அறிந்தவர்கள், அதனை மதிப்பவர்கள், அதற்கேற்பத் தங்களை மாற்றிக் கொண்டவர்கள். சட்டத்தை மதிப்பதன் மூலமே அவர்கள் பணக்காரர்களாகத் தொடர முடிகிறது. அமெரிக்க குடிமக்கள் பெரும்பாலாக இந்த முதலாளித்துவ முறை மற்றும் அதனுடன் தொடர்புள்ள அனைத்தையும் விரும்புகிறார்கள். பெரும் செல்வம் திரட்ட ஏராளமான வாய்ப்புகளை வழங்கும் வேறெந்த நாடும் இருப்பதாக எனக்குத் தெரியவில்லை. ஆனால் இந்த நாட்டின் முதலாளித்துவ முறையையும் அது அளிக்கும் வாய்ப்புகளையும் விரும்பாதவர்கள் இங்கிருந்து வெளியேறும் உரிமையும் எப்போதும் உண்டு! ஜெர்மனி, ரஷ்யா, இத்தாலி போன்ற ஏதாவது ஒரு நாட்டிற்கு சென்று அங்கு அவர்கள் செல்வந்தர்களாக முயற்சி செய்யலாம்.

நேர்மையான மனிதனுக்குத் தேவையான சுதந்திரத்தையும், செல்வந்தன் ஆக உரிய வாய்ப்புகளையும் அமெரிக்கா வழங்குகிறது. வேட்டையாட விரும்புபவன் மிருகங்கள் நிறைந்த இடத்தையே அதற்காக தேர்ந்தெடுப்பான். அதேபோல செல்வம் திரட்ட அதற்குரிய இடத்தைத் தேர்ந்தெடுக்க வேண்டும்.

பெருமளவில் பணம் சேர்க்கும் நோக்கமிருந்தால் இந்த நாடு வழங்கும் வாய்ப்புகளை உதாசீனப்படுத்தாதீர்கள் ஏனென்றால் இங்கு தான் ஆண்டுதோறும் பெண்கள் தங்கள் அழகு சாதனங்களுக்கு 200 மில்லியன் டாலர்கள் செலவழிக்கிறார்கள். முதலாளித்துவ முறையை ஒழிக்க வேண்டும் என்று எண்ணும் முன்பு, ஆண்டுதோறும் தங்கள் சுதந்திரத்தை போற்றும் வகையில் சுதந்திரத் திருநாளுக்கான வாழ்த்து அட்டைகளில் 50 மில்லியன் டாலர்களைச் செலவிடுகிறார்கள் என்பதை மறந்துவிடாதீர்கள்.

நீங்கள் நாடுவது பணம் என்றால் புகைபிடிக்க மட்டுமே ஆண்டுதோறும் நூற்றுக்கணக்கான மில்லியன்களைச் செலவழிக்கும் நாட்டை மறந்துவிடாதீர்கள். முழு தொகையும் "நரம்புகளை அமைதிப்படுத்தி பதட்டத்தை அலட்சியம் செய்ய உதவும்" சிகரெட்டுகளைத் தயாரிக்கும் நான்கே நான்கு பெரிய நிறுவனங்களுக்கு போகிறது என்பதை சற்று சிந்தித்துப்பாருங்கள்.

சினிமாவில் 15 மில்லியன் டாலர்கள், மது மற்றும் போதை பொருட்களில் மேலும் சில மில்லியன் டாலர்கள், மது அல்லாத பானங்களில் இன்னும் சில மில்லியன் டாலர்களை செலவழிக்கும் இந்த நாட்டைப் பற்றி சிந்தியுங்கள்.

ஆண்டுதோறும் விரும்பி ஆர்வத்துடன் பல மில்லியன் டாலர்களை கால்பந்து, பேஸ்பால், மற்றும் இதர விளையாட்டு பந்தயங்களுக்குச்

செலவிடும் நாட்டை விட்டு அவ்வளவு வேகமாக வெளியேறி விடாதீர்கள்.

வாயில் போட்டு மென்னும் பசைக்கு மட்டுமே ஆண்டுதோறும் ஒரு மில்லியன் டாலரை செலவழிக்க வைக்கும் இந்த நாட்டுடன் ஒட்டிக்கொண்டே இருங்கள். சவர பிளேடுகளுக்காகச் செலவாவது இன்னொரு மில்லியன் டாலர்.

செல்வத்தைக் குவித்துக் கொடுக்கும் ஒரு சில வாய்ப்புகளைப் பற்றி குறிப்பிடத் துவங்கியுள்ளோம். வசதியான வாழ்கைக்கு உதவும் ஒரு சில பொருட்களையும் அத்தியாவசியமான சிலவற்றையும் பற்றித்தான் குறிப்பிட்டுள்ளோம். ஆனால் இந்தப் பொருட்களை தயாரித்து சந்தைப்படுத்த கோடிக்கணக்கான மக்களுக்குத் தொடர்ந்த வேலை வாய்ப்பை வழங்கி, அதற்காக மாதந்தோறும் கோடிக்கணக்கான டாலர்களை சம்பளமாகக் கொடுத்து, அந்தச் சம்பளத்தை அவர்கள் சுதந்திரமாக தேவையான மற்றும் வசதியை கூட்டும் அதே பொருட்களில் செலவழிக்கிறார்கள் என்பதையும் நினைத்துப் பார்க்க வேண்டும்.

இப்படி பொருட்களை விற்பதிலும் தனிநபர் சேவையை விற்பதிலும் செல்வம் குவிக்க ஏராளமான வாய்ப்புகள் இருப்பதை நினைவில் கொள்ளுங்கள். இங்குதான் "அமெரிக்க சுதந்திரம்" உதவுகிறது. இந்த வாய்ப்புகளைப் பயன்படுத்தி செயல்பட்டால் அதைத் தடுப்பதற்கோ, செய்யக்கூடாது என்று சொல்வதற்கோ இங்கு யாரும் இல்லை. விசேஷ திறனும் அனுபவமும் பயிற்சியும் உடையவர்கள் மிக அதிகமாகச் செல்வத்தைச் சேர்க்க முடியும். மற்றவர்களால் தங்கள் திறமைக்கேற்ப செல்வம் சேர்க்க முடியும். குறைந்த உழைப்பில் சிறப்பான வாழ்க்கை வாழ முடியும்.

இது தான் நான் கூற முற்பட்டது!

வாய்ப்பு தன் பொருட்களை உங்கள் முன் கடை விரித்துள்ளது. உங்கள் காலை முன் எடுத்து வைத்து, என்ன வேண்டுமென்று தேர்ந்தெடுத்து சரியாகத் திட்டமிட்டு செயல்படுத்தி விடாமுயற்சியுடன் தொடருங்கள். "முதலாளித்துவ" அமெரிக்கா மேற்கொண்டு செய்யவேண்டியதை பார்த்துக் கொள்ளும். முதலாளித்துவ அமெரிக்கா பயனுள்ள சேவையை வழங்கவும், அந்த சேவைக்கேற்ப பணத்தைத் திரட்டவும் ஒவ்வொருவருக்கும் வாய்ப்பளிக்கிறது.

இந்த அமைப்பு இவ்வுரிமையை எவருக்கும் மறுப்பதில்லை. ஆனால் நோகாமல் எதையும் பெற இந்த அமைப்பு அனுமதிக்காது ஏனென்றால் இது ஒரு பொருளாதார சட்டத்திற்கு உட்பட்டு நடக்கிறது. ஒன்றும் கொடுக்காமல் பெற மட்டும் விரும்புவதை இது அங்கீகரிப்பதுமில்லை பொறுத்துக் கொள்வதும் இல்லை.

இயற்கை உண்டாக்கியது இந்தப் பொருளாதாரச் சட்டம். எனவே இதை எதிர்த்து முறையீடு செய்ய உச்சநீதி மன்றம் எதுவும் கிடையாது. இந்த சட்டத்தை மதிப்பவர்களுக்கு வெகுமதியும், மதிக்காதவர்களுக்குத் தண்டனையும் எந்த மனிதனின் குறுக்கீடும் இல்லாமல் இயற்கை வழங்குகிறது. இதனை ரத்து செய்யவோ, திரும்பப் பெறவோ முடியாது. நட்சத்திரங்களைப்போல் நிலையான கட்டுப்படுத்தும் ஒழுங்கமைப்புக்குத் தானும் கட்டுப்படுகிறது.

இந்தச் சட்டத்தை ஏற்று கட்டுப்படமாட்டேன் என்று கூற முடியுமா?

முடியும்! ஏனென்றால் சம உரிமையுடன் பிறந்தவர்கள் இந்த சுதந்திர நாட்டு மக்கள். பொருளாதாரச் சட்டத்தைப் பற்றிக் கவலைப்பட மாட்டேன் என்று சொல்லும் உரிமை இங்கு உண்டு.

பிறகென்ன நடக்கும்?

சட்டத்தை மதிக்காத கும்பல் ஒன்று சேர்ந்து பலவந்தமாகப் பிறரது பணத்தைப் பறித்துக் கொள்ளும்.

பிறகு சுட்டுத் தள்ளத் தயங்காத, பயிற்சி பெற்ற எந்திரத் துப்பாக்கிகள் கொண்ட ஒரு சர்வாதிகாரி தோன்றுவான்!

அந்த நிலை அமெரிக்காவிற்கு இன்னும் வரவில்லை. ஆனால் அது எப்படி செயல்படுமென்ற எல்லா விவரங்களையும் நாம் தெரிந்து கொண்டிருக்கிறோம். அதை தனிப்பட்ட முறையில் அனுபவிக்கும் துரதிர்ஷ்டம் நமக்கு வர வேண்டாம். எனவே சந்தேகமில்லாமல் நம் பேச்சு சுதந்திரம், செயல்படுவதற்கு சுதந்திரம், உழைத்து ஊதியம் பெறும் சுதந்திரம் இவற்றோடு தொடர்ந்து நகர்வோம்.

தேர்தலின் விளைவாக ஓட்டுக்காக அரசாங்க கஜானாவை சூறையாடுவதை சில அரசு அதிகாரிகள் இப்போது அனுமதிக்கலாம் ஆனால் எப்படி இரவுக்குப் பின் பகல் வருகிறதோ, அதுபோல் நியாயமற்ற முறையில் பணம் வட்டியுடன் திருப்பப்படும் நாளும் வரும். பணத்தை பறித்தவர்கள் அதனை திருப்ப மறுத்தால் அதன் சுமை அவர்களது குழந்தைகள் மீது விழும். பட்ட கடன் தீரும் வரை வருகின்ற தலைமுறையினால் தப்பிக்கவே முடியாது.

மக்கள் ஒன்று சேர்ந்து போராடி குறைவான வேலை நேரத்தையும் அதிகமான ஊதியத்தையும் பெறலாம் ஆனால் ஒரு குறிப்பிட்ட கட்டத்திற்கு மேல் அவர்களால் செல்லமுடியாது. அந்தக் கட்டம்தான், பொருளாதாரச் சட்டம் எட்டிப் பார்க்கும் கட்டம். அப்போது முதலாளியும் தொழிலாளியும் காவலாளர் முன்பு நின்றாக வேண்டும்

இப்படித்தான் 1929 முதல் 1935 வரை ஆறு வருடங்கள் ஏராளமான தொழில்கள் வியாபாரங்கள் மற்றும் வங்கிகளை பொருளாதாரம் எனும் கிழவன் தன் சட்டத்தின் முன் கொண்டு வந்து நிறுத்தினான். அது காண

இனிமையான காட்சியாக இருக்கவில்லை. கூட்டம் கூட்டி அடாவடியாக தான் விரும்பியதை பெறும் மனநிலை மக்களின் ஆதரவை இழந்தது.

அந்த ஆறு ஆண்டுகளின் கொடுமையை நேரடியாக அனுபவப்பட்டவர்களுக்கு, அச்சத்தின் ஆட்சி மற்றும் நம்பிக்கையின் வீழ்ச்சி பற்றியும், பொருளாதாரச் சட்டம் எவ்வளவு முரட்டுத்தனமாக ஏழை பணக்காரன், வலியவன் எளியவன், இளைஞன் முதியவன் என்ற வித்தியாசமில்லாமல் நடத்தியது என்பது பற்றியும் கண்டிப்பாக நினைவில் இருக்கும். அது போன்ற ஒரு அனுபவம் நமக்கு இனி வேண்டாம்.

இதுவரை கூறப்பட்ட கருத்துக்கள் குறுகியகால அனுபவங்கள் இல்லை. 25 ஆண்டுக் காலம் அமெரிக்காவில், வெற்றி பெற்றவர்களையும் தோல்வி அடைந்தவர்களையும் கவனமாக ஆராய்ந்து கண்டறியப்பட்ட முடிவுகளாகும்.

8

தீர்மானம்

காலதாமதம் செய்யும் பழக்கத்தை வெல்லுதல்

செல்வத்தை நோக்கி ஏழாவது அடி

வாழ்க்கையில் தோல்வியுற்ற இருபத்தியையாயிரம் நபர்களை ஆராய்ந்து அவர்கள் தோல்விக்கு என்ன காரணம் என்று பார்த்ததில் முடிவு எடுக்காமல் இருத்தல் என்பதே முப்பது காரணங்களுள் முதலாவது காரணமாக கண்டறியப்பட்டது. இது வெறும் வாதம் அல்ல. உண்மை.

தாமதம் என்பது முடிவு எடுத்தலின் எதிர்வினை. ஒவ்வொரு மனிதனும் வெல்லவேண்டிய பொது எதிரி.

இந்த நூலைப் படித்து முடித்தபிறகு, இதில் விளக்கப்படும் கோட்பாடுகளைச் செயல்படுத்தத் துவங்கியபின், உறுதியான முடிவுகளை துரிதமாக எடுக்கக்கூடிய ஆற்றல் உங்களிடம் உள்ளதா என்பதை சோதிக்கும் வாய்ப்பு உங்களுக்குக் கிடைக்கும்.

கோடிக்கணக்கான டாலர்ளுக்கு மேல் செல்வம் சேர்த்த நூற்றுக்கணக்கானோரின் வாழ்க்கையை ஆராய்ந்த பொழுது, அவர்கள் ஒவ்வொருவரும் முடிவுகளை உடனடியாக எடுக்கும் பழக்கமுடையவர்கள் என்று தெரிந்தது. அப்படி அவர் எடுத்த முடிவுகளை மாற்றவேண்டிய சந்தர்ப்பத்தில் அவர்கள் மெதுவாகத்தான் செயல்பட்டார்கள். அதேநேரத்தில் செல்வம் சேர்க்க முடியாதவர்கள் முடிவெடுப்பதில் தாமதமாகவும் எடுத்த முடிவை மாற்றுவதில் வேகமாகவும் உள்ளவர்களாக இருந்தார்கள் என்று தெரிந்தது.

ஹென்றி ஃபோர்டின் மிக அற்புதமான பண்பு விரைவாக தீர்மானங்கள் எடுப்பது மற்றும் அதை மாற்ற நேரிட்டால் மெதுவாகச் செயல்படுவதை பழக்கமாகக் கொண்டிருந்ததுதான். இதனால் அவர் பிடிவாதக்காரர் என்று அழைக்கப்பட்டார். இந்தப் பண்பினால்தான் அவர் 'T' என்றழைக்கப்பட்ட (உலகத்திலேயே அசிங்கமானதாக கருதப்பட்ட கார்) தனது காரை ஆலோசகர்களும், வாடிக்கையாளர்களும் தயாரிக்க வேண்டாம் என்று எச்சரித்ததையும் மீறி தயாரிப்பதை தொடர்ந்தார்.

அந்த மாடலை மாற்றுவது அவசியமாகும் முன் திரு ஹென்றி ஃபோர்டு அவர்களுக்கு அளவற்ற செல்வத்தை குவித்த அந்த உறுதியான முடிவை எடுக்க அவர் அதிக காலம் எடுத்துக் கொண்டார் என்பது அவர்

தரப்பின் உண்மை. முடிவுகள் எடுப்பதில் அவரது உறுதி, பிடிவாதம் போலத்தோன்றினாலும் தாமதமாக முடிவெடுத்து வேகமாக அதை மாற்றிக் கொள்வதை விடச் சிறந்ததாகவே உள்ளது.

தங்களுக்கு தேவையான அளவு பணத்தைக் கூடச் சேர்க்க முடியாமல் இருப்பவர்களுள் பெரும்பாலானவர்கள், பொதுவாக மற்றவர்களின் கருத்துக்களுக்கு முக்கியத்துவம் வழங்குபவர்கள். பத்திரிகை செய்திகள் மற்றும் அண்டை வீட்டாரை தனக்காக சிந்திக்க அனுமதிப்பவர்கள். "உலகில் இலவசமாகக் கிடைப்பது ஆலோசனைகள் தான்". ஏற்கத் தயாராக இருப்பவர்களுக்கு, கொடுக்கத் தயாராக ஏராளமான ஆலோசனைகள் காத்திருக்கின்றன. ஒரு தீர்மானத்திற்கு வர மற்றவர்களின் ஆலோசனைகளை நீங்கள் சார்ந்திருந்தால் உங்கள் ஆசையை பணமாக உருமாற்றம் செய்வதில் வெற்றி காண முடியாது.

மற்றவர்களின் கருத்து உங்கள் மீது தாக்கத்தை ஏற்படுத்துமானால், உங்களுக்கென்று சொல்லிக்கொள்ள ஆசை எதுவும் இருக்காது.

எனவே இந் நூலில் குறிப்பிடப்பட்டுள்ள கோட்பாடுகளைச் செயல்படுத்தும் பொழுது, உங்களுடைய சிந்தனைகளை மட்டுமே ஏற்று முடிவெடுத்து அவற்றை செயல்படுத்துங்கள்.

உங்கள் மாஸ்டர் மைண்ட் குழுவினரைத் தவிர வேறு எவர் மீதும் நம்பிக்கை வைக்கவேண்டாம். அதே சமயம் உங்கள் நோக்கத்திற்கு அனுதாபத்துடனும் இணக்கத்துடனும் செயல்படுபவர்களையே நீங்கள் குழுவில் சேர்ப்பதில் கவனமாக இருக்கவேண்டும்.

நகைச்சுவைப்போல் நினைத்துக்கொண்டு உங்களது நெருங்கிய நண்பர்களும் உறவினர்களும், தெரிவிக்கும் கருத்துக்களும் கேலியும் சில நேரங்களில் உங்களை வருத்தப்பட வைக்கும். அவர்களது நோக்கம் அதுவாக இல்லாதபோதும் ஆயிரக்கணக்கானோர் நல்ல நோக்கத்தோடு கூறியதைக் கூட கேலியாக எடுத்துக்கொண்டு வாழ்நாள் முழுவதும் தாழ்வு மனப்பான்மையில் தன்னம்பிக்கை சிதைந்து போகிறார்கள்.

உங்களுக்கென்று ஒரு மனமும் மூளையும் உண்டு. அதைப் பயன்படுத்தி சொந்தமாக முடிவெடுங்கள். மற்றவர்களிடமிருந்து ஏதேனும் ஒரு தகவல் அல்லது விவரம் தேவையாக இருக்கும்போது அதனை எந்த காரணத்திற்காக நாடுகிறீர்கள் என்று சொல்லாமல் இரகசியமாக அவற்றைப் பெற முயற்சி செய்யுங்கள்.

அரைகுறை ஞானமே உள்ளவர்கள் தங்களை மேதாவிகளாக காட்டிக் கொள்வதுண்டு. தங்களுக்கு எல்லாம் தெரியும் என்பது போல் நடப்பார்கள். அப்படிப்பட்டவர்கள் அதிகமாகப் பேசுவார்கள். குறைவாகவே பிறர் சொல்வதை கேட்பார்கள். ஆகவே துரிதமாக முடிவு எடுக்கும் பழக்கம் உங்களுக்கு வர வேண்டும் என்றால், கண்களையும் காதுகளையும் மட்டும் திறந்து வைத்துக் கொண்டு வாயை மூடி மௌனமாக இருங்கள். அதிகம் பேசுபவர்கள், வேறு

எதுவும் செய்வதில்லை. கேட்பதைவிட அதிகமாக பேசினால் நீங்கள் பயனுள்ள அறிவைப் பெறும் வாய்ப்பை இழப்பதுடன் உங்களை அறியாமலேயே உங்களுடைய திட்டங்களையும் நோக்கங்களையும் மற்றவர்கள் தெரிந்து கொள்ள நேரும். அதோடு உங்களைக்கண்டு பொறாமைப்படுபவர்கள் உங்களைத் தோற்கடித்து மகிழ்ச்சி அடையக் கூடும்.

மற்றொன்றையும் நினைவில் கொள்ளுங்கள். உங்களைவிட அறிவானவர்களுடன் பேச வாயைத் திறக்கும் பொழுது, உங்களது அறிவுகூர்மை அல்லது அறிவின்மையை நீங்கள் தெளிவாகக் காட்டி விடுகிறீர்கள். உண்மையான அறிவு, மௌனம் மற்றும் பணிவின் வாயிலாகவே வெளிப்படும்.

உங்களைப்போன்றே உங்கள் கூட்டாளிகளும் பணத்தைச் சேர்ப்பதற்கான வாய்ப்பை தேடிக் கொண்டிருக்கிறார்கள் என்பதை நினைவில் கொள்ளுங்கள். விவேகமில்லாமல் உங்களுடைய திட்டங்களைப் பற்றி மற்றவர்கள் முன்னிலையில் அடிக்கடி பேசிக் கொண்டிருந்தால், உங்களுக்கு முன்னால் அந்தத் திட்டங்களைச் அவர்கள் செயல்படுத்தி உங்களை அதிர்ச்சியில் ஆழ்த்தலாம்.

வாயை மூடி, காதுகளையும் கண்களையும் திறந்து வைத்திருப்பது தான் நீங்கள் எடுக்கும் முதல் முடிவாக இருக்கட்டும். இதை எப்போதும் நினைவில் வைத்துக்கொள்ள கீழே உள்ள வாசகத்தைப் பெரிய எழுத்துகளில் எழுதி, தினமும் பார்க்கக்கூடிய இடத்தில் தொங்கவிடுங்கள்:

"நீ செய்யவிருப்பது என்ன என்பதை உலகிற்குச் சொல்.

ஆனால் முதலில் அதைச் செய்து காட்டிவிடு."

"சொற்கள் அல்ல, செயல்களே முக்கியமானவை" என்ற வாசகமும் இதே கருத்தை வெளிப்படுத்துகிறது..

சுதந்திரமா, மரணமா-ஒரு முடிவில்தான் இருக்கிறது

முடிவுகளின் மதிப்பு, அவற்றை எடுக்கத் தேவையான துணிச்சலைப் பொறுத்தது. மனித நாகரீகத்திற்கு அடிப்படையாக இருந்த பெரிய முடிவுகள், பெரும்பாலும் மரணம் சம்பவிக்கக் கூடிய அபாயத்தை எதிர்கொண்டு எடுக்கப்பட்டவை.

அமெரிக்க கறுப்பின மக்களை அடிமைத்தனத்திலிருந்து விடுவிக்கும் "சுதந்திரப் பிரகடனத்தை" ஆபிரகாம் லிங்கன் வெளியிட முடிவெடுத்தபோது, அந்த முடிவினால் ஆயிரக்கணக்கான நண்பர்களும் அரசியல் ஆதரவாளர்களும் தனக்கு எதிராகத் திரும்ப நேரிடும் என்ற தெளிவோடுதான் அதைச் செய்தார். அதனை செயல்படுத்தும் யுத்தத்தில் ஆயிரக்கணக்கானவர்கள் மரணம் அடைய நேரிடும் என்பதையும் அவர்

அறிந்திருந்தார். இறுதியில் அவரே அதற்கு பலியானார். அந்த முடிவை எடுப்பதற்குத் துணிச்சல் தேவைப்பட்டது.

தனது கொள்கையைக் கைவிடுவதை விட, கோப்பையிலிருந்த விஷத்தைக் குடிப்பது மேல் என்று சாக்ரடீஸ் எடுத்த முடிவு, மிகவும் துணிச்சலானது. அது காலத்தை ஆயிரம் ஆண்டுகள் முன்னோக்கி இட்டுச் சென்று, இன்னும் பிறந்திராத குழந்தைகளுக்கும் பேச்சு மற்றும் கருத்து சுதந்திரத்தைப் பெற்றுத் தந்தது.

அமெரிக்க உள்நாட்டுப் போரில், அமெரிக்க யூனியன் படையில் இருந்து விலகி, தெற்கு மாநிலப் படையின் தலைமையை ஏற்ற ஜெனரல் ராபர்ட் லீ-யின் முடிவு, மிகவும் தைரியமானது. ஏனென்றால், அந்த முடிவினால் தன் உயிருக்கு மட்டுமல்ல, யுத்தத்தில் ஆயிரக்கணக்கான உயிர்களுக்கும் ஆபத்து நேரக் கூடும் என்று தெரிந்தே அவர் அந்த முடிவை எடுத்திருந்தார்.

ஆனால் உலகிலேயே மிகுந்த துணிவுடன் எடுக்கப்பட்ட முடிவு என்றால் ஃபிலடெல்ஃபியாவில் 1776 ஜூலை 4ஆம் தேதி, 56 பேர் கூடி ஓர் ஆவணத்தில் கையெழுத்திட்டது தான். எல்லோருக்கும் சுதந்திரம் கிடைக்கும் இல்லாவிட்டால் அந்த போராளிகள் அனைவரும் தூக்கில் இடப்படுவார்கள் என்று அறிந்திருந்தனர்.

இந்த ஆவணத்தைப் பற்றி நீங்கள் கேள்விப்பட்டிருக்கலாம் ஆனால் தனிமனிதனுக்கு அது சொல்லும் பாடத்தை அறிந்திருக்க மாட்டீர்கள்.

அந்த மகத்தான முடிவு எடுக்கப்பட்ட தேதியை நாம் நினைவில் வைத்திருக்கிறோம் ஆனால் எப்படிப்பட்ட துணிச்சலுடன் எடுக்கப்பட்ட முடிவு அது என்பதை ஒரு சிலரே உணர்ந்திருக்கலாம். பள்ளிக்கூட பாடத்தில் கூறியபடி நமது சரித்திரத்தை நாம் அறிவோம். முக்கியமான செய்திகளையும், போரில் கலந்து கொண்ட முக்கிய மனிதர்களையும் நாம் அறிவோம். வேலி ஃபோர்ஜ், யார்க்டவுன், ஜார்ஜ் வாஷிங்டன், லார்டு காரன்வாலிஸ் போன்றவர்களது பெயர்களை நாம் அறிவோம். ஆனால் இந்தப் பெயர்கள், தேதிகள், இடங்கள் இவற்றிற்குப் பின்னால் இருந்த சக்திகள் நமக்குத்தெரியாது. வாஷிங்டனின் படை, யார்க் டவுனை அடையும் முன்பே நமது சுதந்திரத்தை உறுதி செய்த, கண்ணுக்குப் புலப்படாத சக்தியைப் பற்றி நமக்கு எதுவுமே தெரியாது.

அமெரிக்கப் புரட்சியைப்பற்றி படித்துவிட்டு, ஜார்ஜ் வாஷிங்டன் தான் அமெரிக்காவின் தேசத்தந்தை என்றும், நமக்கு சுதந்திரத்தைப் பெற்றுத் தந்தது அவர்தான் என்றும் தவறாகக் கற்பனை செய்து கொள்கிறோம். உண்மையில் ஜார்ஜ் வாஷிங்டன் அந்த வெற்றிக்குத் துணையாக இருந்தவர் மட்டுமே. ஏனென்றால் லார்டு காரன்வாலிஸ் சரணடையும் முன்பே வாஷிங்டனின் படைகளுக்கு வெற்றி உறுதியாகி விட்டிருந்தது. இப்படிச் சொல்வது ஜார்ஜ் வாஷிங்டனின் புகழைக் குறைத்து மதிப்பிடுவதாகாது. இந்த வெற்றிக்கு காரணமாக இருந்த,

அதிர்ச்சியூட்டும் அந்த சக்தியை நோக்கி உங்கள் கவனத்தைத் திருப்ப வேண்டும் என்பதுதான் நோக்கம்.

உலக நாடுகள் அனைத்திற்கும் சுதந்திர வாழ்க்கைத் தரத்தை நிர்ணயிக்க உதவிய அமெரிக்காவைப் பிறப்பித்து, அதற்கு சுதந்திரமும் பெற்றுத்தந்த, எவராலும் அழிக்க முடியாத அந்த சக்தியைப் பற்றி, நமது வரலாற்றில் சிறுகுறிப்பும் இல்லாதது சோகமானது. சோகம் என்று ஏன் சொல்லுகிறேன் என்றால், ஒவ்வொரு தனிப்பட்ட மனிதனும் தன் வாழ்க்கையில் துன்பங்களை சந்திக்கும்போது, அதே சக்தியைப் பயன்படுத்தி அதிலிருந்து மீள அதற்குண்டான விலையைத் தருகிறான்.

அந்த சக்தி பிறப்பதற்குக் காரணமான சம்பவங்கள் மீது மீள்பார்வையிடலாம். 1770ஆம் வருடம் மார்ச் 5ஆம் தேதி பாஸ்டனில் நடந்த ஒரு நிகழ்ச்சியிலிருந்து கதை துவங்குகிறது. பிரிட்டிஷ் படைகள் நகரில் முகாமிட்டு, வீதிகளில் நடந்தபடி, மக்களை வெளிப்படையாகவே மிரட்டிக் கொண்டிருந்தனர். படைவீரர்கள் தமக்கு நடுவில் அணிவகுத்துச் செல்வதைக் கண்டு பாஸ்டன் நகரவாசிகள், ஆத்திரம் அடைந்தனர். படைத்தலைவன் தனது வீரர்களுக்கு, "துப்பாக்கிகளை சரிசெய்துகொண்டு தாக்குங்கள்" என்று உத்தரவிடும்வரை வீரர்கள் மீது கடும் சொற்கள் மற்றும் கற்களை வீசி அவர்கள் தங்கள் வெறுப்பை வெளிப்படுத்தினார்கள்.

போர் மூண்டது. அதன் விளைவாக பலர் மரணமடைந்தனர் மேலும் பலர் காயமடைந்தனர். அதனால் வெகுண்ட பாஸ்டன் மாநில சட்டசபை, உறுதியான செயல்பாட்டில் இறங்க உடனே ஒன்று கூடியது. பாஸ்டனிலிருந்து பிரிட்டிஷ் படை வீரர்கள் அனைவரையும் உடனடியாகத் தூக்கி எறிய வேண்டும் என்று இரண்டு முக்கிய உறுப்பினர்கள் குரல் கொடுத்தார்கள். ஜான் ஹேன்காக், சாமுவேல் ஆடம்ஸ்-அவர்களது நாமம் நீடூழி வாழ்க.

நினைவில் கொள்ளுங்கள்-ஒரு முடிவு-இருவர் எடுத்த முடிவு-அதுதான் அமெரிக்க ஐக்கிய நாடுகள் இன்று அனுபவிக்கும் சுதந்திரத்தின் துவக்கம். அந்த தைரியமான முடிவின் அடிப்படையில் நம்பிக்கையும் துணிச்சலும் இருந்தது என்று சொல்லவேண்டும் ஏனென்றால் அதில் ஆபத்தும் நிறைந்திருந்தது.

சாமுவேல் ஆடம்ஸ் மாநில கவர்னர் அட்கின்சனைச் சந்தித்து, பிரிட்டிஷ் படைகளை உடனடியாக பாஸ்டனிலிருந்து திரும்ப வற்புறுத்த வேண்டும் என்பதாக அன்றைய கூட்டத்தில் முடிவானது.

அந்த வேண்டுகோள் ஏற்கப்பட்டுப் படைகள் விலக்கிக் கொள்ளப்பட்டன ஆனால் அந்த நிகழ்ச்சி அத்துடன் முடிந்துவிடவில்லை. மனித நாகரிகத்தின் போக்கையே மாற்றக்கூடியதாக அது அமைந்துவிட்டது. உலக யுத்தம், அமெரிக்கப் புரட்சி போன்ற சிறந்த மாற்றங்கள் முக்கியமல்லாதது போல் தோன்றும் மிகச்சிறிய சம்பவங்களிலிருந்து தொடங்கியிருப்பது ஆச்சரியமாக இருக்கிறது

இல்லையா? அதிலும், ஒப்பிட்டுப்பார்க்கையில் மிகச் சிறிய எண்ணிக்கையிலான மனிதர்களின் உறுதியான முடிவில் இருந்துதான் அந்த மாபெரும் மாற்றங்கள் கிளம்பின என்பதும் கவனிக்கத்தக்கது. ஜான் ஹேன்காக், சாமுவேல் ஆடம்ஸ், ரிச்சர்டு ஹென்றி லீ (வர்ஜீனியா மாநிலம்) ஆகிய மூவர்தான் நம் நாட்டின் உண்மையான தேசத்தந்தைகள் என்று உணரும் அளவுக்கு நமது நாட்டின் சரித்திரத்தைப் படித்தவர்கள் மிகவும் சிலரே.

பாஸ்டனைச் சேர்ந்த சாமுவேல் ஆடம்ஸுடன், வர்ஜீனியாவைச் சேர்ந்த ரிச்சர்ட் ஹென்றி லீ இருவரும் அடிக்கடி தத்தம் மாநிலங்களின் அச்சத்தையும் நம்பிக்கையையும் பரஸ்பரம் பரிமாறிக் கொண்டிருந்ததால், ஹென்றி லீ அவர்களும் இந்தக் கதையின் ஒரு முக்கிய காரணி ஆகிறார். இதேபோல் 13 பிரிட்டிஷ் குடியிருப்புகளும் தமக்குள் கடிதப் போக்குவரத்து மேற்கொண்டு அவர்களுக்குள் ஒன்றிணைந்த நடவடிக்கை ஏற்பட்டால் தங்கள் பிரச்சினைகளுக்குத் தீர்வுகளை கண்டுபிடிக்கலாம் என்ற கருத்து இதிலிருந்துதான் ஆடம்ஸ் அவர்களுக்கு உதித்தது. பாஸ்டனில் பிரிட்டிஷ் படைகளுடன் மோதல் நடந்த இரண்டாண்டுகளுக்குப் பிறகு மார்ச் 1772இல் ஆடம்ஸ் இந்தக் கருத்தை ஒரு தீர்மானமாகச் சட்டமன்றத்தில் கொண்டு வந்தார். வில் பிரிட்டிஷ் அமெரிக்க குடியிருப்புகளின் மேம்பாட்டிற்காகவும் நட்பும் ஒத்துழைப்பும் மேலோங்கவும் ஒரு செய்தித் தொடர்பு குழு அமைத்து ஒவ்வொரு குடியிருப்பும் ஒரு குறிப்பிட்ட நபரை அதன் உறுப்பினராக நியமிக்க வேண்டும் என்றும் தெரிவித்தார்.

இந்த நிகழ்வை குறித்துக்கொள்ளுங்கள்! எங்கும் நிறைந்த மற்றும் நாட்டிற்கு விடுதலை பெற்றுத் தரப் போகின்ற அந்த சக்தி, அப்போது தான் தோன்றியது. மாஸ்டர் மைண்ட் குழு அமைக்கப்பட்டுவிட்டது. அதன் உறுப்பினர்கள் ஆடம்ஸ், லீ மற்றும் ஹேன்காக். "இவ்வுலகில், இருவர் மட்டுமே ஒன்று கூடி எதைக் கேட்டாலும் கூட, பரலோகத்தில் இருக்கும் என் பரம பிதா அதை உங்களுக்குத் தருவார் என்று நான் மேலும் கூறுகிறேன்."

செய்தித் தொடர்புக் குழு அமைக்கப்பட்டது. ஒவ்வொரு குடியிருப்பிலிருந்தும் உறுப்பினர்கள் சேர்க்கப்பட்டு மாஸ்டர் மைண்ட் குழுவின் ஆற்றல் அதிகரிக்க வழி பிறந்தது. தங்களுக்குள் பொருமிக் கொண்டிருந்த குடியிருப்புகளுக்கு இடையே ஏற்பட்ட முதலாவது ஒழுங்கமைந்த திட்டமிடல் இதுதான்.

ஒற்றுமையில் பலமுண்டு! பாஸ்டனில் நடந்த கிளர்ச்சியைப் போலவே, வேறு பல குடியிருப்புகளிலும் அவ்வப்பொழுது கிளர்ச்சிகள் நடைபெற்றாலும், அதனால் எந்தப் பயனும் விளையவில்லை. அவர்களது தனிப்பட்ட மனக்குறை ஒட்டுமொத்தமாக ஒரு மாஸ்டர் மைண்டின் கீழே கொண்டுவரப்படவில்லை. ஆடம்ஸ், லீ, ஹேன்காக் ஆகிய இந்த மூவரும் இணையும் வரை பிரிட்டிஷ் அரசுடன் தங்களுக்கு

இருந்த பிரச்சினைகளைத் தீர்ப்பதற்கு ஒரு உறுதியான முடிவை எட்ட வேண்டும் என்று முழுமனதாக யாரும் அதுவரை தீர்மானிக்கவில்லை.

இதற்கிடையில் பிரிட்டிஷ் அரசும் சும்மா இருக்கவில்லை. பணமும் மிகச்சிறந்த படைபலமும் அவர்களது நன்மையாக அமைய அவர்களும் ஏதோ திட்டமிட்டு தங்களது மாஸ்டர் மைண்ட் குழுவை ஏற்படுத்திக் கொண்டிருந்தார்கள். மாஸசூஸெட்ஸ் (பாஸ்டன்) கவர்னர் ஹட்கின்சனை மாற்றிவிட்டு, ஜெனரல் தாமஸ் கேஜ் என்பவரை புதிய கவர்னராக நியமித்தது பிரிட்டிஷ் அரசு. சாமுவேல் ஆடம்ஸ் அவர்களின் எதிர்ப்பை நிறுத்த அவர் பதவியேற்றவுடன் அவரை சந்திக்கத் தனது தூதரை அனுப்பி வைத்தார் ஜெனரல் தாமஸ்-காரணம் அச்சம்.

அந்த தூதரின் பெயர் கர்னல் ஃபென்டன். தனக்கும் ஆடம்ஸுக்கும் இடையே உரையாடல் நடந்த போது எம் மாதிரியான உணர்ச்சிப்பிரவாகம் இருந்தது என்பதை ஃபென்டனின் வார்த்தைகள் மூலம் புரிந்து கொள்ளலாம்.

"கவர்னர் கேஜ் அவர்கள் சார்பாக உங்களுக்கு உத்திரவாதம் அளிக்கிறேன். பிரிட்டிஷ் அரசை எதிர்க்கும் உங்கள் போக்கைக் கைவிட நீங்கள் எதிர்ப்பார்க்கும் எதையும் கொடுக்கும் அதிகாரம் கவர்னருக்கு வழங்கப்பட்டுள்ளது. பிரிட்டிஷ் அரசியின் அதிருப்தியை மேற்கொண்டு சம்பாதிக்க வேண்டாம் என்று கவர்னர் உங்களுக்கு அறிவுரைக்க விரும்புகிறார். கவர்னர் விரும்பினால், இதுவரை இருந்த உங்கள் நடத்தைக்காக உங்கள் மீது ராஜ துரோக குற்ற வழக்கு தொடுத்து, இங்கிலாந்திற்கு அனுப்பித் தண்டனை வாங்கித்தரும் அதிகாரம் உண்டு. உங்கள் அரசியல் போக்கை மாற்றிக் கொண்டால், பெரும் நன்மைகள் பெறுவதோடு, ராஜ தண்டனையிலிருந்தும் விலக்குப் பெற்று அரசருடன் சமாதானம் செய்து கொள்ளலாம்."

சாமுவேல் ஆடம்ஸுக்கு அன்று இரண்டு முடிவுகள் எடுப்பதற்கான வாய்ப்பு இருந்தது. தனது எதிர்ப்பை நிறுத்தி தனிப்பட்ட லாபங்களை அவரால் பெற முடியும். இல்லையென்றால் அதே போக்கில் தொடர்ந்து தூக்கு தண்டனை கூடப் பெறலாம்!

இரண்டில் ஒரு முடிவை அந்தக் கணமே எடுக்க வேண்டுமென்ற கட்டாயத்தில் இருந்தார் ஆடம்ஸ். பெரும்பாலானவர்கள் அப்படியொரு முடிவை உடனடியாக எடுக்க கஷ்டப்பட்டிருப்பார்கள். பெரும்பாலனவர்கள் தட்டிக்கழிக்கும் ஒரு பதிலை அனுப்பியிருப்பார்கள். ஆனால் ஆடம்ஸ் அப்படிச் செய்யவில்லை! தனது பதிலை மிகச் சரியாக கவர்னரிடம் கொண்டு சேர்க்கவேண்டும் என்று வாக்குறுதியைப் பெற்றுக்கொண்டார்.

ஆடம்ஸ்ஸின் பதில், "அப்படியானால் கவர்னர் கேஜ்-அவர்களிடம் சென்று, நான் அரசர்களுக்கெல்லாம் அரசனாக விளங்குபவருடன் ஏற்கனவே சமாதானமாக இருக்கிறேன் என்று கூறுங்கள். தனிப்பட்ட

முறையில் நீங்கள் எனக்கு செய்யும் நன்மைகளுக்காக எனது நாட்டின் நேர்மையான இலட்சியத்தை நான் விட்டுக்கொடுக்க மாட்டேன். களைத்துப் போயிருக்கும் மக்களை மேலும் அவமதிக்க வேண்டாம் என்று நான் அறிவுறுத்துவதாக அவரிடம் சொல்லுங்கள்."

இம்மனிதரின் நடத்தையைப் பற்றி விமர்சிப்பது தேவையற்றது. இந்த அதிர்ச்சியூட்டும் செய்தியை படிப்பவர்களுக்கு தன் நாட்டின் மீது அவர் தலையாய விசுவாசத்தை கொண்டிருந்தார் என்பது தெளிவாகும். இது முக்கியமானது. (ஆடம்ஸ் போன்றவர்கள் உயிரைக்கொடுத்த அந்த கௌரவத்தை கொள்ளைக்காரர்களும், நாணயமற்ற அரசியல்வாதிகளும் இப்போது அசிங்கப்படுத்தி விட்டார்கள்.)

ஆடம்ஸின் இந்த பதிலை கேட்ட கவர்னர் கேஜ், கோபத்தில் கொந்தளித்து உடனே ஒரு பிரகடனத்தை வெளியிட்டார்: "மேன்மைதங்கிய அரசரின் பெயரால் இந்த அறிவிப்பை வெளியிடுகிறேன். ஆயுதங்களை உதறி விட்டு உடனடியாக தங்கள் வேலைக்குத் திரும்புபவர்களுக்கு அரசரின் மன்னிப்பை பெற உதவுவேன். ஆனால் சாமுவேல் ஆடம்ஸ், ஜான் ஹேன்காக் ஆகியோர் கடுந்தண்டனைக்கு ஆளாவது தவிர வேறு வழியில்லை."

ஆடம்ஸும் ஹேன்காக்கும் அன்று சரியான மனநிலையில் இருந்தார்கள் என்றுதான் சொல்ல வேண்டும். கவர்னரின் எச்சரிக்கை அவர்களை மற்றுமொரு ஆபத்தான முடிவை எடுக்கத் தூண்டியது. அவர்கள் தங்களது நெருங்கிய தொண்டர்களின் ரகசிய கூட்டம் ஒன்றை கூட்டினார். (மாஸ்டர் மைண்ட் குழு வேகம் பெற்றுவிட்டது.) எல்லோரும் வந்து அமர்ந்ததும், ஆடம்ஸ் கதவை உள்புறமாகப் தாளிட்டு, சாவியைத் தன் சட்டைப்பைக்குள் போட்டுக்கொண்டு எல்லாக் குடியிருப்புகளும் கலந்து கொள்ளும் மாநாடு ஒன்றை அவசரமாக கூட்ட வேண்டும் என்றார் ஆடம்ஸ். அது போன்ற ஒரு மாநாட்டின் தீர்மானம் ஏற்படும் வரை யாரும் அங்கிருந்து வெளியே போகக் கூடாது என்று உறுதியாக கூறினார்.

அதைத் தொடர்ந்து பெரும் பரபரப்பு ஏற்பட்டது. அப்படியொரு தீவிரவாதத்தின் விளைவுகளை சிலர் விவாதித்தனர். (அச்சம் என்னும் கிழவன்.) இன்னும் சிலர், பிரிட்டிஷ் அரசை எதிர்த்து அப்படி உறுதியான முடிவு எடுப்பது, விவேகமானதா என்ற சந்தேகத்தை எழுப்பினர். ஆனால் தோல்வி மற்றும் அச்சத்தை புறம் தள்ளிய இருவர் அந்த அறையில் இருந்தனர். ஆடம்ஸ் மற்றும் ஹேன்காக். தங்கள் மனதின் தாக்கம் கொண்டு அங்கிருந்தவர்களை, செய்தித் தொடர்பு குழுவின் மூலம் ஃபிலடெல்ஃபியாவில் 1774ஆம் ஆண்டு செப்டம்பர் 5ஆம் தேதி, முதலாவது "காண்டினென்டல் காங்கிரஸ்" நடத்துவது என்ற முடிவிற்கு சம்மதிக்கவைத்தார்.

இந்தத் தேதியை நினைவில் கொள்ளுங்கள். 1776 ஜூலை 4ஆம் தேதியை விட முக்கியமான நாள். "காண்டினென்டல் காங்கிரஸ்" என்ற முடிவு மட்டும் எட்டப்படாமல் இருந்தால், சுதந்திரப் பிரகடனம் கையெழுத்தாகி இருக்க முடியாது.

மேற்படி காங்கிரஸ் கூடுவதற்கு முன்னால், ஹான்காக் மற்றும் ஆடம்ஸ் அவர்களுக்கு தங்கள் கவர்னருடன் இருந்த நம்பிக்கையற்ற உறவு போன்றே வர்ஜினியா மாநிலத்தை சேர்ந்த தாமஸ் ஜெஃபர்சனின் உறவு தனது கவர்னர் டன் மோருடன் இருந்தது. அவர் அந்நேரத்தில் "பிரிட்டிஷ் அமெரிக்கர்களின் உரிமைகள் பற்றிய சுருக்கமான வெளியீடு" என்ற புத்தகத்தை வெளியிடுவதில் மும்முரமாக இருந்தார்.

அவரது பிரபல புத்தகம் வெளியானவுடன், அவர் மீது ராஜ துரோக குற்றம் விதிக்கப்படுவதாக அறிவிக்கப்பட்டது. அதைக் கேள்விப்பட்டவுடன், அதை எதிர்த்து அவரது சக ஊழியர் பேட்ரிக் ஹென்றி, மிகவும் தைரியமாகப் பேசினார். பேச்சின் இறுதியில் அவர் சொன்ன வாக்கியம் என்றென்றும் நிலைத்துவிடும் ஒன்றாக ஆனது. "இதன் பெயர் ராஜ துரோகம் என்றால் அதனால் பெரும் பயன் பெறுவோம்."

தங்கள் குடியிருப்புகளின் தலைவிதியை நிர்ணயிக்க ஆற்றலோ, அதிகாரமோ, இராணுவ வலிமையோ, பணமோ இல்லாத அத்தகைய மனிதர்கள் முதலாவது காண்டினென்டல் காங்கிரஸில் துவங்கி அடுத்த இரண்டு ஆண்டுகள் வரை இடையிடையே தொடர்ந்து கூடிப் பேசினர். 1776, ஜூன் 7ஆம் தேதி ரிச்சர்ட் ஹென்றி லீ, மன்றத்தில் சபாநாயகரைப்பார்த்து எழுந்து நின்று இந்தத் தீர்மானத்தைத் தாக்கல் செய்தார்.

"யுனைடெட் குடியிருப்புகள் என்று அழைக்கப்படும் ஒவ்வொன்றும் சுதந்திரமான தனித்தனி நாடுகள் ஆக இருக்கும் உரிமை கொண்டது என்றும், பிரிட்டிஷ் பேரரசுக்கு விசுவாசமாக இருப்பதிலிருந்து நிரந்தரமாக விலகிக் கொள்கிறது என்றும், அவற்றிற்கும் கிரேட் பிரிட்டனுக்கும் உள்ள எல்லா அரசியல் தொடர்புகளும் முழுமையாகத் துண்டிக்கப்படுகிறது என்றும் அறிவிக்கிறோம்," என்பதுதான் அந்தத் தீர்மானம்.

லீயின் தீர்மானம், தொடர்ந்து வெகு நாட்கள் அவையில் தீவிரமாக விவாதிக்கப்பட பொறுமை இழந்த அவர் மீண்டும் ஒருமுறை உறுதியான குரலில், "அவைத் தலைவர் அவர்களே, பல நாட்களாக இதை விவாதித்து விட்டோம். நாம் பின்பற்ற வேண்டிய ஒரே வழி இதுதான். பிறகு ஏன் ஐயா இந்தத் தாமதம்? இன்னும் ஏன் இந்த விவாதம்? இந்த மகிழ்ச்சியான நாள் சுதந்திர அமெரிக்காவை பிறப்பிக்கட்டும். அவளை எழ விடுங்கள். மற்றவர்களை அழித்து ஜெயிப்பதற்காக அல்ல, சட்டபூர்வமான அமைதியான ஆட்சியை

மறுபடியும் நிலைநிறுத்துவதற்காக. ஐரோப்பாவின் கவனம் நம் மீது நிலைகுத்தியிருக்கிறது. பெருகிவரும் சர்வாதிகாரத்திற்கு எதிராக, மக்களின் மகிழ்ச்சிக்காக, சுதந்திரத்தின் உயிருள்ள உதாரணமாக நாம் விளங்கவேண்டுமென்று அவள் கோருகிறாள்."

லீயின் தீர்மானம் வாக்கெடுப்பு நிலையை அடையும் முன்பே அவர் தன் குடும்ப உறுப்பினர் ஒருவரின் உடல் நலமில்லாமல் போன காரணத்தால் வர்ஜீனியாவிற்குத் திரும்ப வேண்டியிருந்தது. எனவே தனக்குப் பதிலாக அங்கு இருந்து தீர்மானத்தை வெற்றி பெறச் செய்யுமாறு தன் நண்பர் தாமஸ் ஜெ.ஃபர்ஸனிடம் பொறுப்பை ஒப்படைத்துவிட்டுச் சென்றார். பின்னர், அவைத் தலைவராக இருந்த ஹேன்காக், ஜெ.ஃபர்ஸன் தலைமையில் ஒரு குழு அமைத்து சுதந்திர பிரகடனத்தை வரைவாக்கம் செய்ய வைத்தார். கிரேட் பிரிட்டனுடன் சண்டை தொடரும் பட்சத்தில் அந்த ஆவணத்தில் கையொப்பமிட்ட அனைவரும் தங்களுக்கான சாவு மணியை தாங்களே அடித்துக்கொண்டதாக அமையக்கூடிய ஒன்று அது.

குழுவின் கடின உழைப்பைத்தொடர்ந்து ஜூன் 28 அன்று பிரகடனத்தின் வரைவு வடிவம் அவையில் வாசிக்கப்பட்டது. பலமுறை விவாதிக்கப்பட்டு திருத்தப்பட்ட பிறகு, 1776 ஜூலை 4ஆம் தேதியன்று தாமஸ் ஜெ.ஃபர்ஸன், அவையின் முன் எழுத்து வடிவம் பெற்ற அந்த மாபெரும் சக்தி வாய்ந்த முடிவை, சற்றும் அச்சமின்றி வாசித்தார்.

"மனித நிகழ்வுகளின் இடையே ஒருவர் மற்றவர்களோடு பிணைத்திருந்த அரசியல் தளைகளை அறுத்துக் கொள்வது மற்றும் மற்றவர்களுடன் சமமான தனி அடையாளத்துடன், இயற்கையின் விதிகளுக்கு உட்பட்டு, இயற்கை என்னும் கடவுள் கொடுத்த உரிமையால், இயங்க வேண்டியது அவசியமாகிறது. அச்சமயத்தில் அப்படி பிரிந்து போவதற்கான காரணங்களை வெளியிட வேண்டும் என்றும் எதிர்பார்க்கப்படுகிறது."

ஜெ.ஃபர்ஸன் அதை வாசித்து முடித்தவுடன் அந்தப் பிரகடனம் 56 உறுப்பினர்களாலும் ஏற்கப்பட்டு கையொப்பமிடப்பட்டது. அன்று அவர்கள், அதில் கையெழுத்திட எடுத்த முடிவுதான், எல்லா மக்களும் சுதந்திரமாக முடிவெடுக்க உரிமை அளிக்கும் அமெரிக்கா என்ற நாடு உருவாகக் காரணமானது.

அப்படி நம்பிக்கை உணர்வுடன் தீர்மானங்கள் எடுத்தால்தான் மனிதர்களால் தங்கள் சொந்தப் பிரச்சனைகளை தீர்த்துக் கொண்டு நிறைந்த செல்வத்தையும் ஆன்ம வளத்தையும் பெறமுடியும். இதை நாம் மறக்க வேண்டாம்!

சுதந்திரப் பிரகடனம் உருவாக காரணமாக இருந்த சம்பவங்களை ஆராய்ந்து உலக நாடுகளின் மரியாதையைப் பெற்று, அவற்றின் மீது அதிகாரம் செலுத்தக்கூடிய நிலையில் இன்று இருக்கும் இந்த நாடு, 56

நபர்கள் கொண்ட மாஸ்டர் மைண்ட் குழுவினால் எடுக்கப்பட்ட ஒரு முடிவின் காரணமாகவே உருவானது என்பதை புரிந்து கொள்ளுங்கள். அந்த முடிவுதான், தோல்வியை ஏற்றுக்கொள்ளாத ஒரு ஆன்ம சக்தியாக ஜார்ஜ் வாஷிங்டனின் படை வீரர்களின் மனதில் நிறைந்து, போராட வைத்து, அவர்களின் வெற்றியை உறுதி செய்தது.

இந்த நாட்டிற்கு சுதந்திரம் பெற்றுத் தந்த அதே சக்திதான் சுய உறுதியுடையவனாக விளங்க மற்றும் தன் எதிர்காலத்தை நிர்ணயித்துக் கொள்ள ஒவ்வொரு தனி மனிதனாலும் பயன்படுத்தப்பட வேண்டும். இந்தப்புத்தகத்தில் கொடுக்கப்பட்டுள்ள கோட்பாடுகளால்தான் இந்த சக்தி உருவாகியுள்ளது. ஆர்வம், முடிவு, நம்பிக்கை, விடாமுயற்சி, மாஸ்டர் மைண்ட், ஒழுங்கமைக்கப்பட்ட திட்டமிடல் என்று குறைந்தபட்சமாக ஆறு கோட்பாடுகளை நாம் சுதந்திரப் பிரகடன கதையில் காண்கிறோம்.

உறுதியான ஆசையின் உந்துதல் பின்னாலிருந்து செயல்பட்டால் எண்ணம், அதற்கு இணையான பௌதிகப் பொருளாக உருமாறும் தன்மை கொண்டது என்பதை இந்தத் தத்துவம் முழுவதிலும் காணலாம். அடுத்த அத்தியாயத்திற்குள் செல்லும் முன் இந்தக் கதையிலும், ஏற்கெனவே சொல்லப்பட்ட 'யுனைட்டட் ஸ்டேட்ஸ் ஸ்டீல் கார்ப்பரேஷன்' கதையிலும் வெளிப்படுத்தப்பட்ட வழிமுறையின்படி தான் எண்ணம் இத்தகைய ஆச்சரியமூட்டும் உருமாற்றத்தைப் பெறுகிறது என்று கூற விரும்புகிறேன்.

ரகசிய வழிமுறையின் தேடலில் அதிசயங்களை எதிர்பார்க்காதீர்கள். ஏனென்றால் உங்களால் அதைக் கண்டுபிடிக்க முடியாது. இயற்கையின் நித்தியமான விதிகளைப் மட்டும்தான் உங்களால் கண்டுபிடிக்க முடியும். நம்பிக்கையும் தைரியமும் உள்ள யார் இந்த விதிகளை பயன்படுத்தினாலும் அது பயனுள்ளதாக அமையும். ஒரு நாட்டுக்கு சுதந்திரத்தைப்பெற்றுத்தரவோ அல்லது ஒரு மனிதனுக்குச் செல்வத்தை கொண்டு குவிக்கவோ அதை பயன்படுத்தலாம். அதை சரியாக புரிந்துகொள்ளத் தேவைப்படும் நேரத்தைத் தவிர வேறு கட்டணம் எதுவும் இல்லை.

உடனடியாக முடிவெடுக்கும் பழக்கம் உள்ளவர்கள், தங்களுக்கு என்ன வேண்டும் என்று பொதுவாக அறிந்திருப்பதால் அவர்கள் கேட்டது கிடைத்துவிடும். தலைவர்கள் தங்கள் வாழ்க்கையின் எந்த அம்சத்திலும் வேகமாக முடிவுகளை எடுக்கும் திறன் கொண்டிருப்பதால்தான் தலைவர்களாக இருக்கிறார்கள். தான் எங்கு செல்கிறோம் என்பதை வார்த்தைகளாலும் செயல்களாலும் உணர்த்துபவன் எந்த திசையில் சென்றாலும் இந்த உலகம் எப்போதும் அவனுக்கு வழிவிடுகிறது.

தீர்மானங்கள் எடுக்கமுடியாதிருத்தல் என்பது இளம் வயதில் துவங்கும் பழக்கம். திடமான நோக்கம் அல்லது இலக்கு இல்லாதவனுக்கு,

இந்தப் பழக்கம் பள்ளியிலிருந்து கல்லூரி செல்லும் காலத்தில் நிலையான பழக்கமாக மாறிவிடுகிறது. உறுதியாக முடிவுகள் எடுப்பது என்னும் பழக்கத்தை நமது கல்வித்திட்டம் வலியுறுத்தாததுதான் அதன் முக்கிய பலவீனமாகும்.

எந்த நோக்கத்திற்காகச் சேருகிறேன் என்று உறுதியாகத் வெளிபடுத்த முடியாத எந்த மாணவனையும் கல்லூரியில் சேர்ப்பதில்லை என்பதில் கல்லூரிகள் உறுதியாக இருக்க வேண்டும். உயர்நிலைப் பள்ளியில் சேரும் எல்லா மாணவர்களுக்கும் "முடிவெடுக்கும் பழக்கம்" என்ற பயிற்சியை கொடுக்கவேண்டும். அதற்கென்று ஒரு தேர்வும் வைத்து, தரத்தைக் கணித்த பிறகே அவன் அடுத்த வகுப்பிற்குள் அனுமதிக்கப்பட வேண்டும்.

நம் கல்வித் துறையின் குறைபாட்டினால் தீர்மானமின்மை என்ற பழக்கம் அவன் கல்லூரியை முடித்து வேலைக்குப் போகும் போது (ஒரு வேளை அவன் தனக்கென்று ஒரு வேலையை தேர்வு செய்திருந்தான் என்றால்) அதற்குள்ளும் புகுந்து கொள்கிறது. இன்று சம்பளத்திற்காக பணிபுரியும் நபர்களில் 98 சதவிகிதத்தினர் தாங்கள் எந்த பதவிக்குப் போகவேண்டும் என்றும் தங்களுக்கு வேலை தரப்போகிறவரைத் தேர்ந்தெடுக்கும் அறிவும் இல்லாதிருப்பதால்தான் சம்பளத்திற்காக ஊழியம் செய்கிறார்கள்.

உறுதியான முடிவுகள் எடுக்க துணிச்சல் தேவை. சில நேரங்களில் அசாத்திய துணிச்சலும் தேவைப்படுகிறது. சுதந்திரப் பிரகடனத்தில் கையெழுத்திடுவதற்கு முன்வந்தவர்கள் 56 பேரும் தங்கள் உயிரைப் பணயம் வைத்து அதில் கையெழுத்திட்டார்கள். வேலை தேடுபவன் ஒருவன் குறிப்பிட்ட ஒரு வேலையில் சேருவது என்ற முடிவை எடுக்கும் போது தனது பொருளாதார சுதந்திரத்தைப் பணயம் வைக்கிறான். வாழ்க்கையில் எதை எதிர்பார்பது என்று அறியாதவன், அதற்குத் திட்டமிடாதவன், அதைக் கேட்டுப் பெறாதவன் எவனோ, அவனுக்குப் பொருளாதார சுதந்திரம், செல்வம், நல்ல வியாபாரம், உயர்பதவிகள் முதலியவை வாய்க்காது. எந்த உணர்வுடன் சாமுவேல் ஆடம்ஸ் குடியிருப்புகளுக்கு சுதந்திரம் வேண்டும் என்று முயற்சி செய்தாரோ அதே உணர்வுடன் ஒருவர் செல்வத்தை விரும்பினால் நிச்சயம் அவரை பெருஞ்செல்வம் வந்து சேரும்.

'ஒழுங்கமைந்த திட்டமிடல்' என்ற முந்தைய அத்தியாயத்தில் தனிப்பட்ட ஒருவரது சேவையை சந்தைப்படுத்துவதற்கான வழிகளை நீங்கள் காணலாம். எந்த வேலையைத் தேர்ந்தெடுப்பது, எப்படிப்பட்ட முதலாளியைத் தேர்ந்தெடுப்பது என்பது பற்றிய விரிவான விளக்கங்களையும் நீங்கள் அதில் காண்பீர்கள். ஆனால் ஒரு உறுதியான திட்டமாக அவற்றை ஒழுங்கமைக்க முடிவெடுக்கவில்லையென்றால் இந்த அறிவுரைகளால் உங்களுக்கு எந்தப் பயனும் இல்லை.

9

விடாமுயற்சி

நம்பிக்கையை ஊட்டத் தேவையான நீட்டிக்கும் முயற்சி

செல்வத்தை நோக்கி எட்டாவது அடி

ஆசையை அதற்குச் சமமான பணமாக பரிணமிக்கும் செயல்முறையில் விடாமுயற்சி ஒரு முக்கிய காரணியாகும். விடாமுயற்சிக்கு அடிப்படையானது மன உறுதி.

மன உறுதியும் ஆசையும் சரியான விகிதத்தில் சேர்ந்தால் தவிர்க்க முடியாத ஜோடியாக இருக்கும். மிகப்பெரிய செல்வந்தர்களைப் பார்த்து இரக்கமற்றவர்கள், தயவு தாட்ச்சீன்யம் இல்லாதவர்கள் என்றும் சொல்வதுண்டு. அவர்கள் அடிக்கடி தவறாக புரிந்து கொள்ளப்படுகிறார்கள். அவர்களிடம் இருப்பது மன உறுதி. அதை விடாமுயற்சியுடன் கலந்து, தங்கள் ஆசைகளின் பக்கபலமாக வைத்து, தங்கள் இலட்சியத்தை நிறைவேற்ற முயல்கிறார்கள்.

ஹென்றி ∴ போர்டு அவர்களும் கடுமையான மற்றும் இரக்கமற்றவர் என்று தவறாகக் கருதப்பட்டவர். இந்தத் தவறான கருத்து தனது அனைத்து திட்டங்களிலும் அவர் விடாமுயற்சியுடன் இருக்கும் பழக்கத்தை கொண்டிருந்ததனால் ஏற்பட்டதுதான்.

பெரும்பாலானோர் தன் முயற்சியில் ஒரு எதிர்ப்போ அல்லது துரதிர்ஷ்டமோ ஏற்பட்டால் அதனை கைவிட்டுவிட்டு ஓடிவிடத் தயாராக இருப்பார்கள். மிகச் சிலரே, எதிர்ப்புகளை மீறித் தங்களது இலக்கை நோக்கி நடப்பவர்கள். அந்தச் சிலர்தான் ∴போர்டு, கார்னேகி, ராக்∴பெல்லர், எடிசன் போன்றவர்கள்.

விடாமுயற்சி என்ற வார்த்தைக்கு நாயகன் என்று போற்றத் தகுந்த தன்மை ஏதுமில்லை. ஆனால் ஸ்டீலுக்கு எப்படி கார்பனோ நல்ல குணமுள்ள மனிதனுக்கு விடா முயற்சியும் அப்படித்தான்.

பொதுவாக செல்வங்கள் ஈட்ட பதின்மூன்று கோட்பாடுகளும் அவசியம். அவற்றை புரிந்து கொண்டு பயன்படுத்த விடாமுயற்சி தேவை.

இந்தப் புத்தகத்திலிருந்து கிடைக்கும் அறிவை நீங்கள் செயல்படுத்த விரும்பினால், இரண்டாவது அத்தியாயத்தில் வரும் ஆறு கட்டளைகளை பின்பற்றுவது உங்கள் விடாமுயற்சிக்கான சோதனையாக அமையும். உறுதியான இலக்கும், அதை அடைய உறுதியான திட்டமும் கொண்ட

நூற்றில் இரண்டு நபரில் ஒருவராக நீங்கள் இல்லாத பட்சத்தில் அந்த ஆறு கட்டுரைகளை படித்து விட்டு உங்கள் வாடிக்கையான தினசரி வேலையைப்பார்க்க நகர்ந்து விடுங்கள்.

இந்தக் கட்டத்தில் ஆசிரியர் ஏன் உங்களை சோதிக்க விரும்புகிறார் என்றால், விடாமுயற்சி இல்லாமல் இருப்பதே தோல்விக்கான மிகப்பெரிய காரணம். ஆயிரக்கணக்கானோரது அனுபவத்தை அலசிப்பார்த்ததில் விடாமுயற்சியின்மையே பெரும்பாலானோரின் பலவீனம் என்று கண்டோம். முயற்சியினால் வெல்லக்கூடிய பலவீனம் தான் இது. விடாமுயற்சியின்மையை எவ்வளவு சுலபமாக வெற்றி கொள்ளலாம் என்பது உங்கள் ஆசையின் தீவிரத்தைப் பொறுத்தது.

அனைத்து சாதனைகளுக்கும் ஆரம்பப் புள்ளியாக இருப்பது, ஆசை. இதை அடிக்கடி நினைவில் கொள்ளுங்கள். ஆசை பலவீனமாக இருந்தால் அதன் விளைவும் பலவீனமாகவே இருக்கும். சிறு நெருப்பால் குறைவான வெப்பத்தையே தரமுடியும். ஆசையை தீவிரமாக்குவதன் மூலம் விடாமுயற்சியின்மையை சரி செய்துவிடலாம்.

தொடர்ந்து இறுதிவரை படித்துமுடித்து விட்டு இரண்டாவது அத்தியாயத்திற்குத் திரும்புங்கள். அங்கு தரப்பட்டுள்ள ஆறு கட்டளைகளைப் பின்பற்றத் துவங்குங்கள். எவ்வளவு ஆர்வத்துடன் அவற்றை பின்பற்றுகிறீர்களோ அதை வைத்து, செல்வங்களை குவிக்க உங்கள் ஆசை எந்த அளவு உள்ளது என்பதைக் கண்டுபிடித்து விடலாம். நீங்கள் அலட்சியமாக இருப்பதாகத் தெரிந்தால், செல்வம் சேர்ப்பதற்கு இன்றியமையாத குணமான "பண உணர்வை" இன்னும் நீங்கள் பெறவில்லை என்று புரிந்துகொள்ளலாம்.

கடலை நோக்கி ஓடும் நதி போல செல்வமானது தன்னைக் "கவரும்" மனதின் பக்கம் திரும்புகிறது. தனது ஆர்வத்தால் எந்தப் பொருளை ஒருவன் அடைய விரும்புகிறானோ, அதற்கு தேவையான தூண்டுதல்கள் அவனை நோக்கி நகரும்படி செய்யும் அதிர்வுகள் பற்றி இந்த நூலில் முன்பே கூறியிருக்கிறோம்.

உங்களது விடாமுயற்சி பலவீனமாக இருந்தால், தொடர்ந்து வரும் "ஆற்றல்" என்னும் அத்தியாயத்தில் கூறப்படும் அறிவுரைகள் மீது கவனம் செலுத்துங்கள். உங்களைச்சுற்றி ஒரு மாஸ்டர் மைண்ட் குழுவை அமைத்துக்கொள்ளுங்கள். அக்குழுவின் உறுப்பினர்களின் ஒத்துழைப்புடன் உங்களால் உங்களது விடாமுயற்சியைப் பலப்படுத்திக் கொள்ள முடியும். மேலும் சில அறிவுரைகளை "தன்னாலோசனை" மற்றும் "ஆழ்மனம்" ஆகிய அத்தியாயங்களில் நீங்கள் காணலாம். நீங்கள் பெற விரும்பும் பொருளை உங்கள் ஆழ்மனதில், உங்களால் காண முடியும் வரை, அந்த அறிவுரைகளைப் பின்பற்றுங்கள். அதன்பிறகு உங்கள் விடாமுயற்சி இல்லாதிருத்தல் என்னும் குணம் அகன்றுவிடும்.

நீங்கள் விழித்திருக்கும் போதும் சரி உறங்கும் போதும் சரி உங்கள் ஆழ்மனம் தொடர்ந்து வேலை செய்துகொண்டே இருக்கிறது.

தேர்ந்தெடுத்து சிலவற்றை மட்டுமே செயல்படுத்துவது மற்றும் அவ்வப்போது பின்பற்றுவது என்பது தகுந்த பலனை அளிக்காது. சரியாகப் பயன்பெற, எல்லா விதிகளையும், அவை உங்களை விட்டு நீங்காத பழக்கமாக மாறும்வரை, பின்பற்றவேண்டும். வேறு எப்படியும் "பண உணர்வை" உங்களால் வளர்த்துக்கொள்ள முடியாது.

தங்களை நோக்கி செல்வத்தை இழுக்க மெனக்கெடுபவர்கள் பக்கம் செல்வம் சென்று சேர்கிறது. அதே விதிகளைப் பின்பற்றித்தான், சிலரது மனம் வறுமையைத் தங்கள் பக்கம் இழுக்கின்றது. உங்கள் மனதில் "பண உணர்வு" இல்லையென்றால், உடனே "வறுமை உணர்வு" அதற்குள் புகுந்துவிடும். "வறுமை உணர்வை" வளர்த்துக் கொள்ள நீங்கள் எந்த முயற்சியும் செய்ய வேண்டிய அவசியமில்லை. ஆனால் "பண உணர்வு" கேட்டால் மட்டுமே கிடைக்கக்கூடியது. ஒரு சிலருக்கு மட்டுமே அது பிறவியிலிருந்து உடன் வரும்.

முந்தையப் பத்தியில் கூறப்பட்டுள்ள வாக்கியங்களில் கவனம் செலுத்தினால் செல்வம் சேர்ப்பதில் விடாமுயற்சிக்கு உள்ள முக்கியத்துவம் புலப்படும். விடாமுயற்சி இல்லையென்றால், துவங்கும் முன்னரே நீங்கள் தோல்வி அடைவீர்கள். விடாமுயற்சியுடன் இருந்தால் உங்களது வெற்றி நிச்சயம்.

நீங்கள் எப்பொழுதாவது கெட்ட கனவுகளை அனுபவித்திருந்தால் விடாமுயற்சியின் மதிப்பை உங்களால் உணர முடியும். பாதி மூடிய கண்களுடன் நீங்கள் படுக்கையில் இருக்கிறீர்கள். உங்களுக்கு மூச்சுத் திணறல் ஏற்படுகிறது. பக்கவாட்டில் திரும்பவோ, தசைகளை நகர்த்தவோ உங்களால் முடியவில்லை. இருப்பினும் தசைகள் மீதான கட்டுப்பாட்டை திரும்பப்பெற வேண்டிய கட்டாயத்தை உணரத் துவங்குகிறீர்கள். தொடர்ந்து விடாமுயற்சியுடன் ஒரு கையின் சில விரல்களை அசைக்கிறீர்கள். தொடர்ந்து, அதே கையில் உள்ள மற்ற விரல்களை அசைத்தும், அதன் பிறகு கையை முழுவதுமாக நகர்த்தியும் பார்க்கிறீர்கள். பிறகு, கையைத் தூக்குகிறீர்கள். இதே போல் மற்றொரு கையையும் தூக்குகிறீர்கள். அதன்பிறகு ஒரு கால், மற்றொரு கால் என்று படிப்படியாகச் செய்த பிறகு, ஒரு மாபெரும் முயற்சியுடன் உங்கள் தசைகள் மீதான முழு கட்டுப்பாட்டையும் திரும்பப்பெற்று உங்கள் உடலை கெட்ட கனவிலிருந்து வெளியே கொண்டு வருகிறீர்கள்.

அதே போலத்தான் உங்கள் மனதின் செயலற்ற தன்மையை படிப்படியாக நீக்கி அதன் மீது முழு கட்டுப்பாட்டையும் உங்களால் பெறமுடியும். ஆரம்பத்தில் வேகம் குறைவாக இருந்தாலும் தொடர்ந்து விடாமுயற்சியுடன் செயல்படுங்கள். விடாமுயற்சியுடன் செயல்பட்டால் வெற்றி உறுதி.

உங்கள் மாஸ்டர் மைண்ட் குழுவைக் கவனமாகத் தேர்ந்தெடுத்தால், விடாமுயற்சியுடன் செயல்பட உதவும் ஒருவர் அதில் இருப்பார். மிகுந்த செல்வங்கள் சேர்த்தவர்கள் பலர் அதற்கான தேவை இருந்ததால் அப்படிச் செய்தார்கள். சூழ்நிலை காரணமாக விடாமுயற்சியை அவர்கள் பழக்கிக் கொண்டார்கள்.

விடாமுயற்சிக்கு இணையானது வேறில்லை. வேறெந்த குணத்தாலும் அதை ஈடுகட்ட முடியாது. ஆரம்பத்தில் வேகம் குறைவாக இருக்கும்பொழுது இதை நினைவில் கொள்ளுங்கள். அது உங்களுக்கு ஊக்கமளிக்கும்.

விடாமுயற்சியை ஒரு பழக்கமாக ஏற்படுத்திக் கொண்டு விட்டவர்கள், தோல்விக்கு எதிராகத் தங்களைப் பாதுகாத்துக் கொண்டவர்கள். எத்தனை முறை தோற்கடிக்கப்பட்டாலும், அவர்கள் மீண்டும் ஏணியின் உச்சத்தை அடைவார்கள். உற்சாகம் இழக்கச் செய்யும் தோல்விகளைத் தரும் வழிகாட்டி ஒருவன், நமக்குள் இருப்பது போல் தோன்றுகிறது. ஒவ்வொரு முறை தோல்வியடைந்த பிறகு எழுந்து முயற்சி செய்பவர்கள் வெற்றியடைகிறார்கள். அப்பொழுது, எல்லோரும் "உன்னால் முடியுமென்று எனக்குத் தெரியும்" என்பார்கள். விடாமுயற்சி என்னும் தேர்வில் வெற்றியடையாமல் எவரும் பெரிய சாதனைகளை புரிய, உள்ளிருக்கும் வழிகாட்டி அனுமதிப்பதில்லை. விடாமுயற்சி இல்லாதவனால் வாழ்க்கையில் வெற்றி பெறமுடியாது.

ஆனால், தேர்வை எதிர்கொள்பவர்கள் விடாமுயற்சியின் பரிசாக வாழ்வில் சிறந்த வெகுமதிகளைப் பெறுகிறார்கள். தங்கள் இலக்கை அடைவதை அதற்கான ஈடாக பெறுகிறார்கள். அதுமட்டுமல்ல, பொருள் மட்டுமின்றி அளவற்ற முக்கியத்துவம் வாய்ந்த ஞானத்தை பரிசாக பெறுகிறார்கள். *"ஒவ்வொரு தோல்வியும் தனக்கு சமமான நன்மையின் விதையை ஏந்தி வருகிறது".*

இதற்கு விதிவிலக்குகளும் உண்டு. அனுபவத்தின் மூலம் விடாமுயற்சி வலிமைவாய்ந்தது என்று அறிந்தவர்கள் அவர்கள். தோல்வி தற்காலிகமானது என்றே அவர்கள் கருதுகின்றனர். விடாமுயற்சியுடன் தங்கள் ஆசையை செயல்படுத்தி, தோல்வியை வெற்றியாக மாற்றிக் கொண்டவர்கள் அவர்கள். வாழ்க்கை என்னும் விளையாட்டை ஓரமாக நின்று பார்க்கும் பொழுது, மீண்டு எழமுடியாத வகையில் தோல்வியடைபவர்களின் மாபெரும் எண்ணிக்கையை காண்கிறோம். மேலும் முயற்சி செய்ய விரும்புபவர்கள் மிகச்சிலரே என்பதையும் நம்மால் பார்க்கமுடிகிறது. துரதிர்ஷ்டவசமாக வாழ்க்கை பின்னோக்கி செல்லக்கூடியது என்பதை பலரால் ஏற்றுக்கொள்ள முடிவதில்லை. ஊக்கமின்மை ஏற்படும்போது நம் கண்களுக்கு புலப்படாத வகையில் போராடும் சக்தி ஒன்று நமக்குள் இருப்பதை நம்மால் உணர முடிவதில்லை. அந்த சக்தியைப்பற்றி பேசினால் விடாமுயற்சி என்று கூறி அதோடு விட்டுவிடுகிறோம். இந்த

விடாமுயற்சி மட்டும் இல்லை என்றால் ஒருவரால் எந்தத் தொழிலிலும் வெற்றி காண முடியாது.

இந்த வரிகளை எழுதிக் கொண்டிருக்கும் அதே நேரத்தில் தலையை உயர்த்தி ஜன்னலின் வழியாக பார்க்கும்போது எதிரே, சிலருக்கு "மறைந்த ஆசைகளின் மயானபூமி" யாகவும் சிலருக்கு, "வாய்ப்புகளின் முன்வாசல்" ஆகவும் விளங்கும் "பிராட்வே" தெரிகிறது. உலகத்தின் எல்லாப் பகுதிகளிலிருந்தும் கலைஞர்கள் புகழ், செல்வம், அதிகாரம், அன்பு அல்லது வேறெந்த விஷயங்களை வெற்றியாகக் கருதமுடியுமோ அதை நாடி அங்கு வருகிறார்கள். அப்படி நாடி வருவோரின் கூட்டத்திலிருந்து எப்போதாவது ஒருவர், பேரும் புகழும் அடைந்து வெளியே வருவார். உடனே அவரை எல்லோரும் "பிராட்வேயை வென்றவர்" என்று புகழத் துவங்குவார்கள். ஆனால் அவ்வளவு சீக்கிரமாகவோ அல்லது சுலபமாகவோ ஒருவரால் பிராட்வேயில் வெற்றி காண முடியாது. விடாமுயற்சி உடையவனாக ஒருவன் இருந்தால் மட்டுமே அவருடைய திறமையை பிராட்வே அங்கீகரித்து அவரது மேதைமையை ஏற்றுக்கொண்டு அதற்குரிய பரிசைத் தரும்.

பிறகு அவர் பிராட்வேயின் வெற்றி ரகசியத்தை கண்டுகொண்டுவிட்டதாக நாம் கருதுகிறோம். அந்த ரகசியம் விடாமுயற்சி என்ற சொல்லோடு இணைந்திருக்கிறது.

சிறந்த வெள்ளைப் பாதை" யை வெற்றி கொள்ள ஃபேனி ஹர்ஸ்ட் என்ற பெண்ணின் போராட்டத்தைப் பார்த்தால் அந்த ரகசியத்தை நாம் அறிந்து கொள்ளலாம். எழுத்தைப் பணமாக மாற்ற 1915இல் நியூயார்க் நகருக்கு வந்தாள் அந்தப்பெண். அந்த மாற்றம் வேகமாக நடக்கவில்லை, ஆனாலும் நடந்தது. நான்கு வருடங்கள், நியூயார்க் நகர நடைபாதைகளின் அபாயங்களை அனுபவித்தார். கிடைத்த பணிகளை செய்வதில் பகல் நேரத்தையும், நம்பிக்கையில் இரவு நேரத்தையும் கழித்தார். நம்பிக்கை இருண்ட போதும் "பிராட்வே, நீ ஜெயித்துவிட்டாய்!" என்று அவர் ஓடிவிடவில்லை. "நல்லது பிராட்வே, உன்னால் சிலரை வீழ்த்த முடியும் ஆனால் என்னிடம் நீ தோற்றுத்தான் ஆக வேண்டும்" என்று உறுதியாக நின்றார்.

பிரபல "ஸாட்டர்டே ஈவினிங் போஸ்ட்" என்ற வாரப்பத்திரிகை அவர் எழுத்தை நிராகரிப்பதாக முப்பத்தாறு முறை கூறியது. முப்பத்தேழாவது முறை அவர் எழுத்து பிரசுரமானது. வேறெந்தத் துறையிலும் நடப்பது போல இவரும் "சராசரியாக" இருந்திருந்தால், முதல் முறை நிராகரிக்கப்பட்டவுடனே அந்தத் தொழிலை விட்டு ஓடியிருப்பார். ஆனால், வென்றுவிடும் உறுதி இருந்ததால், நான்கு வருடங்கள் நடைபாதைகளில் சுற்றித் திரிந்தார்.

பிறகு தக்க சன்மானம் கிடைத்தது. அவர் மீதான சாபம் நீங்கியது போல கண்ணுக்குப் புலப்படாத சக்தியின் சோதனையில் வெற்றி பெற.

அன்று முதல் பதிப்பாளர்கள் அவரது வீட்டுப் பாதையில் அதிகம் தென்பட்டனர். வெள்ளப்பெருக்காக வந்த செல்வத்தை எண்ண அவருக்கு நேரமில்லாமல் போனது. பிறகு சினிமாக்காரர்கள் அவரை அடையாளம் காண சாதாரண சில்லறையாக இல்லாமல் பணம் கொட்டத்துவங்கியது. அப்போது அவர் எழுதிக் கொண்டிருந்த “கிரேட் லா∴ப்டர்”-என்ற நாவல் புத்தகமாக வெளிவரும் முன்னரே அதற்கான திரைப்பட உரிமையை ஒரு லட்சம் டாலர் கொடுத்து வாங்கிக் கொண்டார்கள். புத்தகம் வெளியான பின்னர் அதனுடைய ராயல்டி இன்னும் அதிகமாக இருந்திருக்கும்.

விடாமுயற்சியினால் சாதிக்க முடிந்தது என்னவென்று சுருக்கமாகச் கூறினோம். ∴பேனி ஹர்ஸ்ட்டு அதற்கு விதிவிலக்கல்ல. பணத்தையும் புகழையும் யார் சேர்த்திருந்தாலும் அவர்கள் முதலில் விடாமுயற்சியைத் தங்களுடன் இணைத்திருப்பார்கள் என்று உறுதியாகக் கூறமுடியும். பிராட்வே வாசலில் நிற்கும் பிச்சைக்காரர்களுக்கு காப்பியும் சாண்ட்விச்சும் கிடைக்கலாம் ஆனால் பிராட்வேக்குள் பிரவேசித்து வெற்றி காண்பதற்கு விடாமுயற்சி அவசியம்.

கேட் ஸ்மித் இதைப் படிக்கும்போது “ஆமென்” என்று சொல்வார். அவர் ஒரு பாடகி. ஒலிப்பெருக்கி ஒன்று கிடைத்தால் போதுமென்று காசு கூட இல்லாமல் பல வருடங்கள் பாடி வந்தாள். “உன்னால் முடிந்தால் வந்து ஆட்கொள்” என்று பிராட்வே அவரை அழைத்தது. அந்த சவாலை ஏற்று முயற்சி செய்துகொண்டே இருந்தார் கேட். ஒரு நாள் பிராட்வே களைத்துப் போய் அவரிடம், “எவ்வளவு அடித்தாலும் தாங்குகிறாய்! சரி, போகட்டும். உன் விலையை சொல்!” என்று அழைத்தது. அவள் தன் விலையைக் கூறினாள். அது பெரும் தொகை. வேறு சிலருக்கு ஓராண்டில் கிடைக்கும் தொகையை அவரால் ஒரே வாரத்தில் பெறமுடிந்தது.

விடாமுயற்சியுடன் இருப்பது சிறந்த நன்மைகளை அளிப்பது!

கேட் ஸ்மித்தை விடச் சிறப்பான பாடகர்கள் பலர் நல்ல வாய்ப்புத் தேடி அந்த இடத்தை சுற்றி அலைந்திருக்கிறார்கள். அவர்களுக்கு வெற்றி கிட்டவில்லை. நல்ல திறன் கொண்ட பாடகர்கள் பலர் வந்து போனார்கள். பிராட்வே களைத்துப்போய் அவர்களை திருப்பி அனுப்பும் வரை அவர்கள் விடாமுயற்சியுடன் செயல்படவில்லை.

விடாமுயற்சி என்பது ஒரு மனநிலை. ஆதலால் அதை வளர்த்துக் கொள்ள முடியும். எல்லா மன நிலைகளையும் போலவே விடாமுயற்சிக்கும் சில அடிப்படை காரணங்கள் உண்டு:

(அ) உறுதியான நோக்கம்: தனக்கு என்ன வேண்டும் என்பதை அறிந்திருப்பதுதான் விடாமுயற்சிக்கு முதல் படி. வலிமையான நோக்கம் இருந்தால் பல துன்பங்களை கடந்துவிடலாம்.

(ஆ) ஆசை: தீவிரமான ஆசை இருந்தால் அதற்கான விடாமுயற்சியைப் பெறுவதும் தக்க வைத்துக்கொள்வதும் சுலபம்.

(இ) சுயச்சார்பு: தன் திறமையின் மீது நம்பிக்கை வைத்துத் தன் திட்டத்தை ஒருவரால் விடாமுயற்சியுடன் செயல்படுத்த முடியும். ('தன்னாலோசனை' என்ற அத்தியாயத்தில் விளக்கப்பட்டுள்ள கோட்பாட்டைக்கொண்டு சுயச்சார்பை வளர்த்துக் கொள்ளும் விதத்தை அறியலாம்)

(ஈ) உறுதியான திட்டங்கள்: பலவீனமாக மற்றும் நடைமுறைக்கு ஒவ்வாத வகையில் இருந்தாலும், ஒழுங்கமைந்த திட்டங்களாக இருந்தால், அது விடாமுயற்சியைத் ஊக்குவிக்கும்.

(உ) துல்லியமான அறிவு: நன்கு ஆராய்ந்து மற்றும் அனுபவம் அல்லது கூர்ந்து கவனிப்பதால் ஏற்படும் அறிவுடன் எடுக்கப்பட்ட திட்டங்கள், விடாமுயற்சியை ஊக்குவிக்கும். அறிந்திராமல் யூகத்தில் செயல்படுவது விடாமுயற்சியை வளர்க்கும்.

(ஊ) ஒத்துழைப்பு: அனுதாபம், புரிதல், இணக்கமான ஒத்துழைப்பு ஆகியவை விடாமுயற்சியை வளர்க்க உதவுபவை.

(எ) மன உறுதி: எண்ணங்களை ஒருமுகப்படுத்தி, திட்டங்கள் தீட்டும் பழக்கம், குறிப்பிட்ட இலக்கை நோக்கி நகர விடாமுயற்சிக்கு வழி வகுக்கிறது.

(ஏ) பழக்கம்: பழக்கத்தினால் நேரடியாக விளைவது விடாமுயற்சி. அன்றாட நிகழ்வுகளை உள்வாங்கிக்கொண்டு மனம் செயல்படுகிறது. மனதின் மிகப்பெரிய எதிரியான பயத்தை துணிச்சலான செயல்களைத் மீண்டும் மீண்டும் செய்வதன் மூலம் வெற்றி கொள்ளலாம். போர்முனையில் பணிபுரிந்தவர்களுக்கு இது தெரியும்.

விடாமுயற்சி எனும் தலைப்பை விட்டு நகரும் முன்னால், உங்களிடம் எந்த குறிப்பிட்ட அவசியமான விஷயத்திலாவது விடாமுயற்சி குறைவாக இருக்கிறதா என்று கவனியுங்கள். இங்கு மேலே குறிப்பிடப்பட்ட எட்டு விஷயங்களில் எதிலேனும் குறைவிருக்கிறதா என்று ஆராயுங்கள். இந்த ஆய்வு உங்களை கண்டு கொண்டு திருத்திக்கொள்ள ஏதுவாக இருக்கும்.

விடாமுயற்சி இல்லாதிருத்தலின் அறிகுறிகள்

உங்களுக்கும் உங்கள் குறிப்பிடத்தக்க சாதனைகளுக்கும் இடையே நிற்கும் உண்மையான பகைவர்கள் யார் என்பதை இங்கே அறிவீர்கள்.

விடாமுயற்சியின் பலவீனமான அறிகுறிகள் மட்டுமல்லாமல் ஆழ்மனதில் வீற்றிருக்கும் அதற்கான காரணங்களையும் அறிந்து கொள்வீர்கள். நீங்கள் யார் என்பதையும், உங்கள் செயல் திறனை புரிந்துகொள்ளவும் நிஜமாக விரும்பினால் இந்தப் பட்டியலை கவனமாக படிக்கவும்.

பெருஞ் செல்வம் திரட்ட நினைப்பவர்கள் வெற்றி கொள்ள வேண்டிய பலவீனங்கள்:

1. தனக்கு என்ன வேண்டுமென்பதை சரியாகத் தெரிந்து கொள்ளாமல் இருப்பது.
2. காரணத்துடனோ அல்லது காரணம் எதுவும் இல்லாமலோ கால தாமதம் செய்வது. (வழக்கமாக தாமதத்திற்கு சாக்கு போக்குகள் சொல்லக்கூடும்)
3. விசேஷ அறிவைப் பெறுவதில் ஆர்வம் காட்டாமல் இருப்பது.
4. முடிகள் எடுக்காமல் இருப்பது; தன் பொறுப்புக்களை மற்றவர்கள் மீது திணித்து விட்டு, கழன்று கொள்வது. வழக்கமாக இதற்கும் சாக்கு போக்குகள் இருக்கும்.
5. பிரச்சினைகளைத் தீர்க்க உறுதியான திட்டங்களைத் தீட்டாமல், காரணங்களைத்தேடி அலைவது.
6. சுயத்தின் மீது மனநிறைவுடன் இருப்பது: இந்த நோயினால் தவிப்பவர்களுக்கு அது தீருமென்று எந்த நம்பிக்கையும் கொள்ள முடியாத அளவு மோசமானது.
7. அலட்சியம்: பிரச்சினைகள் வரும்பொழுது எதிர்த்து நிற்காமல் அவற்றிற்கு வளைந்துக் கொடுப்பது.
8. தன் தவறுகளுக்கு மற்றவர்கள் மீது பழி சுமத்துவது மற்றும் சூழ்நிலைகளைக் காரணமாக்குவது.
9. பலவீனமான ஆசை. இலக்கு தூண்டும் விதமாக இல்லாமலிருந்தால் இப்படி ஆகும்.
10. முதன் முறை தோல்வியடைந்தவுடன், செய்யும் வேலையைக் கைவிட்டு ஓடத் தயாராகவும், சம்மதத்துடனும் இருப்பது. (ஆறு அடிப்படை அச்சங்களில் ஒன்றோ அல்லது ஒன்றிற்கு மேற்பட்ட காரணமாகவோ இருக்கலாம்.)
11. ஒழுங்கமைந்த திட்டங்கள் இல்லாமல் இருப்பது. திட்டங்களை எழுதி அவற்றை அவ்வப்போது ஆராய்ந்து பார்க்கக்கூடிய இடத்தில் எழுதி வைத்திருத்தல்.
12. ஒரு புதிய கருத்துரு கூறப்படும்போது அல்லது புதிய வாய்ப்புகள் வரும்போது அவற்றை ஏற்றுக் கொள்ளாமல் இருப்பது.

13. ஒரு விஷயத்தை செயல்படுத்த விருப்பமில்லாமல் அது நடக்கவேண்டுமென்று ஆசை மட்டும் கொள்வது.

14. வளங்களை முயன்று பெறாமல் வறுமையை ஏற்றுக் கொள்வது. இப்படி இருக்கவேண்டும் இப்படி பணம் அல்லது பொருள் ஈட்ட வேண்டுமென்ற அக்கறை இல்லாமல் இருப்பது.

15. எந்த முயற்சியும் உழைப்பும் இல்லாமல் வசதியான வாழ்கையை பெற முயல்வது. சூதாட்டம்,பேரம் ஆகியவற்றில் ஈடுபடுவது.

16. விமர்சனங்களைக் கண்டு அஞ்சுவது. மற்றவர்கள் என்ன சொல்வார்களோ என்று அஞ்சி, சரியான திட்டங்களை உருவாக்கி செயல்படுத்தாமல் விடுவது. உண்மையில் இதுதான் இந்தப் பட்டியலின் முதலில் இடம்பெற்றிருக்க வேண்டும் எனென்றால இது ஆழ்மனதின் ஆறு அடிப்படை அச்சங்களில் ஒன்றாக நிலை கொண்டிருப்பதாகும். ('ஆறு அடிப்படை அச்சங்கள்' பின்னால் ஒரு அத்தியாயத்தில் வரும்.)

'விமர்சனத்திற்கு அஞ்சுவது' என்பதன் அறிகுறிகள் என்னவென்று பார்ப்போம். பெரும்பாலானவர்கள் உறவினர்கள் நண்பர்கள் மற்றும் இதர மனிதர்கள் தங்கள் மீது பெரிய தாக்கத்தை ஏற்படுத்த அனுமதிப்பவர்கள் என்பதால் அவர்களது விமர்சனத்திற்கு அஞ்சியே வாழ்கிறார்கள். திருமணத்தில் தவறு செய்பவர்கள் ஏராளம். முடிவு எடுத்துவிட்ட படியால் அவர்கள் தங்கள் வாழ்வை துன்பத்திலும் துயரத்திலும் தொடர்ந்து கழிக்கிறார்கள். அது அவர்கள் வாழ்கையில் முன்னேறும் ஆசை, சுயச்சார்பு, சாதிக்க வேண்டும் என்ற ஆர்வம் அனைத்தையும் அழித்துவிடும்.

பள்ளிப்படிப்பை பாதியில் நிறுத்திவிட்டால் அதனைத் தொடர மாட்டார்கள். மற்றவர்களது விமர்சனத்திற்கு உள்ளாகிவிடுவோம் என்ற பயத்தில் கல்வியைப் புறக்கணிக்கிறார்கள்.

விமர்சிக்கப்படுவார்கள் என்ற பயத்தில் கடமை என்ற பெயரில் எண்ணற்றோர் தங்கள் உறவினர்கள் தங்கள் வாழ்கையை கெடுப்பதை அனுமதிக்கிறார்கள். (தன் ஆசையை கைவிடவோ அல்லது தன் விருப்பத்திற்கு ஏற்றவாறு வாழ்க்கை நடத்த வேண்டும் என்றோ கடமை கூறுவதில்லை)

தோல்வி அடைந்தால் விமர்சனத்திற்கு உள்ளாகக்கூடும் என்ற அச்சத்தால் பல வியாபாரிகள் தாங்கள் நினைத்தவாறு முயற்சிகளை மேற்கொள்ளாமல் இருக்கிறார்கள். *அந்த அச்சம், வெற்றியடையும் விருப்பத்தை விட வலிமையானது.*

தங்கள் வாழ்வில் உயர்ந்த லட்சியங்களை அமைத்துக்கொள்ளக் கூட சிலர் அஞ்சுகிறார்கள். "அவ்வளவு உயரம் போகாதே, உன்னைப்

பைத்தியம் என்று கூறுவார்கள்" என்று நண்பர்களும் உறவினர்களும் கேலி செய்வார்கள் என்று அவர்கள் அஞ்சுகிறார்கள்.

என் வாழ்வின் இருபது வருடங்களை அர்ப்பணித்து, தனி மனித சாதனைகளுக்கு ஆதாரமான தத்துவம் ஒன்றை உருவாக்கித் தருமாறு ஆன்ட்ரூ கார்னேகி என்னிடம் ஆலோசனை கூறிய போது, மற்றவர்கள் என்ன சொல்வார்களோ என்ற அச்சம்தான் எனக்கு முதன்முதலில் ஏற்பட்ட உணர்ச்சி. அவர் நான் அடையவேண்டுமென்று விரும்பியது அதுவரை நான் கனவிலும் நினைத்திராத அளவுக்கு உயர்வான இலக்கு. அதனால் அது சாத்தியமில்லை என்பதற்கான சாக்குகளை என் மனம் உடனடியாக தேடத் துவங்கியது. காரணம், கடும் விமர்சனத்தால் ஏற்படக்கூடிய அச்சமே. எனக்குள் ஏதோவொன்று 'உன்னால் இதைச் செய்ய முடியாது. மிகப் பெரிய வேலை. பல வருடங்கள் எடுக்கும். உறவினர்கள் என்ன நினைப்பார்கள்? உனக்கு வாழ்வாதாரம் என்ன இருக்கிறது? வெற்றிக்கான தத்துவம் என்று இதுவரை யாரும் கண்டுபிடிக்கவில்லை. உன்னால் மட்டும் அது முடியும் என்று எப்படி நம்புகிறாய்? இவ்வளவு பெரிய இலக்கை அடைய விரும்பும் அளவிற்கு நீ யார் என்பது குறித்து சிந்தித்தாயா? நீ சாதாரண குடும்பத்தில் பிறந்தவன். தத்துவம் பற்றி உனக்கென்ன தெரியும்? உன்னைப் பைத்தியம் என்று தானே நினைப்பார்கள்? (ஆமாம், அப்படித்தான் நினைத்தார்கள்.) இது சாத்தியமென்றால் இதுவரை ஏன் யாரும் செய்யவில்லை?"

இதுவும் இன்னும் பல கேள்விகளும் என் மனதில் மின்னல் போலப் பளிச்சிட்டு என் கவனத்தை ஈர்த்தன. திரு கார்னேகி அவர்களின் ஆலோசனையை செயல்படுத்த விடாமல் செய்வதற்காக உலகமே திடீரென்று என் மீது தன் கவனத்தை திருப்பி என்னை ஏளனம் செய்தது போலிருந்தது.

செய்து முடிக்க வேண்டும் என்ற பேராசை என்னை கட்டுப்படுத்துவதற்குள் அதைத் தூக்கி எறிவதற்கான வாய்ப்பு அப்போது என்னிடம் இருந்தது. பிறகு ஆயிரக்கணக்கானவர்களின் வாழ்க்கையை அலசி ஆராய்ந்த போது "பெரும்பாலான எண்ணங்கள் பிறக்கும் போதே உயிரற்று பிறக்கின்றன. 'திடமான திட்டம் மற்றும் உடனடியாகச் செயல்படுவது' என்ற மூச்சுக் காற்றை அதற்குள் செலுத்தியாக வேண்டும்" என்று கண்டுகொண்டேன். ஒரு எண்ணம் தோன்றிய உடனேயே அது பேணப்பட வேண்டும். எத்தனை நிமிடங்கள் அது வாழ்கிறதோ அது நீடிப்பதற்கான சாத்தியக்கூறு அதிகம். விமர்சனத்தைக் கண்டு அஞ்சினால் அந்த எண்ணங்கள் திட்டமிடும் கட்டம் மற்றும் செயல்படுத்தப்படும் கட்டத்தை எட்டுவதில்லை.

சாதகமான நேரங்களில் மட்டுமே பணம் சேர்க்கும் விஷயத்தில் வெற்றி காண முடியும் என்று பலர் நம்புகிறார்கள். அதில் ஓரளவு உண்மை இருந்தாலும், அதிர்ஷ்டத்தையே முழுவதுமாக நம்பினால்

ஏமாற்றம் மட்டுமே மிஞ்சும். அதிர்ஷ்டம் வரும் முன்பு அதனை வரவழைக்க தேவையான அறிவு நம்மிடம் இல்லாததே காரணம்.

பொருளாதார மந்தநிலையின் போது டபிள்யூ.சி. ஃபீல்ட்ஸ் என்ற நகைச்சுவை நடிகருக்கு வேலை இல்லாமல் போனது ஏனென்றால் அவர் நடித்துக் கொண்டிருந்த அக்காலத்து 'வாட்வில்' என்ற நகைச்சுவை நாடக மேடை காலமாற்றத்தால் மறைந்து போனது. வேறு வாழ்வாதாரம் இல்லாததால் அவர் வறுமையில் வாட நேரிட்டது. அவர் வயது அறுபதை தாண்டியிருந்தது. 60க்கு மேற்பட்டவர்கள் தங்களை முதியோர்களாக கருதும் வயது அது. எப்படியாவது மீண்டும் நடிக்க வேண்டும் என்ற இலட்சியத்துடன் அப்போதுதான் புதிதாக துவங்கியிருந்த சினிமா துறையில் பணம் வாங்காமல் நடிக்க ஒப்புக்கொண்டார். ஆனால் நடிக்கும் போது கீழே விழுந்து அடிபட்டுக்கொண்டார். வேறு எவரும் அவரிடத்தில் இருந்தால் போதுமென்று அந்த முயற்சியை கைவிட்டு விட்டிருப்பார்கள். இவர் விடாமுயற்சியுடன் செயல்பட்டார். தொடர்ந்து முயற்சி செய்தால் நிச்சயம் பெரிய வாய்ப்பு கிடைக்கும் என்று நம்பினார். அவருக்கு வாய்ப்பு கிடைத்தது, ஆனால் அதிர்ஷ்டத்தினால் அல்ல.

மேரி டிரெஸ்லர் என்ற நகைசுவை நடிகைக்கு வேலை மற்றும் வருமானம் இல்லாமல் போன நிலைமையில் அறுபது வயதான அவர் சினிமாவில் வாய்ப்பைத் தேடி, முயன்று, வெற்றி கண்டார். பெரும்பாலானவர்கள் வாழ்க்கையில் சாதிக்க வேண்டும் என்ற லட்சியத்தை கைவிடும் வயதில், அந்த நடிகை, தன் விடாமுயற்சியால் அதிசயிக்கத்தக்க வெற்றியை சினிமாவில் அடைந்தார்.

எட்டி கேண்ட்டர் என்ற நடிகர் 1929இல் ஏற்பட்ட பங்குச்சந்தை வீழ்ச்சியில் தன் பணம் முழுவதையும் இழந்த போதிலும் தைரியம் மற்றும் விடாமுயற்சியை இழக்கவில்லை. அத்துடன் துருத்திக்கொண்டு நின்ற இரண்டு கண்களுடன் வாரம் ஒன்றுக்குப் பத்தாயிரம் டாலர் சம்பாதிக்கும் அளவிற்கு முன்னேறினார். விடாமுயற்சி மட்டும் இருந்துவிட்டால், வேறு எந்த நற்குணங்கள் இல்லாவிட்டாலும் ஒருவரால் வெற்றி பெறமுடியும். அதற்கான வாய்ப்பை அவரே தனக்காக உண்டாக்கிக் கொள்ள வேண்டும். அது விடாமுயற்சியால் வரும். ஆனால் உறுதியான இலக்குதான் அதன் தொடக்கப் புள்ளி.

நீங்கள் உங்கள் வாழ்கையில் சந்திக்கும் முதல் நூறு மனிதர்களிடம் அவர்கள் அதிகம் விரும்புவது என்ன என்று கேளுங்கள். அவர்களுள் 98 சதவிகிதத்தினர் அதற்கான பதிலை சொல்லமுடியாமல் விழிப்பார்கள். வற்புறுத்திக் கேட்டால், சிலர் பாதுகாப்பு என்பார்கள். பலரும் பணம் என்பார்கள், சிலர் சந்தோஷம் என்பார்கள், வெகு சிலர் புகழ், அதிகாரம் என்பார்கள். சமூகத்தினால் அங்கீகாரம் பெறுவது, வசதியாக வாழ்வது, பாட்டுப் பாடுவது, நடனமாடுவது, கதை எழுதுவது என்று கூடச் சிலர் கூறுவார்கள். ஆனால் மேலும் விளக்கும்படி கேட்டுக்கொண்டாலும்

அதற்கான திட்டம் ஏதும் உண்டா என்று கேட்டாலும் இல்லையென்றே கூறுவார்கள். இப்படி ஆசை மட்டுமே கொண்டிருந்தால் செல்வங்கள் குவியாது. உறுதியான ஆசை மற்றும் விடாமுயற்சியுடன் மேற்கொள்ளப்படும் உறுதியான திட்டங்களுக்கு மட்டுமே அது பதிலளிக்கும்.

விடாமுயற்சியை வளர்த்துக் கொள்வது எப்படி

விடாமுயற்சியை பழகிக்கொள்ள நான்கு சுலபமான வழிகள் உள்ளன. அதற்கு பெரிய அளவில் புத்திசாலித்தனமோ, குறிப்பிட்ட கல்வித்திகுதியோ முயற்சியோ நேரமோ தேவையில்லை.

1. உறுதியான லட்சியமும் அதை அடைந்தே தீர்வேண்டுமென்ற தீவிர ஆசையும் இருக்கவேண்டும்.
2. தொடர்ந்து செயல்படுத்தப் படக்கூடிய உறுதியான திட்டம் இருக்கவேண்டும்.
3. உறவினர்கள் நண்பர்கள் பரிச்சயமானவர்கள் என்று எதிர்மறை உணர்வுகள் மற்றும் கருத்துக்கள் எவரிடமிருந்து வந்தாலும் உள்ளே நுழையமுடியாதபடி மனதைப் பூட்டி வைக்கவேண்டும்.
4. நமது நோக்கம் மற்றும் திட்டத்தில் நம்முடன் ஒத்துழைக்கும் ஒன்று அல்லது அதற்கு மேற்பட்டவர்களுடன் நட்புக் கூட்டணி அமைக்க வேண்டும்.

வாழ்க்கையின் அனைத்துத் துறையிலும் வெற்றி பெற இந்த நான்கு வழிகளும் அவசியம். நாம் சொல்லப்போகும் 13 கோட்பாடுகளின் நோக்கம், இந்த நான்கு வழிகளைப் பழக்கப்படுத்திக் கொள்வதே.

இந்த வழிகளால் ஒருவர் தனது பொருளாதாரத் தலைவிதியைக் கட்டுப்படுத்திக் கொள்ள முடியும். எவரையும் சாராமல் சுதந்திரமாக சிந்திக்க இவை வழிவகுக்கும். பெரிய அளவிலோ அல்லது சிறிய அளவிலோ செல்வத்தை நோக்கி அடியெடுக்க உதவும் படிகள் இவை. நமக்குத் தேவைப்படும் சாதகமான வாய்ப்புகளைத் தந்து, நம் கனவுகளை மெய்ப்பிக்கும்.

அச்சம், அதைரியம், அலட்சியம் இம்மூன்றையும் வெற்றி கொள்ள நம்மை வழிநடத்தும்.

இந்த நான்கு அடிகளை பின்பற்றுபவர்களுக்கு மகத்தான பரிசு உண்டு. வாழ்க்கையில் பயணிக்க தங்களுக்கான பயணச்சீட்டைத் தாங்களே தயாரித்துக் கொள்ள மற்றும் அதற்கான விருப்பப்பட்ட விலையை இவர்கள் வாழ்க்கையிடமிருந்து பெற்றுக் கொள்ளலாம்.

உண்மை விவரம் அறியும் வழியில்லை என்றாலும் திருமதி. வாலிஸ் சிம்சன் என்ற பெண்மணி, ஒரு மனிதர் மீது வைத்த காதல் தற்செயலாக ஏற்பட்டதோ அதிர்ஷ்டத்தினால் ஏற்பட்டதோ அல்ல என்று ஊகிக்கிறேன். மனதில் தணியாத ஆர்வத்துடன் அவள் எடுத்து வைத்த ஒவ்வொரு அடியும் தேர்ந்தெடுத்த அடியாக இருந்தது. அவளது முதல் கடமை காதல்தான். உலகிலேயே மிக உயர்ந்த விஷயம் எது? மனிதர்களால் உருவாக்கப்பட்ட சட்டமோ, விமர்சனமோ, கசப்புணர்ச்சியோ, அரசியல் காரணங்களுக்காகச் செய்து கொள்ளும் திருமணமோ இல்லை காதல் என்று கடவுள் அவளிடம் கூறினார்.

வேல்ஸ் இளவரசரை சந்திக்கும் வெகு காலம் முன்பே தனக்கு என்ன வேண்டும் என்று அவள் அறிந்திருந்தாள். இருமுறை அதனை கண்டுகொள்ள முடியாமல் போனபோது தொடர்ந்து முயற்சி செய்தாள். "உனக்கு நீயே நேர்மையாக நடந்து கொண்டால், இரவைத்தொடர்ந்து பகல் வருவது போல, அது உன் பின்னால் வரும். அதன் பிறகு நீ எந்த மனிதனிடமும் நேர்மையாக இருக்கலாம்."

தெளிவற்ற இடத்திலிருந்து படிப்படியாகத் தன் விடாமுயற்சியால் அவள் உலகத்திற்குத் தெரிய வந்தாள். நம்ப முடியாத அளவில் இருந்த பெரும் பிரச்சினைகளை எல்லாம் கடந்து வெற்றி கொண்டாள். நீங்கள் யாராக இருந்தாலும், வாலிஸ் சிம்சனைப் பற்றிய உங்கள் கருத்து எதுவாக இருந்தாலும், அவளுக்காகத் தனது மணிமுடியைத் துறக்க முன்வந்த அரசரைப் பற்றி நீங்கள் என்ன நினைத்தாலும், விடாமுயற்சியைப் பின்பற்றி வெற்றி கண்டதற்கு அவள் ஒரு உதாரணமாக விளங்குகிறாள். சுய மன உறுதியை உலகிற்கு கற்றுக்கொடுப்பவளாக இருக்கிறாள்.

வாலிஸ் சிம்சன் குறித்து சிந்திக்கும்போது தனக்கு என்ன வேண்டும் என்பதை புரிந்து கொண்ட மற்றும், அதற்காக உலகத்தின் மிகப்பெரிய சாம்ராஜியத்தை அசைத்தவர் அவர் என்பதை நினைவில் நிறுத்துங்கள். பொதுவாக இது ஆண்களுக்கான உலகம் என்றும் பெண்களுக்குச் சம உரிமை இல்லை என்றும் கூறுபவர்கள் வழக்கமாக முதுமை என்று அனைவரும் கருதும் வயதில் வாலிஸ் சிம்சன் உலகத்தின் மிகவும் விரும்பத்தக்க, திருமணமாகாத ஒருவரின் காதலைப் பெற்றவள் என்பதையும் நினைவில் கொள்ளுங்கள்.

அரசர் எட்வர்டு மட்டும் என்ன? இந்த மாபெரும் நிகழ்விலிருந்து நாம் படிக்கும் பாடம் என்ன? தான் விரும்பிய பெண்ணின் காதலுக்காக அவர் மிகவும் அதிக விலை கொடுத்து விட்டாரா?

அவரைத்தவிர வேறு எவராலும் இதற்கு சரியான விடையை அளிக்க முடியாது. மற்றவர்களால் ஊகிக்க மட்டுமே முடியும். ஆனால் அரசர் அந்தக் காதல் உலகத்திற்குள் தானாக விரும்பி வரவில்லை. வேண்டிகேட்காமலேயே பெரும் செல்வந்தராக பிறந்தவர். பலரும்

அவரைத் திருமணம் செய்து கொள்ள விரும்பினர். ஐரோப்பிய அரசியல்வாதிகளும், பெருமளவில் வரதட்சிணைக்கொடுக்க தயாராக இருந்த மற்றவர்களும் பல இளவரசிகளையும், கணவனை இழந்த பணக்கார விதவைகளையும் அவருக்கு முன்னால் நிறுத்தி மனைவியாக தேர்ந்தெடுக்கச் சொன்னார்கள். கேட்காமலும் அதற்காக ஆசைப்படாமலும் தன் பெற்றோர்களுக்கு முதல் குழந்தையாகப் பிறந்ததால் அவருக்கு அரசராகும் உரிமை கிடைத்தது. நாற்பது வருடங்களுக்கும் மேலாக சுதந்திரமோ விரும்பிய வாழ்க்கையை அனுபவிக்கும் அதிர்ஷ்டமோ அந்தரங்கமோ அவருக்கு கிடைக்கவில்லை. இறுதியில் அரியணை ஏறி அதற்குரிய கடமைகளை ஏற்றுக்கொள்ள வேண்டியிருந்தது.

'இந்த அனைத்து ஆசீர்வாதங்களுடன் எட்வர்டு அரசர் திருப்தியாகவும் மகிழ்ச்சியாகவும் இருந்திருக்கலாம்' என்று சிலர் கூறலாம்.

உண்மை என்னவென்றால் அரசருக்குரிய சலுகைகள் மற்றும் பணம் புகழ் அதிகாரம் அனைத்திற்கும் பின்னால், அவர் மனதில் இருந்த வெறுமையைக் காதல் ஒன்றினால் மட்டுமே நிரப்ப முடிந்தது.

அரசர் எட்வர்டின் மிகப்பெரிய ஆசை காதலை பெறுவதாகவே இருந்தது. வாலிஸ் சிம்சனைச் சந்திப்பதற்கு முன்பே உலகில் மனிதர்களால் உணரப்படும் மாபெரும் உணர்ச்சியான காதல், தன் இதய சரங்களை சுண்டி இழுத்து தன் ஆன்மாவின் கதவுகளைத் தட்டித் தன்னை வெளிப்படுத்தக் காத்திருப்பதாக அவர் அறிந்தார்.

தன்னைப்போலவே மற்றுமொரு ஆன்மா அதே காதலை வெளிப்படுத்தத் துடித்துக்கொண்டிருப்பதை அறிந்தபோது, அவரால் அச்சமோ, குற்ற உணர்ச்சியோ இன்றி தன் மனதின் கதவுகளை அவளுக்காகத் திறக்க முடிந்தது. சர்வதேச காதல் நாடகம் எந்த விமர்சனத்தையும் எதிர்கொள்ளத் தயாராகவும் புனிதமான காதலுக்காக மற்ற எல்லாவற்றையும் துறக்கவும் முன் வந்ததை, யாருடைய வம்புப்பேச்சாலும் தடுத்து நிறுத்த முடியவில்லை.

தான் விரும்பிய பெண்ணுடன் எஞ்சிய வாழ்நாட்களை கழிக்க, உலகத்திலேயே மிகவும் சக்தி வாய்ந்த பேரரசின் மணிமுடியையே துறக்க முன்வந்த அரசர் எட்வர்டின் முடிவும் மிகுந்த துணிச்சலானது. அந்த முடிவிற்காக அவர் கொடுத்த விலை மிகவும் அதிகம் என்று சொல்ல யாருக்கும் உரிமை இல்லை. "உங்களில் பாவம் செய்யாதவன் எவனோ, அவனே முதல் கல்லை எறியட்டும்" என்பது கடவுளின் வாக்கு!

"டியூக் ஆ·ப் விண்ட்ஸர்" என்று அழைக்கப்பட்ட எட்வர்டின் முடிவை குறை கூறுபவர்கள் வாலிஸ் சிம்சன் மீதான தன் காதலை அவர் உலகத்திற்கு அறிவித்திருக்க வேண்டிய அவசியம் இல்லை என்பதை நினைவில் கொள்ள வேண்டும். அவர் ரகசியமாக அவளுடன்

கள்ளத்தொடர்பு கொண்டிருக்கலாம். ஐரோப்பிய அரச குடும்பங்களில் இது மிகச் சாதாரணமான வழக்கம். அவர் தன் மணிமுடியைத் துறந்திருக்கவும் வேண்டாம் அதே நேரத்தில் காதலையும் இழந்திருக்க வேண்டாம். அரச குடும்பத்தினரும் மதகுருமார்களும் அவரை குற்றம் கூறியிருக்க மாட்டார்கள். ஆனால் மன உறுதி மிக்க அரசரின் காதல் தூய்மையானது, ஆழமானது, மற்றும் நேர்மையானது. அது அவரது மனதிற்குள் உண்மையான ஆசையாக இருந்தது. அதனால்தான் அது தன்னை வெளிப்படுத்திக் கொண்டு அதற்கான விலையையும் பெற்றுக்கொண்டது.

எட்வர்டைப் போல, ஐரோப்பாவில் இருந்த எல்லா ஆட்சியாளர்களும் மனிதாபிமானத்துடனும், நேர்மையுடனும் இருந்திருந்தால் கடந்த நூற்றாண்டில் அங்கு நிலவிய பேராசை, வெறுப்புணர்வு, மோகம், அரசியல் சதி, யுத்த மிரட்டல் இவையெல்லாம் இல்லாமல் வேறு மாதிரியான சரித்திரம் அங்கு எழுதப்பட்டிருக்கும். அன்பு மட்டுமே இருந்திருக்கும் வெறுப்புணர்வு இருந்திருக்காது.

> ஸ்டுவேர்ட் ஆஸ்டின் வியர் கூறிய வார்த்தைகளை சொல்லி எட்வர்டு மற்றும் வாலிஸ் சிம்ஸன் காதலைப் போற்றுவோம்
>
> பேசப்படாத எண்ணங்களே நமது இனிமையான எண்ணங்கள் என்று புரிந்துகொண்டவனை வாழ்த்தலாம். தன் இதயத்தின் ஆழமான இருட்டிலிருந்து காதலென்னும் வெளிச்சத்தைக் காண முடிந்தவனை, பார்த்ததும் - 'உன்னுடன் பகிர்ந்துகொண்ட வார்த்தைகளை விட இனிமையானவை, உன்னைப் பற்றி நான் கொண்ட எண்ணங்கள்'-என்று பாடி ஆடியவனை வாழ்த்தலாம்.

வாழ்வின் மிகப்பெரிய பொக்கிஷத்தைத் தேடிக் கண்டுபிடித்த அந்தக் காதலர்களை நாம் மேற்சொன்ன வரிகளில் பாராட்டுவோமாக. இவர்களைவிட அதிகமான விமர்சனத்துக்கும், பழிக்கும் ஆளானவர்கள் இக்காலத்தில் வேறு யாரும் இல்லை. இந்த பகுப்பாய்வை திருமதி. சிம்ஸன் படித்து வெளியிட ஒப்புதல் அளித்துள்ளார்.

விடாமுயற்சியுடன் செயல்பட்டு தாங்கள் தேடிகொண்டிருந்ததை அடைந்ததால் டியூக் ஆஃப் விண்ட்ஸர்-வாலிஸ் சிம்சன் இருவரையும் உலகம் பாராட்டுகிறது. வாழ்கையில் நமது தேடலை அடைய அவர்களது உதாரணத்தை பின்பற்றலாம்.

விடாமுயற்சி உடைய மனிதர்களுக்கு இன்னல்களை வெற்றி கொள்ளும் மாய சக்தி எங்கிருந்து வருகிறது. விடாமுயற்சி என்னும்

இந்த பண்பு ஒருவருக்குள் மனதின் சக்தி, ஆன்மாவின் சக்தி அல்லது இரசாயன மாற்றத்தை உண்டாக்குகிறதா அல்லது தெய்வீக சக்தி ஏதாவது இருக்கிறதா? மொத்த உலகமும் எதிர்த்து நின்றாலும், போர்க்களத்தில் தோல்வியே அடைந்தாலும் விடாமுயற்சியுடன் துணிந்து நிற்பவனுக்கு அளவற்ற ஆற்றல் தோள் கொடுக்கிறதா?

இதுவும் இதுபோன்ற பிற கேள்விகளும், விடாமுயற்சியைத் தவிர வேறு எதுவும் கைவசம் இல்லாமல், மிகப் பெரிய தொழில் சாம்ராஜ்ஜியத்தை உருவாக்கிய ஹென்றி ஃபோர்டைப் பார்க்கும் பொழுது என் மனதில் எழுகின்றன. மூன்றே மாதப் பள்ளிப்படிப்புடன் உலகத்தின் மிகப்பெரிய கண்டுபிடிப்பாளராக உயர்ந்த தாமஸ் ஆல்வா எடிசனைப் பார்க்கும் பொழுது, தனது விடாமுயற்சி ஒன்றைமட்டுமே கொண்டு தன் எண்ணங்களை பேசும் கருவியாகவும், திரைப்படம் காட்டும் கருவியாகவும், மின்சார வெள்ளொளி பல்பாகவும், இன்னும் நூற்றுக்கணக்கான பொருள்களாகவும் மாற்றியது நினைவுக்கு வர எனக்குள் இந்த கேள்விகள் எழுகின்றன.

ஹென்றி ஃபோர்டையும், தாமஸ் ஆல்வா எடிசனையும் தொடர்ந்து பல வருடங்களுக்கு, மிக அருகிலிருந்து பார்க்க மற்றும் அவர்களது செயல்களை ஆராய எனக்குக் கிடைத்த வாய்ப்பிலிருந்து என்னால் இதைச் சொல்ல முடிகிறது. அவர்களது மாபெரும் சாதனைகளுக்கு முக்கிய காரணமாக இருந்தது, விடாமுயற்சி தான்.

தீர்க்கதரிசிகள், தத்துவஞானிகள், அதிசயங்களை நிகழ்த்தியவர்கள், மதகுருமார்கள் என்று யாருடைய வாழ்க்கையையும் விருப்பு வெறுப்பின்றி ஆராய்ந்து பார்த்தால், விடாமுயற்சி, மன ஒருமைப்பாடு, உறுதியான இலக்கு ஆகிய குணங்கள் கொண்டிருந்ததாலேதான் அவர்களால் அத்தகைய சாதனைகளை புரிய முடிந்தது என்று தெரிகிறது.

உதாரணத்திற்கு முகம்மது நபியின் விசித்திரமான ஆனால் சுவாரஸ்யமான வாழ்க்கையை ஆராய்ந்து பாருங்கள். இந்த நவீன காலத்து மாபெரும் சாதனையாளர்களுடன் அவரை ஒப்பிட்டால், விடாமுயற்சி என்னும் பொதுவான பண்பு இருந்திருப்பது தெரிகிறது!

விடாமுயற்சிக்கு அதீத அதிகாரத்தை வழங்கும் அதிசய சக்தி எது என்பதை அறிய வேண்டுமானால், ஏசாத் பே என்பவர் எழுதிய முகமது நபியின் வாழ்க்கை வரலாற்றைப் படிக்க வேண்டும். அந்தப் புத்தகத்தைப் பற்றி, ஹெரால்டு ட்ரிபியூன் பத்திரிகையில் தாமஸ் ஸுக்ரூ எழுதிய விமர்சனம் அரிதான ஒரு விஷயத்தை வெளிபடுத்துகிறது. நேரம் எடுத்து இதனை படிப்பவர்களுக்கு நாகரீகம் அறிந்த உன்னதமான விடாமுயற்சியின் சக்தி தெரியவரும்.

கடைசி சிறந்த தீர்க்கதரிசி

விமரிசனம் செய்பவர்: தாமஸ் ஸுக்ரூ

"முகமது நபி ஒரு தீர்க்கதரிசி, ஆனால் அவர் எந்த அதிசயத்தையும் நிகழ்த்தவில்லை. அவர் ஆன்மீகவாதி இல்லை. அவர் முறைப்படி பள்ளிக்கு செல்லவில்லை. நாற்பதாவது வயது வரை அவர் தன் பணியை துவங்கவில்லை. கடவுளின் தூதன் என்று அவர் தன்னைக் கூறிக்கொண்ட போது உலகம் அவரை கேலி செய்தது. பைத்தியக்காரன் என்றது. சிறுவர்கள் அவரைத் துரத்த பெண்கள் அவர் மீது குப்பைகளை வீசினார்கள். தன் சொந்த ஊரான மெக்காவிலிருந்து அவர் நாடு கடத்தப்பட்டார். அவருடைய சீடர்களின் சொத்துக்கள் பறிமுதல் செய்யப்பட்டு அவரோடு பாலைவனத்திற்குத் துரத்தப்பட்டார்கள். பத்து வருட போதனைகளுக்குப் பிறகும், வறுமை கேலி மற்றும் நாடு கடத்தப்பட்டது தவிர சொல்லிக்கொள்ளும்படியாக வேறு எதுவும் நடக்கவில்லை. ஆனால் தொடர்ந்த பத்தாண்டுகளில் அவர் முழு அரேபியாவிற்கும் சர்வாதிகாரி ஆனார். அரசர் ஆனார். புதிய உலக மதத்தின் தலைவரானார். டான்யூப் நதியிலிருந்து பிரனீஸ் மலைத்தொடர் வரை அந்த மதம் பரவியது. அவர் அளித்த உத்வேகம் மும்மடங்காக இருந்தது. சக்திவாய்ந்த வார்த்தைகள், பிரார்த்தனையின் வலிமை, கடவுளோடு மனிதனுக்கு உள்ள தொடர்பு.

அவர் தனது தொழிலாக மேற்கொண்டது எவருக்கும் பொருள்படவில்லை. மெக்காவின் தலையாய வறிய குடும்பமொன்றில் பிறந்தவர், முகம்மது. பல நாடுகள் சந்திக்கும் இடமாகவும் காபா எனும் மந்திரக் கல்லின் இருப்பிடமாகவும், மிகப்பெரிய வணிகத் தலமாகவும் அப்போது விளங்கிய மெக்கா அசுத்தமான நகரமாகவும் இருந்ததால் அந்த நகரத்து மக்கள் தங்கள் குழந்தைகளை நாடோடிகளால் வளர்க்கப்பட பாலைவனத்திற்கு அனுப்பி வைத்தனர். எனவே நாடோடிகளால் வளர்க்கப்பட்ட முகம்மது ஆடுகள் மேய்த்தார். ஊர் ஊராகச் செல்லும் வண்டிகளுக்குத் தலைவராக ஒரு பணக்கார விதவையிடம் வேலைக்கு அமர்ந்தார். கிழக்கு நோக்கிப் பல ஊர்களுக்குப் பயணமான அவர் கிறிஸ்தவ மதம் பிளவுபட்டு யுத்தத்தில் அழிந்து போய்க் கொண்டிருப்பதைக் கண்டார். அவரது முதலாளி கதீஜா அவர் மீது கருணை கொண்டு அவரை திருமணம் செய்து கொண்டார். அப்போது முகம்மதுவின் வயது 28. தனது தந்தை அப்படிப்பட்ட திருமணத்திற்கு ஒப்புக் கொள்ளமாட்டார் என்பதால், கதீஜா, தனது தந்தையை மதுவின் போதைக்கு உள்ளாக்கி மயக்கத்தில் இருந்த அவரிடம் திருமணத்திற்கு ஒப்புதல் பெற்றார். அடுத்த 12 வருடங்கள் முகமது சுகமான வாழ்க்கை வாழ்ந்தார். சாதுரியத்துடன் வணிகம் செய்தார். ஒருநாள் பாலைவனத்தில் திரிந்துவிட்டு வீடு திரும்பிய

பொழுது, குர்ரானின் முதல் பாடலுடன் அவர் முன் கேப்ரியல் என்ற தேவதை தோன்றி, அவரைக் கடவுளின் தூதராக இருக்கும்படி கூறியதாக மனைவி கதீஜாவிடம் சொன்னார்.

முகமதுவின் வாழ்க்கையில் ஒரு அதிசயம் நடந்தது என்றால் கடவுள் வெளிப்படுத்திய வாக்கான குர்ரான் தான். அவர் கவிஞரோ பேச்சுத்திறன் கொண்டவரோ இல்லை. இருப்பினும் தனக்குச் கூறப்பட்டதாக அவர் திருப்பிச் சொன்ன குர்ரானின் செய்யுள்கள், அந்த நாடோடிகளின் மிகச்சிறந்த கவிஞர்களின் செய்யுள்களை விடச் சிறப்பாக இருந்தன. அரேபியர்களுக்கு இது மிகப்பெரிய அதிசயமாகத் தோன்றியது. சக்தி வாய்ந்த அந்த வார்த்தைகளை தங்களுக்குக் கிடைத்த மிகப்பெரிய பரிசாக அவர்கள் கருதினார்கள். கடவுளின் முன்னால் அனைவரும் சமம் என்றும், அந்த நாடு ஒரு இஸ்லாமிய நாடாக ஆகவேண்டும் என்றும் அவர் கூறினார். அத்துடன் காபாவைச் சுற்றி இருந்த 360 விக்கிரகங்களையும் நீக்கிவிட வேண்டும் என்றும் கூறினார். அது ஏற்கனவே இருந்த மதங்களுக்கு எதிரான கொள்கை. அதனால் இவர் நாடு கடத்தப்பட்டார். அந்த விக்கிரகங்களை வழிபடுவதற்குப் பல நாட்டினரும் வருவதால் மெக்காவில் வர்த்தகம் சிறப்பாக நடைபெற்றது. எனவே மற்ற வர்த்தகர்கள் முகமதுவின் மீது கோபம் கொண்டனர். அவர் பாலைவனத்திற்கு துரத்தப்பட்டார். அங்கிருந்தபடி உலகத்தின் மீது உரிமை கொண்டாடினார்.

இஸ்லாம் மதத்தின் எழுச்சி துவங்கியது. பாலைவனத்திலிருந்து எழுந்த அந்தத் தீப் பிழம்பு, அணைக்க முடியாததாக ஆயிற்று. உயரைக்கொடுக்கத் தயாராக இருந்த வீரர்களை ஒன்று திரட்டி ஒரு படையை உருவாக்கி மெக்கா மீது படை எடுத்தார் முகமது. யூதர்களையும் கிறிஸ்தவர்களையும் தன்னுடன் சேர்ந்து கொள்ளுமாறு அழைத்தார். புதிய மதம் ஒன்றைப் படைக்க அவர் இந்தப் போராட்டதை துவக்கவில்லை. கடவுள் நம்பிக்கை கொண்டவர்கள் அனைவரையும் ஒன்று சேருமாறு கூறினார். யூதர்களும் கிறிஸ்தவர்களும் அன்று அதை ஏற்றுக் கொண்டிருந்தால் இஸ்லாம் உலகத்தை வென்றிருக்கும். அவர்கள் மறுத்துவிட்டனர். முகமதுவின் மனிதப் போர் முறையையும் அவர்கள் ஏற்கவில்லை. ஆனால், முகமதுவின் படை ஜெருசலத்தில் நுழைந்த போது, மதத்தின் பெயரால் ஒருவர் கூட கொல்லப்படவில்லை.

பல நூற்றாண்டுகள் கழித்து கிறிஸ்தவ மத போராளிகள் அந்த நகரத்திற்குள் நுழைந்தபோது ஒரு முஸ்லிம் ஆணோ, பெண்ணோ குழந்தையோ உயிருடன் விட்டு வைக்கப்படவில்லை. ஆனால் கிறிஸ்தவர்கள் முஸ்லிம்களின் ஒரு கருத்துருவை மற்றும் ஏற்றுக் கொண்டார்கள்-கற்கும் இடமான பல்கலைகழகம்.

10

மூளையின் சக்தி

நம்மை இயக்கும் சக்தி

செல்வத்தை நோக்கி ஒன்பதாவது அடி

செல்வத்தைச் சேர்க்க ஆற்றல் தேவை.

செயல்படுத்தப் படாவிட்டால் திட்டங்களால் எந்தப் பயனுமில்லை. திட்டங்களைச் செயல்படுத்த ஆற்றல் வேண்டும். ஆற்றலை எப்படிப் பெறுவது மற்றும் பெற்ற பின் அதனை எப்படி பயன்படுத்துவது என்று இந்த அத்தியாயத்தில் விளக்கப்பட்டுள்ளது.

"ஒழுங்காகவும், புத்திசாலித்தனமாகவும் செலுத்தப்படும் அறிவு" என்று ஆற்றலை வரையறைப் படுத்தலாம். ஆசையை, அதற்குச் சமமான பணமாகவோ பொருளாகவோ மாற்றுவதற்குத் தேவையான ஒழுங்கமைக்கப்பட்ட முயற்சி' என்ற பொருளில் ஆற்றல் என்ற சொல்லை இங்கு பயன்படுத்துகிறோம். ஒழுங்கமைக்கப்பட்ட முயற்சி, இரண்டு அல்லது இரண்டிற்கும் மேற்பட்டவர்கள் ஒரு உறுதியான நோக்கத்திற்காக இணக்கத்துடன் செயல்படும் போது உருவாகிறது.

பணத்தைச் சேர்ப்பதற்கு ஆற்றல் தேவைப்படுகிறது! சேர்த்த பின் அதனை தக்கவைத்துக்கொள்ளவும் ஆற்றல் தேவைப்படுகிறது!

அந்த ஆற்றலை எப்படிப் பெறலாம் என்று ஆராய்ந்தறிவோம். ஆற்றல் என்பது "ஒழுங்கமைக்கப்பட்ட அறிவு" என்பது உண்மையென்றால், அந்த அறிவு எங்கிருந்து கிடைக்கக் கூடும் என்பதை ஆராயலாம்.

(அ) அளவற்ற ஆற்றல். தொடர்ந்து வரும் ஒரு அத்தியாயத்தில் சொல்லப்படும் வழிமுறை கொண்டு படைப்புத்திறன் உள்ள கற்பனாசக்தியைப் பயன்படுத்தி, அளவற்ற ஆற்றலுடன் தொடர்பு கொள்ளலாம்.

(ஆ) சேர்த்து வைத்த அனுபவம். பலரின் அனுபவங்கள் ஒழுங்காக எழுதப்பட்டு, புத்தகங்களாக பொது நூலகங்களில் ஆவணப்படுத்தப்பட்டிருக்கும். அந்த அனுபவங்களின் முக்கியப் பகுதிகள் பள்ளிகளிலும் கல்லூரிகளிலும், மேலும் தெளிவாக வகைப்படுத்தப்பட்டுப் கற்பிக்கப்படுகின்றன.

(இ) சோதனையும் ஆராய்ச்சியும். அறிவியல் மட்டும் அல்லாமல் வாழ்க்கையின் எல்லாத் துறைகளிலும் அன்றாடம் புதிய விவரங்கள் சேகரிக்கப்பட்டு, வகைப்படுத்தப்பட்டு, ஒழுங்காகத் தொகுக்கப்படுகின்றன. திரட்டப்பட்ட அனுபவத்திலிருந்து நமக்குத் தேவையான அறிவு கிடைக்காதபோது, இம்முறையில் தான் அறிவைப் பெற வேண்டும். இங்கும் படைப்புத்திறன் உள்ள கற்பனாசக்தியைப் பயன்படுத்த வேண்டியிருக்கலாம்.

மேற்கூறப்பட்ட ஆதாரங்களிலிருந்து அறிவைப் பெற்றுக் கொள்ளலாம். அந்த அறிவை உறுதியான திட்டங்களாக வகுத்து செயல்படுத்தும் போது அது ஆற்றலாக மாறுகிறது. இம்மூன்று ஆதாரங்களையும் ஆராய்ந்தால், தன்னிடம் இல்லாத அறிவைப் பெற தன் முயற்சியை மட்டுமே நம்பிச் செயலில் இறங்குபவர், எப்படிப்பட்ட இன்னல்களை அனுபவிக்க நேரிடும் என்று அறியலாம். அவரது திட்டங்கள் மிகப் பெரிதாகவும் ஏராளமான பகுதிகளை கொண்டதாகவும் இருந்தால், அவற்றைச் செயல்படுத்த அவர் மேலும் பலருடைய ஒத்துழைப்பைக் கோர வேண்டும். அப்போதுதான் அவரால் அதற்குள் சக்தியை புகுத்த முடியும்.

மாஸ்டர் மைண்ட் மூலம் சக்தி பெறுதல்

“மாஸ்டர் மைண்ட்” என்பதை இப்படி வரையறுக்கலாம்: “இரண்டு அல்லது அதற்கு மேற்பட்டவர்கள் முற்றிலும் இணக்கமான உணர்வுடன், ஒரு உறுதியான நோக்கத்திற்காக தங்களுடைய அறிவையும் முயற்சியையும் ஒன்று திரட்டுவது மாஸ்டர் மைண்ட் ஆகும்.”

மாஸ்டர் மைண்டின் உதவி இல்லாமல் எந்த ஒரு தனி மனிதனாலும் சிறப்பான சக்தியை பெற முடியாது. முந்தைய அத்தியாயம் ஒன்றில், ஆசையை பணமாகவோ ஒரு பொருளாகவோ உருமாற்றுவதற்கான திட்டங்களை வகுப்பதற்கான வழி சொல்லப்பட்டது. விடாமுயற்சியுடனும் புத்திசாலித்தனத்துடனும் அந்த வழிகளை பின்பற்றி சரியான மாஸ்டர் மைண்ட் குழுவைத் தேர்ந்தெடுத்தால், நீங்கள் உணரும் முன் உங்கள் நோக்கம் பாதி நிறைவேறியிருக்கும்.

மாஸ்டர் மைண்ட் தத்துவத்தை பயன்படுத்தி சரியாகத் தேர்ந்தெடுக்கப்பட்ட குழுவின் மூலம் உங்களுக்கு கிடைக்கவிருக்கும் ஆற்றல் வளம் பற்றிய உங்கள் புரிதலுக்காக இரண்டு விதமான குணாதிசயங்களை இங்கு விவரிக்கிறோம். ஒன்று பொருளாதாரம் சம்பந்தப்பட்டது. மற்றொன்று மனித மனம் சார்ந்த ஆற்றல். பொருளாதாரம் சம்பந்தப்பட்டது வெளிப்படையானது. இணக்கத்துடன் ஒத்துழைப்பு தரக்கூடிய மாஸ்டர் மைண்ட் குழுவைச் சேர்ந்தவர்களின்

அறிவுரைகள் மூலம் பொருளாதார லாபம் அடைய முடியும் என்பது தெளிவாகிறது. கிட்டத்தட்ட பெரும் செல்வம் சேர்த்தவர்கள் ஒவ்வொருவரும் இத்தகைய மாஸ்டர் மைண்ட் குழுவின் பொருளாதாரப் பயனை அடைந்தவர்களே. இந்த உண்மையின் புரிதல் உங்களது நிதி நிலைமையை நிர்ணயிக்கும்.

மாஸ்டர் மைண்ட் தத்துவத்தில் புதைந்திருக்கும் ஆன்மீகம், மனித இனத்திற்கு தெளிவாகப் புரியாத ஒன்று. இந்த வாக்கியத்தில் உள்ள முக்கியம்துவம் வாய்ந்த ஆலோசனை ஒன்றை பார்க்கலாம்: "கண்ணுக்குத் தெரியாத, அதற்கு ஒப்பான மூன்றாவதான ஒரு சக்தியை உண்டாக்காமல் எந்த இரண்டு மனங்களும் நெருங்கி வருவது சாத்தியமில்லை."

இந்த உலகத்தில் பருப்பொருள், சக்தி என்ற இரண்டு மூலப்பொருட்கள் மட்டுமே உள்ளது என்பதை நினைவில் கொள்ளுங்கள். பருப்பொருளை மூலக்கூறுகள் அணுக்கள் மற்றும் எலக்ட்ரான்கள் என்று பின்னப்படுத்தமுடியும். பருப்பொருளின் ஒவ்வொரு கடைசி அலகு வரை சென்று அதன் உள்ளே இருப்பதைத் தனியாக எடுத்து ஆராய முடியும்.

அதே போல் சக்திகளின் அலகுகளும் உண்டு.

மனித மனமும் சக்தியின் ஒரு வடிவமே. அதன் ஒரு பகுதியானது ஆன்மீக இயல்பு கொண்டது. இரண்டு மனங்கள் இணக்கமான உணர்வுடன் ஒன்று சேர்ந்தால், இரண்டின் ஆன்ம சக்தியின் கூறுகளுக்கிடையே தொடர்பு ஏற்படுகிறது. அதையே மாஸ்டர் மைண்டின் "ஆன்மீக" கட்டம் என்கிறோம்.

25 ஆண்டுகளுக்கு முன்பு மாஸ்டர் மைண்டின் தத்துவம் மற்றும் அதன் பொருளாதார அம்சத்தைப்பற்றி பெரிதளவில் எனக்கு கூறியவர் ஆண்ட்ரூ கார்னேகி. அத் தத்துவத்தைக் கண்டுபிடித்ததுதான், என் வாழ்க்கையில் நான் ஏற்று செய்த பணிக்கு பொறுப்பு.

கார்னேகியின் மாஸ்டர் மைண்ட் குழுவில் ஐம்பதிற்கும் மேற்பட்டவர்கள் இருந்தார்கள். அவர் எஃகு தயாரித்து சந்தைப்படுத்தும் நோக்கத்துடன் அவர்களை எப்போதும் தன்னைச் சுற்றியே வைத்திருந்தார். தான் பெற்ற அனைத்து செல்வமும் இந்த மாஸ்டர் மைண்ட் குழுவின் ஆற்றலினால்தான் என்று கார்னேகி கருதினார்.

சிறிதளவாக இருந்தாலும் பெருமளவில் என்றாலும் பெரும் செல்வம் சேர்த்தவர்கள் எல்லோரும், அறிந்தோ அறியாமலோ ஏதாவது ஒரு வழியில் மாஸ்டர் மைண்ட் குழுவின் தத்துவத்தைப் பயன்படுத்தியவர்களாகவே இருப்பார்கள்.

வேறெந்தத் தத்துவத்தின் மூலமும் சிறந்த ஆற்றலைப் பெறமுடியாது.

சக்தியை அடிப்படை கட்டுமானப்பொருளாக கொண்டுதான் இயற்கை, மனிதர்கள், மிருகங்கள், தாவரங்கள் உள்பட இந்த பிரபஞ்சத்தில் உள்ள அனைத்தையும் உருவாக்குகிறது. தான் மட்டுமே அறிந்த ரகசிய முறையில் சக்தியை பருப்பொருளாக மாற்றுகிறது இயற்கை. இயற்கையின் கட்டுமானப்பொருள் மனிதனின் மூளையில் சிந்தனையாக இடம் பெற்றுள்ளது. மனித மூளையை ஒரு மின்சார பேட்டரியுடன் ஒப்பிடலாம். அது ஈதரில் இருந்து சக்தியை உறிந்து கொள்கிறது. ஈதரில் உள்ள அதே சக்திதான் பருப்பொருளின் ஒவ்வொரு அணுவிலும் சென்று மொத்த பிரபஞ்சத்தையும் நிரப்புகிறது.

ஒரே ஒரு பேட்டரியைக் காட்டிலும், பல பேட்டரிகளை ஒன்றாக இணைத்தால் அதிக சக்தி கிடைக்கும் என்பது நன்கு அறியப்பட்ட உண்மை. பேட்டரியானது அதனுள் அடங்கும் தனிப்பட்ட செல்களின் எண்ணிக்கைக்கு ஏற்ப சக்தி கொண்டிருக்கும்.

மூளையும் அது போன்றுதான் இயங்குகிறது. சிலரது மூளை சிறப்பாக வேலை செய்வதன் காரணமும் அதுதான். மேலும் பல மூளைகள் ஒன்றாக ஒருங்கிணைந்ததாக இணக்கத்துடன் ஒரே நோக்கத்திற்காக செயல்படும்போது அதிலிருந்து வரும் சிந்தனைத்திறன், தனி ஒரு மூளையின் சிந்தனைத்திறனை விட வலிமை வாய்ந்ததாக இருக்கும் என்ற வார்த்தைகளை மெய்பிக்கிறது.

இந்த உருவகத்திலிருந்து, மாஸ்டர் மைண்ட் தத்துவத்தில் இருக்கும் வலிமையின் ரகசியம் வெளிப்படையாக தெரிகிறது. சிறந்த மூளைகளால் சூழப்பட்டவர்களின் வலிமை தெரிகிறது.

இதனை தொடர்ந்து வேறொரு கூற்றும் மாஸ்டர் மைண்டின் “ஆன்மீக” கட்டத்தை புரிந்துகொள்ள நெருக்கமான வழியை காட்டும். மாஸ்டர் மைண்ட் குழுவின் அனைவரது மூளைகளும் ஒருங்கிணைந்த முறையில் இணக்கமாக செயல்படும் போது அந்த கூட்டணியிலிருந்து பிறக்கும் சக்தி அக்குழுவின் உறுப்பினர்கள் ஒவ்வொருவரின் மூளைக்குள்ளும் செலுத்தப்படுகிறது.

வறுமை, கல்வியின்மை, அறியாமை போன்ற இடர்பாடுகளுடன் தனது தொழிலைத் துவங்கினார் ஹென்றி ஃபோர்டு என்பது உலகமறிந்த உண்மை. பத்தே ஆண்டுகளில், நம்பமுடியாத வகையில் இந்த இடர்பாடுகளை களைந்து இருபத்தைந்து ஆண்டுகளில் அமெரிக்க நாட்டின் மிகப்பெரிய பணக்காரர்களில் ஒருவராக அவர் ஆனார் என்பதையும் நாம் அறிவோம். தாமஸ் ஆல்வா எடிசனின் நண்பரான பிறகுதான் ஃபோர்டின் முன்னேற்றம் வேகம் பிடித்தது என்ற மற்றொரு விஷயத்துடனும் பரிச்சயப்படுங்கள். ஒரு மனதின் மீது மற்றொரு மனது தாக்கத்தை ஏற்படுத்தும் போது இத்தகைய சாதனைகள் நிகழ்கின்றன. இன்னும் ஒரு படி மேலே சென்று, ஹார்வி ஃபையர்ஸ்டோன், ஜான் பர்ரோஸ், லூதர் பர்பாங்க்ஸ் ஆகியயோருடன்

சேர்ந்த பிறகு அவர் வளர்ச்சி எப்படி இருந்தது என்று பாருங்கள். நட்புடன் மனங்கள் இணையும்போது எப்படிப்பட்ட ஆற்றல் உண்டாக முடியும் என்பதற்கு இது மேலும் ஒரு சாட்சியாக விளங்குகிறது.

தொழில் மற்றும் வியாபார உலகத்தைப்பற்றி ஹென்றி ஃபோர்டுக்கு விசேஷ அறிவு இருந்தது என்பதில் எந்த சந்தேகமுமில்லை. அவரது செல்வம் குறித்து எந்த விவாதமும் அவசியமற்றது. முன்பு குறிப்பிடப்பட்டுள்ளவர்கள் உட்பட அவரது நெருங்கிய நண்பர்களைப் பற்றி ஆராயந்தால் கீழ்க்கண்ட வாக்கியத்தை உங்களால் புரிந்து கொள்ள முடியும். *"அனுதாபத்துடனும் இணக்கத்துடனும் மனிதன் தன் நண்பர்களுடன் இணையும் போது அவர்களது குணம், பழக்கங்கள், சிந்தனா சக்தி ஆகியவற்றை எடுத்துக் கொள்கிறான்."*

மிகப்பெரிய மனங்களோடு தன்னை இணைத்துக் கொண்டதன் மூலம் அவர்களது சிந்தனை அதிர்வுகளை இவருடைய மனம் உள்வாங்கிக்கொள்ள, வறுமை, கல்வியின்மை, அறியாமை ஆகியவற்றை அவர் அடித்து விரட்டினார். இந்நூலில் குறிப்பிடப்பட்டுள்ள மாஸ்டர் மைண்ட் தத்துவங்களை பயன்படுத்தி எடிஸன், பர்பாங்க்ஸ், பர்ரோஸ், ஃபையர்ஸ்டோன் ஆகியோருடன் நெருக்கமான தொடர்பிலிருந்து அவர்களது புத்திசாலித்தனத்தையும், அனுபவத்தையும், அறிவையும் தனது ஆற்றலுடன் சேர்த்துக்கொண்டார்.

அந்தத் தத்துவம் நீங்களும் பெறக்கூடியது!

மகாத்மா காந்தியைப் பற்றி ஏற்கனவே குறிப்பிட்டோம். பெரும்பாலானவர்கள் அவரைப் பற்றி நினைக்கும் போது, ஆங்கிலேயருக்கு தொல்லைகள் கொடுத்த, முறையான ஆடை உடுத்தாத குள்ளமான விசித்திரமான மனிதர் என்று நினைக்கக்கூடும். உண்மையில் காந்தி விசித்திரமான மனிதர் இல்லை. அவர் வாழ்ந்த காலத்து மனிதர்களுள் மிகவும் சக்தி வாய்ந்தவர் அவரேயென்று அவரைப் பின்பற்றிய கோடிக்கணக்கான மக்களையும் அவர் மீது அவர்கள் வைத்திருந்த விசுவாசத்தையும் பார்த்துத் தெரிந்து கொள்ளலாம். மேலும், அடங்கிப்போவதாக இருந்தாலும் அவருடைய சக்தி உண்மையானது.

அத்தகைய மகத்தான சக்தியை அவர் எப்படி அடைந்தார் என்று பார்க்கலாம். அதைச் சில வார்த்தைகளில் விவரிக்கலாம். ஒரு உறுதியான நோக்கத்திற்காக இருபது கோடி மக்களை உடலலவிளும், மனதளவிலும் ஒருங்கிணைந்து போராடத் தூண்டியதுதான் அதற்கு காரணம்.

சுருக்கமாகச் சொன்னால் காந்தி சாதித்தது ஒரு அதிசயத்திற்கு குறைவானதில்லை. இருபது கோடி மக்களை கட்டாயப்படுத்தாமல் சுய விருப்பத்துடன் ஒரு நோக்கத்திற்காக போராட வைத்தது

அதிசயமில்லையென்றால் வேறென்ன! இது உண்மையிலேயே ஒரு அதிசயம்தானா என்ற சந்தேகம் உங்களுக்கு இருந்தால் இரண்டு தனி நபர்களை நீண்ட காலத்திற்கு இணக்கமாக இருக்கச் செய்யமுடிகிறதா என்று பாருங்கள்.

தன் கீழ்ப் பணியாற்றும் ஊழியர்களை ஒரே மனதாக இணக்கத்துடன் செயல்படச் செய்வது எவ்வளவு கடினமான விஷயம் என்று தொழிலதிபர்கள் அறிவார்கள்.

இந்த சக்தியை பெறக்கூடிய வழிகளில் முதலாவதாக இருப்பது, அளவற்ற ஆற்றலாகும். இரண்டிற்கும் மேற்பட்டவர்கள் இணக்கமான உணர்வுடன் உறுதியான ஒரு இலக்கை நோக்கிச் செயல்படும் போது, அந்தக் கூட்டணியால், பிரபஞ்சத்தின் களஞ்சியமான அளவற்ற ஆற்றலுடன் தொடர்பை ஏற்படுத்தி தேவையான சக்தியை நேரடியாக பெற்றுக்கொள்ள முடிகிறது. சக்தியை பெறக்கூடிய மூலங்களில் தலையாயது இதுதான். அதனைப்பெற மேதைகள் நம்பும் மூலம் இது தான். அறிந்தோ அறியாமலோ ஒவ்வொரு தலைவரும் தேடிச் செல்வது இதனைத்தான். சக்தியைப் பெற தேவையான மற்ற இரண்டு ஆதாரங்களும் மனிதனின் ஐம்புலன்களின் செயல்திறன் அளவிற்கு நம்பகமானவை. புலன்கள் தவறு செய்யலாம். ஆனால், அளவற்ற ஆற்றல் தவறு செய்வதில்லை.

அளவற்ற ஆற்றலுடன் உடனடியாகத் தொடர்பு கொள்வதற்கான வழிமுறைகள் பின்னால் வரும் அத்தியாயங்களில் போதுமான அளவில் விளக்கப்படும்.

இது மதங்களுக்கான பாடம் இல்லை. இங்கு சொல்லப்படும் எந்த ஒரு அடிப்படை கொள்கையும் நேரடியாகவோ மறைமுகமாகவோ எவரது மதம் சார்ந்த பழக்க வழக்கங்களிலும் தலையிடும் நோக்கத்துடன் கூறப்படுவதாக எடுத்துக்கொள்ளக் கூடாது. பணம் வேண்டும் என்ற ஆசையை அதற்கு இணையான பொருளாக மாற்றுவது எப்படியென்று எடுத்துரைக்கும் உறுதியான நோக்கத்துடன் மட்டுமே எழுதப்பட்டுள்ளது இந்த நூல்.

படியுங்கள், சிந்தியுங்கள், தியானம் செய்தபடியே படியுங்கள். விரைவில், இதில் சொல்லப்படும் கருத்து முழு காட்சியாக உங்கள் முன்னால் தெளிவடையும். ஒவ்வொரு தனிப்பட்ட அத்தியாயத்தின் விளக்கத்தையும் நீங்கள் இங்கு காண்கிறீர்கள்.

அந்தக் காலத்து இளம்பெண்ணைப் போல் வெட்கத்துடன் ஓரத்தில் ஒதுங்கி நிற்கும் குணம் கொண்டது பணம். எப்படி திடமான காதல் கொண்ட ஒருவன் அவளை தன்வயப்படுத்துவானோ, அதே போலத்தான் நீங்கள் பணத்தையும் விடாமுயற்சியுடன் உங்கள் வசப்படுத்த வேண்டும். பணத்தை தன்வசப்படுத்தும் சக்தி, நம்பிக்கையுடன் கலக்கப்பட வேண்டும். அது ஆசையுடன் கலக்கப்பட வேண்டும். விடா

முயற்சியுடன் கலக்கப்பட வேண்டும். அது ஒரு திட்டத்துடன் செயல்படுத்தப்பட வேண்டும்..

மலை மீதிருந்து தண்ணீர் எப்படி மண்ணை நோக்கிப் பாய்கின்றதோ அது போல, பெரிய அளவு பணமானது, அதைச் சேர்த்து வைக்க வேண்டுமென்று விரும்புபவனை நோக்கிப் பாய்கிறது. சிறந்த சக்தியின் பெருக்கை நதியுடன் ஒப்பிடப்படலாம். மாறுபாடு என்னவென்றால் ஒன்று மேல்நோக்கி செல்வத்தின் பக்கம் அடித்துச்செல்லும் இல்லாவிட்டால் வெளியேற முடியாமல் சிக்கித் தவிக்கும் துரதிருஷ்டசாலிகளை கீழ்நோக்கி, வறுமையின் பக்கம் கொண்டு சென்றுவிடும்.

பெரும் அளவில் செல்வத்தை குவித்தவர்கள், வாழ்க்கை ஓடை போன்றது என்பதை உணர்ந்துள்ளார்கள். அது ஒருவரது சிந்திக்கும் வழிமுறையை தன்னுள் அடக்கியது. நேர்மறையான உணர்வுகள் ஒருவரை செல்வத்தை நோக்கிக் கொண்டு செல்லும். எதிர்மறை உணர்வுகள் வறுமையில் தள்ளிவிடும்.

செல்வங்களை குவிக்க விரும்பி இந்த நூலைப் படிப்பவர்களுக்கு மகத்தானதொரு சிந்தனை இதில் அடங்கியுள்ளது.

வறுமையை நோக்கிச் செல்லும் ஓடையின் பக்கம் நீங்கள் இருந்தால், இந்தச் சிந்தனை ஒரு துடுப்பாக செயல்பட்டு மறு பக்கத்திற்குத் தாவ உதவும். செயல்படுத்தினால் மட்டுமே இது பயனளிக்கும். இதனைப் படித்து ஏதேனும் ஒரு தரப்பிற்கு ஆதரவாகவோ அல்லது எதிராகவோ தீர்ப்பளித்து விட்டு நகர்ந்தால் பயனளிக்காது.

சிலர் இந்த ஓடையின் இருபுறமும் தாவும் அனுபவத்தை பெறுகிறார்கள். நேர்மறையின் பக்கம் சிறிது நேரம், எதிர்மறையின் பக்கம் சிறிது நேரம் என்று மாறிக்கொண்டே இருக்கிறார்கள். 1929இல் நடந்த பங்குச் சந்தை வீழ்ச்சி, லட்சக்கணக்கானோரை நேர்மறை பக்கத்திலிருந்து எதிர்மறைக்குத் தள்ளிவிட்டது. நம்பிக்கை இழந்தவர்களாக அச்சத்துடன் தவித்தபடி அவர்கள் ஓடையின் நேர்மறை பக்கத்திற்குப் போக முயன்றார்கள். அவர்களுக்காகத்தான் இந்த நூல் எழுதப்படுகிறது.

பணத்தின் இடத்தில் வறுமை மற்றும் வறுமையின் இடத்தில் பணம் என்று இரண்டும் அடிக்கடி இடம் மாறும். பங்குச் சந்தை வீழ்ச்சி இந்த உண்மையை உலகிற்கு கற்பித்திருந்தாலும் உலகம் இதனை அதிக நாள் ஞாபகத்தில் வைத்திருக்காது. பொதுவாக வறுமை தானாக முன்வந்து செல்வம் இருக்கும் இடத்திற்குச் செல்லும். ஆனால் வறுமையின் இடத்தை செல்வம் பிடிக்கவேண்டுமென்றால் கவனமாக வடிவமைக்கப்பட்ட திட்டங்களின் மூலமே அதை செயல்படுத்தமுடியும். வறுமைக்குத் திட்டங்கள் தேவையில்லை. எந்த உதவியும் அதற்கு

வேண்டாம். ஏனென்றால் அது முரட்டுத்தனமான துணிச்சல் கொண்டது. செல்வம் கூச்ச சுபாவமும் வெட்கமும் கொண்டது. அது கவரப்படவேண்டும்.

யார் வேண்டுமானாலும்
செல்வத்தை விரும்பலாம்.
பெரும்பாலானோர் அதை
செய்வார்கள் ஆனால்
உறுதியான திட்டத்துடன்
மனதில் தணியாத ஆர்வம்
கொண்டு செயல்படுவதுதான்
செல்வங்களை குவிக்க
நம்பகமான வழி என்று ஒரு
சிலரே அறிவார்கள்.

11

பாலியல் உருமாற்றத்தின் மர்மம்

செல்வத்தை நோக்கிப் பத்தாவது அடி

இங்கு பயன்படுத்தப்படும் உருமாற்றம் என்ற சொல்லுக்கு எளிமையான அர்த்தம், 'ஒரு பொருளையோ, அல்லது சக்தியையோ, மற்றொன்றாக மாற்றுதல்' என்பதாகும்.

பாலுணர்வு என்பது ஒரு மன நிலை.

பெரும்பாலும் இதைப்பற்றிய அறியாமை காரணமாகவும் தவறான தாக்கங்கள் காரணமாகவும் இது உடலுடன் சம்பந்தப்பட்டது என்ற ஒரு தரப்பான சார்பு ஏற்பட்டு விட்டது.

பாலுணர்வு மூன்று ஆக்கபூர்வ மற்றும் நேர்மறையான சக்திகளைக் கொண்டது.

1. மனித குலத்தை நிரந்தரமாக்குதல்.
2. மனிதனின் ஆரோக்கியத்தை பராமரித்தல் (மிகச்சிறந்த சிகிச்சையாக கருதப்படுகிறது. இதற்கு சமமானது வேறொன்று இல்லை).
3. சாதாரணமான இனத்தை உருமாற்றத்தின் மூலம் மேதைகள் ஆக்குதல்.

பாலியல் உருமாற்றம் எளிமையானது. சுலபாக விளக்கப்படக் கூடியது. மனதின் ஆக்கப்பூர்வ சக்தியை உடல் மூலம் வெளிபடுத்துவதை குறித்த சிந்தனைகளிலிருந்து அதனை விலக்கி, வேறொரு இயல்புடைய சிந்தனைக்கு மாற்றுவதாகும்.

மனித விருப்பங்களில் மிகவும் சக்திவாய்ந்தது பாலியல் விருப்பமாகும். இந்த உணர்வு மேலோங்கியிருக்கும் போது மற்ற சமயங்களில் இருப்பதை விட மனிதனின் கற்பனைத்திறன், தைரியம், மனவலிமை, விடாமுயற்சி, மற்றும் படைப்பாற்றல் ஆகியவை கூர்மையடைகிறது. பாலியல் உணர்வு வலிமையாக உந்தித்தள்ளும் சக்தியாக இருப்பதால் அந்தத் தொடர்பிற்காக மனிதனின் உயிருக்கும் கௌரவத்திற்கும் கூட ஆபத்து எற்படுகிறது. சரியான முறையில் கையாளப்பட்டு கட்டுப்படுத்தி வேறு வழியில் திசைத் திருப்பப்பட்டால் அந்த ஊக்குவிக்கும் சக்தியானது, தன் பண்புகளான கற்பனைத்திறன், விடாமுயற்சி, போன்றவற்றை கலை, இலக்கியம் அல்லது செல்வங்கள்

குவிப்பது உட்பட வேறெந்தத் தொழிலிலும், பயன்படுத்தப்படகூடிய மிக வலிமை வாய்ந்த படைப்புத்திறனாக மாற்றிக் கொடுக்க வல்லது.

பாலியல் உருமாற்றம் நிகழ்வதற்கு மனஉறுதி அவசியம் என்பது நிச்சயம் ஆனால் அதற்காக எடுக்கப்படும் முயற்சிக்கு கிடைக்கும் பலன் தகுதியானதே. ஒவ்வொரு மனிதனுக்கும் பாலியல் வெளிபாடு இயற்கையானது, மற்றும் உடன்பிறந்தது. அந்த இச்சை அழிக்கப்படவோ அடக்கி வைக்கப்படவோ கூடாது. ஆனால் மனிதனின் உடல் பொருள் ஆவி அனைத்தையும் செழிப்படையச் செய்யும் விதமாக அது வெளிப்படுத்திக் கொள்ள வழிசெய்ய வேண்டும். உருமாற்றத்தின் மூலம் இப்படி வழி செய்து கொடுக்கப் படவில்லையென்றால் அது, உடல் மூலமாகத் தன்னை வெளிப்படுத்திக் கொள்ளும்.

நதி நீரை அணை கட்டி சிறிது காலம் வரை தேக்கி கட்டுப்படுத்தி வைக்கலாம். ஆனால் இறுதியில் ஒரு வழியில் அது வலிமையாக வெளியேறிவிடும். அதுபோலத்தான் பாலுணர்வும். கொஞ்ச காலம் அது அடங்கி கட்டுப்பட்டிருக்கும். ஆனால் அதன் இயல்பு காரணமாகத் தன்னை வெளியேற்றிக் கொள்ள வடிகால்களைத் தேடிக் கொண்டிருக்கும். ஏதேனும் ஒரு படைப்புத்திறனை ஊக்குவிக்கும் முயற்சியாக உருமாற்றம் செய்து வைக்கப்படவில்லையென்றால் தாழ்ந்த வழிகளில் அது வெளிப்படும்.

தனது பாலுணர்வுக்கு வடிகாலாக ஏதேனும் ஒரு படைப்புத்திறனை ஒரு மனிதன் உருவாக்கிக்கொண்டான் என்றால் அவன் தன்னை ஒரு மேதை என்ற மேம்பட்ட நிலைக்கு உயர்த்திக்கொள்ளும் அளவிற்கு அதிர்ஷ்டசாலி ஆகிறான்.

அறிவியல் ஆராய்ச்சி இந்த முக்கியமான உண்மைகளை வெளிபடுத்தியிருக்கிறது:

1. வாழ்வில் மிகப்பெரிய சாதனைகளை புரிந்தவர்கள் மேம்பட்ட பாலுணர்வு இயல்பு கொண்டவர்களாக இருந்திருக்கிறார்கள். அந்த உணர்வை உருமாற்றம் செய்யும் கலையை அறிந்த மனிதர்கள் அவர்கள்.
2. மாபெரும் செல்வங்களை திரட்டியவர்கள் மற்றும் கலை, இலக்கியம், தொழில், கட்டிடக்கலை, சுயதொழில்கள் போன்ற துறைகளில் உச்சகட்ட புகழை அடைந்தவர்கள் ஏதோ ஒரு வகையில் பெண்ணின் தாக்கத்தல் ஊக்கம் பெற்றவர்களே.

கடந்த 2000 ஆண்டுகளாக சான்றோர்களின் வாழ்க்கை வரலாறு மற்றும் சரித்திரத்தின் பக்கங்களை புரட்டி மேற்கொண்ட ஆய்வின் மூலம் கண்டெடுத்த இவை உண்மையே. எங்கெல்லாம் மிகப்பெரிய சாதனைகள் புரிந்த ஆண்கள் மற்றும் பெண்கள் பற்றிய தகவல்கள்

இருந்தாலும் அதைக் குறித்து ஆராய்ந்த பொழுது அவர்கள் மிகவும் மேம்பட்ட பாலுணர்வு இயல்பு கொண்டவர்களாக இருந்தார்கள் என்பது தெரிகிறது.

எந்த ஒரு சரீரமும் அசைந்துகொடுக்காமல் இருக்க முடியாத மற்றும் "கட்டுப்படுத்திக்கொள்ள முடியாத" சக்தி பாலுணர்வாகும். இந்த உணர்வினால் உந்தப்படும்போது மனிதனுக்குச் செயல்படுவதற்கான மிகப்பெரிய சக்தி கிடைக்கிறது. இதை நன்கு புரிந்து கொண்டால் பாலுணர்வை உருமாற்றுவதன் மூலம் ஒருவரால் தன்னை ஒரு நுண்ணறிவு மிக்க மேதையாக உயர்த்திக் கொள்ள முடியும் என்ற கூற்றின் முக்கியத்துவம் விளங்கும்.

படைப்புத்திறனின் ரகசியம் பாலுணர்வில் உட்பட்டிருக்கிறது.

பாலியல் உணர்வுகளை ஏற்படுத்தும் சுரப்பிகளை அகற்றிவிடுங்கள், மனிதனோ, மிருகமோ, எதுவானாலும், அவர்களது செயல்பாடுகள் ஒடுங்கிவிடும். இதற்கு ஆதாரம் வேண்டுமென்றால், விதையடிக்கப்பட்ட மிருகங்களைப் பாருங்கள். பாலியல் ரீதியாக மாற்றப்பட்ட எருது, பசு போன்று சாந்தமாகிவிடுகிறது. மனிதனோ மிருகமோ, பாலுணர்வு அடக்கப்பட்டால் போராடும் குணம் அடங்கிவிடுகிறது. பாலியல் ரீதியாக மாற்றப்பட்ட பெண் இனத்திற்கும் இதே பாதிப்புதான்.

மனதைத் தூண்டும் பத்து விஷயங்கள்

மனித மனம் பல தூண்டுதல்களுக்கு இசைந்துகொடுக்கும். அவை மனதை அதிவேகமாக அதிரச் செய்து உற்சாகம், புது படைப்புகளுக்கு உதவும் கற்பனாசக்தி, தீவிரமான ஆசை ஆகியவற்றை உண்டாக்கலாம். மனித மனம் தடையின்றி உடனடியாக இசைந்து கொடுப்பவை:

1. பாலுணர்வை வெளிப்படுத்தும் ஆசை
2. காதல்
3. புகழ், அதிகாரம், நிதி நிலையில் லாபம், பணம் ஆகியவற்றைப்பெற தீராத ஆசை
4. இசை
5. நட்பு-ஒரே பாலினத்தவரிடையே அல்லது எதிர்பாலாரிடையே.
6. இரண்டோ அல்லது அதற்கு மேற்பட்ட நபர்களோ இசைந்து சுயமுன்னேற்றம் அல்லது ஆன்மீக முன்னேற்றத்திற்காக மாஸ்டர் மைண்ட் குழு அமைத்தல்
7. பரஸ்பர வேதனை, மற்றவர்களுக்கும் உண்டாகும். மக்கள் துன்புறுத்தப்படும்போது ஏற்படும் உணர்வு

8. தன்னாலோசனை
9. அச்சம்
10. மது மற்றும் போதைப் பொருட்கள்

பாலுணர்வை வெளிப்படுத்தும் ஆசைதான் இந்தப் பட்டியலில் முதலிடம் பிடிக்கும் தூண்டுதல். அது மனதின் அதிர்வுகளை மேம்படுத்தி உடல் ரீதியான செயல்பாட்டை துவக்கிவைக்கும். மேலே குறிப்பிடப்பட்டுள்ள பத்தில் எட்டு தூண்டுதல்கள் இயல்பாக அமைந்தவை மற்றும் ஆக்கபூர்வமானவை. இரண்டு அழிக்கக் கூடியவை. தீங்கு பயப்பவை. மனதைத் தூண்ட ஆதாரமாக இருக்கும் இவற்றை ஒப்பிட்டுப்பார்த்து சிறப்பாக அறிந்துகொள்ளத்தான் இந்தப் பட்டியல் இங்கு தரப்பட்டுள்ளது. இதைப்படித்து அறிந்துகொள்ளும்போது, பாலுணர்வுதான், இருப்பதிலேயே மிகவும் தீவிரமான மற்றும் சக்திவாய்ந்த தூண்டுதலாக இருக்கிறது என்பது உடனே தெளிவாகிறது.

பாலுணர்வின் சக்தி ஒரு மனிதனை மேதை என்ற உயர்ந்த நிலைக்கு உருமாற்றம் செய்யவல்லது என்று நாம் முன்னால் கூறியதற்கு அடிப்படையாக இந்தப் பட்டியலைக் கொடுத்திருக்கிறோம்.

மேதமை என்றால் என்னவென்று பார்க்கலாம். அறிவுள்ளவர் போல் நடந்துகொள்வதாக நினைப்பவர் ஒருவர் இப்படி கூறியிருக்கிறார்: "நீண்ட கூந்தலுடன், விசித்திரமான உணவை சாப்பிட்டு, தனியாக வாழ்ந்து, நகைச்சுவையாளர்களின் ஏளனப் பேச்சின் பாத்திரமாக விளங்குபவர்." இதை விட சிறந்த வரையறை என்றால், "சாதாரணமான அதிர்வுகளால் சாதிக்கமுடியாத வகையில் சிந்தனை அதிர்வுகளை அதிகரித்து அறிவின் ஆதாரங்களுடன் நேரடியாகத் தொடர்பில் இருப்பவர்."

சிந்திக்கும் பழக்கம் உடையவர்கள் இந்த வரையறை குறித்து சில கேள்விகள் எழுப்பலாம். "சிந்தனையின் சாதாரண அதிர்வுகளால் தொடமுடியாத, அறிவின் ஆதாரங்களுடன் நம்மால் எப்படி தொடர்பு கொள்ள முடியும்?" என்பது முதல் கேள்வியாக இருக்கும்.

அடுத்த கேள்வி: "மேதைகளால் மட்டுமே தொடர்பு கொள்ள முடியும் என்ற வகையில் அறிவின் ஆதாரங்கள் ஏதேனும் உள்ளதா? அப்படி இருந்தால் அவை என்ன? அவற்றை எப்படி அடைவது?"

இந்நூலில் குறிப்பிடப்பட்டுள்ள மேலும் முக்கியமான சில வாசகங்களை நிரூபிப்போம். குறைந்தபட்சம் சுயமாக நீங்கள் பரிசோதித்து விடை கண்டுபிடிப்பதற்கான வழி உங்களுக்குக் கிடைக்கும். அதன் மூலம் இந்த கேள்விகளுக்கான விடைகளும் உங்களுக்கு கிடைக்கும்.

"மேதைமை" என்பது ஆறாம் அறிவால் வளர்க்கப்படுவது

"ஆறாம் அறிவு" என்பதன் உண்மை தெளிவாகவே நிரூபணம் செய்யப்பட்டுள்ளது. இந்த ஆறாம் அறிவுதான் "படைப்பாற்றலுக்கான கற்பனாசக்தி." இந்த சக்தியைப் பெரும்பாலும் எவரும் தன் வாழ்நாளில் ஒருமுறை கூட பயன்படுத்துவதில்லை. அப்படிப் பயன்படுத்தியிருந்தால் அது தற்செயலாக நிகழ்ந்ததாகவே இருக்கும். மிக மிகக் குறைந்த எண்ணிக்கையில் சிலர் மட்டுமே இந்த ஆறாம் அறிவை குறிப்பிட்ட நோக்கத்திற்காக சிந்தித்து பயன்படுத்திக் கொள்கிறார்கள். அப்படி இந்தத் திறனை அது செயல்படும் முறைகளை புரிந்துகொண்டு பயன்படுத்துபவர்கள்தான் மேதைகள்.

அளவற்ற ஆற்றலுக்கும், அளவான மனித மனதிற்கும் இடையே உள்ள நேரடித் தொடர்புதான் படைப்பாற்றலுக்கான கற்பனாசக்தியாகும். மதங்களில் குறிப்பிடப்படும் தீர்க்கதரிசனங்கள் அல்லது புதிய கண்டுபிடிப்புகளும் இந்தப் 'படைப்பாற்றலுக்கான கற்பனாசக்தி' மூலமே நடப்பவையே.

ஒரு கொள்கையோ அல்லது கருத்துருவமோ யூகமாக ஒருவரது மனதில் பளிச்சென்று வெளிப்படுவது கீழே கொடுக்கப்பட்டுள்ள ஒன்று அல்லது அதற்கு மேற்பட்ட ஆதாரங்களிலிருந்துதான்:

1. பிரபஞ்சத்தின் அளவற்ற ஆற்றல்.
2. ஒருவரது ஆழ்மனம். ஐம்புலன்களின் வழியாக மூளைக்குச் சென்றடையும் ஒவ்வொரு எண்ணத்தின் உந்துவிசையும் உணர்ச்சிப்பதிவும் ஆழ்மனத்தில்தான் சேர்த்து வைக்கப் படுகின்றன.
3. வேறொருவது மனதிலிருந்து தன் உணர்வுடன் வெளியிடப்பட்ட எண்ணமோ அல்லது கருத்துருவின் சித்திரமோ.
4. அல்லது மற்றவரது ஆழ்மன களஞ்சியத்திலிருந்து.

உந்துதல் பெற்ற கருத்துருக்களோ அல்லது யூகங்களோ பெறக்கூடிய வேறு ஆதாரங்கள் இல்லை.

மனம் அதிவேகத்தில் அதிரும்போதுதான் (ஏதோ ஒரு விதமான மன தூண்டுதலின் உருவத்தில்) படைப்பாற்றலுக்கான கற்பனாசக்தி மிகச் சிறப்பாக செயல்படுகிறது. (அதாவது மனம் சாதாரண நிலையிலிருந்து உயர்ந்த அதிர்வில் செயல்படவேண்டும்)

மூளை பத்து ஊக்கிகளில் ஒன்றினாலோ அல்லது அதற்கு மேற்பட்ட ஊக்கிகளாலோ ஊக்கப்படுத்தப்படும்போது ஒருவரை சாதாரண நிலையிலிருந்து தொழிலில் பிரச்சனைகள் ஏற்படும்போது தூரங்கள் மற்றும் அளவுகளைக் கடந்து சிந்திக்கக் கூடிய உயர்ந்த ஒரு தளத்திற்கு

கொண்டு சேர்க்கும். அப்போது உண்டாகும் சிந்தனைகளின் தரமும் சாதாரண எண்ணங்களை விட உயர்ந்ததாக இருக்கும்.

தரையில் இருக்கும்போது ஒருவரால் காணமுடியாத கீழ்வானத்தை விமானத்தில் பறக்கும் பொழுது எப்படி உயரத்திலிருந்து ஒருவரால் காண முடிகிறதோ அது போன்ற அனுபவம் இது. வழக்கமாக ஒருவரை கட்டுப்படுத்தும் அடிப்படைத் தேவைகளான உணவு, உடை உறைவிடம் ஆகியவற்றை பற்றிய சிந்தனைகளாக இல்லாமல் மாறுபட்டதாகவும், உயர்ந்ததாகவும் இருக்கும். விமானத்தில் பறக்கும் பொழுது மலைகளும் பள்ளத்தாக்குகளும் நம்மை விட வெகு தொலைவில் இருப்பது போலவே அன்றாட வாழ்வின் எண்ணங்கள் அகற்றப்பட்டிருக்கும்.

இப்படிப்பட்ட உயர்ந்த நிலையின் சிந்தனைகளுக்கு, செயல்படும் சுதந்திரம் அளிக்கப்படுகிறது. வேறு எந்த சூழ்நிலையிலும் ஒரு தனிப்பட்ட நபரை அடைய முடியாத கருத்துருவங்களை பெற சாதகமாக ஆறாம் அறிவு இயங்குவதற்கான பாதை தெளிவாக்கப்படும். ஒரு மேதையை ஒரு சாதாரண மனிதனிடமிருந்து வேறுபடுத்தும் திறன் தான் ஆறாம் அறிவு.

தனிப்பட்ட மனிதனின் ஆழ் மனதின் வெளியிலிருந்து தோன்றும் அதிர்வுகளை படைக்கும் திறன் உணர்ந்து ஏற்கும் நிலை ஏற்படுகிறது. இந்தத் திறன் மேலும் மேலும் பயன்படுத்தப்படும் போதும் அதன் மீது அந்த தனிமனிதன் மேலும் நம்பிக்கை வைத்துச் செயல்படும் போதும் அதை அவன் மேலும் மேலும் கோரும் போதும் அது விரிந்து வளர்ச்சி அடையும்.

'மனசாட்சி' என்பது முழுக்க முழுக்க ஆறாம் அறிவின் மூலமே செயல்படுகிறது. மாபெரும் கவிஞர்கள், கலைஞர்கள், எழுத்தாளர்கள், இசையமைப்பாளர்கள் ஆகியோர் தங்களுக்குள்ளிருந்து நிலையாக கேட்டுக்கொண்டிருக்கும் "மிக மெல்லிய குரலை" தங்கள் படைப்பு கற்பனா சக்தி மூலம் கேட்டுச் செயல்படுவதனாலேதான் சிறந்தவர்களாகிறார்கள். கூரிய கற்பனாசக்தி உடையவர்களுக்குப் புதிய சிந்தனைகள் உதிப்பது இதுபோன்று பளிச்சிடும் திடீர் மின்னல்களால் தான்.

மேடையில் தன் கண்களை மூடி தனது கற்பனாசக்தியினால் தனது படைப்பாற்றலை தூண்டும்போதுதான் ஒரு பேச்சாளர் சிறந்த சொற்பொழிவாளர் ஆகிறார். தனது சொற்பொழிவின் உச்சகட்டத்தில் ஏன் திடீரென்று கண்களை மூடிக் கொள்கிறார் என்று கேட்கப்பட்ட போது, "அப்போதுதான் எனக்குள் இருந்து வரும் கருத்துக்களை என்னால் நேரடியாக வெளிப்படுத்த முடியும்" என்றார்.

அமெரிக்காவின் பிரபல நிதியாளர் ஒருவர் எந்த ஒரு முடிவை எடுக்கும் முன்னரும் சில நிமிடங்கள் தன் கண்களை மூடிக் கொள்ளும் பழக்கத்தை கொண்டிருந்தார்.

அது ஏன் என்று கேட்கப்பட்டபோது, "கண்களை மூடிக் கொள்வதன் மூலம், என்னை விட மிக உயர்ந்த நுண்ணறிவிலிருந்து என்னால் சிறந்த ஆலோசனைகளைப் பெற முடிகிறது" என்றார்.

தனது படைப்புத் திறனை வளர்த்து பயன்படுத்துவதன் மூலம், காலஞ்சென்ற மேரி லாண்டை சேர்ந்த டாக்டர். எல்மர் ஆர். கேட்ஸ், 200க்கும் மேற்பட்ட பயனுள்ள காப்புரிமைகளைப் பதிவு செய்தார். அவற்றில் பல அடிப்படையானவையே. அவரைப் போலவே மேதை என்ற நிலையை அடையும் ஆர்வம் கொண்டவர்களுக்கு அவரது வழிமுறை முக்கியமானது மற்றும் சுவாரசியமானதும் கூட. உலகில் மிகக்குறைவாக விளம்பரப்படுத்தப்பட்ட ஆனால் சிறந்த விஞ்ஞானிகளில் ஒருவர் அவர்.

அவரது சோதனை கூடத்தில், "தனிப்பட்ட செய்தித் தொடர்பு அறை" என்று அவர் அழைத்த அறை ஒன்று இருந்தது. ஒளியும் ஒலியும் நுழைய முடியாத வகையில் இருந்தது அந்த அறை. காகிதக்கற்று ஒன்று வைக்கப்பட்ட மேஜை ஒன்று அதற்குள் இருந்தது. அறையின் மின்விளக்குகளை கட்டுப்படுத்தும் விசை ஒன்று அந்த மேஜைக்கு முன்னால் இருந்தது. தனது படைப்பு கற்பனாசக்தியின் மூலம் கிடைக்கக்கூடிய ஆற்றலைப்பெற டாக்டர் கேட்ஸ் அந்த அறைக்குள் சென்று விளக்குகளை அணைத்துவிட்டு மேஜை மீது அமர்ந்து தாம் மேற்கொண்ட கண்டுபிடிப்பில் அதுவரை நிகழ்ந்ததைக் கோர்வையாக மனதிற்குள் அசைபோட்டு, தான் எதிர்பார்க்கும் விஷயம் மனதிற்குள் 'மின்னல்' போலப் பளிச்சிடும் வரை தனது கவனத்தை முழுமையாக அதில் செலுத்துவார்.

ஒரு சமயம், அவரது கேள்விகளுக்கான விடைகள் வேகமாக தோன்றியவண்ணம் இருக்க அவர் தொடர்ந்து அங்கு மூன்று மணி நேரம் அமர்ந்து எழுத வேண்டியதாயிற்று. சிந்தனைகளின் ஓட்டம் நின்று அவர் தன் குறிப்புகளை படித்தபோது அதில் அவர் எழுதியிருந்த கோட்பாட்டில் அதுவரை அறிவியல் உலகம் காணாத துல்லிய விவரங்கள் அடங்கியிருந்தன.

மேலும் அவரது பிரச்சனைக்கான விடை புத்திசாலித்தனமாக அவர் முன் சமர்ப்பிக்கப்பட்டிருந்தது. அரைகுறையான மூளையால் பாதியிலேயே நிறுத்தப்பட்டிருந்த இருநூற்றிற்கும் மேற்ப்பட்ட காப்புரிமை வேலைகளை முடித்து பதிவு செய்தார். இந்த கருத்துருக்கான கட்டணத்தை அமெரிக்க பெரும் நிறுவனங்கள் அவருக்கு கொடுத்தது.

மனிதனின் பகுத்தறிவு குறைபாடுடையது ஏனென்றால் அது தனது அனுபவத்தை ஒட்டியே செயல்படுகிறது. அனுபவத்தால் ஒருவர் சேர்த்துக் கொண்ட அறிவு எல்லாமே சரியானது என்று கூறமுடியாது. படைப்பாற்றல் மூலம் பெறப்படும் அறிவு இதைவிட நம்பகமானது.

அது காரண அறிவை விட மிகவும் நம்பிக்கையான ஒரு ஆதாரத்திலிருந்து கிடைப்பதாகும்.

மேதை, தன்னுடைய படைப்பாற்றலை ஆதாரமாகக் கொண்டு செயல்படுகிறார். சாதாரணமான கண்டுபிடிப்பாளர்கள் அதைப் பற்றி ஒன்றுமே அறிந்திருப்பதில்லை. இதுதான் அவர்களுக்கு இடையே இருக்கும் வித்தியாசம். தாமஸ் ஆல்வா எடிசன், டாக்டர் கேட்ஸ் போன்ற அறிவியல் கண்டுபிடிப்பாளர்கள் இயற்கையான மற்றும் செயற்கையான படைப்புத்திறனை பயன்படுத்துகிறார்கள்.

உதாரணத்திற்கு ஒரு மேதை அல்லது அறிவியல் கண்டுபிடிப்பாளர், தனது அனுபவத்தின் மூலமாக சேகரித்த கருத்துருக்களை அல்லது கோட்பாடுகளை ஒருங்கமைத்து தனது பகுத்தறிவினால் ஆராய்ந்து ஒரு கண்டுபிடிப்பை துவங்குகிறார். தனது கண்டுபிடிப்பு முழுமையடைய சேகரிக்கப்பட்ட அறிவு போதாது என்று அறிந்தால் தனது கற்பனாசக்தியின் துணையை நாடுகிறார். இந்த வழிமுறை மனிதருக்கு மனிதர் மாறுபடும் என்றாலும் பொதுவான வழி இதுதான்.

1. பத்து ஊக்கிகளுள் ஒன்றின் மூலமாகவோ அல்லது வேறு ஏதோ ஒரு தூண்டுதல் மூலமாகவோ தன் மனதின் அதிர்வுகளை உயர்த்தி விடுகிறார். அதனால் அது தன் வழக்கமான தளத்தை விட உயர்ந்த தளத்தில் செயல்படுகிறது.
2. தனது கண்டுபிடிப்பு எதுவரை முடிந்திருந்ததோ அதுபற்றிய காரணிகள் மீது மனதை ஒருமைப்படுத்தி தான் இன்னும் கண்டுபிடிக்காத பகுதியைப்பற்றிய ஒரு சித்திரத்தை உருவாக்குகிறார். தன் மனதில் உள்ள மற்ற எண்ணங்களை எல்லாம் அகற்றிவிட்டு, இந்தச் சித்திரத்தைத் தன் ஆழ்மனதிற்குள் அழுத்தமாக பதிக்கிறார். பின்னர் தன் மனதிற்குள் 'மின்னல் போலப் பளிச்சிடப் போகும்' பதிலுக்காகக் காத்திருக்கிறார்.

சில நேரங்களில் பதில்கள் உடனடியாக கிடைப்பதுடன் தெளிவாகவும் இருக்கும். வேறு சமயங்களில் கிடைக்கும் பதில் எதிர்மறையானதாக இருக்கும். அது அவரது 'ஆறாம் அறிவின்' நிலை அல்லது படைப்பு கற்பனா சக்தியை பொறுத்தது.

தாமஸ் ஆல்வா எடிசன் மின்சார பல்பைக் கண்டுபிடிக்கும் முன்னர் பத்தாயிரம் முறை முயற்சி செய்து தோற்றுப் போனார். முன்பு பகுத்தறிவை மட்டுமே நம்பியவர் பிறகு தமது ஆறாம் அறிவின் துணையுடன் வெற்றி பெற்றார். பேசும் இயந்திரத்தை கண்டுபிடித்த போதும் அவருக்கு இது போன்ற அனுபவமே ஏற்பட்டது.

'படைப்பு கற்பனாசக்தி' என்னும் திறன் ஒன்று இருப்பதற்கு நிறைய சாட்சியங்கள் உண்டு. பரந்த கல்வியறிவு இல்லாத போதும் தங்கள் துறைகளில் மிக உயர்ந்த நிலையை அடைந்தவர்களின் வாழ்கையை ஆராய்ந்தால் இது தெரிய வரும். ஆபிரகாம் லிங்கன் அதற்கு ஒரு உதாரணம். தனது படைப்பு கற்பனா சக்தித்திறனை பயன்படுத்தி அவர் உயர்ந்தார்.

ஆன் ரட்லெட்ஜ் என்ற பெண்மணியின் மீதான காதல் உணர்வின் விளைவாக அவர் இந்தத் திறனை கண்டு கொண்டார். மேதைகள் எப்படி உருவாகிறார்கள் என்பதற்கான காரணங்களில் அதிக முக்கியத்துவம் வாய்ந்தவற்றில் இதை முன்பே கூறியிருந்தோம்.

சரித்திரத்தில் இடம் பெற்றுள்ள மிகப் பெரிய தலைவர்களின் வாழ்க்கையை ஆராய்ந்தால் அவர்களது படைப்பு கற்பனா சக்தி என்னும் திறன் பெண்களால் பாலுணர்வு ஆசைகளை தூண்டிவிடுவதன் மூலம் ஏற்பட்டது தெரியவரும். நெப்போலியன் போனபார்ட் அவர்களுள் ஒருவர். தன் முதல் மனைவியான ஜோசஃபினின் உந்துதலினால் அவர் செயல்பட்ட போது நெப்போலியனை யாராலும் தடுக்கவோ, எதிர்க்கவோ முடியவில்லை. ஆனால் தனது 'பகுத்தறிவின்' தாக்கத்தினால் அவளை விலக்கி வைத்தபிறகு, அவரது வீழ்ச்சி துவங்கியது. அதன் பிறகு தோல்வியும், செயிண்ட் ஹெலினாவும் வெகு தூரத்தில் இல்லை.

மனைவிகளின் உந்துதலினால் பெரிய சாதனைகளை புரிய முடிந்தவர்கள், புகழும் அதிகாரமும் தலைக்கு ஏற வேறொரு இளம் மனைவியை ஏற்று தன் பழைய மனைவிகளை ஒதுக்கிவிட்டு அழிவை நோக்கி நகரத்துவங்கினார்கள் என்பதற்கு ஏராளமான உதாரணங்கள் அமெரிக்காவில் காட்ட முடியும்.

பகுத்தறிவினால் அந்த சூழ்நிலைக்கு ஏற்ப கிடைக்கும் எந்தக் காரணத்தையும் விட, சரியான ஆதாரத்திலிருந்து கிடைக்கும் பாலுணர்வு மிகுந்த சக்திவாய்ந்தது என்று உணர்ந்தது நெப்போலியன் மட்டுமல்ல.

மனிதமனம் தூண்டுதல்களுக்கு தக்க பதில் அளிக்கிறது!

ஊக்கிகளில் மிகவும் சக்திவாய்ந்தது பாலுணர்வு. அதனை கட்டுப்படுத்தி உருமாற்றினால், வழக்கமான அன்றாடக் கவலைகளில் இருந்து உயர்ந்த சிந்தனை தளத்திற்கு கொண்டு சென்று அவற்றை வெற்றி கொள்ளவும் வழிவகுக்கிறது.

துரதிருஷ்டவசமாக, இந்த உண்மையை மேதைகள் மட்டுமே அறிந்துகொண்டுள்ளனர். மற்றவர்களோ பாலுணர்வில் மறைந்திருக்கும் ஆற்றல் வளத்தை உணராமல் அது தரும் அனுபவத்தை மட்டுமே ஏற்றுக்கொண்டுள்ள காரணத்தால் மற்றவர்களின் எண்ணிக்கை அதிகமாகவும் மேதைகளின் எண்ணிக்கை குறைவாகவும் உள்ளது.

ஆதாரப்பூர்வமாக நமக்கு கிடைக்கும் வாழ்க்கை வரலாறுகளின் அடிப்படையில், கீழே பட்டியலிடப்பட்டுள்ள மனிதர்கள் மிகுந்த பாலுணர்வு கொண்டவர்கள் என்பதை அறியலாம். சந்தேகமே இல்லாமல் அவர்கள் ஒவ்வொருவருக்குள்ளும் இருந்த மேதமை, உருமாறிய பாலுணர்வு சக்தியில்தான் தனது ஆதாரத்தைப்பெற்றது என்று கூறலாம்.

ஜார்ஜ் வாஷிங்டன்
நெப்போலியன் போனபார்ட்
வில்லியம் ஷேக்ஸ்பியர்
ஆபிரகாம் லிங்கன்
ரால்ஃப் வால்டோ எமர்சன்
ராபர்ட் பர்ன்ஸ்
தாமஸ் ஜெஃபர்சன்
எல்பர்ட் ஹப்பார்டு
எல்பர்ட் எச். கேரி
ஆஸ்கார் ஒயில்டு
உட்ரோ வில்சன்
ஜான் எச். பேட்டர்சன்
ஆண்ட்ரூ ஜேக்சன்
என்ரிகோ கரூஸோ

உங்கள் சொந்த அனுபவத்திலிருந்து நீங்கள் படித்த வேறு வாழ்கை வரலாற்றின் அடிப்படையில் உங்களுக்குத் தெரிந்த மற்றவர்களின் பெயர்களையும் இந்தப் பட்டியலில் சேர்க்கலாம்.

மனித நாகரிகத்தின் எல்லாக் காலங்களையும் ஆராய்ந்து பாலுணர்வினால் தூண்டப்படாமல் சாதனைகள் புரிந்தவர் யாராவது இருக்கிறார்களா என்று தேடிப்பாருங்கள்.

இறந்து போனவர்களின் வாழ்க்கை வரலாற்றை அடிப்படையாகக் கொண்டு செய்யப்பட்ட இந்தப் பட்டியல் வேண்டாம் என்றால் நீங்கள் அறிந்த சாதனையாளர்களில் பாலுணர்வினால் தூண்டப்பட்டவர்கள் இருக்கிறார்களா என்று தேடிப்பாருங்கள்.

பாலுணர்வு என்பது எல்லா மேதமைகளின் மிகப்பெரிய படைப்புசக்தியாகும். இந்த உந்துதல் அளிக்கும் சக்தியை குறைவாகப்பெற்ற எந்த ஒரு சிறந்த தலைவரும், கட்டிடக்காரரும் கலைஞரும் இருக்கமாட்டார்கள்.

அதீத பாலுணர்வு கொண்டவர்கள் அனைவருமே மேதைகள் என்று நிச்சயமாக யாரும் இந்தக் கூற்றை தவறாக எண்ணிவிடமாட்டார்கள்!

படைப்பு கற்பனா சக்தி என்னும் ஆற்றலைத் தன்னை நோக்கி இழுக்கும்போதுதான், ஒருவனுக்கு மேதையாகும் வாய்ப்பு உண்டாகிறது. பல ஊக்கிகள் இருந்தாலும் அதிர்வுகளை உயர்த்தும் ஆற்றல் பாலுணர்விற்குத்தான் உள்ளது. இந்த சக்தியிருப்பதால் மட்டுமே ஒருவனால் மேதை ஆகிவிட முடியாது. உடலுறவிற்கான தேவையிலிருந்து அந்த ஆசையை திசைமாற்றி, மற்றொரு ஆர்வத்திற்கு உருமாற்றிச் செயல்படும் போதுதான் மேதமை உண்டாகிறது.

இப்படி மேதைகளாக தங்களை உயர்த்திக்கொள்ளாமல் பலரும் அதீத பாலுணர்வின் தவறான பயன்பாட்டின் மூலம் தாழ்ந்து, மிருகங்கள் போலாகிறார்கள்.

40 வயதிற்கு முன்னால் மனிதர்கள் ஏன் அதிகமாக வெற்றி பெறுவதில்லை

25,000 மனிதர்களின் வாழ்க்கையை ஆராய்ந்ததில் வாழ்க்கையில் வெற்றி பெறுபவர்கள் பெரும்பாலும் 40 வயதிற்கு முன்பு அந்த நிலையை அடைவதில்லை என்று அறிகிறோம். தங்கள் வேகத்தை நாற்பது வயதிற்கு பின்னரே அதிகரிக்கிறார்கள். ஐம்பதை தாண்டிய சில வருடங்களுக்கு பின்னரும் கூட அது சில சமயம் நீடிக்கிறது.

இது அதிர்ச்சியூட்டும் உண்மையாக இருந்ததால் மேலும் 12 வருடங்களுக்கு இந்த ஆராய்ச்சியைத் தொடர்ந்தேன்.

பெரும்பாலும் 40 முதல் 50 வயது வரை அவர்கள் பாலுணர்ச்சியை உடலுறவில் வெளிபடுத்தி வீண் செய்கிறார்கள் என்பதே இதற்கான முக்கியமான காரணம் என்று அந்த ஆய்வு வெளிச்சமிட்டது. பெரும்பாலான ஆண்கள், பாலுணர்விற்கான உந்துதல் உடலுறவைத் தாண்டி வேறு முக்கியமான வழிகளிலும் வெளிபடுத்தப்படக்கூடியது என்பதைத் தெரிந்து கொள்வதில்லை. அதைத் தெரிந்து கொள்பவர்களும், பாலுணர்வு வேட்கை உச்சத்தில் இருக்கும் வயதான 45 வயதைக் கடந்த பிறகுதான், அதாவது 45 முதல் 50 வயதில்தான் தெரிந்து கொள்கிறார்கள். இது வழக்கமாக குறிப்பிடத்தக்க சாதனைகளால் தொடரப்படுகிறது.

40 மற்றும் அதற்கு மேற்பட்ட வயது வரை ஆண்கள் தங்கள் சக்தியை சிறப்பாக வழிபடுத்தாமல் சிதறடித்து விடுகிறார்கள். அவர்களது மென்மையான மற்றும் சக்தி வாய்ந்த உணர்வுகளை காற்றில் கரைத்து விடுகிறார்கள். ஆண்களின் இந்தப் பழக்கம்தான் “sowing his wild oats” (இளமையில் காட்டுத்தனமான செயல்களைச் செய்வது) என்ற ஆங்கிலச் சொற்றொடர் வழக்கில் வர காரணமாக இருந்திருக்கிறது.

பாலுணர்வின் வெளிப்பாடுதான் மனித உணர்வுகளில் மிகவும் சக்திவாய்ந்தது மற்றும் அதிகமாக தூண்டுவதுமாகும். அந்த ஆசையைக்

கட்டுப்படுத்தி உருமாற்றி, உடலுறவு அல்லாத வேறொரு செயலில் ஈடுபடுத்தும் பொழுது, ஒருவனால் மேதை என்ற நிலைக்கு உயர முடிகிறது.

அமெரிக்காவின் மிகச் சிறந்த தொழிலதிபர் ஒருவர், தான் உருவாக்கிய திட்டங்கள் அனைத்திற்கும் காரணம் தனது கவர்ச்சிகரமான பெண் செயலாளர் தான் என்று என்னிடம் கூறினார். அவள் கண்ணெதிரில் இருக்கும் போதெல்லாம் வேறெந்த வகையிலும் பெற்றிராத அளவு ஊக்கத்தைப்பெற்று தனது படைப்பாற்றலின் உச்சத்திற்கு செல்வதாகவும் கூறினார்.

அமெரிக்காவின் மாபெரும் வெற்றியாளர்களில் ஒருவர் தனது வெற்றிகளுக்கெல்லாம் காரணம் மிகவும் அழகான மற்றும் கவர்ச்சிகரமான இளம்பெண்தான் என்று கூறினார். 12 வருடங்கள் வரை அவள் அவருக்கு உற்சாகமளித்து ஊக்குவித்திருக்கிறாள். யாரைப்பற்றி குறிப்பிடுகிறோம் என்று அனைவருக்கும் தெரியும் ஆனால் அவரது உந்துசக்தியாக விளங்கியது எது என்று அவருக்கு தெரியாது.

மது மற்றும் போதை மருந்துகள் போன்ற செயற்கையான ஊக்கிகளின் பயன்பாட்டின் மூலம் மேதைகளானவர்களுக்கும் வரலாற்றில் எந்தக் குறைவும் இல்லை. எட்கர் ஆலன் போ தனது புகழ்பெற்ற “ரேவன்” என்ற கவிதையை மதுபோதையில் இருந்தபோது தான் (“முன்பு மனிதர்கள் காணத் துணியாத கனவுகளைக் கண்டபடி”) எழுதினார். ஜேம்ஸ் விட்கோம் ரைலியின் சிறந்த எழுத்துக்கள் மதுபோதையின் தாக்கத்தில் எழுதப்பட்டதே. “நதியின் மேல் மதகும், ஓடையின் மேல் பனியும் போல, நிஜமும் கனவும் ஒரு ஒழுங்கு முறையோடு கலந்திருப்பதை” அவர் கண்டார். ராபர்ட் பர்ன்ஸும் மதுவின் மயக்கத்தில் இருந்தபோதுதான் தனது சிறப்பான படைப்புகளை எழுதினார்.

ஆனால் இவர்களைப் போன்ற பலர், அதே போதையினால் தங்கள் வாழ்கையை முற்றிலுமாக அழித்துக்கொண்டார்கள் என்பதையும் மறக்க வேண்டாம். மனிதர்கள் தங்களை உற்சாகப்படுத்திக் கொண்டு, உயர்ந்த தளத்திற்குச் செல்ல மற்றும் பாதுகாப்பான தளத்தில் இயங்கும் அதிர்வுகளை கொண்டு எங்கிருந்து வருகின்றன என்று யாருக்கும் தெரியாத அரிதான ஆனால் சிறந்த சிந்தனைகள் உண்டாகும்படியாக இயற்கை உரிய மருந்துகளை தானே படைத்துள்ளது. இயற்கை ஊக்கிகளுக்கு சமமான திருப்தியளிக்கும் மாற்று இன்னும் கண்டுபிடிக்கப்படவில்லை.

பாலுணர்விற்கும் ஆன்மீகத் தேடலுக்கும் நெருங்கிய தொடர்பு உண்டு என்பது உளவியலாளர்கள் நன்கு அறிந்த உண்மை. மதம் சார்ந்த திருவிழாக்களில் சில பழங்குடி மக்களிடையே பரவலாக இருக்கும்

பாலுணர்வு கலந்த விசித்திரமான களியாட்டங்கள் இதனால்தான் நடைபெறுகின்றன.

உலகம் ஆளப்படுவதும் நாகரிகத்தின் தலைவிதி நிர்ணயிக்கப்படுவதும் மனித உணர்ச்சிகளால்தான். பகுத்தறிவை விட உணர்ச்சிகளே மக்களின் செயல்பாடுகளுக்குப் காரணமாக இருக்கின்றன. அதேபோல படைப்பாற்றலுக்கும் உணர்வுகளே காரணம், பகுத்தறிவு அல்ல. மனித உணர்வுகளில் மிகவும் சக்திவாய்ந்தது பாலுணர்வு. மனத்திற்கான ஊக்கிகள் என்று பலவற்றைச் சொல்லி இருக்கிறோம். எந்த ஒன்றும் தனியாகவோ, அல்லது அனைத்தும் ஒன்று சேர்ந்தாலோ கூட, பாலுணர்வு ஒன்றின் சக்திக்கு ஈடாக முடியாது.

எண்ண அதிர்வுகளை, தற்காலிகமாகவோ நிரந்தரமாகவோ பாதிக்கவல்ல சக்தி மனதிற்கான ஊக்கியாகும். முன்பு கூறப்பட்ட முக்கியமான பத்து ஊக்கிகள் பொதுவாக மக்கள் நாடுபவை. இந்த ஊக்கிகளின் மூலம் ஒருவன் பிரபஞ்சத்தின் அளவற்ற ஆற்றலுடன் தொடர்பு கொள்ளலாம் அல்லது தகவல் களஞ்சியமாக விளங்கும் தன்னுடைய ஆழ்மனதிற்குள் அல்லது பிறருடைய ஆழ்மனதிற்குள் நுழையலாம். அது மேதைகள் மட்டுமே அறிந்த வழிமுறை.

பாலுணர்வு அதிகம் உள்ள விற்பனையாளர்களே வெற்றியாளர்களாக விளங்குகிறார்கள் என்ற அதிர்ச்சியான விஷயத்தை முப்பதாயிரம் விற்பனையாளர்களுக்குப் பயிற்சி அளித்த ஒரு ஆசிரியர் கண்டுபிடித்துள்ளார். அதற்கான விளக்கம் என்னவென்றால் மனித ஆளுமையின் காரணிகளில் ஒன்றாக கருதப்படும், 'தனி மனித காந்தசக்தி' என்பது அவனுடைய பாலியல் கவர்ச்சி அன்றி வேறில்லை என்றார். பாலுணர்வு அதிகம் உள்ளவர்களிடம் ஏராளமான காந்தசக்தி வெளிப்படுகிறது. இதனை புரிதலுடன் வளர்ப்பதன் மூலம் மனித உறவுகள் மேம்படும்படி பயனுள்ளதாக ஆக்க முடியும். இந்த சக்தியை மற்றவர்களுக்குக் கீழ்கண்ட வழிகளில் வெளிப்படுத்த முடியும்:

1. கை குலுக்கல்: ஒருவரிடம் காந்தசக்தி உள்ளதா இல்லையா என்று கைகளின் மூலம் உடனே உணரலாம்.
2. குரலின் தொனி: சில குரல்கள் இனிமையாகவும் கவர்ச்சிகரமாகவும் இருப்பதற்கு காரணம் காந்தசக்தியே.
3. தோரணை மற்றும் உடல் அசைவுகள்: பாலுணர்வு மிகுந்தவர்களின் அசைவுகள் சுறுசுறுப்பாகவும் நளினமாகவும், சுலபமாகவும் இருக்கும்.
4. சிந்தனையின் அதிர்வுகள்: பாலுணர்வு மிக்கவர்கள், அந்த உணர்ச்சியை தங்கள் சிந்தனையில் கலந்து, தங்கள் விருப்பத்திற்கேற்ப மற்றவர்கள் மீது செலுத்தி, அவர்களை தன் வசப்படுத்த முடியும்.

5. உடல் அலங்காரம்: பாலுணர்வு மிக்கவர்கள் பொதுவாகவே தங்கள் உடலை மிகுந்த கவனத்துடன் பராமரிக்கிறார்கள். தங்கள் உடலுக்கும் தோற்றத்திற்கும் ஆளுமைக்கும் ஏற்ற சிறப்பான, தனிப்பட்ட ஆடைகளை அணிகிறார்கள்.

விற்பனையாளர்களைப் பணியமர்த்தும் விவேகமான விற்பனை மேலாளர், அவர்களிடம் தனிப்பட்ட காந்தசக்தி உள்ளதா என்பதையே முதல் தேவையாகப் பார்க்கிறார். பாலுணர்வு குறைவானவர்கள் தாங்களும் உற்சாகத்தோடு இருப்பதில்லை, மற்றவர்களுக்கு உற்சாகத்தை ஏற்படுத்துவதும் இல்லை. விற்கப்படும் பொருள் எதுவாக இருந்தாலும் உற்சாகம் என்பது விற்பனையாளருக்கு அவசியமானது.

சொற்பொழிவாளர், மேடைப் பேச்சாளர், மதபோதகர், வழக்கறிஞர் மற்றும் விற்பனையாளர் ஆகியோர் குறைவான பாலுணர்வு கொண்டிருந்தால் அவர்களால் தங்கள் தொழிலில் வெற்றி காண முடியாது. ஏனென்றால் அவர்களால் மற்றவர்கள் மீது நல்ல தாக்கத்தை ஏற்படுத்த முடியாது. உணர்வுகளைத் தொடுவதன் மூலமே மற்றவர்களை தன் வசப்படுத்த முடியும் என்பதைப் புரிந்து கொண்டால், ஒரு விற்பனையாளனின் இயற்கையான திறமையில் பாலுணர்வுக்குள்ள முக்கியத்துவத்தை நீங்கள் புரிந்துகொள்ளலாம். அறிந்தோ அறியாமலோ தங்களது பாலுணர்வின் சக்தியை விற்பனைக்கான உற்சாகமாக உருமாற்றிக் கொண்டவர்கள்தான், விற்பனையில் மகத்தான சாதனைகளைச் செய்திருக்கிறார்கள். இந்த வாக்கியத்தில்' பாலுணர்வின் உருமாற்றத்திற்கான நடைமுறை பயன்பாட்டை தெரிந்துகொள்ளலாம்.

உடலுறவிலிருந்து தன் சிந்தனைகளை நீக்கி அதே உற்சாகத்துடனும் உறுதியுடனும் ஒருவன் தன் தொழிலில் ஈடுபட்டால், பாலுணர்வை உருமாற்றும் கலையை அவன் அறிந்து கொண்டுவிட்டான் என்று பொருள். இதை அவன் அறிந்தோ அல்லது அறியாமலோ செய்யக்கூடும். என்ன செய்கிறோம் எப்படிச் செய்கிறோம் என்று அறியாமலேயே பெரும்பாலான விற்பனையாளர்கள் இதனை பயன்படுத்தி வருகிறார்கள்.

ஆனால் இந்த சக்தி உருமாற்றத்திற்கு சாதாரண மனிதர்களிடம் காணப்படுவதைவிட அதிகமான மனவுறுதி தேவைப்படுகிறது. இதற்கான மனவுறுதி இல்லாதவர்கள் சிறிது சிறிதாக முயன்று படிப்படியாக அந்த மனவலிமையைப் பெற்றுவிட முடியும். இதற்கு மனவுறுதி தேவைப்பட்டாலும் முயற்சிக்குத் தகுந்த பலன் கிடைக்கும்.

பாலுணர்வு என்ற தலைப்பைப் பற்றி பெரும்பாலான மனிதர்கள் மன்னிக்க முடியாத அளவுக்கு அறியாமை கொண்டவர்களாக இருக்கிறார்கள். உடலுறவுக்கான வேட்கை அறியாமையும் தீய குணமும் கொண்டவர்களால் மிக நீண்ட காலமாகவே மிகவும் தவறாகப் புரிந்து கொள்ளப்பட்டு குறை கூறப்பட்டு கேலி செய்யப்பட்டிருக்கிறது.

அதனால்தான் கண்ணியமான சமூகத்தில் பலர் 'செக்ஸ்' என்ற வார்த்தையைப் பயன்படுத்தவே தயங்குகிறார்கள். இயற்கையிலேயே அதிக பாலுணர்வு கொண்டவர்களாக விளங்கும் ஆண்களும் பெண்களும் ஆசீர்வதிக்கப்பட்டவர்களே. வழக்கமாக அவர்கள் மற்றவர்களால் காட்சிப் பொருளாக பார்க்கப்படுகிறார்கள். ஆசீர்வதிக்கப்பட்டவர்கள் என்று அழைக்கப்படாமல் சபிக்கப்பட்டவர்கள் என்றே அவர்கள் அழைக்கப்படுகிறார்கள்.

நாகரிகம் வளர்ந்துவிட்ட இன்றைய காலகட்டத்திலும் லட்சக்கணக்கானவர்கள், அதீதமான தங்களது பாலுணர்வை ஒரு சாபம் என்று கருதி தாழ்வு மனப்பான்மையுடன் வாழ்கிறார்கள். இங்கு குறிப்பிடப்பட்டுள்ள பாலுணர்வின் நன்மைகளை சுதந்திரமாகத் சுற்றித் திரிவதற்கான உரிமையாக எடுத்துக் கொள்ளக்கூடாது. பாலுணர்வு என்பது புத்திசாலித்தனத்துடனும், நல்லது தீயது அறிந்து பாகுபாட்டுடனும் பயன்படுத்தப்படும் போது மட்டுமே நல்லதாகும். ஆனால் பெரும்பாலான சமயங்களில் தவறாக பயன்படுத்தப்படுவதால் உடல் மற்றும் மனம் இரண்டையும் கீழ்நோக்கிச் செலுத்துகிறது. இந்த சக்தியை மேம்பட்ட விதத்தில் பயன்படுத்துவது எப்படி என்பதை சரியாக விளக்குவதே இந்த அத்தியாயத்தில் மிகுந்த கடினமான விஷயம்.

இந்நூலின் ஆசிரியரால் சந்திக்கப்பட்ட தலைவர்கள் ஒவ்வொருவரும், ஏதோ ஒரு பெண்ணை உந்துதலாக கொண்டதன் பலனாக சாதனை புரிந்தவர்கள் என்ற உண்மை ஆசிரியருக்கு மிக முக்கியமானதாக தோன்றியது. பல சந்தர்ப்பங்களில் அந்தப் பெண்கள், அடக்கமான, சுயநலமற்ற குடும்பத் தலைவிகளாகவே இருந்ததால், வெளியுலகிற்கு அவர்களைப் பற்றித் தெரிந்திருக்கவில்லை. சிலரது விஷயத்தில் மனைவியல்லாத 'மற்றுமொரு பெண்மணி' தான் உந்துதலாக இருந்திருக்கிறார். அந்தப் பெண்மணிகளைப் பற்றி ஒன்றுமே தெரியாது என்று நீங்கள் சொல்லிவிட முடியாது.

உணவு மற்றும் மது பழக்கத்தில் அளவு மீறுவது எவ்வளவு தீதானதோ, அதேபோலத்தான் பாலுணர்வில் மிதமிஞ்சுவதும். இன்றைய காலகட்டத்தில், பாலுணர்வில் அத்துமீறல் பலரது பழக்கமாக இருக்கிறது. இதனால்தான் சிறந்த தலைவர்கள் கிடைப்பது இன்று கடினமான ஒன்றாக இருக்கலாம். தன்னிடமுள்ள படைப்பு சக்தியை சிதறடிக்கும் எவனும் உயர முடியாது. பூமியில் படைக்கப்பட்டுள்ள பிராணிகளில், மனிதன் ஒருவன்தான் படைப்பின் நோக்கத்தை மீறி நடப்பவன். மற்ற எல்லாப் பிராணிகளும் தங்கள் பாலுணர்வை அளவோடு, இனப்பெருக்கத்திற்காக மட்டுமே, பயன்படுத்துகின்றன. அவைகளுக்கு இனப்பெருக்க "சீசன்" என்று குறிப்பிட்ட காலம் உள்ளது. மனிதனுக்கோ எல்லா நாளுமே அதற்கு உகந்ததுதான்!

மது மற்றும் போதை மருந்துகளை அளவுக்கு மீறி பயன்படுத்துவது உடலையும் முக்கியமாக மூளையையும் பாதிக்கும் என்று புத்திசாலிகள் அறிவார்கள். ஆனால், அதீதமாக பாலுணர்வில் ஈடுபடுவது இந்தப்பழக்கத்தில் அத்துமீறுவது போதையைப்போன்றே ஒருவரின் வாழ்கையை அழித்துவிடும் தன்மை கொண்டது என்று எல்லாருக்கும் தெரியாது.

உடலுறவில் ஈடுபடும் வெறி கொண்டவனுக்கும், போதை மருந்தை உட்கொள்பவனுக்கும் எந்த வித்தியாசமும் இல்லை. இருவரும் தங்கள் அறிவையும் மன வலிமையையும் இழந்துவிட்டவர்கள். பாலுணர்வில் அதிகம் ஈடுபடுவது தற்காலிகமாகவோ அல்லது நிரந்தரமாகவோ ஒருவரைப் பைத்தியமாக்கி விடக்கூடும். பாலுணர்வின் உண்மையான நோக்கம் என்ன என்பதை அறியாமல் இருப்பதை பழக்கப்படுத்திக்கொண்டவர்கள் கற்பனையில் தங்களை நோயாளிகளாக பாவித்துக்கொள்கிறார்கள்.

தலைப்பைப்பற்றிய சுருக்கமான தகவல்களிலிருந்து, பாலுணர்வை உருமாற்றும் விஷயத்தைப் பற்றி அறியாதவர்களுக்கு தண்டனை விதிக்கப்படுவதுடன் அவர்களுக்குக் கிடைக்க வேண்டிய பலன்களும் கிடைக்காதபடி செய்துவிடும் என்பதையும் நாம் அறியலாம்.

இதன் அறியாமைக்குக் காரணம், இது இரகசியமாகவும், இருண்ட மௌனத்தால் மூடப்பட்டதாகவும் இருந்ததுதான். மது அருந்தத்தடை விதித்ததன் பாதிப்பு எப்படி மானசீகமாக இருந்ததோ அதே போல் இதையும் மர்மாகவும் இருண்ட மௌனத்தால் மூடப்பட்டதாகவும் வைத்திருப்பது பாதிப்பை ஏற்படுத்தும். அதன் விளைவாக தெரியாததைத் தெரிந்து கொள்ள வேண்டும் என்ற ஆர்வத்தையும், தெரிந்தவர்களுக்கு மேலும் தெரிந்து கொள்ள வேண்டும் என்று விருப்பத்தையும் உண்டாக்கிவிட்டது. சட்டம் மற்றும் மருத்துவத்துறையினர் வெட்கப்படும் அளவில் சிறந்த பயிற்சி பெற்றவர்கள் இளைஞர்களுக்கு கற்பிக்க முயன்றது அனைவரிடமும் சரியாக சென்றடையவில்லை.

40 வயதிற்கு முன்னால் எவரும் சிறந்த படைப்புகளை உருவாக்கும் முயற்சியில் ஈடுபடுவதில்லை. சிறந்த படைப்புகளை உருவாக்கும் வயது சராசரியாக நாற்பது முதல் அறுபதாக உள்ளது. மிகக் கவனமாக ஆராயப்பட்ட ஆயிரக்கணக்கான ஆண்கள் மற்றும் பெண்களின் வாழ்க்கையிலிருந்து இந்த தகவலைக் கூறுகிறேன். இதுவரை எதையும் சாதிக்காத நாற்பது வயதிற்கு உட்பட்டவர்களுக்கும், நாற்பது வயது குறியீட்டை நெருங்கி 'வயதாகி விட்டதே' என்று கவலைப்படும் நபர்களுக்கும், இது உற்சாகத்தைத் தரவேண்டும். உண்மையில் நாற்பதிற்கும் ஐம்பதிற்கும் இடைப்பட்ட காலமே வளமான காலமென்ற விதியுள்ளது. எனவே இந்த வயதை அச்சத்துடனும் நடுக்கத்துடனும் பார்க்காமல், நம்பிக்கை மற்றும் எதிர்பார்ப்புடன் பார்க்க வேண்டும்.

நாற்பது வயதிற்கு முன்னால் மனிதர்கள் சிறப்பான சாதனைகள் புரிவதில்லை என்பதற்கு ஆதாரம் தேவை என்றால் உங்களுக்கு தெரிந்த அமெரிக்க சாதனையாளர்களின் வாழ்க்கை வரலாறுகளை எடுத்துப் பாருங்கள். உங்களால் இதை பார்க்க முடியும். ஹென்றி ஃபோர்டு, வேகமான வளர்ச்சியை தனது நாற்பதாவது வயதிற்கு முன்னால் அடையவில்லை. ஆண்ட்ரூ கார்னேகி, தனது முயற்சிகளின் பலனை அனுபவிக்கத் துவங்கியபோது நாற்பது வயதைத் தாண்டியிருந்தார். ஜேம்ஸ் ஜே. ஹில், தனது நாற்பதாவது வயது வரை தந்தி மட்டுமே அனுப்பிக்கொண்டிருந்தார். அவரது மகத்தான சாதனைகள் அதன் பிறகே துவங்கின. அமெரிக்கத் தொழிலதிபர்கள் மற்றும் நிதி நிறுவன அதிபர்களின் வாழ்க்கையை ஆராய்ந்தால் நாற்பது முதல் அறுபது வயதுதான் மிகப்பெரிய சாதனைகளுக்கான வயது என்பதற்கான சாட்சியங்களை காணலாம்.

முப்பது முதல் நாற்பது வயதிற்குள்தான் மனிதன், பாலுணர்வை உருமாற்றும் கலையைக் (அதனை கற்றுக்கொள்வானேயானால்) கற்றுக்கொள்கிறான். இது பெரும்பாலும் தற்செயலானதே. அவனே அதை அறிவதில்லை. சாதனைகளுக்கான தனது சக்தி முப்பத்தி ஐந்து முதல் நாற்பது வயதில் அதிகரித்துவிட்டதாக அவன் உணர்கிறான். ஆனால் பெரும்பாலான சந்தர்பங்களில் அவன் அதற்கான காரணத்தை அறிந்துகொள்வதில்லை. இந்த மாற்றத்திற்கான காரணம் காதல் மற்றும் பாலுணர்வு இரண்டையும் இயற்கை இந்த வயதில் இணக்கமாக மாற்றுகிறது. அதனால் ஊக்கம் பெற்று, அந்த சக்திகளின் துணையுடன் அவனால் செயல்பட முடிகிறது.

பாலுணர்வு என்பது செயல்படத் தூண்டும் உந்து சக்தி. ஆனால் அதன் சக்திகள் புயல் போன்று கட்டுப்படுத்த முடியாதது. காதல் என்ற உணர்வுடன் சேரும் பொழுது நோக்கத்தில் அமைதியும், தெளிவும், அறிவில் கூர்மையும், சமநிலையும் ஏற்படுகின்றன. நாற்பது வயதை அடைந்த எந்த துரதிஷ்டசாலி இதைத் தன் அனுபவத்துடன் ஒப்பிட்டு புரிந்து கொண்டு சரிபார்க்க முடியாமல் போகிறான்?

ஒரு பெண்ணை மகிழ்விக்கும் நோக்கத்துடன் ஒருவன் பாலுணர்வினால் உந்தப்படும் போது வழக்கமாக பெரிய சாதனைகளை புரிவதற்கான திறமை அவனுள் ஏற்பட்டு விடுகிறது. ஆனால் அது ஒழுங்கற்றதாகவும், தவறானதாகவும், அழிவுத்திறன் கொண்டதாகவும் இருக்கக்கூடும். ஒரு பெண்ணை இன்புறச் செய்யும் பாலுணர்வு நோக்கத்துடன் மட்டுமே செயல்படும் ஒருவன் திருடலாம், ஏமாற்றலாம் ஏன் கொலை கூடச் செய்யலாம். ஆனால் அதில் காதல் என்ற உணர்வு கலக்கப்படும் போது அவன் தன் செயல்களை தூய்மை, சமநிலை, பகுத்தறிவு ஆகியவற்றால் வழிநடத்துவான்.

கடினமான குற்றவாளிகளைக்கூட ஒரு பெண்ணின் காதலால் சீர்திருத்த முடியும் என்று குற்றவியலாளர்கள் கண்டுபிடித்திருக்கிறார்கள். ஆனால் பாலுணர்வின் தாக்கத்தால் மட்டுமே ஒரு குற்றவாளி சீர் திருத்தப்பட்டதாக சரித்திரம் இல்லை. இந்த உண்மைகள் நன்கு அறியப்பட்டதே ஆனால் அதன் காரணம் அறியப்படவில்லை. சீர்திருத்தம் என்பது இதயத்தில் ஏற்படுவது. மூளையின் பகுத்தறிவு பகுதியில் அல்ல. சீர்திருத்தம் என்பது, “மனமாற்றம்”. “மூளை மாற்றம்” என்று பொருள்படாது. சில விரும்பத்தகாத விளைவுகளைத் தவிர்ப்பதற்காக, ஒருவர் தனது பகுத்தறிவின் மூலம் தனது நடவடிக்கைகளில் மாற்றங்களை கொண்டுவரலாம். ஆனால் உண்மையான சீர்திருத்தம் என்பது மனமாற்றத்தின் மூலமே நிகழும். மாற வேண்டும் என்ற ஆசையின் காரணமாக.

காதல், வீரம் மற்றும் பாலுணர்வு போன்ற உணர்ச்சிகள் ஒரு மனிதனை உயர்ந்தபட்சமாகச் சாதனைகள் புரியத் தூண்டுபவை. இதில், காதல் என்பது சேஃப்டி வால்வு போன்று செயல்பட்டு, சமநிலை, அமைதி, ஆக்கபூர்வமான முயற்சி ஆகியவற்றை உருவாக்கும். இந்த மூன்று உணர்வுகளும் ஒன்றாகச் சேர்க்கப்படும்போது ஒருவரை மேதை என்ற உயர்ந்த நிலைக்கு கொண்டு செல்லும். இருப்பினும் காதல் என்ற உணர்ச்சியைப்பற்றி அறியாத மேதைகளும் இருந்திருக்கிறார்கள். அவர்கள் ஏதேனும் ஒரு அழிவுச் செயலிலோ, அல்லது மற்றவர்களுக்கு அநீதி இழைக்கும் நேர்மையற்ற காரியங்களிலோ ஈடுபடுபவர்களாக இருப்பார்கள். சுற்றியிருப்பவர்களின் உரிமைகளை மறுக்கும் அப்படிப்பட்டவர்களை என்னால் பெயரிட முடியும். முற்றிலுமாக மனச்சாட்சியே இல்லாதவர்களாக தோன்றுபவர்கள். அப்படிப்பட்டவர்களின் பெயர்களைப் வாசகர்களால் கூட எளிதாக பட்டியலிட முடியும்.

உணர்ச்சி என்பது, ஒரு மன நிலை ஆகும். எப்படி, பொருள்கள் ஒன்றோடு ஒன்று சேருவதை வேதியியல் தத்துவம் இயக்குகிறதோ அப்படியே, மனங்கள் ஒன்று சேர்வதையும் ‘மனதின் இரசாயனம்’ மூலமாக இயற்கை வகுத்திருக்கிறது. சரியான விகிதத்தில் சேர்க்கப்பட்டால் நன்மையளிக்கும் பொருட்கள் கூட, தவறான விகிதத்தில் கலக்கப்பட்டால் விஷமாக மாறுவது போல, சில உணர்ச்சிகளை தவறான விதத்தில் கலந்தால் கொல்லக்கூடிய விஷமாக மாறும். உதாரணத்திற்கு பாலுணர்வுடன் பொறாமையை கலந்தால் அது வெறிபிடித்த மிருகமாக மாற்றக்கூடும்.

அழிவுப்பூர்வமாக செயல்படும் உணர்வுகள் ஒரு மனிதனின் மனதில் இருந்து அவை ஒன்று சேரும் பட்சத்தில் அவை மனதில் விஷம் போலப் பரவி, நீதி, நேர்மை என்ற உணர்வுகளை அழித்துவிடும். தீவிரமான நிலையில் அது அவனுடைய பகுத்தறிவை கூட அழிக்கக்கூடும்.

மேதமை என்ற நிலைக்கு இட்டுச்செல்லும் பாதை, பாலுணர்வு, காதல், காதலில்வீரம் ஆகிய மூன்றையும் வளர்த்து, கட்டுப்படுத்தி பயன்படுத்துவதில் வருவதாகும்.

மனதில் மேலோங்கி நிற்கும் உணர்வுகளாக இவை மூன்றையும் உற்சாகப்படுத்துங்கள். அழிவை உண்டாக்கும் உணர்வுகளை அகற்றுங்கள். மனம் என்பது பழக்கத்திற்கு அடிபணியும் மிருகம். அது தன்னிடம் மேலோங்கியிருக்கும் உணர்வுகளைத் தின்று வளர்கிறது. மன வலிமையின் மூலம் அழிவுப்பூர்வமான உணர்வுகளை நீக்கி ஆக்கப்பூர்வமான உணர்வுகளை உற்சாகப்படுத்த முடியும். மன வலிமையின் மூலம் மனதை கட்டுப்படுத்துவது கடினம் அல்ல. கட்டுப்பாடு என்பது விடாமுயற்சியாலும் பழக்கத்தினாலும் வருவது. உருமாற்றத்தைப் புரிந்து கொள்வதே கட்டுப்பாட்டின் இரகசியமாகும். எதிர்மறை உணர்வுகள் மனதில் தோன்றும்போது அதனை உருமாற்றத்தின் மூலம் நேர்மறையான உணர்வுகளாக மாற்றிக்கொள்ள முடியும்.

சுய விருப்பம் மற்றும் முயற்சி இல்லாமல் ஒருவர் மேதைமை என்னும் நிலையை அடைய வேறு பாதைகள் இல்லை! பாலுணர்வின் உந்துதல் மட்டுமே கொண்டு ஒருவன் நிதித் துறையிலோ, வியாபாரத்திலோ மிகுந்த உயரத்தை அடையலாம். ஆனால் அதனுடன் தொற்றிக்கொள்ளும் வேறு சில பண்புகளால், தங்கள் முயற்சியின் பயனை அவன் தக்கவைத்துக் கொள்ளவோ, அனுபவிக்கவோ முடியாதபடி ஆகிவிடுகிறது என்பதற்கு வரலாற்றில் பல சாட்சியங்கள் உள்ளது. ஆண்களுக்கும் பெண்களுக்கும் பெரிதாக உதவக்கூடியது என்பதால் இந்த உண்மையை ஆராய்ந்து, சிந்தித்துப் பார்ப்பது தகுதி வாய்ந்தது. இந்த உண்மையை அறியாத காரணத்தால்தான் பலரால் ஏராளமான செல்வ வளங்கள் இருந்தும் மகிழ்ச்சியாக இருக்கமுடியாமல் போகிறது.

ஒருவனிடம் காதல் உணர்வும் பாலுணர்வும் இருப்பது அவனது அம்சங்களில் வெளிபட்டுவிடும். இவை மிகவும் தெளிவாக காணப்படுவதால் எவராலும் கண்டுபிடித்துவிட முடியும். பாலுணர்வினால் மட்டுமே உந்தப்படும் வேட்கை கொண்ட ஒருவன், அந்த உண்மையைத் தன் முக பாவங்கள் மற்றும் கண்களின் மூலமும் உலகிற்குக் காட்டி விடுகிறான். அதனுடன் காதல் என்னும் உணர்வு கலக்கும்பொழுது, முகம் மென்மையடைந்து, அழகாகிறது. குணத்தை ஆராயும் ஒருவர் இதைசொல்ல வேண்டிய அவசியமில்லை நீங்களே இதை கூர்ந்து கவனித்து அறியலாம்.

காதல் என்னும் உணர்வு மனிதனின் மனதில் உள்ள கலை மற்றும் அழகியலைக் வெளிப்படுத்துவதுடன் அதை வளர்கிறது. காலத்தாலும் சூழ்நிலைகளாலும் அழிக்கமுடியாதபடி அவனது ஆன்மாவில் தன்னுடைய சுவடுகளைப் பதித்துவிடுகிறது.

காதலின் நினைவுகள் மனதை விட்டு நீங்குவதில்லை. எதன் மூலம் காதல் உணர்வு மனதிற்குள் நுழைந்ததோ, அது அழிந்த பிறகும், காதல் அழியாமல், நின்று, நிலைத்து, வழிகாட்டி, மனதின் மீது தனது தாக்கத்தை தொடரும். இதில் ஒன்றும் புதிதாகச் சொல்லப்படவில்லை. உண்மையானக் காதலை அனுபவித்த எவராலும், அதன் சுவடுகள் மனதிற்குள் நிலைத்திருப்பதை உணரமுடியும். காதலின் தாக்கம் நிலையானது, ஏனென்றால் அது ஒரு ஆன்மீக உணர்வு. காதலால் கூட ஒருவனை சிறந்த சாதனைகள் புரியும் நிலைக்கு உயர்த்த முடியவில்லை என்றால், அவன் பரிதாபத்துக்குரியவனே. உயிருடன் இருப்பதாக தோன்றினாலும் அவன் இறந்தவனுக்குச் சமமே.

காதலின் நினைவுகள் மட்டுமே கூட ஒருவனைப் படைப்பாற்றலின் உயர்ந்த தளத்திற்குக் கொண்டு செல்லும் வலிமை கொண்டது. அணைந்து போன நெருப்பு போல் காதல் வலுவிழந்து போயிருக்கலாம், ஆனால் அது தன் தடத்தை விடாமல் போகாது. அதன் வெளியேற்றம் வேறொரு உயர்ந்த காதல் நுழைய வழிவகுப்பதற்குத்தான்.

உங்கள் கடந்த காலத்திற்குள் சென்று சற்றுநேரம் உங்கள் பழைய காதல் நினைவுகளை அசைபோட்டுப் பாருங்கள். அது தற்போதைய கவலைகளையும் சலிப்பையும் மென்மைப்படுத்திவிடும். நிகழ்கால துயரங்களிலிருந்து உங்களை தப்பிக்கச் செய்து உங்களை மேதையாக்குவதற்கான கருத்துருக்கள், கற்பனைகள், திட்டங்களை வழங்கி உங்கள் வாழ்வின் நிதிநிலைமை அல்லது ஆன்மீக நிலையை முழுவதுமாக மாற்றிவிடலாம்.

காதலில் தோல்வியுற்றதால் உங்களை நீங்கள் துரதிர்ஷ்டசாலி என்று கருதினால் அந்த எண்ணத்தை கைவிடுங்கள். உண்மையாக காதலித்த ஒருவரால் முழுமையாக தோற்கவே முடியாது. காதல் என்பது விசித்திரமானது, தன்னிச்சையாக செயல்படுவது. சிறிதுகாலம் மட்டுமே இருந்துவிட்டு, கடந்து போகக்கூடியது. தன் விருப்பத்திற்கேற்ப வந்து முன் எச்சரிக்கை இல்லாமல் சென்றுவிடும் என்பதால் அது நிலைக்கும் வரை அனுபவித்து அது போன பின்னால் வருந்தாதீர்கள். வருத்தத்தினால் அதனை ஒருபொழுதும் திருப்பி கொண்டு வரமுடியாது.

அதேபோல, காதல் ஒருமுறை மட்டுமே வரும் என்ற எண்ணத்தையும் அகற்றிவிடுங்கள். காதல் பல முறை வந்து போகும். ஆனால் எந்த இரண்டு காதலும் ஒரே மாதிரியான அனுபவத்தைத் தராது. உங்களுக்குள் ஆழமான பாதிப்பை ஏற்படுத்தக்கூடிய காதல் ஒன்றுதான் இருக்கும் என்றாலும், காதல் போய்விட்டதே என்று விரக்தியும் கோபமும் அடைபவர்களைத் தவிர எல்லாக் காதல் அனுபவங்களும் நன்மையே செய்யும்.

காதலுக்கும் பாலுணர்வுக்கும் இடையே உள்ள வித்தியாசத்தைத் அறிந்துகொண்டால் ஏமாற்றம் ஏற்படாது. காதல் என்பது ஆன்மசக்தி,

பாலுணர்வோ உடல்சார்ந்த சக்தி. மனித இதயத்தைத் தொடும் எந்த ஆன்மசக்தியும் தீங்கை விளைவிக்க முடியாது. அப்படி நடந்தால் அது அறியாமை மற்றும் பொறாமையால் ஏற்படுவதே.

சந்தேகத்திற்கு இடம் இல்லாமல் காதல் என்பது வாழ்க்கையின் மிகப்பெரிய அனுபவம் ஆகும். அது ஒருவனை பிரபஞ்சத்தின் அளவற்ற ஆற்றலுடன் தொடர்பில் வைக்கிறது. பாலுணர்வு காதலின் வெளிபாடு ஆகியவற்றோடு காதல் கலக்கும் பொழுது படைப்பாற்றல் என்னும் ஏணியில் ஏறி ஒருவனால் உச்சத்தைத் தொட முடிகிறது. இவை மூன்றும் மேதைகளைப் படைக்கும் நிரந்தர முக்கோணத்தின் மூன்று பக்கங்கள். வேறெந்த வலிமையை கொண்டும் இயற்கை மேதைகளை உருவாக்குவதில்லை.

காதலுக்கு பல பக்கங்கள், வண்ணங்கள் மற்றும் நிறபேதங்கள் உண்டு. பெற்றோர்கள் மீதும், பிள்ளைகள் மீதும், காட்டப்படும் காதல் காதலியின் மீது காட்டப்படும் காதலிலிருந்து வேறுபட்டது. ஒன்றுடன் பாலுணர்வு கலந்திருக்கிறது மற்றொன்றுடன் கலந்திருப்பதில்லை.

பெற்றோர், பிள்ளைகள், காதலி ஆகியோரின் மீதான காதலிலிருந்து வேறுபடுவது உண்மையான நட்பில் காணப்படும் காதல்.

உயிரற்ற இயற்கைப் பொருட்களின்மீதும் காதல் எழுவதுண்டு. ஆனால், பாலுணர்வோடு கலக்கும் காதல்தான் அணையாத கனலைப் போன்ற தீவிரமானது. நிரந்தர அன்பும், சரியான அளவில் சமன் படுத்தப்பட்ட பாலுணர்வும், இல்லையென்றால் திருமணத்தில் மகிழ்ச்சி இருக்காது. பெரும்பாலும் நீடிக்காது. காதல் மட்டுமோ அல்லது, பாலுணர்வு மட்டுமோ திருமணத்தில் மகிழ்ச்சியைத் தராது. இந்த இரண்டு உணர்வுகளும் இரண்டற கலக்கும்போது பூவுலகில் ஆன்ம சக்தியை அனுபவிக்கும் வகையில் ஒரு மனநிலை ஏற்படுகிறது.

காதலை வீரத்துடன் வெளிப்படுத்தும் உணர்வை இவற்றுடன் கலக்கும் போது பிரபஞ்சத்தின் அளவற்ற ஆற்றலுக்கும் அளவான மனித மனத்திற்கும் இடையே இருந்த தடைகள் மறைந்து நேரடித் தொடர்பு ஏற்படும்.

அப்போது ஒரு மேதை பிறக்கிறான்!

பாலுணர்வுடன் வழக்கமாகச் தொடர்புடைய கதைகளிலிருந்து எவ்வளவு வேறுபட்ட விளக்கம் இது. பாலுணர்வை அதன் தளத்திலிருந்து உயர்த்தி, குயவனின் களிமண்ணாக மாற்றி வழங்க அழகானதும் பரவசமூட்டுவதுமான பொருளாக அதை கடவுள் மாற்றிவிடுகிறார். இந்த விளக்கத்தைப் புரிந்து கொண்டால், பல திருமணங்களில் நிலவும் குழப்பங்களை நீக்கி இணக்கமான சூழலை ஏற்படுத்த முடியும். பாலுணர்வு பற்றிய அறியாமையே கணவன் மனைவிக்குள் அடிக்கடி நச்சரிப்பாக வெளிப்படுகிறது. இந்த மூன்று உணர்வுகள் பற்றிய சரியான

புரிதல் இருந்தால் தம்பதியர்களுக்கிடையே இணக்கமின்மை என்ற கேள்விக்கு இடமில்லை.

காதல், பாலுணர்வு, காதலை வீரத்துடன் வெளிபடுத்தும் உணர்வு ஆகிய மூன்றுக்கும் இடையே உள்ள தொடர்பைப் புரிந்துகொண்ட மனைவியை உடையவன் அதிர்ஷ்டசாலி. இம்மூன்று உணர்வுகளின் கூட்டணியால் ஊக்கம் பெற்றால், எந்தச் சுமையும் கனமானதல்ல. ஏனென்றால் மிகச் சாதாரண முயற்சியும் காதலால் நிரம்பியிருக்கும்.

"ஆவதும் பெண்ணாலே, அழிவதும் பெண்ணாலே" என்பது பழமொழி. ஆனால் அதன் பொருள் சரியாக புரிந்து கொள்ளப்படுவதில்லை. காதல், பாலுணர்வு, காதலை வீரத்துடன் வெளிபடுத்துதல் ஆகிய மூன்று உணர்வுகளையும் ஒரு பெண்ணால் முழுமையாகப் புரிந்து கொள்ள முடிந்தால் அவள் ஆக்கபூர்வ சக்தியுடையவளாகவும், இல்லையென்றால் அழிவுப்பூர்வ சக்தியுடையவளாகவும் ஆகிறாள். ஆண்கள் தங்கள் உயிரியல் ரீதியாகவே பலதாரங்களை திருமணம் மூலம் பெறுவதாக இருந்தாலும் மனைவி அல்லாத ஒரு பெண்ணால் அவன் மீது ஆதிக்கம் செலுத்த முடியாது. அவன் இயல்பிற்கு முற்றிலும் இணை இல்லாத ஜோடியாக இருந்தால் மட்டுமே இது நடக்கும். ஒரு மனைவி தன் கணவன் மற்றவர்கள் மீது நாட்டம் கொள்வதை அனுமதிக்கும் வகையில் அக்கறையில்லாமல் நடந்துகொண்டால் அவள் இம் மூன்று உணர்வுகளையும் சரிவர அறியவில்லை அல்லது அவற்றை மதித்து நடக்கவில்லை என்றுதான் பொருள். அவர்கள் இருவருக்கும் இடையே முதலில் நல்ல காதல் உறவு இருந்ததாக எடுத்துக்கொண்டால் இது உண்மையாகும். இந்த உண்மைகள் கணவனுக்கும் பொருந்தும். ஒரு கணவன், தன் மனைவிக்கு தன் மீது அக்கறை இல்லாமல் போகும் வகையில் நடந்து கொள்வானேயானால், காரணம் இதுவாகத்தான் இருக்கும்.

திருமணமானவர்கள் முக்கியமற்ற சிறிய விஷயங்களுக்காக சண்டையிடுவார்கள். அதை ஆராய்ந்து பார்த்தால் காரணம் இந்த மூன்று விஷயங்கள் பற்றிய அறியாமையோ, அலட்சியமோ தான் இருக்கும்.

ஒரு பெண்ணை இன்புறச் செய்வதே ஒரு ஆணுக்கு ஊக்கும் அளிக்கும் வலிமையான ஆசை! மனித நாகரீகம் வளரும் காலத்திற்கு முற்பட்ட காலத்தில் இருந்த மனிதன், வேட்டையாடியது தான் விரும்பும் பெண் முன்பு தன்னை பலசாலி எனக் காட்டிக்கொள்ளளும் விருப்பத்தினால்தான். இந்த விஷயத்தில் மனிதனின் இயல்பு இன்றுவரை மாறவில்லை. இன்றைய "வேட்டைக்காரன்" காட்டு விலங்குகளின் தோலை பரிசாகத் கொண்டுவருவதில்லை. மாறாக, சிறந்த துணிமணிகள், மோட்டார் வண்டிகள், மற்றும் பணத்தை கொடுத்து தன் ஆசை மற்றும் அவளிடமிருந்து தான் எதிர்பார்பதை வெளிப்படுத்துகிறான். நாகரிகத்திற்கு முன்பு போலவே பெண்ணைத்

திருப்திப்படுத்தவே இன்றும் ஒரு ஆண் விரும்புகிறான். மாறியிருப்பது அவள் அன்பைப் பெற அவன் மேற்கொள்ளும் வழிமுறைதான். மாபெரும் செல்வத்தைச் சேர்ப்பவனும், பெரும் புகழையும் அதிகாரத்தையும் தேடுபவனும், பெண்களை இன்புறச் செய்து தன்னை திருப்திபடுத்திக்கொள்ளவே விரும்புகிறான்.

பெண்களை அவர்களது வாழ்கையிலிருந்து நீக்கிவிட்டால் ஆண்களின் செல்வம் அர்த்தமற்றதாக ஆகிவிடும். பெண்ணை இன்புறச் செய்யவேண்டுமென்ற ஆணின் விருப்பத்தாலேயே, அவனை ஆக்கவோ அழிக்கவோ வலிமை பெறுகிறாள் அந்தப் பெண்.

ஒரு ஆணின் இயல்பை அறிந்து, அவனுக்குத் தேவைவையானவற்றைத் தரும் ஆற்றலுடைய பெண்ணுக்கு, வேறெந்தப் பெண்ணிடமிருந்தும் போட்டி ஏற்படக்கூடுமென்ற அச்சம் தேவையில்லை. ஒருவன் கட்டுக்கடங்காத மனவலிமையுடன் மாபெரும் உருவமாக விளங்குவதெல்லாம் மற்றொரு ஆணின் முன்பு தான். அவன் விரும்பும் பெண் அவனை மிக எளிதாகத் தன் கட்டுக்குள் கொண்டு வந்துவிடுவாள்.

ஆனால் தாங்கள் விரும்பும் பெண்ணால் தங்கள் மீது தாக்கம் ஏற்படுத்த முடியுமென்று ஒரு ஆண் ஒருபோதும் ஒப்புக்கொள்ள மாட்டான். ஏனென்றால் வலுவான இனமாக தன்னை காட்டிக்கொள்ளும் அவசியம் அவனுக்கு இருக்கிறது. மேலும், புத்திசாலியான எந்தப் பெண்ணும் இதை ஆணின் பண்பாக எடுத்துக் கொண்டு அதனை விவாதத்திற்குரிய பொருளாக மாற்றுவதில்லை.

சில ஆண்கள் தாங்கள் விரும்பும் பெண்கள் தங்கள் மீது தாக்கம் ஏற்படுத்துவதை அறிவார்கள்-அவர்களது மனைவி, காதலி, தாய் அல்லது சகோதரிகள் ஆகியோர். ஆனால் அதை அவர்கள் பெரிதுபடுத்துவதில்லை. காரணம், எந்த ஒரு ஆணும், தன்மீது சரியான தாக்கத்தை ஏற்படுத்தும் ஒரு பெண் இல்லாமல் தன்னால் மகிழ்ச்சியாக இருக்க முடியாது என்பதை நன்கு அறிவான். இந்த முக்கியமான உண்மையை அறியாதவன் வெற்றிகளைப் பெற்றுத்தரும் பல சக்திகளை ஒன்றாக இணைப்பதால் கிடைக்கும் சக்தியை விட முக்கியமானதொரு சக்தி தன்னை வந்தடைவதை தடுக்கிறான்.

12

ஆழ்மனம்

இணைப்புச் சங்கிலி

செல்வத்தை நோக்கிப் பதினோராவது அடி

ஆழ்மனம் என்பது உணர்வுகளின் தளம். ஐம்புலன்களின் மூலம் எழும் எண்ணங்களின் உந்துசக்தியானது, உணர்மனதை தொட்டவுடன், அவற்றை வகைப்படுத்தி, உரிய இடத்தில் பதிவு செய்து, பத்திரப்படுத்தி, கோப்புகளை மீட்டெடுக்க நாம் பயன்படுத்தும் அமைப்பை போல நாம் கேட்கும் போது எடுத்துக் கொடுப்பதே ஆழ்மனத்தின் வேலையாகும்.

எப்படிப்பட்ட இயல்பு கொண்ட எண்ணங்களினாலும் உணர்ச்சிகளினாலும் அவற்றைப் பெற்றுக்கொண்டு உரிய இடத்தில் பாதுகாப்பாக வைக்கிறது ஆழ்மனம். எனவே தானாக முன்வந்து பணமாக உருமாற்றப்பட வேண்டிய-ஒரு திட்டத்தையோ அல்லது எண்ணத்தையோ அல்லது இலட்சியத்தையோ, அந்த ஆழ்மனத்திற்குள் உங்களால் செலுத்தமுடியும். ஆழ்மனம் நம்பிக்கை போன்ற உணர்வுகளுடன் கலக்கப்பட்ட மற்றும் மேலோங்கியிருக்கும் ஆசைகளை முதலில் பரிசீலனைக்கு எடுத்துக் கொள்கிறது.

ஆசை எனும் அத்தியாயத்தில் கூறப்பட்ட ஆறு கட்டளைகள் மற்றும் திட்டங்களை உருவாக்கி, செயல்படுத்துவது எப்படியென்று விளக்கப்பட்ட கருத்துக்களையும் எடுத்துக் கொண்டால் சொல்லப்பட்ட எண்ணத்தின் முக்கியத்துவம் புலப்படும்.

இரவு பகல் பாராமல் உழைக்கிறது ஆழ்மனம். மனிதன் அறியாத பிரபஞ்சத்தின் 'அளவற்ற ஆற்ற'லிலிருந்து தனக்கு வேண்டிய சக்தியைப் பெற்றுக் கொண்டு, ஆழ்மனது தானாகவே ஒருவரது ஆசைகளை, அதற்கு சமமான பௌதிகப் பொருளாக உருமாற்றி, நடைமுறைக்கு மிகவும் ஏற்ற ஊடகத்தின் மூலம் நிறைவேற்றித் தருகிறது. ஆழ்மனதின் இந்தச் செயல்முறை இதுவரை மனிதனுக்குத் தெரியாத ஒன்று.

ஆழ்மனதை உங்களால் முற்றிலுமாக கட்டுப்படுத்த முடியாது. ஆனால் தானாக முன்வந்து உறுதியான பௌதிகப் பொருளாக நீங்கள் உருமாற்ற விரும்பும் ஒரு திட்டத்தையோ, ஆசையையோ அல்லது இலட்சியத்தையோ அதற்கு கொடுக்கலாம். 'தன்னாலோசனை' என்ற அத்தியாயத்தில் ஆழ்மனதிற்கான அறிவுரைகளை மீண்டும் படிக்கவும்.

பிரபஞ்சத்தின் 'அளவற்ற ஆற்ற'லுக்கும், அளவான மனித மனதிற்கும் இடையில் இணைப்புச் சங்கிலியாகச் செயல்படுவது ஆழ்மனமே என்பதற்கு ஆதரவாக விளங்கும் ஏராளமான சாட்சியங்கள் உண்டு. அந்த இடைத்தரகர் மூலமாகத்தான், பிரபஞ்சத்தின் அளவற்ற ஆற்றலின் சக்திகளைத் தன்னை நோக்கி, விரும்பிய போது ஒருவரால் இழுக்க முடியும். மனதின் தூண்டுதல்களை ஆன்மீக சக்திகளாக மாற்றும் ரகசிய வழிமுறை, ஆழ்மனதிடம் மட்டுமே உள்ளது. நமது பிரார்த்தனைகளுக்கான பதில்களை அளிக்க வேண்டியவரிடம் அனுப்பிவைக்கும் ஊடகமும் ஆழ்மனமே.

ஆழ்மனதோடு தொடர்புடைய படைக்கும் முயற்சிகளுக்கு, பிரம்மாண்டமான மற்றும் கணிக்க முடியாத அளவில் சாத்தியக்கூறுகள் உள்ளன. அது ஒருவரை பிரமிக்க வைக்கும்.

ஆழ்மனதைப்பற்றிய அறிவு மனிதனுக்கு மிகக்குறைவாக இருப்பதனால் அது பற்றிய பேச்சைத் துவங்கும் போது ஒரு தாழ்வு மனப்பான்மையுடன்தான் பேச வேண்டியிருக்கிறது. பிரபஞ்சத்தின் அளவற்ற ஆற்றலுக்கும் அளவான மனித மனதிற்கும் இடையே உள்ள தொடர்புச் சங்கிலி ஆழ்மனம் என்ற எண்ணமே, பகுத்தறிவை முடக்குகிறது

ஆழ்மனதின் இருப்பை ஒப்புக் கொண்டு அதனால் உங்களுடைய ஆசையை, அதற்குச் சமமான பௌதிகப் பொருளாகவோ அல்லது பணமாகவோ மாற்றிக் கொடுக்க முடியும் என்ற சாத்தியத்தை புரிந்து கொண்டீர்கள் என்றால், ஆசை என்னும் அத்தியாயத்தில் கூறப்பட்டுள்ள அறிவுரைகளின் முழு அர்த்தத்தையும் உங்களால் புரிந்து கொள்ள முடியும். மேலும் உங்கள் ஆசையைத் தெளிவாக, தாளில் எழுதி வைக்கச் சொன்னதன் முக்கியத்துவத்தையும் உங்களால் புரிந்து கொள்ள முடியும். இந்த அறிவுரைகளை விடாமுயற்சியுடன் மேற்கொள்ள வேண்டியது அவசியம் என்பதையும் புரிந்து கொள்வீர்கள்.

இந்தப் பதின்மூன்று கோட்பாடுகளும் ஊக்கிகளாக உங்கள் ஆழ்மனதைத் தொட்டு அதன் மீது நல்ல தாக்கத்தை உண்டாக்கக் கூடிய சக்திகளாகும். முதல் முயற்சியில் இதை செய்ய முடியவில்லையென்றால் உற்சாகமிழக்க வேண்டாம். நம்பிக்கை என்னும் அத்தியாயத்தில் குறிப்பிட்டிருந்தது போல, ஆழ்மனதை இயக்க நம்பிக்கையை அடிப்படையாகக் கொண்ட பழக்கம் ஏற்பட வேண்டும். அந்த நம்பிக்கையை இன்னும் முழுமையாக பெறவில்லையென்றால் பொறுமையாக இருங்கள். விடாமுயற்சியுடன் செயல்படுங்கள்.

உங்கள் ஆழ்மனதில் பதிய உதவும் வகையில் நம்பிக்கை, தன்னாலோசனை என்ற அத்தியாயங்களில் கூறப்பட்ட கருத்துக்கள் மீண்டும் இங்கே சொல்லப்படும். அதன் மீது எந்த தாக்கமும் ஏற்படுத்த நீங்கள் முயற்சிகள் எடுத்துக்கொண்டாலும் இல்லாவிட்டாலும்

ஆழ்மனது சுயமாக இயங்கிக்கொண்டே இருக்கிறது. அதனால்தான், இயல்பாகவே நேர்மறையான எண்ணங்களை உங்கள் ஆழ்மனதிற்கு உணவாக நீங்கள் தராவிட்டால் அச்சம், வறுமை, அல்லது மற்ற எதிர்மறையான எண்ணங்கள் அனைத்தும் உங்கள் ஆழ்மனதின் ஊக்கிகளாக இயங்கிக் கொண்டேயிருக்கும்.

உங்கள் ஆழ்மனது செயலற்ற நிலையில் இருப்பதே இல்லை. உங்களது ஆசைகளை ஆழ்மனதிற்குள் பதிக்கத் தவறினால் நீங்கள் அலட்சியமாக இருக்கும் நேரத்தில், உங்கள் மனதிற்குள் நுழைந்துவிட்ட சீரற்ற எண்ணங்கள் மீது செயல்படத் தொடங்கிவிடும். பாலியல் உருமாற்றம் என்ற அத்தியாயத்தில் சொல்லப்பட்ட நான்கு ஆதாரங்களிலிருந்து, எண்ணத் தூண்டுதல்கள் அவை நேர்மறையானவையாக இருந்தாலும், எதிர்மறையானவையாக இருந்தாலும் இடைவிடாமல் தொடர்ந்து ஆழ்மனதை சென்றடைந்து கொண்டே இருக்கும்.

இப்போதைக்கு, உங்கள் அன்றாட வாழ்வின் ஒவ்வொரு நொடியிலும், நீங்கள் அறியாமலேயே, பலவிதமான எண்ணங்களின் உந்துசக்திகள் உங்கள் ஆழ்மனதை அடைந்து கொண்டே இருக்கின்றன என்பதை மட்டும் நீங்கள் தெரிந்து கொண்டால் போதும். அவற்றில் சில நேர்மறையானவை, சில எதிர்மறையானவை. இப்போது நீங்கள் எதிர்மறை ஊக்கிகளை தடுத்து நிறுத்தி நேர்மறை உந்து சக்திகள் உங்கள் ஆழ்மனதில் நல்ல தாக்கத்தை உண்டாக்கும் வேலையில் இறங்குங்கள்.

இதை சாதிக்க முடிந்தால், உங்கள் ஆழ்மனதின் திறவுகோல் உங்களிடம் இருப்பதாக அர்த்தம். அதோடு, விரும்பத்தகாத எண்ணங்கள் உங்கள் ஆழ்மனதிற்குள் புகுந்து ஆதிக்கம் செலுத்தாதபடி அந்தக் கதவை உங்களால் கட்டுப்பாட்டில் வைத்திருக்கமுடியும்.

மனிதன் படைக்கும் ஒவ்வொன்றும் முதலில் அவன் மனதில் ஒரு எண்ண உந்துதலாகவே துவங்குகிறது. மனிதனால் முதலில் தன் மனதில் ஒரு எண்ணமாக உருவாக்க முடியாத ஒன்றை அவனால் மெய்ப்பிக்கமுடியாது. கற்பனா சக்தியின் உதவியுடன் எண்ணங்களின் உந்து சக்தி ஒன்று திரட்டப்பட்டு, ஒரு திட்டமாக உருவாகிறது. கற்பனாசக்தி கட்டுப்பாட்டுக்குள் இருக்கும்போது தொழில் வெற்றிக்குத் தேவையான இலக்கு மற்றும் திட்டத்தை உருவாக்க மனிதனால் முடியும்.

பௌதிகப் பொருளாக மாற்றப்படவேண்டிய எண்ண உந்து சக்திகளை ஆழ்மனதிற்குள் நாம் தானாக முன்வந்து வைக்கும் போது, அவை கற்பனாசக்தியை கடந்து நம்பிக்கையுடன் கலக்கப்பட வேண்டும். ஆழ்மனதிற்குள் செலுத்தப்படவேண்டும் என்ற நோக்கத்துடன்

நம்பிக்கை அல்லது திட்டம் கலக்கும்போது அது கற்பனாசக்தியின் மூலமாக மட்டுமே கலக்கப்பட முடியும்.

இந்த கூற்றுகளிலிருந்து ஆழ்மனதை சொந்தமாக செயல்பட வைக்க 13 கோட்பாடுகளை ஒருங்கிணைத்து பயன்படுத்தப்பட வேண்டும் என்பது தெரிகிறது.

ஆழ்மனதின் சக்தியைப் பற்றிய தமது புரிதலுக்கான சாட்சியத்தை யெல்லா வீலர் வில்காக்ஸ் என்ற கவிஞர் இப்படி கொடுக்கிறார்:

"ஒரு எண்ணம் என்ன செய்யக்கூடும் என்று உங்களால் ஒருபோதும் சொல்ல முடியாது. அன்பைக் கொண்டு வரலாம் அல்லது வெறுப்பை கொண்டு வரலாம்–

ஏனென்றால் எண்ணங்கள் தூது புறாக்கள் போல் துரிதமாக பறந்து செல்லக்கூடியவை அவை பிரபஞ்ச விதிகளைப் மதித்து பின்பற்றி நடக்கின்றன

ஒவ்வொரு எண்ணமும் தனது வகையை உருவாக்குகின்றன உங்கள் எண்ணத் தடத்தில் திரும்பி ஓடோடிச் சென்று, உங்கள் மனங்களிலிருந்து அகன்ற எண்ணங்களை திரும்பக் கொண்டுவரும்."

ஒருவரது மனதிலிருந்து வெளியே செல்லும் எண்ணங்கள், அவரது ஆழ்மனதில் ஆழமாகப் பதிந்து விடுகின்றன. அங்கு அவை ஒரு காந்தமாகவோ, அடையாளமாகவோ, திட்டவரைவாகவோ செயல்பட்டு, பெரிய தாக்கத்தை ஏற்படுத்தி அவற்றுக்கான பௌதிகப் பொருளாக மாற்றுகின்றன என்ற உண்மையை திருமதி. வில்காக்ஸ் புரிந்து கொண்டிருக்கிறார். எண்ணங்கள் பொருட்களே ஏனென்றால் எந்த ஒரு பொருளும் முதலில் ஒரு சிந்தனா சக்தியாகவே துவங்குகிறது.

பகுத்தறிவிலிருந்து எழும் எண்ணங்களின் சக்தியை விட, உணர்ச்சிப்பூர்வமான எண்ணங்களின் சக்தியால்தான் ஆழ்மனது அதிகமாக தாக்கம் அடைகிறது. உண்மையில், உணர்ச்சிபூர்வமான எண்ணங்களே, ஆழ்மனதின்மீது பாதிப்பை ஏற்படுத்திச் செயல்பட வைக்கும் என்பதற்கு பல ஆதாரங்கள் உள்ளன. பெரும்பாலான மக்கள், உணர்ச்சி வசப்படுபவர்களே. உணர்ச்சிபூர்வமான எண்ணங்களுக்கே ஆழ்மனது உடனடியாகப் பதிலளிக்கிறது என்றால் உணர்வுகளில் முக்கியமானவை எவை என்பதை அறியவேண்டும். ஏழு நேர்மறை உணர்வுகளும், ஏழு எதிர்மறை உணர்வுகளும் இருக்கின்றன. எதிர்மறை உணர்வுகள், தாங்களாகவே எண்ணங்களின் உந்துசக்திக்குள் புகுந்து கொள்வதன் மூலம் ஆழ்மனத்திற்குள் நுழைகின்றன. தனிப்பட்ட ஒருவர் தனது ஆழ்மனதிற்குள் செலுத்தவிரும்பும் நேர்மறை உணர்வுகள் மற்றும் எண்ணங்களை 'தன்னாலோசனை' தத்துவத்தின் மூலம்,

புகுத்தவேண்டும். ('தன்னாலோசனை' என்ற அத்தியாயத்தில் அறிவுறுத்தல்கள் கொடுக்கப்பட்டுள்ளன.)

ரொட்டித் துண்டிற்குள் இருக்கும் ஈஸ்ட்டுடன் இதனை ஒப்பிடலாம். ஏனென்றால் இந்த உணர்வுகள், எண்ணங்களுக்குள்ளிருந்து உறங்கிக்கொண்டிருக்கும் உந்துசக்திகளை எழுப்பிச் செயல்படும் மூலக்கூறுகளாகும். ஆகவே, பகுத்தறிவினால் உண்டாகும் எண்ணங்களின் உந்துசக்திகளை விட, உணர்ச்சிபூர்வமான எண்ணங்களின் உந்துசக்திகளுக்கு உடனே செயல்படும் வாய்ப்பு கிடைத்துவிடுகிறது.

பணமாக உருமாற்றம் பெறவேண்டுமென்று நீங்கள் விரும்பும் ஆசைகளை ஆழ்மனதிடம் ஒப்படைக்க உங்களை நீங்கள் தயார் படுத்திக்கொள்கிறீர்கள். அதற்கு, முதலில், உங்கள் ஆழ்மனதின் உள் பார்வையாளரை எப்படி அணுகுவது என்று உங்களுக்குத் தெரிந்திருக்கவேண்டும். அதற்கு ஆழ்மனதிற்கு புரியும் மொழியில் தான் நீங்கள் பேச வேண்டும். இல்லையென்றால் அது உங்கள் பேச்சை கேட்காது. அது உணர்வின் மொழியே அறியும். அதனால் இங்கு ஏழு நேர்மறை உணர்வுகளையும், ஏழு எதிர்மறை உணர்வுகளையும் விளக்கலாம். ஆழ்மனதிற்கு அறிவுறுத்தல்கள் இடும்போது எதிர்மறை உணர்வுகளைத் தவிர்த்துவிட்டு, நேர்மறைகயான உணர்வுகளை தேர்ந்தெடுங்கள்.

ஏழு முக்கிய நேர்மறை உணர்வுகள்

ஆசை என்னும் உணர்வு
நம்பிக்கையின் உணர்வு
காதல் உணர்வு
பாலுணர்வு
உற்சாகம் என்னும் உணர்வு
காதலை வீரமாக வெளிப்படுத்தும் உணர்வு
எதிர்பார்ப்பின் நம்பிக்கை

இன்னும் பல நேர்மறை உணர்வுகள் இருந்தாலும், பொதுவாக படைப்பு முயற்சியில் பயன்படும் இந்த ஏழுதான் மிக முக்கியமானவை. இந்த ஏழு நேர்மறை உணர்வுகளை வெற்றிகொள்ளுங்கள் (இவற்றைப் பயன்பாட்டினால் மட்டுமே வசப்படுத்த முடியும்) மற்ற நேர்மறை உணர்வுகள் எல்லாம் தாமே உங்களை நோக்கி வரும். நேர்மறை உணர்வுகளால் மட்டுமே உங்கள் மனதை நிரப்பி 'பண உணர்வை' உண்டாக்குவதே இந்த நூலின் நோக்கம் என்பதை மறந்துவிடாதீர்கள்.

ஏழு முக்கிய எதிர்மறை உணர்வுகள்

அச்சம் என்னும் உணர்வு
பொறாமை என்னும் உணர்வு
வெறுப்பு என்னும் உணர்வு
காழ்ப்புணர்வு
பேராசை என்னும் உணர்வு
மூட நம்பிக்கை என்னும் உணர்வு
கோபம் என்னும் உணர்வு

நேர்மறை உணர்வுகளும் எதிர்மறை உணர்வுகளும் ஒரே நேரத்தில் மனதில் இடம் பெற முடியாது. இரண்டில் ஒன்றுதான் மேலோங்கி இருக்க முடியும். நேர்மறை உணர்வுகளே மனதில் இருப்பதை உறுதி செய்யவேண்டியது உங்கள் பொறுப்பு. இங்குதான் பழக்கம் என்னும் விதி உங்களுக்கு துணை போகும். நேர்மறை எண்ணங்களை மட்டுமே பயன்படுத்தும் பழக்கத்தை உண்டாக்கிக்கொள்ளுங்கள். இறுதியில் எதிர்மறை எண்ணங்கள் நுழைவதற்கு இடம் இல்லாமல் அவை உங்கள் மனதை முழுமையாக ஆதிக்கம் செய்யும்.

இந்த அறிவுறுத்தல்களை சொல்லியிருப்பது படியே பின்பற்றுவதன் மூலம்தான் ஒருவரால் ஆழ்மனதை கட்டுப்பாட்டிற்குள் கொண்டுவர முடியும். ஒரே ஒரு எதிர்மறை உணர்வு ஆழ்மனதிற்குள் நுழைந்தாலும் ஆழ்மனதின் ஆக்கப்பூர்வமான முயற்சிகள் அனைத்தையும் அது நாசம் செய்துவிடும்.

மற்ற முயற்சிகள் அனைத்தும் பலனற்று போன பிறகுதான் மக்கள் பிரார்த்தனை செய்கிறார்கள்! இல்லையென்றால் சரியான புரிதல் இல்லாமல் வார்த்தைகளை உச்சரித்து பிரார்த்தனை செய்கிறார்கள். மற்ற அனைத்து முயற்சிகளும் தோற்றபின்னர் மக்கள் பிரார்த்தனை செய்வதால் அவர்களது பிரார்த்தனையில் அச்சமும் சந்தேகமும் கலந்திருக்கிறது. அந்த இரண்டு எதிர்மறை உணர்வுகளின் மீதும்தான் ஆழ்மனம் செயல்பட்டு அவற்றை பிரபஞ்சத்தின் அளவற்ற ஆற்றலுக்கு அனுப்பி வைக்கிறது. பிரபஞ்சத்தின் அளவற்ற ஆற்றலும் அதனை பெற்றுக்கொண்டு செயல்படுத்தத் துவங்குகிறது.

பிரார்த்தனை செய்யும் போது நாம் வேண்டுவது கிடைக்காதோ என்ற அச்சத்துடன் பிரார்த்தனை செய்தால் பிரபஞ்சத்தின் அளவற்ற ஆற்றல் அதற்கு சாதகமாகப் பதிலளிக்கப் போவதில்லை என்பது உறுதி.

சில நேரங்களில் ஒருவர் வேண்டுவது பிரார்த்தனைகள் மூலம் மெய்படுகிறது. அப்படி நீங்கள் வேண்டிய ஒன்று உங்களுக்குக் கிடைத்திருந்தால், பின்னோக்கித் திரும்பி அந்தப் பிரார்த்தனையைச்

செய்த போது உங்கள் மனநிலை எப்படியிருந்தது என்று எண்ணிப் பாருங்கள். அப்படிச் செய்யும் போது இங்கு நாம் சொல்வது வெறும் கோட்பாடில்லை சத்தியமே என்று நீங்கள் அறிவீர்கள்.

"பிரார்த்தனையின் அறிவியல்" என்னும் ஒரு பாடத்தை எல்லாப் பள்ளிகளும் கல்வி நிலையங்களும் போதிக்கும் நாள் விரைவில் வரும். மேலும் அப்போது பிரார்த்தனை என்பது ஓர் அறிவியல் என்று ஒப்புக் கொள்ளப்படும். அந்த நாள் வரும்பொழுது (மனிதகுலம் அதற்குத் தயாரானவுடன் அது வரும்), யாரும் பிரபஞ்சத்தின் அளவற்ற ஆற்றலை அச்ச உணர்வுடன் அணுகமாட்டார்கள். ஏனென்றால் அப்போது அச்சம் என்ற உணர்வே உலகில் இருக்காது. அறியாமை, மூட நம்பிக்கை, தவறான போதனைகள் எல்லாம் மறைந்துபோய், மனிதன் பிரபஞ்சத்தின் அளவற்ற ஆற்றலின் குழந்தை என்ற தன் உண்மை நிலையை அடைவான். சிலர் ஏற்கனவே அந்த ஆசீர்வாதத்தை பெற்றிருக்கிறார்கள்.

இது நம்பமுடியாத தீர்க்கதரிசனம் என்று தோன்றினால், மனித இனத்தின் வரலாற்றைப் பின்னோக்கிப் பாருங்கள். நூறு வருடங்களுக்கு முன்பு வரை மனிதனின் மீதான இறைவனின் கோபம் என்று கருதப்பட்ட மின்னலைக் கண்டு மக்கள் அஞ்சினார்கள். இதே நம்பிக்கையின் வலிமையைக் கொண்டு மனிதர்கள் மின்னலை பயன்படுத்தி தொழிற்சாலையின் சக்கரங்களைச் சுழல வைக்கிறார்கள். நூறு வருடங்களுக்கு குறைவான காலத்திற்கு முன்பு, இரண்டு கிரகங்களுக்கு இடையே வெற்று பாழ்வெளி இருப்பதாக மனிதன் நம்பினான். நம்பிக்கை என்னும் அதே சக்தியால், அது வெற்றிடம் அல்ல, மனித எண்ணங்களின் அதிர்வுகளைவிட உயர்ந்த அதிர்வுகளின் இருப்பிடம் என்று இப்போது அவன் கண்டுபிடித்திருக்கிறான். மேலும், பிரபஞ்சத்தின் ஒவ்வொரு அணுவிலும் அதிரும் மற்றும் ஒவ்வொரு மனித மூளையும் மற்றொரு மனித மூளையுடன் இணைக்கும் சக்தி இருக்கிறது என்று நமக்குத் தெரிகிறது.

அதே சக்திதான் ஒவ்வொரு மனித மூளையையும் பிரபஞ்சத்தின் அளவற்ற ஆற்றலுடன் இணைக்கிறது என்று சொன்னால் அதை நம்பாமல் இருக்க மனிதர்களிடம் என்ன காரணம் இருக்கமுடியும்?

பிரபஞ்சத்தின் அளவற்ற ஆற்றலுக்கும், அளவான மனிதனின் மனதிற்கும் இடையில் சுங்கச்சாவடிகள் எதுவும் கிடையாது. பொறுமை, நம்பிக்கை, விடாமுயற்சி, புரிதல், மற்றும் தொடர்பு கொள்ள் வேண்டுமென்ற தீராத ஆசை மட்டும்தான் தொடர்பிற்கான விலை. மேலும் இதற்கான முயற்சி தனி மனிதனால்தான் எடுக்கப்பட வேண்டும். பணம் செலவிட்டு செய்யப்படும் பிரார்த்தனைகளால் பயனில்லை. பிரபஞ்சத்தின் அளவற்ற ஆற்றல் இடைத்தரகர்கள் மூலம் செயல்படுவதில்லை. ஒன்று நீங்களே நேரடியாக தொடர்பு கொள்ள வேண்டும், இல்லை என்றால் இல்லை.

நீங்கள் அழியும் வரை பிரார்த்தனைப் புத்தகங்களை வாங்கி வாழ்நாள் முழுவதும் படித்துக் கொண்டே இருங்கள். அதற்கு எந்த பயனும் இருக்காது. பிரபஞ்சத்தின் அளவற்ற ஆற்றலுக்கு நீங்கள் சொல்ல விரும்பும் கருத்துக்களை, ஆழ் மனதின் மூலம் சொல்வதால் மட்டும்தான் உருமாற்றம் நிகழும். ரேடியோ ஒலிபரப்புகள் எப்படிச் செல்கிறதோ அதே போல்தான், பிரபஞ்சத்தின் அளவற்ற ஆற்றலுடன் நீங்கள் தொடர்பு கொள்வதும். ரேடியோவின் செயல்பாடை நீங்கள் அறிந்திருந்தால் வெறும் ஒலி அலைகளை இதில் அனுப்ப முடியாது என்றும், அவற்றை மனிதக் காதுகள் கேட்கும் படியாக மாற்றி அமைத்த பிறகே அனுப்ப முடியும் என்றும் தெரிந்திருக்கும். வானொலி நிலையம், மனிதக்குரலைப் பெற்று அதன் அதிர்வுகளைப் பன்மடங்காக (லட்சக்கணக்காக) உயர்த்தி, ஈத்தருக்குள் அனுப்புகிறது என்பதும் தெரிந்திருக்கும். இந்த ஒரு வழியாகத்தான் ஒலி அதிர்வுகள் ஈத்தருக்குள் அனுப்பப்படலாம். அங்கு ஒலி அலையானது ஆற்றலாக மாற்றப்பட்டு வானொலி நிலையத்திற்கு அனுப்பப்படுகிறது. இந்த ஆற்றல் பல லட்சக்கணக்கான அதிர்வுகளாகக் குறைக்கப்பட்டு மனிதக்குரல் மீண்டும் ஒலிக்கிறது.

ஆழ்மனம் இடைத்தரகராக இருந்து, ஒருவரது பிரார்த்தனைகளை பிரபஞ்சத்தின் அளவற்ற ஆற்றல் எளிதில் புரிந்து கொள்ளும் வகையில் மாற்றி அதற்கான பதிலை ஒரு புதிய கருத்துருவாகவோ செயல்திட்டமாகவோ வெளிப்படுத்தி பிரார்த்தனையில் வேண்டிக்கொண்ட பொருள் கிடைக்கும்படிச் செய்கிறது.

இந்தக்கோட்பாட்டை நீங்கள் புரிந்து கொண்டால், பிரார்த்தனைப் புத்தகங்களில் இருக்கும் வெற்று வார்த்தைகள் உங்கள் மனத்திற்கும் பிரபஞ்சத்தின் அளவற்ற ஆற்றலுக்கும் இடையில் செயல்பட முடியாது என்பதைப் புரிந்து கொள்வீர்கள்.

உங்கள் பிரார்த்தனை, பிரபஞ்சத்தின் அளவற்ற ஆற்றலை அடையும் முன்பு, அதன் எண்ண அதிர்வுகள் ஆன்மீக அதிர்வுகளாக மாற்றப்படுகின்றன. நம்பிக்கையால் மட்டுமே உங்கள் எண்ணங்களுக்கு ஆன்மீக இயல்பை தரமுடியும். நம்பிக்கையும் அச்சமும் நல்ல கூட்டாளிகள் இல்லை. ஒன்று இருக்குமிடத்தில், மற்றொன்று நிலைக்காது.

13

மூளை

எண்ணங்கள் ஒலிபரப்பப்படும் மற்றும் உள்வாங்கப்படும் நிலையம்

செல்வத்தை நோக்கிப் பன்னிரெண்டாவது அடி

இருபது வருடங்களுக்கு முன்பு இந்த ஆசிரியர் காலம் சென்ற டாக்டர் அலெக்ஸாண்டர் கிரஹாம் பெல் மற்றும் டாக்டர். எல்மர் ஆர். கேட்ஸ் அவர்களுடன் இணைந்து பணியாற்றியபோது, மனித மூளையானது, எண்ணங்களின் அதிர்வுகளை வெளியிடுவதற்காகவும், வெளியிலிருந்து வரும் அதிர்வுகளை உள்வாங்குவதற்காகவும் ஏற்பட்ட நிலையம் என்று கண்டுகொண்டார்.

ஈத்தர் என்ற ஊடகத்தின் மூலம், வானொலி ஒலிபரப்பு நிலையம் பயன்படுத்தும் தத்துவத்தைப் பயன்படுத்தி, ஒவ்வொரு மனித மூளையாலும் மற்ற மூளைகளிலிருந்து வெளியிடப்படும் எண்ண அதிர்வுகளை உள்வாங்க முடியும்.

'கற்பனாசக்தி' என்ற அத்தியாயத்தில், 'படைப்பாற்றலுக்கான கற்பனாசக்தி' என்பதைப் பற்றிக் கூறப்பட்டதையும், இப்போது இங்கு சொல்லப்படுவதையும் ஒப்பிட்டுப்பாருங்கள். 'படைப்பாற்றலுக்கான கற்பனாசக்தி' என்பது மூளையின் 'உள்வாங்கும்' கருவி. அது மற்ற மூளைகள் வெளியிடும் எண்ணங்களை உள்வாங்கிக் கொள்கிறது. ஒருவரது உணர்மனதிற்கும் எண்ணங்களை ஊக்கிகளாக அனுப்பி வைக்கும் நான்கு ஆதாரங்களுக்கும் இடையில் செயல்படும் செய்தித் தொடர்பாளன் அதுவே.

அதிவேகத்தில் செயல்பட தூண்டப்பட்டால், வெளியிலிருந்து வரும் எண்ண அதிர்வுகளை உள்வாங்குவதற்கு மனம் தயாராகி விடுகிறது. நேர்மறை உணர்வுகளோ எதிர்மறை உணர்வுகளோ எதுவாக இருந்தாலும் அவை அதிவேகமானவையாக இருந்தால் மட்டுமே அப்படி அதிர வைக்க முடியும். உணர்வுகளின் மூலம், எண்ணங்களின் அதிர்வுகளை அதிகரிக்க முடியும்.

அதிவேக அதிர்வுகள் மட்டுமே ஒரு மூளையிலிருந்து மற்றொரு மூளைக்கு ஈத்தரால் எடுத்துச் செல்லப்படுகிறது. எண்ணம் என்பது அதி வேக அதிர்வுகளாக பயணிக்கும் சக்தி. தீவிரமான உணர்ச்சியுடன் அதிரும் எண்ணம், சாதாரண எண்ணங்களை விட வேகமாக, ஒரு மூளையிலிருந்து மற்றொரு மூளைக்கு மனித மூளையின் ஒலிபரப்பு சாதனம் மூலமாக பயணிக்கும்.

மனித உணர்வுகளில் மிகவும் தீவிரமானதாகவும் உந்துதல் அளிப்பதாகவும் கருதப்படுவது பாலுணர்வுதான். எனவே பாலுணர்வினால் உற்சாகமூட்டப்படும் மூளையானது, அந்த உணர்வு இல்லாத போது அதிர்வதைவிட அதிக வேகத்தில் அதிரத் தொடங்குகிறது.

பாலுணர்வின் உருமாற்றத்தின் விளைவு என்னவென்றால், படைப்பாற்றலுக்கான கற்பனாசக்தி, ஈத்தரில் இருந்து அந்தக் கருத்துருக்களை ஏற்று உள்வாங்கிக் கொள்ளும் நிலைக்கு எண்ணங்களின் அதிர்வு வேகம் அதிகரிப்பதாகும். மறுபுறம், மூளை மிக அதிக வேகத்தில் அதிரும் போது, ஈத்தரின் வழியாக மற்ற மூளைகளிலிருந்து வெளியேறும் எண்ணங்களையும் கருத்துருக்களையும் கவர்ந்திழுப்பதோடு, தன்னுள் எழும் எண்ணங்களை, மற்றவர்களின் ஆழ்மனது ஏற்றுக்கொள்ள உகந்த உணர்வான எதிர்பார்ப்பையும் உண்டாக்குகிறது.

இப்படியாக, இந்த ஒலிபரப்பு கோட்பாடுதான், எண்ணங்களுடன் உணர்ச்சி அல்லது உணர்வுகளை கலந்து ஆழ்மனதிற்குள் செலுத்தும் தத்துவம்.

ஆழ்மனம் மூளையின் "வெளியே அனுப்பும் நிலையமாக" செயல்படுகிறது. எண்ண அதிர்வுகள் அதன் மூலமாக ஒலிபரப்பப்படுகிறது. படைப்பு கற்பனாசக்தி, அந்த எண்ண அதிர்வுகளை ஈத்தரின் வழியாகப் "பெற்றுக்கொள்ளும்" கருவியாக விளங்குகிறது.

மனதின் ஒலிபரப்பு இயந்திரங்களாக விளங்கி எண்ண அதிர்வுகளை வெளியே அனுப்புவது மற்றும் பெறுவது என்னும் செயல்களை புரியும் ஆழ்மனது மற்றும் படைப்பு கற்பனாசக்தியின் முக்கிய காரணிகளுடன் தன்னாலோசனை தத்துவத்தின் மூலம் எப்படி உங்களது ஒலிபரப்பு நிலையங்களை இயக்குவது என்று பாருங்கள்.

ஏற்கனவே 'தன்னாலோசனை' என்ற அத்தியாயத்தில் ஆசையை அதற்கு சமமான பணமாக உருமாற்றம் செய்வதற்கான அறிவுறுத்தல்கள் வலியுறுத்தப்பட்டன.

உங்கள் மனதின் ஒலிபரப்பு நிலையத்தை இயங்கச் செய்வது ஒப்பீட்டளவில் சுலபமானது. உங்கள் சொந்த ஒலிபரப்பு நிலையத்தை இயக்க நீங்கள் ஆழ்மனம், படைப்பு கற்பனாசக்தி, தன்னாலோசனை ஆகிய மூன்று தத்துவங்களை மட்டும் நினைவில் வைத்துக் கொள்ளவேண்டும். இம் மூன்று தத்துவங்களையும் ஊக்கிகள் மூலம் செயல்பட வைப்பது எப்படி என்று ஏற்கனவே விளக்கப்பட்டுள்ளது– செயல்முறை ஆசையில் துவங்குகிறது.

மாபெரும் சக்திகள் "கண்ணுக்குப் புலப்படாதவை"

கண்களுக்கு புலப்படாத சக்திகளின் புரிதலை மனிதனுக்கு பொருளாதார மந்தநிலை மேலோட்டமாக கொண்டுவந்தது. அதுவரை பல்லாண்டு

காலமாக மனிதன் கண்ணுக்குத் தெரிகின்ற, தன்னால் தொட முடிகின்ற, எடை போட்டு அளக்க முடிகின்றவற்றை மட்டுமே சார்ந்து அதாவது தன் ஐம் புலன்களைச் சார்ந்தே வாழப் பழகியதுடன் தன் அறிவையும் அளவாகவே வைத்திருந்தான்.

இப்போதுதான் அனைத்து யுகங்களையும் விட அற்புதமான யுகத்திற்குள் நாம் பிரவேசிக்கிறோம். இந்த யுகம், நம்மைச் சுற்றிலும் உள்ள கண்ணுக்குப் புலப்படாத சக்திகளைப் பற்றி நமக்கு கற்றுத்தரவிருக்கிறது. நாள்பட நாள்பட கண்ணாடியில் நம்மை நாமே பார்த்துக்கொள்ளும் பொழுது, நம்முடைய சூட்சும ரூபம் நம்மைவிட சக்தி வாய்ந்ததாக இருக்கும் என்று தெரிய வரலாம்.

சில மனிதர்கள் கண்ணுக்குத் தெரியாத சக்திகளை ஏளனப் படுத்துவார்கள். தங்கள் புலன்களால் உணர முடியவில்லையே என்பார்கள். அதை நாம் கேட்கும் போது நம்மைச் சுற்றிலும் உள்ள, புலன்களால் அறியப்படாத சக்திகளால் நாம் கட்டுப்படுத்தப்படுகிறோம் என்பது நினைவிற்கு வரவேண்டும்.

கடல் அலைகளில் மறைந்திருக்கும் கண்ணுக்குத் தெரியாத சக்தியை மனித குலம் முழுவதும் ஒன்று சேர்ந்து முயன்றாலும், கட்டுப்படுத்த முடியாது. காற்று மண்டலத்தில் நம் பூமி சஞ்சரித்துக்கொண்டிருப்பதன் பின்னால் உள்ள ஈர்ப்பு சக்தியை மனிதனால் முழுவதுமாக புரிந்துகொள்ளவோ கட்டுப்படுத்தவோ முடியவில்லை. இடி, மின்னல், புயல் போன்றவற்றிற்கு மனிதன் அடங்கிப்போகவேண்டியிருக்கிறது. கண்ணுக்குத் தெரியாத மின்சாரத்திற்கு முன்னால் கூட அவன் செயலற்றுப் போகிறான். மின்சாரம் என்றால் என்ன, எங்கிருந்து வருகிறது அதன் பயன் என்னவென்று கூட அவனுக்கு முழுமையாகத் தெரிவதில்லை.

கண்ணுக்குத் தெரியாத சக்திகள் பற்றிய மனிதனின் அறியாமை இத்துடன் முடிந்துவிட்டதாக அர்த்தமில்லை. மண்ணில் புதைந்திருக்கும் கண்ணுக்கு தெரியாத சக்தியையும் அவன் அறியவில்லை–உண்ண உணவும், உடுத்த உடையும், சட்டைப்பையில் காசும் தரும் அந்த சக்தி!

மூளையின் வியத்தகு கதை

பண்பாடு, கல்வி என்று பல விஷயங்கள் குறித்து மனிதன் தற்பெருமைப்பட்டுக் கொண்டாலும் தன் மனதிற்குள்ளே இருக்கும் கண்ணுக்குத் புலப்படாத சக்தியைப் பற்றி அவனுக்கு ஒன்றுமே தெரியாது. ஸ்தூல உறுப்பான மூளை பற்றியும் எண்ணங்கள் எப்படி ஸ்தூலப்பொருட்களாக மாறுகிறது என்ற அதன் நுண்ணிய உட்புற செயல்பாடுகள் பற்றியும் அவனுக்கு அதிகம் தெரியாது. ஆனால் அது குறித்த ஞானத்தை தரவிருக்கும் காலத்திற்குள் அவன் அடியெடுத்து

வைக்கப்போகிறான். ஏற்கனவே அறிஞர்கள் இந்த அற்புதமான மூளையை ஆராயத் தொடங்கி இருக்கிறார்கள். அந்த ஆய்வு ஆரம்பகட்டத்தில் இருந்தாலும், மனித மூளையின் மத்தியப் பகுதியின் விசையான மூளையின் உயிரணுக்களை ஒன்றோடு ஒன்றாக இணைக்கும் வரிகளின் எண்ணிக்கை கோடானுகோடி என்ற அளவில் உள்ளதாக அறிந்துகொண்டுவிட்டார்கள்.

சிகாகோ பல்கலைக்கழகத்தின் டாக்டர். சி. ஜட்ஸன் ஹெரிக், "இது ஒரு பிரம்மாண்டமான எண். விண்வெளியைப் பற்றி நாம் குறிப்பிடும் பல கோடி ஒளி ஆண்டுகள் என்னும் எண் இதனுடன் ஒப்பிடும் போது மிகச் சிறியதாகத் தோன்றுகிறது. மனித மூளையில் 10 ஆயிரம் கோடி முதல் 14 ஆயிரம் கோடி வரை இருப்பதாகக் கணக்கிடப்பட்டுள்ள நரம்பு உயிரணுக்கள் சீரான வகையில் அமைக்கப்பட்டுள்ளன. இங்கொன்றும் அங்கொன்றுமாக இல்லாமல் அவை ஒழுங்குமுறைக்கு உட்பட்டதாக உள்ளன. ஒவ்வொரு உயிரணுவிலிருந்தும் ஒவ்வொரு விதமான மின்-அதிர்வு வெளியிடப்படுகிறது. எலக்ட்ரோ-ஃபிஸியாலஜி என்ற அறிவியல் முறைப்படி சோதித்துப்பார்த்ததில், எந்த இரண்டு உயிரணுக்களுக்கிடையே உள்ள அதிர்வின் வித்தியாசமும் ஒரு கோடியில் ஒரு பங்கு வோல்ட் என்ற அளவில் இருப்பதாக துல்லியமாகக் கணக்கிட முடிகிறது" என்றார்.

இவ்வளவு சிக்கலான இயந்திரமான மூளை, ஒரு உடலில் உடல் சார்ந்த வளர்ச்சி மற்றும் பராமரிப்பு பணிக்காக மட்டுமே படைக்கப்பட்டதாக ஏற்றுக்கொள்ளமுடியவில்லை. மூளையிலுள்ள ஆயிரம் கோடி உயிரணுக்கள் ஒன்றோடொன்று தொடர்பு கொள்ள ஊடகமாக பயன்படும் வசதியைத் தந்திருக்கும் அந்த ஒழுங்கமைப்பு, கண்ணுக்குத் தெரியாத சக்திகளுடன் தொடர்பு கொள்ளும் ஊடகமாகவும் பயன்படும் வசதியை கொண்டிருக்காதா?

இந்தப் புத்தகம் எழுதப்பட்டு, கையெழுத்துப் பிரதி பதிப்பாளருக்கு செல்லும் முன் நியூயார்க் டைம்ஸ் பத்திரிகையில் ஒரு தலையங்கம் வந்தது. மிகப்பெரிய பல்கலைக்கழகமும் சிறந்த ஆராய்ச்சியாளர் ஒருவரும் இணைந்து அறிவியல் முறைப்படி செய்த சோதனைகளின் முடிவுகள் நாம் இதுவரை கூறியது போன்ற முடிவுகளாகவே இருந்திருக்கிறது. டியூக் யுனிவர்சிட்டியைச் சேர்ந்த டாக்டர். ரைன் மற்றும் அவரது குழுவினர் செய்த, "டெலிபதி (புலன்களின் தொடர்பின்றி ஏற்படும் தொலை உணர்வு)" என்றால் என்ன?" என்ற இந்த ஆராய்ச்சி ஆசிரியரின் தொகுப்பில் வெளியாகியிருந்தது.

"டியூக் பல்கலைக்கழகத்தை சேர்ந்த பேராசிரியர் ரைன் மற்றும் அவரது உதவியாளர்கள், 'டெலிபதி' மற்றும் 'க்ளேர்வாயன்ஸ்' போன்றவை உண்மையில் இருக்கிறதா என்று சுமார் ஒரு லட்சத்திற்கும் மேலான பரிசோதனைகளைச் செய்து கண்டுபிடித்த குறிப்பிடத்தக்க முடிவுகளை ஒரு மாதம் முன்பு இந்தப் பக்கத்தில் குறிப்பிட்டிருந்தோம்.

'ஹார்ப்பர்ஸ் மேகஸின்' இதழில் முதல் இரண்டு கட்டுரைகளில் இந்த முடிவுகளின் சுருக்கம் வெளியாகியிருந்தது. இப்போது வெளியாகியிருக்கும் அந்த இரண்டாவது கட்டுரையில் அதன் ஆசிரியரான ஈ.எச்.ரைட், புலன்களுக்கு அப்பாற்பட்ட உணர்வுகளின் தன்மையைப் புரிந்து கொள்வதில் இதுவரை நாம் அறிந்து கொண்டதை அல்லது அறிந்து கொண்டதாகக் கருதியதை சுருக்கமாகத் தந்திருக்கிறார்.

"ரைன் அவர்கள் செய்த பரிசோதனைகளின் விளைவாக, புலன்களின் தொடர்பின்றி ஏற்படும் தொலை உணர்வு மற்றும் ஞானதிருஷ்டி ஆகியவை உண்மையிலேயே இருப்பதாக நம்புவதற்கு சாத்தியக்கூறுகள் இருப்பதாக அறிஞர்கள் நம்புகிறார்கள். விசேஷ சீட்டுக்கட்டு ஒன்றில் இருந்த பல சீட்டுகளை கண்ணாலும் வேறு எந்த புலனாலும் உணராமல் அவை என்ன என்று குறிப்பிட வேண்டும் என்பது நடத்தப்பட்ட பரிசோதனைகளில் ஒன்று. சுமார் 20 பேர் இந்த பரிசோதனையில் வெற்றிகரமாகத் தேறினார்கள். 'தற்செயலாகவோ அதிர்ஷ்டவசமாகவோ நிகழ்ந்தது என்று கருத கோடியில் ஒன்று என்ற அளவில் கூட வாய்பில்லை.'

"ஆனால் அவர்களால் எப்படி அதை செய்ய முடிந்தது? இது விசேஷ சக்தியால் என்றால் புலன்களின் வழியாக கிடைத்த சக்தியில்லை. அப்படிப்பட்ட உணர்வுகளை உணர உடலில் எந்த உறுப்பும் இல்லை. அதே அறையில் இருந்தாலும் நூற்றுக்கணக்கான மைல்களுக்கு அப்பால் இருந்தாலும் அவர்களால் அதன் உண்மையைச் சரியாகச் சொல்ல முடிந்தது. 'டெலிபதி' மற்றும் 'க்ளேர்வாயன்ஸ்' போன்ற சக்திகள் அந்தப் பொருள்களிலிருந்து வரும் கதிர்வீச்சுகளால் ஏற்பட்ட உணர்வுகள் என்ற கொள்கையையும் இது தகர்கிறது என்று குறிப்பிடுகிறார் திரு ரைட். ஏனென்றால் கதிர்வீச்சின் சக்தியானது அறிவியல் படி, தூரம் செல்லச்செல்ல தன் வலுவை இழக்கும். ஆனால் புலன்களின் தொடர்பின்றி ஏற்படும் தொலை உணர்வு மற்றும் ஞானதிருஷ்டி அப்படி குறையவில்லை. ஆனால் மனதின் வேறு சக்திகளைப் போலவே அவையும் உடல் சார்ந்த காரணங்களால் மாறுபடுகின்றன. கண்டுணர்கிறவர் பாதி அல்லது முழு உறக்கத்தில் இருக்கின்ற போது இம்மாதிரி சக்திகளைத் தீவிரமாக உணர முடியும் என்று பொதுவாக நம்பப்பட்டதற்கு மாறாக அந்த நபர் நன்கு விழித்திருக்கும் போதும், முழு கவனத்துடன் இருக்கும் போதும் கூட இந்தப் பரிசோதனைகளின் முடிவுகள் சிறப்பாக இருந்தன. போதை பொருளை பயன்படுத்தியவரின் செயல்திறன் குறைவாகவும் ஊக்கிகள் மூலம் உந்துதல் பெற்றபின்னர் அவரது செயல்திறன் மேம்பட்டதாகவும் காணமுடிந்தது. நம்பகமான கண்டுணர்கிறவர் ஒருவரின் முயற்சி சிறப்பாக இருந்தால்தான் அவரது செயல்திறன் சிறப்பாக இருக்கும்.

"மிகுந்த நம்பிக்கையுடன் முடிவாக ரைட் அவர்கள் கருதுவது புலன்களின் தொடர்பின்றி ஏற்படும் தொலை உணர்வும், ஞான

திருஷ்டியும் ஒரே வரம்தான். அதாவது மூடப்பட்ட சீட்டு என்னவென்று 'பார்க்கும்' சக்தியும், மற்றொருவரின் மனதில் உள்ள எண்ணத்தை 'படிப்பதற்கான' சக்தியும் ஒன்றேதான். இதை நம்ப பல காரணங்கள் உள்ளன. உதாரணத்திற்கு இந்த சக்திகளில் ஒன்று இருப்பதாக காணப்படுபவருக்கு மற்ற சக்தியும் இருப்பதை பார்க்கமுடிகிறது. ஒவ்வொருவரிடமும் இந்த இரண்டு சக்திகளும் சமமான தீவிரத்தில் தான் இருக்கின்றன.

எதிரில் உள்ள திரைகள் சுவர்கள் மற்றும் தொலைவினால் இரண்டு சக்திகளிலும் எந்த பாதிப்பும் இல்லை. இந்த முடிவில் மேலும் ஒருபடி சென்று, கனவுகளின் மூலம் வரும் தீர்க்கதரிசனம், ஏதோ ஒரு தீங்கு நடக்கப்போகிறது என்ற உள்ளுணர்வு போன்றவற்றை உணர முடிகின்ற ஆற்றலும் இதே திறனுக்கு உட்பட்டதாகத்தான் இருக்க வேண்டும் என்று ரைட் கூறுகிறார். வாசகர்கள் இந்த முடிவுகளை ஏற்றுக் கொள்ள வேண்டும் என்பது அவசியமல்ல என்றாலும் டாக்டர். ரைன் தொகுத்திருக்கும் சாட்சியங்கள் தாக்கத்தை ஏற்படுத்துவதாகவே உள்ளன."

'புலன்களுக்கு அப்பாற்பட்ட உணர்வு' என்று டாக்டர் ரைன் குறிப்பிடும் உணர்வுகள் எப்படிப்பட்ட சூழ்நிலைகளில் மனதிற்கு மறுமொழி கூறுகிறது என்ற அவரது கண்ணோட்டத்தை பலப்படுத்தும் வகையில் நானும் எனது உதவியாளர்களும் சில உகந்த நிலைமைகளை கண்டுபிடித்திருக்கிறோம். அடுத்த அத்தியாயத்தில் விளக்கப்பட்டுள்ள 'ஆறாம் அறிவு' நடைமுறையில் செயல்பட மனமானது தூண்டுதல் பெற்றதாக இருக்கவேண்டும்.

நான் கூறும் நிபந்தனைகள் அல்லது நிலைமைகள் நானும் எனது உதவியாளர்கள் இருவர் என்று மூவருமாக ஒருங்கிணைந்து மேற்கொண்ட பல்வேறு பரிசோதனைகளின் விளைவாக கண்டுபிடித்தது. பரிசோதனைகள் மற்றும் பயிற்சி மூலம் எங்கள் மூவரது மனதையும் ஒருங்கிணைந்த முறையில் செயல்படும் வகையில் தூண்டி எங்கள் தனிப்பட்ட பிரச்சனைகள் மற்றும் எங்களது வாடிக்கையாளர்களின் பிரச்சனைகளைப் தீர்ப்பது எப்படியென்று கண்டுபிடித்தோம்.

வழிமுறை மிகவும் எளிமையானது: ஒரு மேஜையைச் சுற்றி அமர்ந்து நாங்கள் எதிர்கொள்ளும் பிரச்சினையின் இயல்பு என்னவென்று தெளிவாக உரைத்து பின்னர் அதனை சரிசெய்வது எப்படியென்பது குறித்து விவாதிப்போம். ஒவ்வொருவரும் தன் மனதில் எழும் எண்ணங்களைக் கூறுவார்கள். மனதை ஊக்குவிக்கும் இந்த முறையின் விசித்திரம் என்னவென்றால் ஒவ்வொரு பங்கேற்பாளருக்கும் தாங்கள் அதுவரை அறியாத விஷயங்களுடன் தொடர்பு ஏற்படுகிறது.

மாஸ்டர் மைண்ட் குறித்த அத்தியாயத்தில் கூறப்பட்ட தத்துவத்தை நீங்கள் புரிந்து கொண்டிருந்தால், மேஜையைச் சுற்றி அமர்ந்து

விவாதிப்பது அந்த கோட்பாட்டின் செயல்முறைதான் என்று நீங்கள் அறிந்து கொள்ளலாம்.

இப்படி ஒன்றுக்கு மேற்பட்டவர்கள் இணக்கத்துடன் குறிப்பிட்ட தலைப்பைப்பற்றி விவாதிப்பதன் மூலம் மனதிற்கு ஊக்கமூட்டுவதே எளிதான முறையில் மாஸ்டர் மைண்ட்-இன் செயல்முறை விளக்கமாக அமைகிறது.

இதே போன்ற ஒரு திட்டத்தை ஏற்று செயல்படுத்துவதன் மூலம் இந்தத் தத்துவத்தை பயில்பவர் இந்நூலின் ஆரம்பத்தில் கொடுக்கப்பட்டுள்ள பிரபல கார்னேகியின் சூத்திரத்தை கைவரப் பெறலாம். இந்த நேரத்தில் இது உங்களுக்கு ஒரு பெரிய விஷயமாக தோன்றவில்லையென்றால் இந்தப்பகுதியை குறித்து வைத்துக் கொள்ளுங்கள். இந்தப் புத்தகத்தை முழுவதும் ஒருமுறை படித்துமுடித்த பிறகு மீண்டும் இதனை படியுங்கள்.

பொருளாதார மந்தநிலை சாபமாகத் தோன்றினாலும்
உண்மையில் அது ஒரு வரப்பிரசாதமே. அனைவருக்கும்
புதியதொரு வாய்ப்பை வழங்கும் வகையில் உலகம்
முழுவதையும் ஒரு புதிய தொடக்கப் புள்ளியில் அது கொண்டு
வந்து நிறுத்திவிட்டது.

14

ஆறாம் அறிவு

மெய்யறிவின் ஆலயம்

செல்வத்தை நோக்கி பதின்மூன்றாவது அடி

பதின்மூன்றாவது கோட்பாடு 'ஆறாம் அறிவு.' இதன் மூலம் பிரபஞ்சத்தின் அளவற்ற ஆற்றல் மற்றும் விருப்பம் தனிநபரின் வேண்டுகோள் மற்றும் முயற்சி ஏதுமின்றி, தானாகவே முன்வந்து தொடர்பு ஏற்படுத்திக் கொள்கிறது.

இந்தத் தத்துவத்தின் உச்சியில் இருக்கும் கோட்பாடு இதுதான். மற்ற பன்னிரெண்டு கோட்பாடுகளில் கைத்தேர்ந்த பிறகுதான் இதை ஒருங்கிணைத்து புரிந்து கொண்டு பயன்படுத்த முடியும்.

'படைப்பு கற்பனாசக்தி' என்று அழைக்கப்படும் ஆழ்மனதின் பகுதி தான் ஆறாம் அறிவு. கருத்துருக்களும் திட்டங்களும் எண்ணங்களும் நம் மனதில் மின்னலாகத் தோன்றும் போது அவற்றை உள்வாங்கும் அமைப்பு இதுதான். சில நேரங்களில் இந்த மின்னல்கள் அகத்தூண்டுதல்கள் அல்லது உத்வேகங்கள் என்று அழைக்கப்படுகின்றன.

விவரிக்க கடினமானது ஆறாம் அறிவு. இந்தத் தத்துவத்தின் மற்ற கோட்பாடுகளைக் கற்றுக் கொள்ளாத எவருக்கும் இதை விளக்குவது மிகவும் கடினம். ஏனென்றால் ஆறாம் அறிவுடன் ஒப்பிடக்கூடியவை எதையும் அவரால் அறிந்திருக்கவோ அனுபவித்திருக்கவோ முடியாது. உள்நோக்கி தியானம் செய்வதன் மூலமே மனதை மேம்படுத்தி ஆறாம் அறிவை புரிந்து கொள்ள முடியும். அளவான மனித மனதிற்கும், பிரபஞ்சத்தின் அளவற்ற ஆற்றலுக்கும் இடையில் தொடர்பு ஏற்படும் ஊடகமாக செயல்படுவது ஆறாம் அறிவு. இந்தக்காரணத்தினால் அது மனம் மற்றும் ஆன்மாவின் கலவையாகும். மனித மனம், பிரபஞ்சத்தின் அளவற்ற ஆற்றலை தொடுகின்ற புள்ளிதான் ஆறாம் அறிவு.

இந்தப் புத்தகத்தில் விளக்கப்பட்டுள்ள எல்லாக் கோட்பாடுகளிலும் கைதேர்ந்த பின்புதான் கீழ்வரும் கூற்றை உண்மை என்று உங்களால் நம்பி ஏற்றுக்கொள்ள முடியும். இல்லையென்றால் இது நம்பி ஏற்க கடினமானதாக இருக்கலாம்:

> ஆறாம் அறிவின் உதவியால் வரவிருக்கும் ஆபத்துகளைப் பற்றி எச்சரிக்கப்படுவதால் அவற்றை தவிர்க்க முடியும். அதேபோல்

கிடைக்கவிருக்கும் வாய்ப்புகளை முன்கூட்டியே தெரியப்படுத்துவதால் அவற்றை நீங்கள் அரவணைத்து ஏற்றுக்கொள்ளவும் முடியும்.

ஆறாம் அறிவு வளர்ச்சி அடைந்தவுடன் நீங்கள் ஆணையிடுவதை செயல்படுத்த உங்கள் உதவிக்கு வரும் ஒரு "காவல் தேவதை" உங்களுக்காக மெய்யறிவின் ஆலய கதவுகளை திறக்க எந்நேரமும் காத்திருப்பாள்.

இந்தக்கூற்று உண்மையா இல்லையா என்று இந் நூலில் கூறப்பட்டுள்ள வழிமுறைகள் அல்லது இதனை ஒத்த வேறெந்த அறிவுரைகளையோ பின்பற்றுவதனால் மட்டுமே தெரிந்து கொள்ள முடியும்.

இந்த ஆசிரியர் அதிசயங்களை நம்புபவரோ அல்லது அவற்றை சிபாரிசு செய்பவரோ இல்லை. ஏனென்றால் இவர் இயற்கையைப்பற்றி நன்கு அறிந்தவர். இயற்கை ஒருபோதும் நிறுவப்பட்ட விதிமுறைகளிலிருந்து விலகுவதில்லை என்பதை அறிந்தவர். இயற்கையின் சில விதிகள் புரிந்து கொள்ள முடியாதவையாக இருப்பதால் அவை அதிசயங்கள் போல் தோன்றும். நான் அனுபவித்தவரை இந்த ஆறாம் அறிவும் கிட்டத்தட்ட ஒரு அதிசயமென்றே தோற்றமளிக்கிறது ஏனென்றால் இது செயல்படும் வழிமுறைகளை என்னால் புரிந்துகொள்ள முடியவில்லை.

இந்த ஆசிரியருக்குத் தெரிந்ததெல்லாம், ஒரு சக்தி, அல்லது பிரபஞ்சத்தின் முதல் காரணம், அல்லது நுண்ணறிவு என்ற ஒன்று உண்டு என்பதுதான். அது எல்லாப் பொருள்களின் அணுக்களிலும் ஊடுருவி மனிதனால் உணரமுடிந்த சக்தியின் ஒவ்வொரு அலகையும் தழுவுகிறது. பிரபஞ்சத்தின் இந்த 'அளவற்ற ஆற்றல்' விதைகளை விருட்சங்களாக்கி புவியீர்ப்பு விதிப்படி குன்றின் மேலிருந்து நீரைக் கீழ் நோக்கிப் பாயச் செய்யும். இரவை பின்தொடர்ந்து பகலை வரச் செய்யும். கோடைக்குப் பின் குளிர்காலத்தை வரச் செய்யும். இவை ஒவ்வொன்றும் மற்றவற்றோடு சரியான இடத்தில் சரியான தொடர்பு முறையில் அமைத்திருக்கும். இந்தத் தத்துவத்தின் கோட்பாடுகள் மூலம் இந்த நுண்ணறிவானது மனதில் உள்ள ஆசையை அதற்குச் சமமான பௌதிகப் பொருளாக மாற்றித் தரும்படி தூண்டும். இதைப்பற்றிய அறிவு இந்த ஆசிரியருக்கு உண்டு ஏனென்றால் அதை அவர் சோதித்தும் அனுபவித்தும் இருக்கிறார்.

படிப்படியாக முன்னால் உள்ள அத்தியாயங்களின் மூலம் இந்த கடைசி கோட்பாட்டிற்கு அழைத்து வரப்பட்டிருக்கிறீர்கள். முந்தைய அனைத்து கோட்பாடுகளிலும் நீங்கள் கைதேர்ந்திருந்தால் இப்போது சொல்லப்போவதையும் எந்த அவநம்பிக்கை இல்லாமல் ஏற்றுக்கொள்ள நீங்கள் தயாராக இருப்பீர்கள். ஒரு வேளை நீங்கள் அதில் தேர்ச்சி

பெறவில்லையென்றால் இந்த அத்தியாயத்தில் கூறப்படுவது உண்மையா பொய்யா என்று மதிப்பிடும் முன் அதை முதலில் முடிக்கவும்.

தனி நபர்களை அவர்கள் சாதனைக்காக கதாநாயககர்கள் என்று எண்ணி வழிபாடு செய்யும் பருவத்தில் நான் இருந்தபோது நான் ஆராதித்தவர்களை போல இருப்பதாக பாசாங்கு செய்ததுண்டு. ஆழ்ந்த நம்பிக்கையுடன் நான் அவர்களை பின்பற்றியதால் அது எனக்கு வெற்றி அடைவதற்கான அபரிமிதமான திறனை கொடுத்தது என்று கண்டுபிடித்தேன்.

அந்தப் பருவத்தைக் கடந்துவிட்ட பிறகும், சாதனையாளர்களைப் போற்றிப் பின்பற்றும் பழக்கத்தை நான் முற்றிலுமாக விடவில்லை. உண்மையில் சிறப்பாக இருப்பதற்கு அடுத்தபடியாக இருப்பது, நம்மால் முடிந்தவரை அப்படிப்பட்டவர்களை போல செயலிலும் உணர்விலும் நடந்துகொள்வதே என்று என் அனுபவம் எனக்கு கற்றுத் தந்திருக்கிறது.

நான் எழுதிய ஒரு வரி பிரசுரம் ஆகும் முன்பாகவே, பொது மேடை ஏறி முதல் முறையாக பேசும் பல வருடங்களுக்கு முன்பிருந்தே என் மீது நல்ல தாக்கத்தை ஏற்படுத்தியவர்களின் வாழ்க்கை முறையை கூர்ந்து கவனித்து என்னுடைய நடவடிக்கைகளை மாற்றி அமைத்துக் கொள்வதை வழக்கமாகக் கொண்டிருந்தேன். நான் பார்த்து நகல் செய்த அந்த ஒன்பது சாதனையாளர்கள், எமர்சன், தாமஸ் பெயின், தாமஸ் ஆல்வா எடிசன், சார்லஸ் டார்வின், ஆபிரகாம் லிங்கன், லூதர் பர்பேங்க், நெப்போலியன், ஹென்றி ஃபோர்டு, ஆண்ட்ரூஸ் கார்னேகி ஆகியோர்.

பல வருடங்களுக்கு என் "கண்ணுக்குத் தெரியாத ஆலோசகர்களான" இவர்களுடன் தொடர்ந்து ஒவ்வொரு இரவும் கற்பனை ஆலோசனைக் கூட்டம் ஒன்றை என் மனதிற்குள் நடத்தினேன்.

நான் பின்பற்றிய வழிமுறை இதுதான். இரவில் உறங்கச் செல்லும் முன் என் கண்களை மூடிக்கொண்டு, கற்பனையில், ஒரு வட்ட மேஜையில் இவர்கள் அனைவரும் என்னைச் சுற்றி அமர்ந்திருப்பது போல காண்பேன். சிறந்த மனிதர்கள் என்று நான் கருதியவர்களுக்கு மத்தியில் அமர வாய்ப்பு கிடைத்தது மட்டுமல்லாமல் நான் அந்தக் கூட்டத்தின் தலைவனாகவும் இருந்து அவர்கள் மீது அதிகாரம் செலுத்தினேன்.

தினசரி இரவு ஆலோசனைக் கூட்டத்தில் கலந்து கொள்வதாக கற்பனையில் ஈடுபட்டதில் எனக்கு ஒரு உறுதியான நோக்கம் இருந்தது. இந்த கற்பனை ஆலோசகர்களின் குணநலன்களின் ஒருமித்த உருவமாக என் குணத்தை மாற்ற வேண்டுமென்ற இலக்கை நான் கொண்டிருந்தேன். அறியாமையும் மூடநம்பிக்கையும் நிறைந்த சூழ்நிலையில் பிறந்ததை வாழ்கையில் வெகு சீக்கிரமே உணர்ந்த நான் அதிலிருந்து விடுபட்டு

மறுபிறவி எடுக்க வேண்டும் என்ற நோக்கத்துடன் சுயமாக இங்கு விளக்கப்பட்டுள்ள வழிமுறையை கையிலெடுத்தேன்.

தன்னாலோசனை மூலம் நற்குணங்களை கட்டமைத்தல்

உளவியல் மாணவனாக இருந்த காரணத்தால் எல்லா மனிதர்களும் அவர்களது மனதில் மேலோங்கி நிற்கும் எண்ணங்களாலும் ஆர்வத்தாலும்தான் தற்போதைய நிலைமையை அடைந்து இருக்கிறார்கள் என்று நான் அறிந்திருந்தேன். மனதிற்குள் ஆழமாக வேரூன்றியிருக்கும் எந்த ஒரு ஆசையும் வெளிப்படும் விருப்பத்துடன் தன்னை உருமாற்றிக் கொண்டு மெய்ப்பிக்கும் என்பது எனக்குத்தெரியும். ஒருவருக்குள் நற்குணங்களை வளர்த்துக்கொள்ள தன்னாலோசனை ஒரு சக்தி வாய்ந்த காரணி மட்டுமல்ல தனித்த காரணமுமாகும் என்று அறிந்திருந்தேன்.

மனம் இயங்கும் கோட்பாட்டின் ஞானத்துடன் என் குணநலன்களை புனரமைத்துக்கொள்ள தேவையான கருவி எனக்குக் கிடைத்துவிட்டது. இந்தக் கற்பனை ஆலோசனைக் கூட்டங்களில் எனது சபை உறுப்பினர்கள் அவர்களிடமிருக்கும் எந்த அறிவை எனக்கு வழங்கவேண்டுமென்று கேட்டுக் கொள்வேன். பிறகு கீழே கொடுக்கப்பட்டுள்ளபடி உரத்த குரலில் கூறுவேன்:

“திரு எமர்சன் அவர்களே, உங்களுக்கு வாழ்கையில் சிறந்த புகழ் தேடிக்கொடுத்த இயற்கையைப் பற்றிய உங்களது அற்புதமான அறிவை நான் பெற விரும்புகிறேன். இயற்கையின் விதிகளின் புரிதலுடன் அவற்றோடு இணக்கமாக வாழ என்னென்ன குணநலன்களை நீங்கள் பெற்று இருந்தீர்களோ அவற்றையெல்லாம் எனது ஆழ்மனதில் அழுத்தமாகப் பதித்துக் கொடுக்குமாறு கேட்டுக் கொள்கிறேன். இதற்காக இருக்கும் ஆதாரங்கள் எவையோ அவற்றை அடைந்து அவற்றிலிருந்து எனக்கு வேண்டியதைப் பெற்றுக் கொள்வதற்கு நீங்கள் உதவ வேண்டுமெனக் கேட்டுக் கொள்கிறேன்.

“பர்பேங்க் அவர்களே, நீங்கள் கள்ளிச் செடிகளின் முட்களை நீக்கி மனிதர்களுக்கு உணவாக மாற்றினீர்கள். இயற்கை விதிகள் உங்களுடன் இணைந்து செயல்படச் செய்தது எப்படி என்ற அறிவை எனக்குத் தயவு செய்து தரவேண்டும். ஒரு புல் இருந்த இடத்தில் இரண்டு தோன்றுவதை உறுதி செய்ததுடன் ஒளிமயமான, அல்லிப் பூக்கள் உட்பட வெவ்வேறு பூக்களுக்கு வண்ணங்களைப் பொருத்தமான அளவில் உருவாக்கியவர் நீங்கள். உங்களது அந்த அறிவை எனக்கு கொடுங்கள்.

“நெப்போலியன் அவர்களே, உங்களைப் பின்பற்றி மனிதர்களை உற்சாகப்படுத்தி, செயல்பாட்டில் இறங்க வேண்டுமென்ற உறுதியை ஏற்படுத்தும் திறனை பெற்றுக் கொள்ள விரும்புகிறேன். மாபெரும்

தடைகளை மீறி தோல்விகளை வெற்றிகளாக மாற்ற நீடித்த நம்பிக்கை என்னும் குணத்தை உங்களிடமிருந்து பெற விரும்புகிறேன். விதியின் பேரரசரே, அதிர்ஷ்டத்தின் அரசரே, ஊழ்வினையின் நாயகனே, உங்களுக்கு என் வணக்கம்!

“தாமஸ் பெயின் அவர்களே, உங்களது தனித்துவமாக விளங்கும் சிந்தனைகளை சுதந்திரமாகவும் உறுதியான நம்பிக்கையுடனும் எடுத்துரைக்கும் தெளிவையும் துணிச்சலையும் நான் பெற விரும்புகிறேன்.

“சார்லஸ் டார்வின் அவர்களே, இயற்கை அறிவியல் என்னும் துறையில் பிரமிக்கத்தக்க பொறுமையுடனும் திறமையுடனும் காரண காரியங்களை நடுநிலையாக இருந்து ஆராய்ந்தீர்களே அந்த குணங்களை நான் பெற விரும்புகிறேன்.

“ஆபிரகாம் லிங்கன் அவர்களே, உங்களது தனித்துவம் வாய்ந்த குணங்களான நீதி உணர்வு, தளராத பொறுமை, நகைச்சுவை உணர்வு, மனிதர்களைப் புரிந்து கொள்ளும் திறன், சகிப்புத்தன்மை ஆகியவற்றை என் குணநலன்களாக ஏற்படுத்திக்கொள்ள விரும்புகிறேன்.

“ஆண்ட்ரூ கார்னேகி அவர்களே, பெரும் மகிழ்ச்சியையும், அமைதியையும், எனக்குப்பிடித்த வேலையை வாழ்வாதாரமாக எடுத்துச் செய்யும் வாய்ப்பையும் எனக்கு கொடுத்ததற்காக ஏற்கனவே நான் உங்களுக்கு கடமைப்பட்டிருக்கிறேன். நீங்கள் திறமையுடன் மாபெரும் தொழில் சாம்ராஜ்ஜியத்தை கட்டமைக்க அடிப்படையாக இருந்த ‘ஒழுங்கமைந்த முயற்சி’ கோட்பாட்டின் முழுமையான புரிதலை உங்களிடமிருந்து பெற விரும்புகிறேன்.

“ஹென்றி ஃபோர்டு அவர்களே, எனக்கு உதவியவர்கள் அனைவரிலும் என் ஆராய்ச்சிக்குத் தேவையான பெரும்பாலான தகவல்களை வழங்கி சிறப்பான உதவியை அளித்த முக்கியமானவர் நீங்களே. வறுமையை வெல்ல, மனித முயற்சியை எளிமையாக்க ஒருங்கிணைந்த அமைப்புக்கு உட்படுத்த உதவியாக இருந்த உங்களுடைய விடாமுயற்சி, மன உறுதி, அமைதி, தன்னம்பிக்கை ஆகிய குணங்களை நான் பெற விரும்புகிறேன். இப்படிச் செய்வதன் மூலம் இன்னும் பலரும் நீங்கள் காட்டிய பாதையில் செல்ல உதவியாக இருப்பேன்.

“தாமஸ் ஆல்வா எடிசன் அவர்களே, எனது வலது பக்கத்தில் எனக்கு மிக அருகில் உங்களை அமர்த்தியிருப்பதன் காரணம், வெற்றி தோல்வி பற்றிய என் ஆராய்ச்சியில் எனக்கு மிக அதிகமான ஒத்துழைப்பை அளித்தவர் நீங்கள். இயற்கையின் பல இரகசியங்களை வெளிப்படுத்தக் காரணமாக இருந்த உங்களது பிரமிக்கத்தக்க நம்பிக்கை மற்றும் தோல்வியை வெற்றியாக மாற்ற உங்களது அயராது உழைக்கும் குணத்தையும் நான் பெற விரும்புகிறேன்.”

இந்த கண்ணுக்குத் தெரியாத ஆலோசகர்களிடம் நான் கேட்ட குணநலன்கள் எல்லாம் அன்று எனக்கு முக்கியமாகத் தோன்றியவை. அவர்களது வாழ்க்கை வரலாற்றை படிக்க மிகுந்த சிரமம் எடுத்துக்கொண்டேன். கற்பனை ஆலோசனைக் கூட்டங்களை இவர்களுடன் நடத்தத் துவங்கிய சில மாதங்களிலே அவர்கள் நிஜமாகவே எனக்கு தெரியத் தொடங்கியதைக்கண்டு வியந்துபோனேன்.

இந்த ஒன்பது மனிதர்களிடமும் தனிப்பட்ட ஒரு குணாதிசயம் இருந்தது எனக்கு ஆச்சரியமளித்தது. உதாரணத்திற்கு லிங்கன் எப்போதும் தாமதமாக தீவிரத் தோற்றத்துடன் வருவார். வரும்போது, தன் கைகளை முதுகிற்குப் பின்னால் கட்டியபடி அமைதியாக அடியெடுத்து வைப்பார். அவ்வப்போது என் அருகில் வந்து என் தோளின் மீது கையை போடுவார். அவரது முகத்தில் எப்போதும் ஒரு தீவிரம் இருக்கும். அவர் சிரிப்பதை நான் அரிதாகவே பார்த்திருக்கிறேன். நாட்டைப் பற்றிய கவலை அவரை கடுமையாக்கியது.

மற்றவர்கள் அப்படி இல்லை. பர்பேங்க்கும், தாமஸ் பெயினும் ஒருவரையொருவர் ஏளனம் செய்து கொள்வது மற்ற சபையினருக்கு சில சமயம் அதிர்ச்சியாகக் கூட இருக்கும். தாமஸ் பெயின் என்னை, "பகுத்தறிவு யுகம்" என்ற தலைப்பில் ஒரு சொற்பொழிவைத் தயார் செய்து நான் முன்பு சென்ற என் தேவாலயத்தில் பேசச் சொன்னார். அந்த ஆலோசனையை கேட்டு எல்லோரும் சிரித்தார்கள். நெப்போலியனைத் தவிர. முகத்தை சுளித்து அவர் முனக எல்லோரும் அவரை வியப்பில் பார்த்தார்கள். அவரைப்பொறுத்தவரை அரசின் கட்டுப்பாட்டுக்கு உட்பட்டு கூட்டுப்பிரார்த்தனை இடமாக மட்டுமே தேவாலயங்கள் செயல்படவேண்டும் என்ற எண்ணம் கொண்டிருந்தார்.

ஒரு சந்தர்பத்தில் பர்பேங்க் தாமதமாக வந்தார். எந்த வகையான மரத்திலும் ஆப்பிள் பழங்களை வளர்க்க முடியுமா என்ற ஆராய்ச்சியில் இருந்ததுதான் அதற்கு காரணம் என்று கூறினார். ஆணுக்கும் பெண்ணுக்கும் இடையே பிரச்சனையை ஏற்படுத்தியது ஆப்பிள் தான் என்று தாமஸ் பெயின் அவரைக் கடிந்து கொண்டார். ஆப்பிள் பழங்களை தேடும் பொழுது சிறிய பாம்புகள் இருக்கிறதா என்று கவனமாக பார்க்க வேண்டும் ஏனென்றால் அவை வளர்ந்து பெரிய பாம்புகளாகக் கூடியவை என்று கூறி கலகலவென்று சிரித்தார் டார்வின். "பாம்பும் வேண்டாம், ஆப்பிளும் வேண்டாம்" என்றார் எமர்சன். "ஆப்பிள்கள் இல்லையென்றால் நாடுகள் இல்லையே" என்றார் நெப்போலியன்.

ஒவ்வொரு கூட்டமும் முடிந்தபின் கடைசியாக செல்பவராக இருக்கும் பழக்கத்தை ஏற்படுத்திக் கொண்டிருந்தார் ஆபிரகாம் லிங்கன். ஒரு சந்தர்ப்பத்தில் கைகளைக்கட்டி மேஜையின் ஓரமாக சாய்ந்து நின்றபடி பல நிமிடங்களை அவர் கழித்தார். அவர் சலனத்தை கலைக்கும் வகையில் நான் எதையும் செய்யவில்லை. இறுதியில் அவரே மெதுவாகத் தன் தலையை உயர்த்தி கதவு வரை சென்று

மீண்டும் திரும்பி வந்து, என் தோள் மீது கையை வைத்து அழுத்தி "மகனே, வாழ்க்கை இலட்சியத்தை அடையும் உறுதியுடன் நீ இருந்தால் அதற்கு மிகுந்த தைரியம் தேவைப்படும். துன்பங்கள் மேலோங்கும் போது சாதாரண மக்களிடம் இருப்பது பொது அறிவு என்பதை நினைவில் கொள். கஷ்டகாலத்தில் அது வளர்ந்து கைகொடுக்கும்" என்றார்.

ஒரு நாள் மாலை தாமஸ் ஆல்வா எடிசன் எல்லோருக்கும் முன்பாக வந்துவிட்டார். நடந்து வழக்கமாக எமர்சன் அமரும் இடத்தில் எனது வலது பக்கத்தில் அமர்ந்தார். "வாழ்க்கை ரகசியத்தை நீ விரைவில் கண்டுகொள்ளப் போகிறாய். தக்க சமயத்தில் வாழ்க்கை என்பது மனிதர்களின் புத்திசாலித்தனம் போன்ற சிறு சிறு சக்திகளின் மிகப் பெரிய கூட்டம் என்று புரிந்து கொள்வாய். தேன் கூடுகளைப் போன்றிருக்கும் இந்த சக்திகள், தங்களுக்குள் இணக்கம் இன்மையால் பிரிந்து போகும் வரை ஒன்றாக இருக்கும்.

மனிதர்களைப் போன்றே இவற்றிற்குள்ளும் கருத்து வேறுபாடுகள் இருக்கும் காரணத்தால் அடிக்கடி தங்களுக்குள் சண்டையிடும். நீ நடத்திக் கொண்டிருக்கும் இந்தக் கூட்டங்கள் உனக்கு பயனுள்ளதாக இருக்கும். சபையினரின் வாழ்க்கையில் உதவிக்கு வந்தது போல் அவை உன் உதவிக்கும் வரும். இவை நிரந்தரமானவை. வெளியுலகில் இருக்கும் சக்திகள் உன்னை நோக்கி வர உன் எண்ணங்களும் ஆசைகளும் காந்தம் போல் செயல்படும். உன் ஆசையின் இயல்பிற்கு இணக்கமான நட்பான சக்திகள் மட்டுமே உன்னை நோக்கி இழுக்கப்படும்."

சபையின் மற்ற உறுப்பினர்கள் அறையினுள் நுழையத் தொடங்கினர். எடிசன் மெல்ல எழுந்து தன்னுடைய வழக்கமான இடத்திற்குச் சென்று அமர்ந்தார். எடிசன் உயிருடன் இருந்த காலம் என் கற்பனை கூட்டங்கள் நடந்த காலம். இது என் மீது பெரிய தாக்கத்தை ஏற்படுத்திய காரணத்தால் அவரை நேரில் சந்தித்து அது பற்றிக் கூறினேன். பெரிதாக புன்னகைத்த அவர், "உன்னால் கற்பனை செய்ய முடிந்ததை விட நிஜமானது அந்த அனுபவம்" என்றார். மேற்கொண்டு எந்த விளக்கமும் கொடுக்கவில்லை.

இவ்வளவு தத்ரூபமாக அந்தக் கூட்டங்கள் இருந்ததால் பயந்து பல மாதங்கள் அதை தொடராமல் கைவிட்டேன். அனுபவங்கள் மிகவும் விசித்திரமாக இருந்ததால், அவற்றைத் தொடர்ந்தால், அவை கற்பனையான அனுபவங்கள் என்பதை மறந்துவிடுவேன் போலிருந்தது.

கூட்டங்கள் நிறுத்தப்பட்டு சுமார் ஆறு மாதங்களுக்கு பின்னர் ஒருநாள் இரவு தூக்கத்திலிருந்து எழுப்பப்பட்டேன். அல்லது அப்படித் தான் எனக்கு தோன்றியது. ஆபிரகாம் லிங்கன் என் கட்டிலுக்கு அருகில் நின்று கொண்டிருந்தார். "விரைவில் இந்த உலகத்திற்கு உன் சேவைகள் தேவைப்படும். ஆணும் பெண்ணும் நம்பிக்கை இழந்து பீதிக்கும் குழப்பமான நிலைமை உலகிற்கு ஏற்படப்போகிறது. மேற்கொண்டு உன்

வேலையை தொடர்ந்து உன் தத்துவத்தை முழுமை பெறச் செய். அது தான் உன் வாழ்க்கை இலட்சியம். எந்த காரணத்திற்காகவும் அதை நீ அலட்சியப்படுத்தினால், ஆயிரக்கணக்கான வருடங்களுக்கு முன்பு மனிதன் இருந்த முதன்மை நிலைக்குத் தள்ளப்பட்டு அதே சுழற்சியை அனுபவிக்க நேரிடும்" என்று கூறினார்.

அடுத்த நாள் காலை கண் விழித்த போது முதல் நாள் நான் கண்டது கனவா அல்லது அது நான் விழித்திருக்கும் போது ஏற்பட்ட அனுபவமா என்று தெரியவில்லை. கனவாக இருந்திருந்தாலும் மிகவும் தெளிவாக இருந்த காரணத்தால் அடுத்த நாளிலிருந்து என் கூட்டங்களை மீண்டும் தொடரலானேன்.

அடுத்த கூட்டத்தில், உறுப்பினர்கள் அனைவரும் வரிசையாக உள்ளே நுழைந்து மேஜையைச் சுற்றித் தங்களுக்குரிய இடங்களில் நின்றுவுடன் லிங்கன் தன் கையில் இருந்த குவளையை உயர்த்தி, "பண்பானவர்களே கூட்டத்திற்கு திரும்பிய நண்பனுக்காக இதை அருந்துவோம்" என்றார்.

அதன் பிறகு, புதிய உறுப்பினர்களை எனது குழுவில் சேர்க்க ஆரம்பித்தேன். இப்போது அதில் ஐம்பதிற்கும் மேற்பட்ட குழுவினர்கள் இருக்கிறார்கள். அவர்களுள், ஏசு கிறிஸ்து, செயிண்ட் பால், கலிலியோ, கோப்பர்னிக்கஸ், அரிஸ்ட்டாட்டில், பிளாட்டோ, சாக்ரட்டீஸ், ஹோமர், வால்டேர், ப்ரூனோ, ஸ்பினோஸா, டிராம்மண்டு, கண்ட், ஷோப்பன்ஹவர், நியூட்டன், கன்ஃபியூசியஸ், எல்பர்ட் ஹப்பர்டு, ப்ராண், இங்கர்ஸால், வில்ஸன், மற்றும் வில்லியம் ஜேம்ஸ் ஆகியோர் அடங்குவர்.

இதைப்பற்றி குறிப்பிட முதன்முறையாக எனக்கு துணிச்சல் வந்துள்ளது.

எனது அசாதாரணமான அனுபவத்தை பகிர்ந்து கொண்டால் மற்றவர்களால் தவறாக எடுத்துக்கொள்ளப்படுவேன் என்ற அச்சத்தினால் இதுநாள் வரை நான் மௌனமாக இருந்துவிட்டேன். முன்பு 'மற்றவர்கள் என்ன சொல்வார்கள்' என்று நான் கவலைப்பட்ட காலம் முடிந்துவிட்டதால் இப்போது தைரியமாக இதனை அச்சிடுகிறேன். மற்றவர்கள் என்ன நினைப்பார்கள் சொல்வார்கள் என்றெல்லாம் கவலைப்படாமல் நமக்கு நாமே உண்மையாக இருக்கும் பழக்கம் முதிர்ச்சி அளிக்கும் வரங்களில் ஒன்று.

நான் தவறாக எண்ணப்பட்டாலும் பரவாயில்லை என்ற உறுதியுடன் அழுத்தந்திருத்தமாக ஒன்றை சொல்ல கடமைப்பட்டிருக்கிறேன். என் ஆலோசனைக் குழு உறுப்பினர்கள் கற்பனை கதாபாத்திரங்களாகவும் கூட்டங்கள் முழுவதும் கற்பனையானவையாக இருந்தாலும் அவர்கள் என்னை ஒளிமயமான புதிய பாதைக்குள் அழைத்துச் சென்று, சிறப்பை போற்றும் உணர்வை எனக்குள் மீண்டும் துளிர்க்கச் செய்து,

படைப்பாற்றல் மிக்க முயற்சிகளை எடுக்க உற்சாகமளித்து, நேர்மையான சிந்தனையை வெளிப்படுத்தும் தைரியத்தைக் கொடுத்தார்கள்.

உள்ளுணர்வு என்று சொல்லப்படும் அதிர்வுகளைப் பெற மூளையின் உயிரணு அமைப்பில் ஒரு உறுப்பு உள்ளது. ஆறாம் அறிவுக்கான இந்த உறுப்பு உடலில் எங்கு உள்ளது என்பதை அறிவியல் இதுவரை கண்டுபிடிக்கவில்லை. ஆனால் அது முக்கியமில்லை. ஐம்புலன்கள் அல்லாத வேறு ஒன்றினால் மனிதர்கள் துல்லியமான அறிவைப் பெறுகிறார்கள். மனம் அசாதாரண அதிர்வின் தாக்கத்திற்கு உட்பட்டிருக்கின்ற பொழுது அந்த அறிவு பெறப்படுகிறது. அவசரநிலை ஏற்படும் போது வழக்கத்திற்கு மாறாக அதிவேகமாக இதயம் துடிக்கச் செய்து ஆறாம் அறிவு தன் செயல்பாட்டை துவங்குகிறது. வண்டி ஓட்டும் போது நொடிப்பொழுதில் விபத்திலிருந்து தப்பிய அனுபவம் உங்களுக்கு இருந்தால், அந்தச் சில நொடிகளில் விபத்தைத் தவிர்க்க உதவியது ஆறாம் அறிவுதான் என்று தெரியும்.

நான் இப்போது சொல்லவிருக்கும் கூற்றிற்கு பூர்வாங்கமாக இந்த உண்மைகளை சொல்கிறேன். அதாவது என் கற்பனை ஆலோசகர் கூட்டத்தில் ஆறாம் அறிவிலிருந்து வரும் கருத்துக்களையும் சிந்தனைகளையும் அறிவையும் மிக எளிதாகப் பெறும் நிலையில் என் மனம் இருந்தது. அதுபோன்ற கருத்துருக்கள், உண்மைகள் அல்லது அறிவுக்கான நன்மதிப்பை நான் கண்ணுக்குத் தெரியாத என் ஆலோசகர்களுக்கே கொடுப்பேன்.

பல சந்தர்ப்பங்களில், உயிருக்கே ஆபத்தாக இருந்த நிலைமையை நான் சந்தித்த போது கண்ணுக்குத் தெரியாத எனது ஆலோசகர்களின் வழிகாட்டலால் அவற்றை அதிசயிக்கத்தக்க வகையில் என்னால் கடந்து வர முடிந்தது.

நான் பெற விரும்பிய குணநலன்களை என் ஆழ்மனதிற்குத் தன்னாலோசனையாகக் கூறவேண்டும் என்ற விருப்பமே ஆலோசனைக் கூட்டங்களை நடத்த என் நோக்கமாக இருந்தது. சமீப காலங்களாக என் பரிசோதனைகள் வேறொரு போக்கை கொண்டுள்ளன. என்னையும் என் வாடிக்கையாளர்களையும் ஆட்டிப்படைக்கும் பிரச்சினைகளுக்காக இப்போது நான் கண்ணுக்கு தெரியாத எனது ஆலோசகர்களிடம் அறிவுரை கேட்க ஆரம்பித்துவிட்டேன். இதுபோன்ற ஆலோசனைகளை முழுவதுமாக சார்ந்து இருக்காவிட்டாலும் அதிலிருந்து கிடைக்கும் விடைகள் மிகவும் ஆச்சரியமானவையாக உள்ளன.

பெரும்பான்மையானவர்கள் அறியாத ஒரு தலைப்பைப் பற்றித் தான் இந்த அத்தியாயத்தில் குறிப்பிடப்பட்டுள்ளது என்பதை நீங்கள் அறிவீர்கள். பெருமளவில் செல்வம் சேர்க்க விரும்புபவர்களுக்கு ஆறாம் அறிவு என்ற விஷயம் கவனத்தை ஈர்ப்பதாகவும்,

பயனுடையதாகவும் இருக்கும். சிறிதளவு முன்னேற்றத்தையே விரும்புபவர்கள் ஆறாம் அறிவைப் பற்றிக் கவலைப்பட வேண்டியதில்லை.

சந்தேகமில்லாமல் ஹென்றி ஃபோர்டு ஆறாம் அறிவின் பயனை மிகவும் நன்றாக புரிந்து கொண்டிருக்கிறார். அவருடைய மாபெரும் தொழிலும் நிதி சார்ந்த செயல்பாடுகளும் அவருக்கு ஆறாம் அறிவின் தேவையையும் அதன் பயனையும் உணர்த்தியுள்ளது. காலம் சென்ற தாமஸ் ஆல்வா எடிசன் புதிய கண்டுபிடிப்புகளை உருவாக்கிக்கொண்டிருந்தபோது ஆறாம் அறிவின் பயனை உணர்ந்திருந்தார். குறிப்பாக, பேசும் இயந்திரம், திரைப்பட இயந்திரம் போன்றவற்றை உருவாக்க பௌதிகத்தின் அடிப்படையான ஆய்வுகளில் அவர் ஈடுபட்டிருந்த போது, அதுவரையில் மனிதன் அறிந்திராத அனுபவங்கள் மற்றும் எழுதப்பட்டிராத அறிவைப் பற்றி அவர் ஆய்வு செய்ய வேண்டி வந்தது.

உலகப் பெரும் தலைவர்கள் பலரும், உதாரணமாக, நெப்போலியன், பிஸ்மார்க், ஜோன் ஆஃப் ஆர்க், ஏசு கிறிஸ்து, புத்தர், கன்ஃபூசியஸ், முகமது நபி போன்றவர்கள், இந்த ஆறாம் அறிவைத் தொடர்ந்து பயன்படுத்தியவர்களே. இந்தக் கொள்கை பற்றிய அறிவே அவர்களின் மேன்மைக்கு முக்கியக் காரணமாக அமைந்தது.

நினைத்த நேரத்தில் எடுக்கவும் வேண்டாத போது உதறி விடக்கூடியதுமல்ல ஆறாம் அறிவு. இந்த சிறந்த சக்தியை பயன்படுத்தும் திறன் மெதுவாகவும் இந்தப் புத்தகத்தில் தரப்பட்டுள்ள கோட்பாடுகளை செயல்படுத்துவதாலும்தான் வரும். 40 வயதிற்கு முன்பு ஆறாம் அறிவைப் புரிந்து கொண்டவர்களை பார்பது அரிதாகவே உள்ளது. பெரும்பாலும் ஒருவர் ஐம்பது வயதை கடந்த பின்னர்தான் இந்த அறிவு கிடைக்கிறது. அதற்குக் காரணம் ஆறாம் அறிவு நெருங்கிய தொடர்பு கொண்டிருக்கும் ஆன்மீக சக்திகள், தியானம் சுய பரிசோதனை மற்றும் தீவிரமான சிந்தனைகள் இல்லாமலும் 40 வயதிற்கு முன்பாகவும் ஒருவர் முதிர்ச்சி அடைவதில்லை.

நீங்கள் யாராக இருந்தாலும், எந்த நோக்கத்திற்காக இந்தப் புத்தகத்தைப் படித்தாலும், ஆறாம் அறிவு பற்றிய இந்த விளக்கம் உங்களுக்குப் புரியவில்லை என்றாலும் நிச்சயம் அதனால் பயன் பெறுவீர்கள். குறிப்பாக உங்கள் நோக்கம் பெரும் செல்வத்தை குவிப்பது அல்லது மற்ற பெரிய பொருட்களை சேர்ப்பதென்றாலும் இது உண்மையானது.

ஆறாம் அறிவு பற்றிய இந்த அத்தியாயம் இந்த நூலில் இணைக்கப்பட்டிருப்பதன் காரணம் மனிதன் வாழ்க்கையில் தான் விரும்பியவற்றையெல்லாம் அடைவதற்கான முழுமையான தத்துவத்தை விளக்கவே. எல்லா சாதனைகளுக்கும் தொடக்கப்

புள்ளியாக இருப்பது தீராத ஆசையே. அதன் முற்றுப் புள்ளியாக இருப்பது, புரிதலுக்கு வழிவகுக்கும் அறிவு. தன்னைப் பற்றிய புரிதல், மற்றவர்களைப் பற்றிய புரிதல், இயற்கை விதிகள் செயல்படும் முறையின் புரிதல், மகிழ்ச்சியை அடையாளம் கண்டுகொள்ள உதவும் புரிதல்.

செல்வத்தை குவிப்பதை விட அதிகமான ஒன்றை பெற விரும்புபவர்களுக்கு அந்தப் புரிதல் முழுமையாக வரவேண்டும். ஆறாம் அறிவைப் பழக்கப்படுத்திக் கொண்டு நடைமுறையில் பயன்படுத்தினால் மட்டுமே இது சாத்தியமாகும்.

இதைப் படித்து முடித்த பின்னர் இது உங்களை சாதாரண மனநிலையிலிருந்து ஓர் உயர்ந்த மனநிலைக்கு எழுப்பியிருப்பதை உணர்ந்திருப்பீர்கள். அற்புதம்! ஒரு மாதத்திற்குப்பிறகு மீண்டும் இந்த அத்தியாயத்திற்கு திரும்பி வாருங்கள். இதனை மீண்டும் ஒரு முறை படிக்கும்போது உங்கள் மனம் மேலும் சற்று உயரத்திற்கு எழுப்பப்பட்டிருப்பதை உணர்வீர்கள். இதன் மூலம் எவ்வளவு கற்றுக்கொள்ள முடிகிறது என்ற எண்ணத்தை விடுத்து இந்த அனுபவத்தை அடிக்கடி ஏற்படுத்திக் கொள்ளுங்கள். ஏமாற்றம், அச்சம், காலதாமதம் ஆகியவற்றை தூக்கியெறிந்து உங்கள் கற்பனாசக்தி மூலம் உந்துதல் பெற முடிகின்ற ஒரு உயர்ந்த சக்தியை இறுதியில் பெற்றிருப்பீர்கள். உலகின் மிகப்பெரிய சிந்தனையாளர்கள், தலைவர்கள், கலைஞர்கள், இசையமைப்பாளர்கள், எழுத்தாளர்கள், அரசியல்வாதிகள் ஆகியோருக்கு உந்துதல் அளித்த அந்த சக்தி உங்களை தீண்டிய அனுபவத்தை பிறகு பெறுவீர்கள். முதல் முயற்சி தோல்வி அடையும்போது எடுத்த காரியத்தை கைவிட்டு விட்டு ஓடுவது எவ்வளவு சுலபமானதோ அதே போன்ற வேகத்தில் உங்களால் இப்போது உங்கள் ஆசையை அதற்குரிய பணமாகவோ அல்லது பொருளாகவோ உருமாற்ற முடியும்.

நம்பிக்கையா, அச்சமா!

இதற்கு முந்தைய அத்தியாயங்களில் ஆசை, தன்னாலோசனை மற்றும் ஆழ்மனதின் மூலம் எப்படி நம்பிக்கையை வளர்த்துக்கொள்வது விளக்கப்பட்டிருந்தது. அடுத்த அத்தியாயத்தில் அச்சத்தை வெற்றிக் கொள்வதற்கான அறிவுரைகள் விளக்கப்பட்டுள்ளன.

ஊக்கமின்மை, கோழைத்தனம், தாமதித்தல், அலட்சியம், தீர்மானமின்மை ஆகியவற்றுடன், இலக்கு இல்லாதிருத்தல், சுயச்சார்பின்மை, சுயமுயற்சி இல்லாமை, சுயகட்டுப்பாடு இல்லாமை, மற்றும் உற்சாகமின்மை போன்ற குணங்களுக்குக் காரணமான ஆறு விதமான அச்சங்களைப் பற்றிய முழுவிவரமும் இங்கே காணப்படும்.

இந்த ஆறு எதிரிகளைப்பற்றி படிக்கும்போது அவை உங்களால் கண்டுபிடிக்க முடியாதபடி உங்கள் ஆழ்மனதிற்குள் ஒளிந்து கொண்டிருக்கலாம். அவற்றை கவனமாகத் தேடுங்கள்.

இந்த "ஆறு பேய்களை" நீங்கள் ஆராயும் போது அவை உண்மையில் பேய்கள்தான் வேறொன்றுமில்லை என்பதை நினைவில் கொள்ளுங்கள். ஏனென்றால் அவை உங்கள் மனதில் மட்டுமே இருப்பவை.

கட்டுப்பாடற்ற கற்பனையில் உருவாகும் இந்த பேய்கள் உண்மையில் உயிருடன் பூமியில் நடமாடினால் எவ்வளவு ஆபத்தை உருவாக்க முடியுமோ அதை விட அதிக அளவில் மனித மனதிற்குள் தீமையை உண்டாக்குகின்றன என்பதையும் நினைவில் வைத்துக்கொள்ளுங்கள்.

வறுமை என்னும் பேய் 1929இல் மக்கள் மனதை ஆட்கொண்ட காரணத்தால் இந்த நாடு முன்பு எப்போதும் காணாத அளவில் மோசமானதொரு பொருளாதார மந்தநிலை உருவானது. மேலும் இன்றளவும் நம்மில் சிலரை இந்தப் பேய் இன்னும் ஆட்டிப்படைக்கிறது.

15

அச்சம் தரும் ஆறு பேய்களை சாதுர்யமாக பேசி வெல்வதெப்படி

இந்தக் கடைசி
அத்தியாயத்தைப் படிக்கும்
போது, உங்கள்
நிலைமையை கூர்ந்து
கவனியுங்கள். உங்கள்
பாதையை இடைமறிக்கும்
பேய்கள் எத்தனை என்று
கண்டுபிடியுங்கள்

இந்த நூலில் சொல்லப்படும் தத்துவத்தை வெற்றிகரமாக பயன்படுத்துவதற்கு முன்பு உங்கள் மனம் அதனை ஏற்றுக்கொள்ளத் தயாராக இருக்கவேண்டும். தயார் செய்வது கடினம் அல்ல. உங்களது மூன்று எதிரிகளான தீர்மானமின்மை சந்தேகம் மற்றும் அச்சம் ஆகியவற்றை அடையாளம் கண்டுகொண்டு ஆராய்ந்து புரிந்து கொண்ட பின் உங்கள் பாதையிலிருந்து அவற்றை தூக்கி எறிய வேண்டும்.

இவற்றில் எது உங்கள் மனதில் மீதமிருந்தாலும் ஆறாம் அறிவு செயல்படாது. இந்த மோசமான மூவரணி மிகவும் நெருக்கமாக இருப்பவை. ஒன்றை பார்த்தீர்கள் என்றால் மற்றவை இரண்டும் அருகில் இருப்பது உறுதி.

தீர்மானமின்மையின் விதைதான் அச்சம். மேலே படிக்கும்போது இதை நினைவில் கொள்ளவும். தீர்மானமின்மையிலிருந்து சந்தேகம் கிளம்பி இரண்டும் ஒன்றாக கலந்து அச்சமாக வளர்கிறது. இவை கலக்கும் செயல்முறை மெதுவாகவே நடக்கிறது. இம்மூன்று எதிரிகளும் மிகவும் ஆபத்தானவை என்பதற்கான காரணம் இதுதான். அவை இருப்பது அறியப்படாமலேயே முளைவிட்டு, வளர்ந்து, மரமாகி விடுவார்கள்.

இந்தத் தத்துவம் நடைமுறைப்படுத்தப்படும் முன்பு இதனால் அடையப்போவது என்ன என்பதை இந்த அத்தியாயத்தில் மீதமுள்ள பகுதி விளக்குகிறது. செல்வம், பணம் அல்லது அதற்கு சமமான பொருளை சேகரிக்க விரும்புபவர்கள் அனைவரும் புரிந்து கொள்ள வேண்டிய உண்மையை கூறுவதுடன் பெரும் எண்ணிக்கையில் நாட்டில் உள்ள மனிதர்களை ஏழைகள் ஆக்கிவிட்ட மனநிலையை ஆராயப் போகிறோம். ஆறு அடிப்படை அச்சங்கள் உருவாகும்

காரணங்களையும் அவற்றை எப்படி நீக்குவது என்பது பற்றியும் வெளிச்சமிட்டு காட்டுவதுதான் இதன் நோக்கம். ஒரு எதிரியை ஜெயிப்பதற்கு முன்பு, அதன் பெயர், பழக்கவழக்கங்கள், மற்றும் அது வசிக்கும் இடம் எது என்பது போன்ற விவரங்களை நாம் அறிந்து கொள்வது அவசியம். எனவே இதனை படிக்கும்போது இந்த ஆறு அச்சங்களில் எவை உங்களை விடாமல் பிடித்துக்கொண்டிருக்கிறது என்பதை ஆராய்ந்துக் கண்டுபிடியுங்கள்.

இந்த நுட்பமான எதிரிகளின் பழக்கவழக்கங்களை கண்டு ஏமாந்து விடாதீர்கள். கண்டுபிடிக்கவோ வெளியே அகற்றவோ கடினமான இடத்தில் உங்கள் ஆழ் மனதில் இவை பதிந்திருக்கக் கூடும்.

ஆறு அடிப்படை அச்சங்கள்

தனித்தனியாகவோ அல்லது வேறொன்றுடன் இணைந்தோ இந்த ஆறு அச்சங்களால் மனிதன் தன் வாழ்வில் துன்பப்படுகிறான்.

வறுமை என்னும் அச்சம் }
விமர்சனம் செய்யப்படுவோம் என்ற அச்சம் }
நலமில்லாமல் போகக்கூடும் என்னும் அச்சம் }
ஒருவரது பெரும்பாலான கவலைகளில் கீழ் நிலையில் இருப்பது இவை

நெருக்கமானவர்களின் அன்பை இழந்து விடக்கூடும் என்ற அச்சம்
முதுமை வந்துவிடுமென்ற என்ற அச்சம்
மரணம் சம்பவிக்கும் என்ற அச்சம்

மற்ற அச்சங்கள் அனைத்தும் முக்கியமற்றவை. இந்த ஆறு வகையறாக்களுக்குள் அடங்கக்கூடும்.

இந்த அச்சங்கள் உலகத்தின் சாபக்கேடாக ஒரு சுழற்சியில் வரும். பொருளாதார மந்தநிலையின் போது கிட்டத்தட்ட ஆறு வருடங்கள் வறுமையின் அச்சம் நிலவியது. உலகப்போரின் போது மரணம் என்ற அச்சம் நிலவியது. அது முடிந்தவுடன் ஆரோக்கியமின்மை என்ற அச்சம் நிலவியது. இதற்கான சாட்சியமாக தொற்று நோய்கள் பல அந்நேரத்தில் பரவின.

அச்சங்கள் மனநிலைகளே தவிர வேறில்லை. ஒருவரது மனம் கட்டுப்படுத்தப்படவும், திசைதிருப்பப் படவும் கூடியது. நோய்களை கண்டு அஞ்ச மாட்டார்கள் என்ற காரணத்தால் சாதாரண மக்களைவிட மருத்துவர்களை நோய்கள் தாக்குவது குறைவு. மருத்துவர்கள் எந்த தயக்கமும் பயமும் இல்லாமல் நாள்தோறும் அம்மை போன்ற தொற்று

நோயாளிகளைக் கூட தொட்டு வைத்தியம் செய்கிறார்கள். அச்சமின்மை தான் அவர்களது நோய் எதிர்ப்பு சக்தி.

எண்ணத்தின் தூண்டுதலாக முதலில் மனதில் எதையும் உருவாக்காமல் மனிதன் படைப்பதில்லை. இந்த கூற்றைத் தொடர்ந்து மற்றொன்றும் வருகிறது. தன்னிச்சையாக ஏற்பட்டாலும் ஒருவர் மீது திணிக்கப்பட்டாலும் ஒரு எண்ணமானது அதன் பௌதிகப் பொருளாக உடனே உருமாற்றம் கொள்ளத்துவங்குகிறது.

தெளிவான நோக்கத்துடன் திட்டமிட்டு செயல்படும்போது ஏற்படுவது போலவே விண்ணிலிருந்து அதிர்ஷ்டவசமாக பெறப்படும் எண்ண அதிர்வுகளும் மனதைத் தூண்டி ஒருவரது தொழில், வியாபாரம், நிதி, நிலைமை அல்லது சமூக அந்தஸ்து போன்றவற்றை தீர்மானிக்கலாம்.

திறமை, பயிற்சி, அனுபவம், மூளைத்திறன் ஆகியவற்றில் மற்றவர்களை விட சிறப்பாக இருந்தாலும் ஏன் அவர்களை விட அதிர்ஷ்டத்தில் குறைவாக இருக்கிறார்கள் என்ற காரணம் புரியாமல் இருப்பவர்களுக்கு மிக முக்கியமான ஒரு விஷயத்தைத் தெரிவிப்பதற்கான அடித்தளத்தை இந்தக் கூற்றின் மூலம் விளக்கலாம். ஒவ்வொரு மனிதனிடமும் மனதை முழுமையாக கட்டுப்படுத்தக் கூடிய ஆற்றல் உள்ளது. அந்த கட்டுப்பாட்டைக் கொண்டு வெளியே சுதந்திரமாக உலாவிக் கொண்டிருக்கும் பிறரது எண்ணங்களின் உந்துசக்தியை தனக்குள் இழுத்துக் கொள்ளவோ, அல்லது வேண்டாம் என்று தன் கதவுகளை மூடி தடுத்துக் கொள்ளவோ, அதனால் முடியும்.

இயற்கை மனிதனுக்கு ஒரு விஷயத்தின் மீது முழுமையான கட்டுப்பாட்டை வழங்கியுள்ளது. அது அவன் எண்ணம். இந்த உண்மையையும், மனிதனின் செயல்கள் அனைத்தும் ஒரு எண்ணத்திலிருந்துதான் உருவாகின்றன என்ற உண்மையையும் சேர்த்தால் அச்சத்தை வெற்றி கொள்வது எப்படி என்ற தத்துவத்திற்கு செல்ல வழிகாட்டும்.

ஒவ்வொரு எண்ணமும் தனக்கு சமமான பௌதிகப் பொருளாக மாற்றிக் கொள்ளும் திறமையுள்ளது என்பது உண்மையானால் அச்சம் மற்றும் வறுமைக்கான எண்ணங்களும் தங்களை அச்சமின்மை என்பதாகவும் செல்வம் என்பதாகவும் மாற்றிக் கொள்ளக் கூடியதே என்று தெரிந்து கொள்ளலாம்.

1929இல் ஏற்பட்ட பங்குச்சந்தை வீழ்ச்சிக்குப் பிறகு அமெரிக்க மக்கள் வறுமையைப் பற்றி சிந்திக்க ஆரம்பித்தார்கள். மெதுவாக ஆனால் நிச்சயமாக பொதுஜனங்கள் வறுமை என்ற ஒரே எண்ணம் கொண்டிருந்ததால் அது ஒன்றுகூடித் தன்னுடைய பௌதிகப் பொருளான பொருளாதார மந்தநிலையை உருவாக்கியது. இது இப்படித்தான் நடக்கவேண்டுமென்பது இயற்கையின் விதி.

வறுமை என்னும் அச்சம்

வறுமை மற்றும் செல்வத்திற்கு இடையே எந்தவித சமரசமும் இருப்பது சாத்தியமில்லை. இவை இணக்கத்துடன் ஓரிடத்தில் இருக்கமுடியாது. இவற்றின் பாதைகள் எதிர் திசைகளில் செல்பவை. உங்களுக்குச் செல்வம் வேண்டுமென்றால் வறுமையை நோக்கி இழுத்துச் செல்லும் பாதையை ஏற்றுக்கொள்ள மறுக்கவேண்டும். (இங்கு செல்வம் என்பது பொதுவான சொல்லாக பணம், பொருள், மன அமைதி அல்லது ஆன்ம சக்தியை குறிப்பிடலாம்.) செல்வத்தின் பாதைக்கான ஆரம்பப்புள்ளி, ஆசைதான். ஆசையை சரியாக பயன்படுத்துவது எப்படி என்ற அறிவுறுத்தல்களை முதல் அத்தியாயத்தில் நீங்கள் பெற்றுக் கொண்டீர்கள். அச்சம் என்ற இந்த அத்தியாயத்தில், உங்கள் மனதை தயார் செய்ய ஆசையின் நடைமுறை பயன்பாட்டைப் பற்றிய ஆலோசனைகளை பெறப் போகிறீர்கள்.

இந்தத் தத்துவத்தை எவ்வளவு உள்வாங்கி கொண்டீர்கள் என்று உங்களுக்கு நீங்களே சவால் விடுக்கும் இடம் இதுதான். இங்கு தான் தீர்கதரிசியாக மாறி உங்கள் எதிர்காலத்தை துல்லியமாக கணிக்கப் போகிறீர்கள். இந்த அத்தியாயத்தைப் படித்த பிறகும் வறுமையை ஏற்க நீங்கள் விரும்பினால், வறுமையை பெற உங்கள் மனதை தயார் படுத்திக்கொள்ளலாம். தவிர்க்க முடியாது நீங்கள் எடுக்கவேண்டிய தீர்மானம் இது.

செல்வத்தை கோரினால் அது எந்த வடிவில் எவ்வளவு கிடைத்தால் நீங்கள் திருப்தி அடைவீர்கள். செல்வத்தை நோக்கிச் செல்லும் பாதையை நீங்கள் அறிவீர்கள். அந்தப் பாதைக்கான வரைபடம் உங்களுக்கு வழங்கப்பட்டுள்ளது. அதைப் பின்பற்றினால் அந்தப்பாதையிலேயே இருப்பீர்கள். துவங்க தயங்கினாலோ அல்லது இலக்கை அடையும் முன் பயணத்தை நிறுத்தினாலோ உங்களைத்தவிர வேறு எவரையும் அதற்காக குறை சொல்வதற்கில்லை. இந்தப்பொறுப்பு உங்களுடையதாக இருக்கும். நீங்கள் தோல்வி அடைந்தாலோ அல்லது வாழ்கையிடமிருந்து செல்வங்களை கோர மறுத்தாலோ அதற்கான பொறுப்பை வேறு எவராலும் எடுத்துக்கொள்ள முடியாது. இதற்கு தேவை ஒன்று தான். தற்செயலாக, உங்களால் கட்டுப்படுத்தப்படக்கூடியது ஒன்றுதான். உங்கள் மனநிலை. மனநிலை என்பது ஒருவர் தானாக பாவித்துக் கொள்வது. அதை விலை கொடுத்து வாங்க முடியாது. அது உருவாக்கப்பட வேண்டும்.

வறுமையைப் பற்றிய அச்சம் ஒருவிதமான மன நிலையே! ஒருவர் எடுத்துக்கொண்ட எந்த வேலையையும் சாதிக்கமுடியாமல் சிதைக்கப் போதுமானது. பொருளாதார மந்தநிலையின் போது இந்த உண்மை விளங்கியது.

அச்சம் பகுத்தறிவை முடக்கி, கற்பனாசக்தியை அழித்து, சுயச்சார்பைக் கொன்று, உற்சாகத்தைக் குறைத்து, முயற்சியை கைவிடச்செய்து, இலட்சியத்தை நிச்சயமற்றதாக்கி, தள்ளிப்போடுவதை ஊக்குவித்து உற்சாகத்தைத் துடைத்தெடுத்து சுயக்கட்டுப்பாட்டை சாத்தியமற்றதாக்கி விடுகிறது. ஒருவரது ஆளுமையிலிருந்து கவர்ச்சியை நீக்கி, சுய சிந்தனையை அகற்றி மனதை திசை திருப்பிவிட்டு விடாமுயற்சியைக் கைவிடச் செய்யும். மன வலிமையை ஒன்றுமில்லாமல் ஆக்கிவிட்டு லட்சியத்தை அழித்து ஞாபகசக்தியைத் திரையிட்டு மறைத்து மனதில் நினைக்க முடிந்த வகையில் எல்லாம் தோல்வியை வரவழைக்கும். அன்பைக் கொன்று, இதயத்தின் மென்மையான உணர்வுகளைக் கொன்று, நட்பைக் குலைத்து பேரிடர்களை பெரும் எண்ணிக்கையில் வரவழைத்து, தூக்கமின்மை, துயரம், சோகம் ஆகியவற்றைக் கொண்டுவரும். இவை அனைத்தும் மனம் விரும்பும் எதையும் நாம் பெறக் கூடிய பெருமளவில் செல்வங்கள் குவிந்து நமக்கும் நம் ஆசைகளுக்கும் இடையே எதுவொன்றும் நிற்க முடியாது என்பது தெளிவான உண்மையாக இருக்கும் போதும், இப்படியெல்லாம் நடப்பதற்கு காரணம் நம்மிடம் உறுதியான இலக்கு இல்லாமல் இருப்பதே.

ஆறு அடிப்படை அச்சங்களில் சந்தேகமின்றி அழிவுப்பூர்வமானது வறுமையே. வெற்றி கொள்ள மிகவும் கடினமாக இருப்பதால் ஆறு அடிப்படை அச்சங்களின் பட்டியலில் முதலாவதாகக் குறிப்பிடப்படுகிறது. இந்த அச்சத்தின் தோற்றத்தைப் பற்றிய உண்மையை சொல்வதற்கு மிகுந்த துணிச்சல் தேவைப்படும். மேலும் அதிக துணிச்சல் அந்த உண்மையை ஏற்றுக் கொள்வதற்கு தேவைப்படுகிறது. வறுமையின் அச்சம் மனிதனின் உடன்பிறந்த குணமான பிறரிடமிருந்து செல்வத்தை அபகரித்து கொள்ளும் குணத்தால் வளர்கிறது. கிட்டத்தட்ட எல்லா மிருகங்களும் உள்ளுணர்வு கொண்டே செயல்படுகின்றன ஆனால் அவற்றிற்கு சிந்திக்கும் ஆற்றல் குறைவாக உள்ளதால் தங்கள் இறையை உடலால் தாக்குகின்றன. மனிதன் தனது மேம்பட்ட உள்ளுணர்வுடன் சிந்திக்கும் ஆற்றலும் பகுத்தறிவும் கொண்டிருப்பதால் சக மனிதர்களை உடலளவில் தாக்குவதை விடப் பொருளாதார ரீதியாக தாக்கி மனநிறைவு பெறுகின்றான். இவ்வளவு பேராசையுடன் மனிதன் செயல்படுவதால், ஒரு மனிதனை மற்றவனிடமிருந்து பாதுகாப்பதற்காக ஏராளமான சட்டங்கள் விதிக்கப்பட்டுள்ளன.

வரலாற்று காலங்கள் அனைத்தையும் விட நாம் வாழும் இந்த காலமான மனிதனின் பணத்தாசை மிகுந்த காலமே தனித்துவம் வாய்ந்ததாக கருதப்படுகிறது. வங்கியில் பணம் இல்லாதவன் தூசுக்கு சமமாகவும் அதிக அளவில் பணத்தை சேமித்து வைத்திருப்பவன் (அது தீய வழியில் ஈட்டியதாக இருந்தாலும்) 'அரசன்" அல்லது "பெரிய மனிதன்" ஆக கருதப்படுகிறான். அவன் எல்லாச் சட்டங்களுக்கும்

அப்பாற்பட்டவனாகி, அரசியலில் ஆட்சி புரிந்து, வியாபாரத்தில் ஆதிக்கம் செய்து, உலகமே அவனுக்குத் தலை வணங்கும் நிலைமை எற்படுகிறது.

வறுமையைப் போல மனிதனுக்குத் துயரத்தையும் பணிவையும் கொடுப்பது வேறொன்றுமில்லை. வறுமையை அனுபவித்தவர்கள் மட்டுமே இந்த வாக்கியத்தின் முழு அர்த்தத்தையும் புரிந்து கொள்கிறார்கள்.

ஆகையால் மனிதன் வறுமையைக் கண்டு அஞ்சுவதில் ஆச்சரியம் இல்லை. பல யுகங்களாக மனிதன் தான் அனுபவித்ததிலிருந்து பணம் பொருள் சம்பந்தப்பட்ட விஷயங்களில் பிறரை நம்ப முடியாது என்று அறிந்திருக்கிறான். இது வேதனையளிக்கக் கூடிய தீவிரமான குற்றச்சாட்டுதான் என்றாலும் இது வருந்தத்தக்க உண்மை.

பெரும்பாலான திருமணங்கள் ஒப்பந்தத்தில் ஈடுபடும் ஒருதரப்பினரிடம் அல்லது இருவரிடமும் உள்ள செல்வத்தைப் பொறுத்தே நிச்சயிக்கப்படுகின்றன. எனவே, விவாகரத்து நீதிமன்றங்கள் சுறுசுறுப்பாக இயங்குவதில் வியப்பில்லை.

செல்வந்தனாக ஆகும் அளவற்ற ஆசையினால் மனிதன் சட்டபூர்வமான வழிகளிலும், தேவை அல்லது வாய்ப்புக்கேற்ப வேறு வழிகளிலும் பணத்தைச் சேர்த்துக் கொள்கிறான்.

ஒருவர் ஒப்புக்கொள்ள விரும்பாத பலவீனங்கள் சுயபகுப்பாய்வில் தெரியவரலாம். சராசரி ஜீவிதம் அல்லது வறுமையை விட சிறந்த வாழ்க்கையை விரும்புபவர்களுக்கு இதுபோன்ற பகுப்பாய்வு அவசியமாகும். உங்களைப்பற்றிய ஒவ்வொரு விஷயத்தையும் ஆராயும் போது நீங்களே நீதிபதியாகவும், நடுவர் மன்றமாகவும், வாதியாகவும், பிரதிவாதியாகவும், வாதியின் வக்கீலாகவும், பிரதிவாதியின் வக்கீலாகவும், குற்றவாளியாகவும் இருப்பதைக் காண்பீர்கள். உண்மைகளை நேரடியாக எதிர்கொள்ளுங்கள். திட்டவட்டமான கேள்விகளை கேட்டு அதற்கான நேரடியான விடைகளை கோருங்கள். இந்த சுயபரிசோதனை முடிந்தவுடன் உங்களை நீங்கள் மேலும் சிறந்த வகையில் அறிவீர்கள். இந்த சுயபரிசோதனையில் உங்களால் நேர்மையாக இருக்க முடியாது என்று தோன்றினால், உங்களை நன்கு அறிந்த மற்றொருவரை நடுவராக ஆக்கிக்கொண்டு உங்களை நீங்களே குறுக்கு விசாரணை செய்துகொள்ளுங்கள். நீங்கள் உண்மையை அறிய விரும்புகிறீர்கள். அதற்கு என்ன விலை கொடுக்கவேண்டியிருந்தாலும் தற்காலிக மனவுளைச்சலுக்கு ஆளானாலும் இதை செய்யுங்கள்.

நீங்கள் அதிகமாக பயப்படுவது எதற்கு என்று ஒருவரை கேட்டால், “நான் எதைக் கண்டும் அஞ்சுவதில்லை” என்று தான் பெரும்பாலானவர்கள் கூறுவார்கள். அந்த பதில் சரியாக இருக்காது. ஏனென்றால் சிலர்

உடலளவில் அல்லது மனதளவில் கட்டுப்படுத்தப்பட்டு, தாக்கப்பட்டு, ஊனமடைந்து இருப்பதாக உணர்கிறார்கள். அந்த அச்ச உணர்வு நூதனமாகவும் மனதின் ஆழத்தில் புதைந்திருப்பதாலும் அது இருப்பதையே அறியாமல் அந்த சுமையுடன் வாழ்கையை கழிக்கிறார்கள். இந்த உலகளாவிய எதிரியை துணிச்சலான சுய ஆய்வு மட்டுமே வெளிப்படுத்தும். அப்படியொரு ஆய்வை துவங்கும்போது உங்கள் குணநலன்களை ஊடுருவிப் பாருங்கள். நீங்கள் கூர்ந்து கவனிக்கவேண்டிய அறிகுறிகள் இதோ:

வறுமை என்னும் அச்சத்தின் அறிகுறிகள்

அலட்சியம்: இது, பொதுவாக இலக்கு ஏதும் இல்லாமல் இருப்பதன் மூலம் வெளிப்படும். விரும்பி வறுமையை பொறுத்துக் கொள்வது; வாழ்க்கை தருவதையெல்லாம் எதிர்ப்பின்றி ஏற்றுக்கொள்வது, மனதாலும் உடலாலும் சோம்பலுடன் இருப்பது; சுயமாக முயற்சி, கற்பனாசக்தி, உற்சாகம் மற்றும் சுயக்கட்டுப்பாட்டின் குறைபாடு.

தீர்மானமின்மை: உங்களுக்காக மற்றவர்கள் சிந்திக்க அனுமதித்தல். 'மதில் மேல் பூனை' யாக இருத்தல்.

சந்தேகம்: பொதுவாக ஒருவரது தோல்விக்கு சாக்கு போக்கு சொல்லுதல், பிறர்மீது பழிசுமத்துதல், விளக்கங்கள் அளித்தல் அல்லது தோல்விக்கு வருத்தம் தெரிவித்தல். சில சமயங்களில் வெற்றி பெறுபவரைக்கண்டு பொறாமைபடுதல் அல்லது அவரை விமர்சனம் செய்தல் ஆகிய வழிகளில் இது வெளிப்படும்.

கவலை: மற்றவர்களிடம் குறைகள் கண்டுபிடிப்பது, வருவாய்க்கு மிஞ்சிய செலவுகளில் ஈடுபடுவது, வருமானத்தை மீறிச் செலவு செய்வது, வெளிப்புற தோற்றத்தை அலட்சியப்படுத்துவது, முகம் சுளிப்பது மற்றும் கடுகடுப்பாக முகத்தை வைத்துக்கொள்வது போன்ற வழிகளில் வழக்கமாக வெளிப்படும். மது அருந்துவதில் அத்துமீறல், சில சமயங்களில் போதைமருந்துகளை உட்கொள்ளுதல் மூலமும் இது வெளிபடுகிறது. படபடப்பு, அமைதியின்மை, சுயத்தை குறித்த சிந்தனை மற்றும் சுயச்சார்பில் குறைபாடு போன்றவையும் அறிகுறிகளாக வெளிபடுகின்றன.

அதிக எச்சரிக்கை உணர்வு: ஒவ்வொரு சூழ்நிலையிலும் எதிர்மறையான நிலைப்பாட்டை மட்டுமே எடுத்துக்கொள்ளுதல்; வெற்றியை உறுதி செய்யும் வழிகளைத் தேடுவதை விட்டுவிட்டு

தோல்வியை ப்பற்றி மட்டுமே சிந்திப்பதும் பேசுவதும்; தோல்வியைத் தவிர்க்கும் திட்டங்களை தேடாமல் பேரழிவு ஏற்படக்கூடிய வழிகளை மட்டுமே தேடி கண்டுபிடித்தல்; நாளடைவில் அது ஒரு பழக்கமாக மாறிவிடும் வரை எந்த ஒரு திட்டத்தையும் உருவாக்கி செயல்படுத்த ‘சரியான நேர’ த்திற்காக காத்திருத்தல்; தோற்றவர்களைப் பற்றியே நினைத்துக் கொண்டிருந்து வெற்றி பெற்றவர்களைப் பற்றிப் பேசாதிருத்தல்; அவநம்பிக்கையினால் ஏற்படும் அஜீரணம், மலம் சரிவரக் கழியாமை, தானாக உடல் நஞ்சாதல், வாய் துர்நாற்றம், மோசமான மனநிலை-ஆகியவை ஏற்படுதல்.

கால தாமதம் செய்தல்: கடந்த வருடத்தில் செய்துமுடிக்கப்பட வேண்டியிருந்ததைக் கூட அடுத்த நாளைக்கு ஒத்திப்போடுதல்; ஒரு வேலையை செய்துமுடிப்பதை விட அதனை செய்யாமல் இருப்பதற்கான சாக்கு போக்குகளைக் கண்டுபிடிப்பதில் நேரத்தை செலவிடுதல்; இந்த அறிகுறி அதிகமான எச்சரிக்கை உணர்வு, சந்தேகம், கவலைப்படுதல் ஆகியவற்றோடு நெருங்கிய தொடர்புள்ளதாக இருக்கும். தவிர்க்க முடியுமென்றால் பொறுப்பை ஏற்காமல் இருத்தல்; எதிர்த்து சண்டை போட வேண்டிய இடத்தில் சமரசம் செய்து கொள்ள விரும்புதல்; துன்பங்களை வென்று வெற்றிபடிகளாக அவற்றை ஆக்கிக்கொள்ளாமல், அவற்றை பொறுத்துக் கொள்ளுதல். பெரும் செல்வங்கள்,வளமை, படாடோபமான வாழ்க்கை, மனநிறைவு மற்றும் மகிழ்ச்சியை வேண்டாமல் சிறு விஷயங்களை மட்டுமே வாழ்கையிடமிருந்து கேட்டுப் பெறுதல்;

தோல்வியை சந்திக்க நேர்ந்தால் கடந்து வந்த பாதையில் திரும்பி செல்ல கடினமாக்காமல் இருக்கும்படியாக திட்டமிடுதல்: இவை பெரும்பாலும் பலவீனமடைந்ததாக அல்லது முழுவதுமாக இல்லாதிருத்தல் - தன்னம்பிக்கை, உறுதியான நோக்கம், சுயக்கட்டுப்பாடு, சுயமுயற்சி, உற்சாகம், உயர விரும்பும் ஆர்வம், சிக்கனம், பகுத்தறிவு. செல்வ வளங்களை கோராமல், வறுமையை எதிர்பார்த்திருத்தல். செல்வ வளங்களை கோரிப் பெறுபவர்களோடு சேராமல், வறுமையை எற்றுகொள்பவர்களுடன் தொடர்பில் இருத்தல்.

பணத்தைப்பற்றிய பேச்சு!

“பணத்தைப் பற்றி எதற்காகப் புத்தகம் எழுதினீர்கள்? செல்வத்தை டாலர்களால் மட்டும்தான் மதிப்பிட வேண்டுமா?” என்று சிலர் கேட்கிறார்கள். இதர செல்வங்களும் பணத்தைவிட அதிகமாக விரும்பத்தக்கது என்று நினைப்பதும் நியாயம்தான். ஆமாம் டாலர்களால் கணக்கிட முடியாத செல்வங்களும் உள்ளன. ஆனால், “எனக்கு

பணத்தை மட்டும் கொடு. எனக்குத் தேவையான. மற்றதையெல்லாம் நானே பார்த்துக் கொள்கிறேன்" என்று கூறும் லட்சக்கணக்கான மக்கள் இருக்கிறார்கள்.

பணத்தை ஈட்டுவது என்பது பற்றிய இந்த நூலை எழுத முக்கியமான காரணம், பொருளாதார மந்தநிலையின் காரணமாக லட்சக்கணக்கான மக்கள் வறுமையின் அச்சத்தில் முடங்கிப்போகும் அனுபவத்தை பெற்றதுதான். இது போன்ற பயம் ஒருவரை என்ன செய்யக் கூடும் என்பதை, வெஸ்ட்ப்ரூக் பெக்ளர், நியூயார்க் வொர்ல்டு டெலிகிராம் பத்திரிகையில் நன்றாக விளக்குகிறார். அதாவது,

"பணம் என்பது வெறும் கிளிஞ்சல்கள், உலோக வில்லைகள் அல்லது காகிதத்துண்டுகளே. பணத்தால் விலைக்கு வாங்க முடியாத பொக்கிஷங்கள் இதயத்திலும் ஆன்மாவிலும் புதைந்து கிடக்கின்றன. ஆனால் எல்லாவற்றையும் இழந்து நிற்கும் வறியவர்கள், இந்த உண்மையை ஏற்க முடியாமலும் உயர்வான மனநிலையை தக்கவைத்துக்கொள்ள முடியாமலும் தவிக்கிறார்கள். வேலையின்றி, உணவின்றி, சாலைக்கு தள்ளப்பட்ட மனம் தளர்ந்த மனிதனை தொய்ந்த தோள்கள், சாய்ந்துபோன தொப்பி, தளர்ந்த நடை மற்றும் ஒளியிழந்த கண்களால் அடையாளம் கண்டுகொள்ளலாம். குணநலன்கள், புத்திசாலித்தனம், திறமை ஆகியவற்றில் சற்றும் தமக்கு சமமானவரல்ல என்றாலும் முறையான வேலைக்குச் செல்லும் ஒருவரை வேலையற்ற ஒருவர் பார்க்கும் போது அவருக்கு தாழ்வு மனப்பான்மை ஏற்படுகிறது.

"மேம்பட்டவராக இருந்தாலும் இவரது நண்பர்களே இவரை காயமடைந்தவராக கருதுகிறார்கள். பணத்தட்டுப்பாடு காரணமாக இவர் கடன் வாங்கும் நிலைக்குத் தள்ளப்பட்டாலும் சில காலம் மட்டுமே அதை செய்யமுடியும். மேலும் கடனாக பெறப்படும் பணம் அவரது வாழ்வாதாரத்திற்கு போதுமானதாக இருப்பதில்லை மற்றும் அவரால் அது போல தொடர்ந்து கடன் வாங்கவும் முடிவதில்லை. உயிர் வாழ தேவையான பணத்தை கடனாக பெறுவது துக்ககரமானது. மேலும் சுய வருமானத்தில் ஈட்டப்படும் பணம் மனதுக்குத்தரும் புத்துணர்ச்சியை கடனாக பெற்றப்பணத்தால் தரமுடியாது. இங்கு குறிப்பிடப்படுவது சுயமரியாதை உள்ள சாதாரண மனிதர்களைப் பற்றிய கருத்து. வழக்கமான சோம்பேறிகள், ஊதாரிகளைப் பற்றி அல்ல.

"இதே நிலைமையிலிருக்கும் பெண்கள் வித்தியாசமாக இருக்கவேண்டும். வறியவர்களைப்பற்றிப் பேசும் போது நாம் பெண்களைப் பற்றிப் பெரும்பாலும் பேசுவதில்லை. ஏனென்றால் அவர்கள் குடும்பத்திற்காக பணம் சம்பாதிக்க வேலைக்கு செல்பவர்கள் இல்லை. பெண்கள் வீதிகளில் பிச்சை எடுப்பதையும் வீணாக சுற்றித்திரிவதையும் நாம் பார்ப்பதில்லை. ஒய்யாரமாக கடைத் தெருக்களில் சுற்றிதிரியும் பெண்களைப் பற்றி நான் பேசவில்லை. நான் குறிப்பிடுவது நாகரிகமான, புத்திசாலித்தனமான, இளம் பெண்களைப்

பற்றி. அப்படிப்பட்டவர்கள் பலர் இருப்பார்கள் ஆனால் அவர்கள் தங்கள் சோகத்தை வெளிக்காட்டுவதில்லை. அவர்கள் தற்கொலை செய்து கொள்பவர்களாகவும் இருக்கலாம்.

"புலம்பி பொழுதைப் போக்க வறியவன் ஒருவனுக்கு நேரம் இருக்கின்றது. ஒரு வேலைக்காக அவன் பல மைல் தூரம் பயணித்து ஒருவரை சென்று பார்க்கலாம். அங்கு போய் பார்க்கும் பொழுது, அந்த வேலை ஏற்கனவே நிரப்பப்பட்டு விட்டதாகவோ அல்லது அதில் அடிப்படை கட்டணம் ஏதுமில்லையென்றும் கமிஷன் மட்டுமே தரப்படும் என்றும், பெரும்பாலும் விற்கப்படும் பொருள் யாருக்கும் தேவையற்றது என்றும், விற்பவன் மீது இரக்கப்பட்டு ஒருவர் வாங்கினால்தான் உண்டு என்றும் தெரியவரலாம். ஆனால் அந்த வேலையை நிராகரித்து விட்டால் மீண்டும் தெருக்களில் அலைய வேண்டியதுதான். அதனால் அவன் தன் நடையை தொடர்கிறான். கடைகளில் காட்சிப்படுத்தப்பட்டிருக்கும் விலையுயர்ந்த பொருட்களைப் பார்த்தபடி தாழ்வு மனப்பான்மையுடன் நடக்கிறான். வியப்புடன் அவனைப் பார்ப்பவர்களை அவன் கண்டுகொள்வதில்லை. களைப்புற்று அவன் சிறிது நேரம் ரயில் நிலையத்திலோ அல்லது நூலகத்திலோ அமரலாம். ஆனால் அது வேலைத் தேடுவதாகாது என்று உணர்ந்தவுடன் மீண்டும் தன் நடையை தொடர்கிறான். நெற்றியில் விழுந்த கவலை ரேகைகள் காட்டிக் கொடுக்கவில்லையென்றாலும் இலக்கு ஏதுமில்லாமல் அவன் நடந்துகொண்டிருப்பது தெளிவாகின்றது. நல்ல நிலையில் இருந்தபோது அணிந்திருந்த அதே உடைகளை இப்போது அணிந்திருந்தாலும், நடை தளர்ந்து போயிருப்பதை அவற்றால் மறைக்க முடிவதில்லை.

பணம்தான் வித்தியாசப்படுத்திக் காட்டுவது

"கணக்கர்கள், எழுத்தர்கள், வேதியியலாளர்கள், வாகன ஓட்டுநர்கள் என ஆயிரக்கணக்கானவர்களை கண்டு பொறாமைபடுகிறான். அவர்களுக்கு சுதந்திரம் சுயமரியாதை மற்றும் ஆண்மை இருக்கிறது. அவனும் சிறந்த மனிதன் என்று அடிக்கடி தனக்குதானே உறுதிசெய்துகொள்ள கூறிக்கொண்டாலும் அவ்வப்போது ஒரு மணி நேர இடைவேளையில் அந்தச் சந்தேகம் அவனுக்கு மீண்டும் எழுகிறது.

"அவனுள் அந்த வித்தியாசம் தோன்றுவதற்கு காரணம் பணம்தான். சிறிதளவு அது கிடைத்து விட்டாலும் மீண்டும் பழைய நிலைமைக்குத் திரும்பிவிடுவான்.

"வறியவர்களை பணியில் அமர்த்தும்போது சில முதலாளிகள் அதனை தங்களுக்கு சாதகமாக்கிக் கொள்கிறார்கள். வாரத்திற்கு 12 டாலர் அல்லது 15 டாலர்கள் மட்டுமே ஊதியமாக கொடுக்க முன்வருகிறார்கள். வாரத்திற்கு 18 டாலர் கிடைத்தால் அவர்கள்

அதிர்ஷ்டசாலிகள் என்று அர்த்தம். வாரத்திற்கு 25 டாலர் தரும் வேலைகளை யாரும் இப்படி விளம்பரப்படுத்துவதில்லை. சாண்ட்விச் விற்பனை செய்பவர்களது ஆர்டர்களை தினமும் காலை 11 மணி முதல் மதியம் 2 மணி வரை தொலைபேசி மூலம் பெற்று அவற்றை எழுதிவைக்க நல்ல சுத்தமான கையெழுத்து உடைய ஒருவர் தேவை என்று கூறும் உள்ளூர் பத்திரிகை விளம்பரம் ஒன்று என்னிடம் உள்ளது. வாரத்திற்கு 8 டாலர்கள் இல்லை, மாதத்திற்கு 8 டாலர்கள். அது மட்டுமல்ல, 'உங்கள் மதம் என்னவென்று குறிப்பிடவும்' என்ற நிபந்தனையும் உண்டு. நன்னடத்தையுள்ள எழுத்தர் ஒருவர் மணிக்கு 11 செண்ட் ஊதியத்தில், அதுவும் அவரது மதம் இன்னதென்று குறிப்பிடவேண்டும். எப்படிப்பட்ட, குரூரமான அவமரியாதை? வறியவர்களின் கதி இதுதான்."

விமர்சனம் செய்யப்படுவோம் என்ற அச்சம்

மனிதனுக்கு இந்த பயம் முதன்முதலில் எப்படித் தோன்றியது என்று உறுதியாகத் தெரியவில்லை. ஆனால் ஒன்று மட்டும் நிச்சயம், மிகவும் வளர்ச்சியடைந்த நிலையில் அவனிடம் இந்த உணர்வு உள்ளது. அரசியல் ஒரு "தொழிலாக" மாறிய காலத்தில் இந்த அச்சம் தோன்றியிருக்கலாம் என்பது சிலரது கருத்து. பெண்கள் வித விதமான ஆடைகள் அணியத் துவங்கியபோது இது துவங்கியிருக்கலாம் என்று மற்றவர்கள் கூறுகிறார்கள்.

இந்த ஆசிரியர் ஒரு நகைச்சுவையாளரோ, அல்லது தீர்க்கதரிசியோ இல்லை. என்றாலும், எப்போது மனிதன், மற்றவரது பொருட்களை அபகரித்துவிட்டு அதற்கான காரணம் அவனது குணாதிசயங்கள் தான் என்று அவன் மேலேயே பழிசுமத்தி விமர்சனம் செய்யத் துவங்கினானோ அப்போதிலிருந்துதான் என்று நம்ப விரும்புகிறார். மனிதன் எவரிடமிருந்து திருடுவானோ அவரையே விமர்சிப்பதென்பது அவனது இயல்பாகும். உதாரணத்திற்கு, அரசியல்வாதிகள் தேர்தலில் வெற்றிபெற்று தங்கள் ஆட்சி அமைக்க தங்களது சிறப்புகள் மற்றும் நல்லியல்புகளைப் பற்றி தேர்தல் பிரசாரங்களில் குறிப்பிடாமல் எதிர் தரப்பினரை விமர்சித்துத்தான் வெற்றி பெறுகிறார்கள்.

விமர்சனத்தை கண்டு அஞ்சுவதில் பல வகைகள் உண்டு. பெரும்பாலாக அவை அற்பமானவை. உதாரணத்திற்கு: வழுக்கை தலை கொண்ட ஒருவனின் தோற்றத்திற்கு காரணம் விமர்சனத்திற்கு அவன் அஞ்சுவதே. ஆனால் உண்மையான காரணம், அழுத்தமாக அணியப்படும் தொப்பிகள், தலைக்குச் செல்லும் இரத்த ஓட்டத்தைத் தடுப்பத்தே ஆகும். ஆண்கள் தொப்பிகளை விரும்பி அணிவதில்லை; அடுத்தவர்கள் அணிகிறார்களே என்ற காரணத்தால்தான் தாங்களும் அணிகிறார்கள். மற்றவர்கள் அவர்களை கடுமையாக விமர்சனம் செய்வார்கள் என்று

அஞ்சியே அதை அணிகிறார்கள். பெண்களுக்குத் தலையில் வழுக்கை விழுவது அரிதே. ஏனென்றால் அவர்கள் தொப்பிகளை அழுத்தமாக அணிவதில்லை. தங்களை அழகுபடுத்திக் கொள்ளும் நோக்கத்தோடுதான் அதை அணிகிறார்கள்.

ஆனால் பெண்கள் விமர்சனத்துக்கு பயப்படுவதில்லை என்று எண்ண வேண்டாம். இந்த வித பயத்தைப் பொறுத்தவரை ஆண்களை விடத் தாங்கள் மேலானவர்கள் என்று எந்த ஒரு பெண்ணும் தன்னைப்பற்றி உயர்வாக கூறிக்கொண்டால் 1890களில் அணியப்பட்ட தொப்பி ஒன்றை இப்போது அணிந்து வெளியே நடந்து செல்லும்படி கூறுங்கள்.

மொத்த மனித இனமே பெற்ற சாபமான இந்த பயத்தை புத்திசாலித்தனமாக ஆடை வடிவமைப்பாளர்கள் தங்களுக்கு சாதகமாகப் பயன்படுத்திக் கொள்ள அதிக நேரம் எடுக்கவில்லை. உடுத்தும் ஆடைகளின் பாணி ஒவ்வொரு பருவகாலத்திலும் மாற்றங்களுக்கு உள்ளாகிறது. இந்த மாற்றங்களை கொண்டுவந்து புதிய பாணிகளை நிர்ணயிப்பது யார்? நிச்சயமாக வாங்குபவர்கள் இல்லை, தயாரிப்பாளர்களே. அவர்கள் ஏன் அடிக்கடி பாணிகளை மாற்றிக் கொண்டே இருக்கிறார்கள்? அதிக எண்ணிக்கையில் ஆடைகளை விற்க முடியும் என்பதால்தான்.

ஒரு சில விதிவிலக்குகளைத் தவிர இதே காரணத்திற்காகத்தான் மோட்டார் வாகன தயாரிப்பாளர்களும் அடிக்கடி மாடல்களை மாற்றிக் கொண்டே இருக்கிறார்கள். உண்மையில் பழைய மாதிரி மேம்பட்டதாக இருந்தாலும் எந்த ஒருவனும், சமீபத்திய மாடல் இல்லாத வாகனங்களை ஒட்ட விரும்புவதில்லை.

வாழ்க்கையின் மிகச் சிறிய விஷயங்களில் கூட, மற்றவர்களின் விமர்சனத்திற்கு அஞ்சி நடந்துகொள்கிறார்கள் மக்கள் என்பதை விளக்கிவருகிறோம். மனித உறவுகள் சம்மந்தப்பட்ட விஷயங்களில் விமர்சனம் எந்த விதமான தாக்கத்தை ஏற்படுத்துகிறது என்பதை இப்போது ஆராயலாம். உதாரணத்திற்கு மனதளவில் முதிர்ச்சி அடைந்த ஒரு மனிதனை எடுத்துக் கொள்வோம் (அதாவது சராசரியாக, 35 முதல் 40 வயதிற்கு உட்பட்டவர்கள்). அவரது மனதின் ரகசிய சிந்தனைகளை உங்களால் படிக்க முடிந்தால், சில பத்தாண்டு காலங்களுக்கு முன்பு பிரசித்தமாக இருந்த கதைகளில் கூறப்பட்ட பெரும்பாலான தத்துவங்களையும் கொள்கைகளையும் அவர் உறுதியாக நம்புவதில்லை என்று காண்பீர்கள்.

இந்த விஷயங்கள் குறித்து தனது நம்பிக்கையைப்பற்றி வெளிப்படையாகச் சொல்லும் துணிச்சல் கொண்ட மனிதனை நீங்கள் காண்பது கடினம். பெரும்பாலானவர்கள் நீங்கள் வற்புறுத்திக் கேட்டால் துணிந்து பொய் சொல்வார்கள். அறிவியல் கண்டுபிடிப்புகளும் கல்வியும்

இல்லாத பழங்காலத்தில், மனிதனை அடிமைப்படுத்தி வைத்திருந்த, மதச்சார்புடைய கதைகளை தன்னால் இப்போது நம்பமுடிவதில்லை என்ற உண்மையை சொல்ல மாட்டார்கள்.

பெரும்பாலான மதங்களுக்கு அடிப்படையாக விளங்கும் பழங்காலத்திய கதைகளை நம்புவதில்லை என்ற உண்மையை சொல்ல சராசரி மனிதன் ஏன் தயங்குகிறான்? இதற்கு விடை, தான் விமர்சனம் செய்யப்படுவோம் என்ற அச்சமே. ஆவிகளை நம்பவில்லை என்று சொன்ன காரணத்திற்காக ஆண்களும் பெண்களும் கொளுத்தப்பட்டிருக்கிறார்கள். விமர்சனத்தை அஞ்சும் மன நிலையை நாம் பரம்பரையாகப் பெற்றிருப்பது வியப்பதற்கில்லை. வெகு காலம் முன்பு என்று சொல்ல முடியாது இன்றளவும் சில நாடுகளில் விமர்சனங்கள் செய்வோர் கடுமையான தண்டனைக்கு உட்படுத்தப்படுகிறார்கள்.

விமர்சனங்கள் குறித்து அஞ்சுவது மனிதனின் துவக்கமுயற்சியை களவாடி, அவனது கற்பனாசக்தியை அழித்து அவனது ஆளுமை மேம்பட முடியாமல் போய் விடுவதோடு, அவனது சுயச்சார்பும் நீக்கப்பட்டு நூற்றுக்கணக்கான வழிகளில் அவனுக்கு தீமை விளைவிக்கிறது. சரிசெய்யப்பட முடியாதவகையில் பெற்றோர் குழந்தைகளை விமர்சனம் செய்து அவர்களை பாதித்து விடுகிறார்கள். என்னுடைய பிள்ளைப்பருவத்தில் என்னுடன் படித்த ஒரு சிறுவனின் அம்மா அடிக்கடி அவனை நீண்ட குச்சியால் அடித்தப்படி “இப்படியே தொடர்ந்தால் உன்னுடைய 20ஆம் வயதிற்குள் குழந்தைகள் சீர்திருத்தப்பள்ளிக்கு செல்லவேண்டியிருக்கும்” என்று கூறுவார். அவன் தனது பதினேழாம் வயதில் சீர்திருத்தப்பள்ளிக்கு அனுப்பப்பட்டான்.

எல்லோரும் மிக அதிகமாக பெறும் சேவை, விமர்சனம். வேண்டி கேட்டுக் கொள்ளப்பட்டாலோ இல்லையோ எல்லோருக்கும் அது இலவசமாக வழங்கப்படுகிறது, நமது நெருங்கிய உறவினர்களே இந்தத் தவறை அதிகம் செய்கிறார்கள். தேவையற்ற விமர்சனங்கள் மூலம் குழந்தைகளின் மனதில் தாழ்வு மனப்பான்மையை உண்டாக்கும் பெற்றோர்கள் குற்றவாளிகளாக கருதப்படவேண்டும். (உண்மையில் அது மிக மோசமான வகை குற்றமாகும்.) மனித இயல்பை நன்கு அறிந்த முதலாளிகள், தங்கள் ஊழியர்களை விமர்சனம் செய்யாமல் ஆக்கபூர்வமான ஆலோசனைகளை அளித்து அவர்களிடமுள்ள சிறந்த திறமையை வெளிகொணர்கிறார்கள். பெற்றோர்களும் இந்த முறையை கையாண்டால் சிறந்த விளைவைப் பெறலாம். விமர்சனம் மனித மனதில் அச்சம் அல்லது வெறுப்பை விதைக்கும். அதனால் அன்பையும் பற்றுதலையும் உண்டாக்க முடியாது.

விமர்சனம் பற்றிய அச்சத்தின் அறிகுறிகள்

வறுமைக்கு அஞ்சுவது போலவே, விமர்சனத்துக்கு அஞ்சுவதும் உலகளாவிய ஒன்று. தனிமனிதனின் சாதனைகளை அது மிகவும் பாதிக்கிறது. அவனது சுய முயற்சியை அழித்து, கற்பனாசக்தியை முன்னேற்ற முடியாமல் தடுக்கிறது. இந்த அச்சத்தின் முக்கிய அறிகுறிகள்:

சுய உணர்வு: உரையாடல் மற்றும் அந்நியர்களை சந்திப்பதில் பதட்டம், கூச்சம், அசௌகரியமான கை கால் அசைவுகள் மற்றும் பேசும் பொழுது கண்களை நேருக்கு நேராக பார்த்து பேசாதிருத்தல் ஆகியவை பொதுவாக வெளிபடுத்தப்படுகின்றன.

சமநிலையின்மை: குரலில் கட்டுபாடு இல்லாதிருத்தல், மற்றவர்கள் மத்தியில் இருக்கும்போது பதட்டம், மோசமான தோரனை, குறைந்த நினைவாற்றல்.

ஆளுமை: தீர்மானம், தனிப்பட்ட வசீகரம் மற்றும் தனது கருத்துக்களை வெளியிடுவதில் உறுதி ஆகியவற்றில் குறைபாடு. பிரச்சினைகளை நேரடியாக எதிர்கொள்ளாமல் ஒதுக்கிவிடுவது, மற்றவர்கது கருத்துக்களை ஆராயாமல் ஏற்றுக்கொள்வது.

தாழ்வு மனப்பான்மை: தனது தாழ்வு மனப்பான்மையை மறைக்கத் தன் சுய உடன்பாட்டை வார்த்தைகள் மூலமாகவும் செயலாகவும் வெளிபடுத்துதல், மற்றவர்களைக் கவர 'பெரிய சொற்களை' அவற்றின் பொருள் தெரியாமலேயே உரையாடலில் பயன்படுத்துதல், ஆடை அணிவதிலும், உரையாடலிலும், பாவனைகளிலும் மற்றவர்களை பின்பற்றுதல்; கற்பனையில் உருவாக்கப்பட்ட சாதனைகளை கூறி தற் பெருமைப்பட்டு அதன் மூலம் தன்னை உயர்வானவராக காட்டிக் கொள்ளுதல்.

ஊதாரித்தனம்: மற்றவர்களைப்போன்ற வாழ்கையை விரும்பி வரவுக்கு மீறிய செலவு செய்தல்.

சுய முயற்சியின்மை: சுய முன்னேற்றத்திற்கான வாய்ப்புகளைப் கைப்பற்றாதிருத்தல்; சுய கருத்தின் மீது நம்பிக்கையில்லாதிருத்தல்; மேலதிகாரிகளின் கேள்விகளை தட்டிக்கழிப்பது; பேச்சிலும் நடவடிக்கையிலும் தயக்கம்; சொற்களாலும் செயல்கள் மூலமாகவும் பிறரை ஏமாற்றுதல்.

உயர்வான லட்சியமின்மை: உடல் மற்றும் மனதளவில் சோம்பேறித்தனம்; சுய கருத்துக்களை உறுதியுடன் சொல்லாதிருத்தல்; முடிவுகள் எடுப்பதில் தாமதம்; எளிதில் மற்றவர்கள் கூற்றிற்கு ஒப்புக்கொண்டு நடத்தல்; மற்றவர்களை முகஸ்துதி செய்தும் அவர்களது முதுகுக்குப் பின்னால் இகழ்ந்தும் பேசும் பழக்கம்; தோல்வியை எந்த எதிர்ப்பும் இன்றி ஏற்றுக் கொள்ளும் பழக்கம்; மற்றவர்களின் எதிர்ப்பை பெற்றால் செய்துகொண்டிருக்கும் வேலையை கைவிடுதல்; காரணமின்றி மற்றவர்கள் மீது சந்தேகப்படுவது; சொல்லிலும் செயலிலும் சாதுரியமின்மை, செய்த தவறுக்ளுக்கு பொறுப்பேற்றுக் கொள்ளாதிருத்தல்.

ஆரோக்கியம் இல்லாமல் போகக்கூடும் என்னும் அச்சம்

இந்த பயம் உடல் மற்றும் சமூக பரம்பரையிலிருந்து உண்டாவதாகக் காணலாம். இது முதுமை மற்றும் மரணம் குறித்த பயம் ஆகியவற்றோடு நெருங்கிய தொடர்புடையதாக காணலாம். மரணம் பற்றிய பயங்கரமான கதைகளை கேட்டு ஏற்பட்ட அசௌகரியமே இதற்கான காரணம். ஆரோக்கியத்தை விற்பனைப் பொருளாகக் கொண்டு செயல்படும் சில ஒழுக்கமற்ற வியாபாரிகள் ஆரோய்கியமின்மை பற்றிய அச்சத்தை வளர்க்கிறார்கள் என்பது பொதுவாக நிலவும் கருத்து.

முக்கியமாக உடல்நலமின்மை குறித்து மனிதன் அஞ்சுவது மரணம் சம்பவித்தால் என்ன நடக்குமென்று அவன் மனதில் விதைக்கப்பட்டுள்ள கொடூரமான சித்தரிப்பினால்தான். அதனால் ஏற்படக்கூடிய பொருளாதார நெருக்கடியையும் எண்ணி அவன் அஞ்சுகிறான்.

பிரபல மருத்துவர் ஒருவர், பொதுவாக மருத்துவர்களை சென்று சந்திப்பவர்களில் 75 சதவிகிதத்தினர் உண்மையில் மனதளவில் தங்களுக்கு நோய் இருப்பதாக கற்பனையாகக் கருதிக்கொள்பவர்களே என்று கணித்தார். பயப்படவேண்டிய அவசியம் சிறிதும் இல்லாமல் இருப்பினும் ஒருவரது உடலில் நோய்க்கான அறிகுறிகள் தோன்றுவது ஆரோய்கியமின்மை என்னும் அச்சத்தினால் ஏற்படுவதுதான் என்று மருத்துவ ரீதியாக நிரூபிக்கப்பட்டிருக்கிறது.

மனித மனம் வலிமை மிக்கது! அது ஆக்கவும் செய்கிறது, அழிக்கவும் செய்கிறது.

இந்த ஆரோக்கியமின்மை என்னும் பொதுவான மனித பயத்தை பயன்படுத்திக் கொண்டு காப்புரிமை பெற்ற மருந்துகளை விற்பவர்கள் ஏராளமான செல்வத்தை ஈட்டியிருக்கிறார்கள். எளிதில் எதையும் நம்பி விடுகிற மனித சமுதாயத்தின் மீது, இது போன்ற திணித்தல் கடந்த 20 ஆண்டுகளில் பரவலாகிவிட்டது என்று 'கோலியர்ஸ் வீக்லி' பத்திரிகை

இதையொட்டியே காப்புரிமை பெற்ற மருந்துகளை விற்பவர்களுக்கு எதிரான மிகக் கடுமையான பிரச்சாரத்தை மேற்கொண்டது.

உலகப்போரின் போது நியூயார்க் நகரில் ஃப்ளூ என்ற தொற்று நோய் பரவிய போது, அந்நகர மேயர், அச்சத்தின் காரணமாக மக்கள் தங்களுக்குத் தாங்களே உண்டாக்கி கொண்டிருந்த சேதத்தைக் குறைப்பதற்காக சில கடுமையான நடவடிக்கைகள் எடுத்தார். பத்திரிகையாளர்களை அழைத்து, "பண்பானவர்களே, மக்களுக்குப் பீதியை உண்டாக்கும் இந்த ஃப்ளூ பற்றிய செய்தியை வெளியிட வேண்டாம் என்று கேட்டுக் கொள்வதை அவசியமாக உணர்கிறேன். நீங்கள் என்னுடன் ஒத்துழைக்காவிட்டால் நிலைமை கட்டுக்கடங்காமல் போய்விடும்" என்று கூறினார். பத்திரிகைகள் ஃப்ளூ பற்றிய செய்திகளை வெளியிடுவதை நிறுத்திவிட ஒரே மாதத்திற்குள் அந்த நோயானது முழுமையாகக் கட்டுப்படுத்தப்பட்டது.

சில வருடங்களுக்கு முன்பு நடத்தப்பட்ட ஆராய்ச்சிகளில், மனிதர்களை ஆலோசனை மூலம் நோயுறச் செய்யமுடியும் என்று நிரூபிக்கப்பட்டுள்ளது. இதே பரிசோதனையை எங்களுக்கு தெரிந்த மூவர் மூலம் நாங்களும் செய்தோம். மூன்று நண்பர்களைத் தேர்ந்தெடுத்து, இவர்களின் வீடுகளுக்கு அடிக்கடி சென்று, "உங்கள் உடம்புக்கு என்ன? மிகவும் ஆரோக்கியமில்லாமல் இருப்பதாக தோன்றுகிறீர்களே!" என்று கேட்க வைத்தோம். இந்த சோதனையின் முதல் பலியாளர் அதைக் கேட்டவுடன் சிரித்தபடி அலட்சியமாக, "ஒன்றுமில்லையே, நான் நன்றாகத்தான் இருக்கிறேன்" என்றார். இரண்டாவது நண்பரால் அதே கேள்வி கேட்கப்பட்டபோது, "சரியாகத் தெரியவில்லை, ஆனால் உடல் நலமில்லாதது போல் தான் உணர்கிறேன்" என்ற பதில் வந்தது. மூன்றாமவர் சந்தித்து உடல் நலம் பற்றி விசாரித்தபோது அதை உறுதியாகச் சொன்னார்.

இந்தப் பரிசோதனையை உங்களுக்குத் தெரிந்தவர் மீது செய்து பாருங்கள் ஆனால் அது அவரை அசௌகரியமாக உணரச்செய்யக்கூடும் என்று தோன்றினால் அதிகப்படியாக எதையும் செய்யாதீர்கள். ஒரு குறிப்பிட்ட மதப் பிரிவினர் தங்கள் எதிரிகளை இப்படி பழிவாங்குகிறார்கள். மந்திரவாக்கு மூலம் அவர்களை வசப்படுத்துகிறார்கள்.

எதிர்மறை எண்ண ஊக்கிகளாலே சிலசமயங்களில் உடலில் நோய் உண்டாகிறது என்பதற்கு ஏராளமான சாட்சியங்கள் உண்டு. அப்படிப்பட்ட எண்ணத்தின் உந்துசக்தி ஒருவர் மனதிலிருந்து மற்றவர் மனதிற்குள் செலுத்த முடியும் அல்லது ஒருவர் இதனை தனக்குள் தானே உண்டாக்கிக் கொள்ள முடியும்.

இந்த நிகழ்வு சுட்டிகாட்டுவதை விட சராசரியாக அதிக அறிவுள்ள ஒருவர், "என்னிடம் யாராவது எப்படி உணர்கிறேன் என்று கேட்டால்,

ஓங்கி அறைந்து கீழே தள்ளி அவருக்கு பதில் கொடுக்க விரும்புகிறேன்" என்றார்.

உடல் நலமில்லாத ஒருவரை மருத்துவர், சிறிது காலம் வேறு இடத்திற்கு சென்று தங்கிவிட்டு வாருங்கள் என்று சொல்வது நோயை குணப்படுத்த மன நிலையில் மாற்றம் அவசியம் என்பதால்தான். ஆரோக்கியமின்மைக்கான விதை ஒவ்வொருவரின் மனதிலும் இருக்கிறது. கவலை, அச்சம், ஆதரவின்மை, காதல் அல்லது தொழிலில் ஏமாற்றம் ஆகியவை இந்த விதையை துளிர்த்து வளர வைக்கின்றன. எந்தவிதமான எதிர்மறை எண்ணமும் ஆரோக்கியமின்மையில் கொண்டுவிடும் என்பதால் பொருளாதார மந்தநிலை ஏற்பட்டபோது மருத்துவர்கள் ஓய்வில்லாமல் வேலை செய்ய வேண்டிவந்தது.

காதல் மற்றும் தொழிலில் ஏற்படும் ஏமாற்றமே, நோய் வந்துவிடுமோ என்ற அச்சத்திற்கான முதன்மை காரணமாக இருக்கிறது. காதலில் ஏமாற்றமடைந்த இளைஞர் ஒருவர் மருத்துவமனையில் சேர்க்கப்பட்டார். பல மாதங்களுக்கு அவர் நிலைமை மோசமாக இருந்தது. ஆலோசனை மூலம் குணப்படுத்தும் சிறப்பு மருத்துவர் அழைக்கப்பட்டார். அந்த மருத்துவர் இளைஞரின் செவிலியரை மாற்றி அவரை காதலிப்பதாக நம்பவைக்கக்கூடிய வேறொரு பெண்ணை அவருக்கு பொறுப்பாக நியமித்தார். அவளும் தன் பணியை சிறப்பாக செய்ய மூன்றே வாரங்களில் அந்த இளைஞர் மருத்துவமனையிலிருந்து வேறொரு நோயுடன் வெளியே அனுப்பப்பட்டார். அவருக்கு மீண்டும் காதல் நோய் ஏற்பட செய்யப்பட்ட திருத்தம் பொய்யாக இருந்தாலும் சீக்கிரமே நோயாளியும் அந்த பெண்ணும் திருமணம் செய்து கொண்டார்கள். இது எழுதப்படும் போது இருவரும் பூரணமான ஆரோக்கியத்துடன் இருக்கிறார்கள்.

ஆரோக்கியமின்மை ஏற்படக்கூடும் என்ற அச்சத்தின் அறிகுறிகள்

உலகளாவியிருக்கும் இந்த அச்சத்தின் அறிகுறிகள்:

தன்னாலோசனை: நோய்க்கான அறிகுறிகளை தேடி எதிர்பார்த்து தன்னாலோசனை தத்துவத்தை எதிர்மறையாக பயன்படுத்தும் பழக்கம், கற்பனையான நோய்களை "அனுபவித்து" அது உண்மை என்பது போல் எல்லாரிடமும் பேசுவது. குணப்படுத்தும் சாத்தியக்கூறு இருப்பதாக மற்றவர்கள் கூறுவதை முயற்சி செய்யும் பழக்கம். மற்றவர்களிடம் நோய்கள், அறுவை சிகிச்சைகள், விபத்துக்கள் பற்றி பேசுவது. குறிப்பிட்டத் துறையில் விசேஷ அறிவை பெற்றவரது வழிகாட்டுதல் இல்லாமல் உணவுமுறை, உடற்பயிற்சி, எடை குறைப்பு, போன்ற பரிசோதனை முயற்சிகளில் ஈடுபடுவது. கை வைத்தியம், காப்புரிமை

பெற்ற மருந்துகள், போலி மருத்துவர்களின் மருந்துகள்-என்று எல்லாவற்றையும் எடுத்துக்கொள்வது.

உடல் நிலையை குறித்த கவலையில் இருத்தல்: நோயைப்பற்றி பேசும் பழக்கம், நோயின் மீது கவனத்தை குவிப்பது, நரம்பு முறிவு ஏற்படும் வரை நோய் வருமென எதிர்பார்த்தபடி இருத்தல். குப்பிகளில் வரும் மருந்தாலும் குணப்படுத்த முடியாத நிலைமை. எதிர்மறை எண்ணங்களால் இது உண்டாக்கப்பட்டதால் நேர்மறை எண்ணங்கள் மட்டுமே குணமாக்கும் தன்மை கொண்டது. இந்த நிலைமையை 'ஹைப்போகாண்ட்ரியா' (கற்பனை நோய்) என்று சொல்லக்கூடிய நோய் வந்துவிடுமோ என்ற எண்ணம் ஆபத்தானது. நரம்பு சம்பந்தப்பட்ட பெரும்பாலான நோய்கள் இம்மாதிரி கற்பனைகளிலிருந்து உண்டாகுபவையே.

உடற்பயிற்சி: ஆரோக்கியமின்மையின் பயம் பெரும்பாலும் ஒழுங்கான உடற்பயிற்சியில் தலையிட்டு எடை அதிகரிப்பை விளைவித்து ஒருவர் வீட்டிற்கு வெளியே செல்வதை தவிர்க்கத்தூண்டும்.

சுலபமாக பாதிக்கப்படுதல்: ஆரோக்கியமின்மை என்ற அச்சம், உடலின் இயற்கையான எதிர்ப்பு சக்தியை உடைத்து, நோய்கள் வர உகந்த சூழ்நிலையை உருவாக்குகிறது.

பெரும்பாலும் வறுமை என்னும் அச்சம் இதனுடன் நெருங்கிய தொடர்புள்ளதாக இருக்கிறது. விசேஷமாக, கற்பனை நோயினால் பாதிக்கப்படுபவர் மருத்துவர்களுக்கும் சிகிச்சைக்கும் பணம் செலவாகுமே என்று கவலைப்படுகிறார். இது போன்ற மனிதர்கள் நோய்க்காக தன்னைத்தயார் படுத்திக்கொள்ள, மரணத்தைப்பற்றி பேசி, கல்லறை மற்றும் ஈமச் சடங்குகளுக்காக பணம் சேமித்தலில் தங்கள் நேரத்தை செலவிடுகிறார்கள்.

சுயப்பச்சாதபம்: கற்பனை நோய்க்கொண்டு பிறரது அனுதாபம் தேடுதல். வேலையில் தனது பொறுப்புக்களை தவிர்ப்பதற்காக அடிக்கடி மக்கள் இப்படி செய்வதுண்டு. சோம்பல் மற்றும் முன்னேற வேண்டும் என்ற ஆர்வம் இல்லாதிருப்பதை மறைப்பதற்காகவும் இப்படிச் செய்வதுண்டு.

அத்து மீறல்கள்: நோய்க்கான காரணத்தைக் கண்டுபிடித்து அதை நீக்காமல், மது அருந்தி, போதை பொருட்களை உட்கொண்டு வலியிலிருந்து விடுபட நினைப்பது.

நோய்கள் பற்றிய தகவல்களைப் படித்துவிட்டுத் தனக்கு அது வரும் சாத்தியக்கூறுகளை எண்ணி கவலைப்படும் பழக்கம். காப்பரிமைப்

பட்டயங்கள் பெற்ற மருந்துகள் பற்றிய விளம்பரங்களை ஆர்வத்தோடு படிப்பது

காதலை இழந்துவிடுவோம் என்னும் அச்சம்

மாற்றான் மனைவி மீது ஆசை கொள்வதும், கிடைத்த சந்தர்ப்பங்களில் அவளுடன் நெருங்கிப்பழகுவதுமான பழக்கங்களே மனிதனின் மனதில் உள்ளார்ந்து இருக்கும் இந்த அச்சத்தின் மூலம் என்ற விளக்கத்திற்கு அவசியமேயில்லை.

பொறாமை மற்றும் டிமென்ஷியா என்ற மறதி நோய் போன்றவை தனது காதலை இழந்து விடுவோமோ என்ற அச்சத்தில் இருந்தே தோன்றி வளர்கின்றன. ஆறு அடிப்படை அம்சங்களில் மிகுந்த வலியை தரக்கூடியது இதுவே. மற்ற எந்த நோயும் உடல் மற்றும் மனதை பாதிக்காத அளவில் இது ஒருவரை நிரந்தரமாகப் பைத்தியமாக்கி அழிவை கொண்டுவருகிறது.

கற்காலம் முதலாக மனிதன் மற்றவரிடமிருந்து ஒரு பெண்ணை மிருக பலம் கொண்டு அபகரித்த போதிலிருந்து இந்த அச்சம் இருந்துவந்துள்ளது. இன்றும் பெண்கள் அபகரிக்கப்படுகிறார்கள், ஆனால் வழிமுறைதான் மாறியிருக்கிறது. வலுக்கட்டாயமாக இல்லாமல் விடாமுயற்சியுடன் அழகிய ஆடைகள், வாகனங்கள், மற்றும் இதுபோன்ற தூண்டில்கள் கொண்டு தங்கள் முயற்சிகளை தொடர்கிறார்கள். நாகரிகம் உருவாகும் முன்பு மனிதனுக்கு இருந்த பழக்கங்களே இப்போதும் இருக்கின்றன. ஆனால் அவை வெளிப்படுத்தப்படும் விதம் மட்டும் மாறியிருக்கிறது.

ஆண்களைவிடப் பெண்களே இந்த அச்சத்திற்கு ஆளாகிறார்கள் என்று கவனமான ஆராய்ச்சிகள் கூறுகின்றன. இந்த உண்மை சுலபமாக விளக்கப்படுகிறது. பல பெண்களை மணந்து கொள்ளும் விருப்பம் உடையவர்கள் ஆண்கள் என்பதை தங்கள் அனுபவம் மூலம் அறிந்து கொண்டுள்ள பெண்கள் இப்படி வேறொரு பெண்ணின் மீது காதல் வசப்பட்டிருக்கும் ஒருவனை எளிதில் மீட்க முடியாது என்றும் நம்புகிறார்கள்.

காதலை இழந்துவிடுவோம் என்னும் அச்சத்தின் அறிகுறிகள்

இந்த அச்சத்தின் தனித்துவம் வாய்ந்த அறிகுறிகள்:

பொறாமை: போதுமான அத்தாட்சி இல்லாதபோதும் நண்பர்கள் அல்லது தன் அன்புக்குரியவர்கள் மீது சந்தேகப்படுவது. (காரணம் சிறிதளவுமின்றி கோபத்தில் வன்மையாக நடந்து கொள்வதும்

பொறாமையின் ஒரு வடிவமே) ஆதாரம் இல்லாமல் தன் துணையை நெறி தவறி விட்டதாகக் குற்றம் சாட்டுவது. எல்லோர் மீதும் பொதுவான சந்தேகம் மற்றும் எவர் மீதும் நம்பிக்கை இல்லாதிருத்தல்.

குறை காண்பது: சிறு தூண்டுதல்களின் அடிப்படையில் அல்லது எந்த காரணமும் இல்லாமலும் கூட நண்பர்கள், உறவினர்கள், வியாபாரக் கூட்டாளிகள் என்று எல்லோரைப் பற்றியும் குறை கூறுவது.

சூதாட்டம்: அன்பை பணத்தால் பெற முடியும் என்ற எண்ணத்துடன் அன்பானவர்களுக்கு பணமும் பொருட்களும் கொடுப்பதற்காக சூதாட்டம், திருட்டு, ஏமாற்றுதல் அல்லது இன்ன பிற வழிகளில் ஈடுபடுவது. தன் அன்புக்குரியவர்களுக்கு பரிசுகள் கொடுப்பதற்காக தன் சக்திக்கு மீறிய வகையில் கடன் வாங்கிச் செலவுகள் செய்வது. தூக்கமின்மை, பதட்டம், விடாமுயற்சியின்மை, பலவீனமான மனவுறுதி, சுயக்கட்டுப்பாடின்மை, சுயச்சார்பின்மை, எப்போதும் கோபமாக இருத்தல்.

முதுமையைப் பற்றிய அச்சம்

முக்கியமாக இந்த அச்சம் இரண்டு ஆதாரங்களிலிருந்து கிளம்புகிறது. முதலாவதாக, முதுமை தன்னுடன் வறுமையை அழைத்துவரக்கூடும் என்ற அச்சம். இரண்டாவதாக, பொதுவான மூலம் என்று கருதப்படுவது மனிதனை பயத்தினால் அடிமைப்படுத்திவைக்கும் பண்டைய காலத்து தவறான மற்றும் குரூரமான சூழ்ச்சிகள்.

தன்னிடமுள்ள பொருட்களையும் பணத்தையும் மற்றவர்கள் பறித்துக் கொள்வார்கள் என்ற அச்சமும், மரணத்திற்குப் பிறகு நடக்கக்கூடிய பயங்கரங்கள் என்று வேறு உலகம் பற்றி பழங்காலத்தில் சித்திரிக்கப்பட்டவை ஏற்படுத்தும் அச்சமும் முதுமையில் ஒருவரது மனதை ஆக்கிரமித்துக்கொள்கிறது.

முதுமையில் உடல்நலம் கெடக்கூடுமென்ற பொதுவான நம்பிக்கையும் ஒரு காரணம். மேலும், முதுமையில் சிற்றின்பம் பாதிக்கப்படும் என்ற அச்சமும் ஒரு காரணமாக அமைகிறது.

முதுமையில் மிகவும் பொதுவாக எல்லோரிடமும் காணப்படுவது வறுமையுடன் தொடர்புடையதே. முதுமையில் ஏழ்மையில் சிறு குடிசையில் வாழவேண்டிய நிலை ஏற்படுமோ என்ற அச்சம் மனிதனுக்கு ஏற்படுகிறது.

முதுமையைக் கண்டு அஞ்சவைக்கும் மற்றொரு காரணம் சுதந்திரத்தை இழக்கக்கூடிய நிலை ஏற்படுமோ என்ற எண்ணமே.

பொருளாதார தேவைகள் மற்றும் அன்றாட பணிகளுக்கு மற்றவர்களைச் சார்ந்து வாழ வேண்டிய நிலைமை ஏற்படக்கூடும்.

முதுமையைப் பற்றிய அச்சத்தின் அறிகுறிகள்

இந்த பயத்தின் பொதுவான அறிகுறிகள்:

40 வயதை அடைந்தவுடன் செயல்பாடுகளில் மந்தமாக ஆகிவிடுவோம் என்ற எண்ணம் தாழ்வு மனப்பான்மையைத் தூண்ட வயது காரணமாக வாழ்கையில் வீழ்ச்சி கண்டுவிட்டதாக தவறான எண்ணம் ஏற்படுவது (உண்மையில் நாற்பதிற்கும் அறுபதிற்கும் இடைப்பட்ட காலமே ஒரு மனிதனின் வாழ்வில் பயனுள்ள சாதனைகள் படைக்கக்கூடிய காலம்.)

முதுமையில் தன்னிடம் உள்ள அனுபவ அறிவுக்கு நன்றி தெரிவிக்கும் வகையில் நடந்துகொள்ளாமல் அதனை சாக்காக வைத்து பார்ப்பவர்களிடமெல்லாம் புலம்பி அனுதாபம் தேடுவது.

இந்தப்பண்புகளை இனியும் செயலாக்கமுடியாது என்று கூறி புதிய முயற்சிகளில் ஈடுபடுவது, கற்பனை செய்வது மற்றும் சுயச்சார்பை கைவிட்டு விடுவது.

நாற்பது வயதிற்கு மேற்பட்டவர்கள் தங்கள் ஆடை அலங்காரங்கள் மூலம் தங்களை வயதில் குறைந்தவர்களாக காட்டிக் கொள்வது. இது நண்பர்கள் மற்றும் அந்நியர்களின் ஏளனத்திற்கு ஒருவரை ஆளாக்குகிறது.

மரணம் சம்பவிக்கும் பயம்

அச்சங்களிலேயே குரூரமானதாக சிலருக்கு தோன்றும் அச்சம் இது. காரணம் வெளிப்படையானது. தீவிரமான மதபோதனைகளால் தான் மரணம் என்ற எண்ணமே பெரும்பாலானோருக்கு பயங்கரமான அச்சத்தை ஏற்படுத்துகிறது. கிறித்துவ மதத்தவர் அல்லாதவர்கள் நாகரீகமானவர்களை விட குறைவாகவே இதைக்கண்டு அஞ்சுவர். பல்லாயிரக்கணக்கான வருடங்களாக மனிதன் நான் எங்கிருந்து வந்தேன், எங்கே போகப்போகிறேன் போன்ற கேள்விகளுக்கு விடை தேடிக்கொண்டிருக்கிறான்.

இந்தக் கேள்விக்கான விடையை அளிக்க பழங்காலத்தில் மந்திரவாதிகளும் தந்திரசாலிகளும் பெரிய விலை கேட்டார்கள். மரண பயம் எங்கிருந்து தோன்றுகிறது என்பதை காணுங்கள்.

“என் கூடர்த்திற்குள் வாருங்கள், என் மதத்தை ஏற்றுக் கொள்ளுங்கள், என் கொள்கைகளை ஏற்றுக் கொள்ளுங்கள், இறந்தவுடன் நேரடியாக

உங்களை சொர்க்கத்திற்கு அனுப்பி வைக்கிறேன்" என்று கூறுகிறார் ஒரு மதவாதி. "கூடாரத்திற்குள் நுழையாமல் இருங்கள். சாத்தான் உங்களைத் தன்னுடன் அழைத்துச் சென்று நிரந்தரமாக நெருப்பில் சுட்டுப் பொசுக்கட்டும்" என்றும் அவரே கூறி பயமுறுத்துவார்.

நிரந்தரம் என்பது நீண்ட காலம். நெருப்பு பயங்கரமானது. நெருப்பில் பொசுங்கும் நித்திய தண்டனை மரணத்தை அஞ்சவைக்கும். காரணங்களை மனம் ஏற்காது. வாழ்க்கையில் ஈடுபாட்டை இழக்கச் செய்து மகிழ்ச்சியை சாத்தியமற்றதாக்கி விடும்.

எனது ஆராய்ச்சியின் போது 'காட்ஸ் கேட்டலாக்' என்ற புத்தகத்தை மீள்பார்வையிட்டேன். அதில் மனிதன் வணங்கும் முப்பதாயிரம் கடவுள்களின் பெயர்கள் இருந்தன. அதைப்பற்றி கொஞ்சம் சிந்தித்துப்பாருங்கள்! மீன் வகையிலிருந்து மனிதன் வரை. மனிதன் மரணத்தைக் குறித்து அஞ்சியது வியப்பை வரவழைக்கவில்லை.

சொர்க்கத்திற்கு பாதுகாப்பாக அனுப்பிவைக்க மதத்தலைவர்களால் முடியாமல் போகலாம் அல்லது நரகத்திற்கு தள்ளும் சக்தி இல்லாதவர்களாகக் கூட அவர்கள் இருக்கலாம் ஆனால் நரகத்திற்கு செல்லும் எண்ணமே மிகவும் மோசமான எண்ணமாக அவனது கற்பனையில் நிஜமாக வளர்ந்து அச்சம் கொண்டு அவன் வாழ்க்கையை முடக்கி விடுகிறது.

உண்மையில் எவரும் சொர்க்கம் என்றால் என்ன, நரகம் என்றால் என்ன என்று அறிந்திருக்கவில்லை அப்படியொரு இடம் இருக்கின்றதா என்று கூட அவர்களுக்குத் தெரியாது. நேர்மறையான இது பற்றிய அறிவு அவனுக்கு இல்லாததால் மந்திரவாதிகள் அவனது மனதிற்குள் புகுந்து தங்கள் மந்திர வித்தைகள் மூலம் அவனை ஆட்டி வைக்கிறார்கள்.

சிறந்த பல்கலைகழகங்களும் கல்லூரிகளும் இல்லாத காரணத்தால் ஓங்கியிருந்த மரணம் பற்றிய பயம், இப்போது இல்லை. அறிஞர்களின் கண்டுபிடிப்புகள் மக்களின் கண்களை திறந்து விட மரணத்தின் பயத்திலிருந்து மக்கள் வேகமாக தங்களை விடுவித்துக்கொண்டு வருகிறார்கள். நெருப்பில் தள்ளப்படுவது போன்ற விஷயங்கள் இன்றைய இளைஞர்களை அச்சுறுத்துவதில்லை. உடலியல், வானியல், புவியியல் போன்ற அறிவியல் பிரிவுகளின் உதவியுடன் இருண்ட காலத்தில் மக்களது மனங்களை பிடித்திருந்த பீதி மற்றும் காரண அறிவின் சிதைவு இன்று முழுவதுமாக நீக்கப்பட்டு விட்டது.

மரண பயத்தால் பீடிக்கப்பட்ட மக்களால் மனநல காப்பகங்கள் நிரம்பி வழிகின்றன.

இந்த அச்சம் பயனற்றது. அதைப்பற்றி ஒருவரது சிந்தனை எதுவாக இருந்தாலும் மரணம் என்பது வந்தே தீரும். அது நிஜமானது என்று ஏற்றுக்கொண்டு அந்த சிந்தனையை மனதிலிருந்து நீக்கிவிடுங்கள். அது அவசியமான ஒன்றாக இல்லாமல் இருந்தால் மரணம் அனைவருக்கும்

வராது. காட்சிப்படுத்தப்பட்டிருப்பது போல் அது அவ்வளவு மோசமானதாக இல்லாமல் இருக்கலாம்.

முழு உலகமும் ஜடப்பொருள் மற்றும் சக்தி என்ற இரண்டினால் மட்டுமே ஆனது. இந்த இரண்டுமே உருவாக்கப்படவோ அல்லது அழிக்கப்படவோ முடியாதது என்று நாம் ஆரம்பநிலை பள்ளியில் பௌதிக வகுப்பில் படித்திருக்கிறோம். இரண்டுமே உருமாற்றப்படலாம் ஆனால் அழிக்கப்படமுடியாது.

வாழ்க்கை என்பது சக்தி, வேறெதுவுமில்லை. ஜடப் பொருளையோ, சக்தியையோ, அழிக்க முடியாதென்றால் வாழ்க்கையையும் அழிக்க முடியாது. ஆனால் வாழ்கையும் சக்தியின் மற்ற வடிவங்கள் போல பலவாறாக உருமாற்றப்படலாம். எனவே அதனை அழிக்கமுடியாது. மரணம் என்பது ஒரு மாற்றம் மட்டுமே.

ஒருவேளை மரணம் என்பது ஒரு மாற்றமில்லையென்றால், மரணத்திற்குப் பிறகு ஒரு நீண்ட நித்திய அமைதியான தூக்கத்தைத்தவிர வேறொன்றுமில்லை. தூக்கத்தைக் கண்டு அஞ்சுவதற்கு ஒன்றுமில்லை. அதனால் மரணம் குறித்த பயத்தை மனதிலிருந்து துடைத்தெறியுங்கள்.

மரணம் பற்றிய அச்சத்தின் அறிகுறிகள்

வாழ்க்கையில் சரியான தொழிலோ, லட்சியமோ இல்லாதவனுக்கே எப்பொழுதும் மரணத்தைப் பற்றி நினைத்துக்கொண்டிருக்கும் பழக்கம் இருக்கும். பெரும்பாலும் வயதில் முதிர்ந்தவர்களுக்கே இந்த மரண பயம் வரும் என்றாலும் இளைஞர்களும் சில சமயம் இதற்கு பலியாகிறார்கள். மரண பயத்திலிருந்து குணமடைய ஒரே வழி, வாழ்க்கையில் பிறருக்கு சேவை செய்யவேண்டுமென்ற சிந்தனையுடன் சிறந்த சாதனைகள் படைக்கவேண்டுமென்ற தணியாத ஆர்வத்தை ஏற்படுத்திக் கொள்வதே. வேலையில் மும்மரமாக இருப்பவருக்கு மரணத்தைப்பற்றி நினைக்க நேரமிருப்பதில்லை. மரணத்தைக்குறித்து நினைக்கமுடியாதபடி அவன் வாழ்க்கை உற்சாகமானதாக இருந்தது. சில சமயங்களில் மரணம் பற்றிய பயம் வறுமை நிலை ஏற்பட்டுவிடுமோ என்ற காரணத்தால் ஏற்படுவதுண்டு. மற்றவர்கள், ஆரோக்கியமின்மை காரணமாக உடல் தளர்ந்து நோய்வாய்ப்பட்டு இறந்து போவோம் என்று அஞ்சுவார்கள். மரண பயத்தின் பொதுவான காரணங்கள் நோய், வறுமை, சரியான வேலையின்மை, காதல் தோல்வி, பைத்தியம், மதவெறி போன்றவை.

முதியவனின் கவலை

அச்சத்தின் அடிப்படையில் ஏற்படுவதுதான் கவலை. மெதுவாக வேலை செய்தாலும் விடாது வேலை செய்யும். அது நயவஞ்சகமாகவும்

நுட்பமாகவும் இருப்பது. கொஞ்சம் கொஞ்சமாக பாதையை குடைந்து உள்ளே நுழைந்து பகுத்தறிவை செயல்படாமல் செய்து தன்னம்பிக்கையையும் சுய முயற்சியையும் அழித்துவிடும். முடிவெடுக்காமல் இருப்பதன் காரணமாக உண்டாகும் நீடித்த பயமே கவலையாக மாறும். அதனால் அது கட்டுப்படுத்தக்கூடிய மன நிலை.

சமாதானமில்லாத மனது உதவியற்றது. தீர்மானங்கள் எடுக்காமல் இருப்பதால் சமாதான குலைவு ஏற்படும். பெரும்பாலான தனி நபர்கள் உடனே முடிவெடுக்கும் மனஉறுதி கொண்டிருப்பதில்லை. அப்படி எடுத்தாலும் சாதாரண தொழில் நிலைமைகளில் கூட அந்த தீர்மானங்களில் நிலைத்து நிற்பதில்லை. சமீபத்தில் உலகம் சந்தித்த மந்தநிலையினால் மனிதன் தானும் முடிவுகளை உடனே எடுக்கும் துணிச்சல் இல்லாமலும் தன்னை சுற்றியுள்ள எல்லோருமே முடிவெடுக்க முடியாத நிலைமையில் இருப்பதையும் கண்டு மிகவும் பாதிக்கபடுகின்றான்.

1929இல் நிகழ்ந்த பங்குச்சந்தை வீழ்ச்சியில் துவங்கிய பயம், கவலை என்ற இரண்டு கிருமிகள் பொருளாதார மந்தநிலையின் போது உலகம் முழுவதும் பரவியது. இந்த இரண்டு கிருமிகளுக்கும் ஒரே மாற்று மருந்துதான் உண்டு. துரிதமான மற்றும் உறுதியான முடிவுகள் எடுக்கும் பழக்கம். இது ஒவ்வொருவனும் தனக்குத்தானே எடுத்துக்கொள்ள வேண்டிய மருந்தாகும்.

எந்த விஷயத்திலும் ஒரு முடிவை எடுத்துவிட்டு அதனை செயல்படுத்தத் துவங்கினால் பிறகு அதைப்பற்றி நாம் கவலைப்படுவதில்லை.

இரண்டு மணிநேரங்களில் மின்சாரம் பாய்ச்சி மரண தண்டனை பெறவிருந்த கைதியை ஒரு முறை நேரில் கண்டு பேட்டியெடுத்தேன். அந்தச் சிறையில் இருந்த எட்டு மரண தண்டனைக் கைதிகளில் அவன் மட்டுமே மிகவும் அமைதியாக இருந்தான். அந்த அமைதி எனக்கு ஆச்சரியத்தை அளித்ததால் இன்னும் சற்று நேரத்தில் நிரந்தரத்தன்மை அடையப்போவது பற்றி எப்படி உணர்கிறான் என்று கேட்டேன். நம்பிக்கையான புன்னகையுடன் அவன், "நன்றாக உணர்கிறேன் சகோதரரே. இன்னும் சிறிது நேரத்தில் என் துன்பங்கள் எல்லாம் முடிந்துவிடப் போகிறது. இதுவரை துன்பங்களைத்தவிர என் வாழ்வில் வேறெதுவும் சந்தித்ததில்லை. உணவுக்கும் உடைக்கும் கூட போராட்டமாகத்தான் இருந்தது. விரைவில் அவற்றிற்கான தேவை எனக்கு இருக்காது. நான் இறக்கவேண்டும் என்று அறிந்த நேரம் முதல் நன்றாக உணர ஆரம்பித்துவிட்டேன். என் விதியை மகிழ்ச்சியுடன் ஏற்பதென்று நான் முடிவெடுத்துவிட்டேன்."

என்னுடன் பேசிக்கொண்டிருக்கும் போது மூவருக்கான உணவை களிப்புடன் எந்த ஒரு பேரிடரும் தன்னைத் தாக்கப்போவதில்லை

என்பது போல் கவளம் கவளமாக அனுபவித்து சாப்பிட்டுக் கொண்டிருந்தான். தன் விதியை ஏற்றுக்கொள்ளும் வலிமையை தீர்மானம் அவனுக்கு அளித்தது. விரும்பத்தகாத நிலைமைகளை ஏற்பதை தடுக்கவும் அது வலிமையைத் தரும்.

ஆறு அடிப்படை அச்சங்களும் முடிவெடுக்காமையின் மூலமாகவே கவலை என்னும் வடிவத்தைப் பெறுகின்றன. எனவே, வாழ்க்கையின் தவிர்க்க முடியாத நிகழ்வு மரணம் என்பதை ஏற்றுக்கொண்டு அது குறித்த பயத்திலிருந்து விடுபடுங்கள். உங்களால் சேர்க்கமுடிந்த செல்வத்தை வைத்து வாழ்கையை இனிதாக கழிப்பதென்று முடிவு செய்து வறுமையைப் பற்றிய பயத்தை அடித்து விரட்டுங்கள். மற்றவர்கள் என்ன நினைப்பார்களோ, எப்படி விமர்சிப்பார்களோ என்ற கவலையை விட்டு விமர்சனம் என்னும் பயத்தின் குரல்வளையை நெருக்குங்கள். முதுமையை ஒரு ஊனமாக பாவிக்காமல் அதனை ஒரு வரமாக கருதி அது பற்றிய கவலையை உதறிவிட்டு இளமையில் உங்களிடம் இல்லாத அனுபவமும் அறிவும் நிரம்பும் பருவம் என்று அதனை ஏற்றுக்கொள்ளுங்கள்.

அறிகுறிகளை மறப்பது என்ற முடிவெடுத்து நோய்வாய்படுவோம் என்ற அச்சத்திலிருந்து உங்களை விடுவித்துக்கொள்ளுங்கள். தேவைப்பட்டால் காதல் இல்லாமலும் வாழமுடியும் என்ற முடிவுக்கு வந்து அன்பை இழக்கக்கூடும் என்ற பயத்தை வெற்றிகொள்ளுங்கள்.

வாழ்க்கையால் தரப்படுவது எதுவுமே கவலைக்குத் தகுதியானதல்ல என்று முடிவு செய்து கவலைப்படும் பழக்கத்தை உறுதியோடு கொன்று போடுங்கள். இந்த முடிவு அமைதியும், சமநிலையும், மகிழ்ச்சியும் நிம்மதியும் அளிக்கும்.

மனதில் அச்சம் நிரம்பியிருக்கும் ஒருவனால் பகுத்தறிவுடன் செயல்பட முடியாமல் போவது மட்டுமல்லாமல் தன்னைச் சுற்றியுள்ளவர்களின் பகுத்தறிவையும் அது அழித்து வாழ்க்கையில் முன்னேறும் வாய்ப்புகளைக் கெடுத்துவிடும்.

தனது எஜமானர் துணிவு இல்லாமல் இருப்பது அவரது குதிரைக்கும் நாய்க்கும் கூடத்தெரியும். மேலும் தன் எஜமானரிடமிருந்து பெறும் எதிர்மறை அதிர்வுகளை உணர்ந்து அதற்கேற்ப அவை நடந்துகொள்ளும். புத்திகூர்மை என்னும் வரிசையில் கீழ்மட்டத்தில் இருக்கும் பிராணிகள் கூட, அச்சம் என்ற உணர்வைப் புரிந்து கொண்டு எதிர்வினை புரிகின்றன. தேனீ தன்னைக் கண்டு அஞ்சுபவரிடமிருந்து வரும் அதிர்வுகளை தனது உள்ளுணர்வால் புரிந்து கொண்டு அஞ்சா நெஞ்சங்களை விட்டுவிட்டு அஞ்சுபவர்களை முதலில் தாக்கத் தயாராக இருக்கும்.

வானொலியின் மூலம் எப்படி ஒலி அலைகள் ஒலிபரப்பப்படுகின்றனவோ அதே வழியில்தான், ஒருவரது மனதில் இருக்கும் அச்சம், மற்றவர்களின் மனங்களுக்குப் பரவுகின்றது.

மனங்களுக்கு இடையேயான 'புலன்களின் தொடர்பின்றி ஏற்படும் தொலை உணர்வு' (டெலிபதி) நிஜமானது. எண்ணங்கள் தானாகவே ஒரு மனதிலிருந்து மற்றொன்றிக்கு செல்கின்றன. அவை உணரப்பட்டாலும் படாவிட்டாலும் அது அப்படித்தான் நடந்துகொண்டிருக்கிறது.

எதிர்மறையான மற்றும் அழிவுப்பூர்வமான எண்ணங்களை வார்த்தையால் வெளிப்படுத்துகிறவன் அது திரும்பி வந்து தன்னையே தாக்குவதை அனுபவிப்பான். வார்த்தைகளால் வெளிப்படுத்தாமல் எண்ணினாலும் கூட எதிர்மறை எண்ணங்கள் பலவழிகளில் எதிர்தாக்குதலைத் தொடுக்கும். முதலாவதாகவும் மிக முக்கியமானதாகவும் நினைவில் கொள்ளவேண்டிய விஷயம் என்னவென்றால், எதிர்மறை எண்ணங்கள் மனதிலிருந்து வெளியிடப்படும் போது ஒருவருடைய படைப்பு கற்பனாசக்தி அழிந்து விடுகிறது.

இரண்டாவதாக, அழிவுக்குக் காரணமான உணர்வுகளை மனதிற்குள் வைத்திருந்தாலும் அது ஒருவருடைய ஆளுமையை எதிர்மறையானதாக மாற்றி, மற்றவர்களை நெருங்கவிடாமல் அவர்களையும் எதிரிகளாக்கிவிடும். மூன்றாவதாக, எதிர்மறை எண்ணங்களை வெளியிடுபவரின் ஆழ்மனதிற்குள் பதிந்து, அவருடைய ஆளுமையின் ஒரு பகுதியாகிவிடுவது அபாயகரமான ஒன்றாகும்.

ஒரு எண்ணத்தை ஒருவர் வெளியிடுவதோடு அது முடிந்து விடுவதில்லை. அந்த எண்ணம் ஈத்தரின் வழியாக எல்லா திசைகளிலும் செல்வதுடன் அதனை வெளியிட்டவரின் ஆழ்மனதில் கூட அது நிரந்தரமாகப் பதிந்துவிடுகிறது.

வாழ்க்கையில் வெற்றிகரமாக விளங்குவதே லட்சியமாக உள்ளது. வெற்றிகரமாக இருக்க நீங்கள் மன அமைதியை தேடவேண்டும். வாழ்க்கைக்குத் தேவையான பொருட்களை சேகரியுங்கள். எல்லாவற்றிற்கும் மகிழ்ச்சி அடையுங்கள். வெற்றியின் இந்த சாட்சிகள் அனைத்தும் எண்ணங்களின் உந்துசக்தியாகத்தான் துவங்குகின்றன.

உங்கள் மனதை நீங்கள் கட்டுப்படுத்தலாம். நீங்கள் விரும்பும் எந்த எண்ண உந்தசக்தியையும் அதற்குள் உங்களால் செலுத்த முடியும். ஆனால் இந்த சுதந்திரத்துடன் ஆக்கப்பூர்வமான எண்ணங்களை மட்டுமே செலுத்தும் பொறுப்பும் உங்களுடையது. உங்கள் எண்ணங்களை கட்டுப்படுத்தும் முழுமையான சக்தி கொண்டிருப்பது போல இந்த பூமியில் உங்கள் தலைவிதிக்கும் நீங்களே தலைவர்கள். உங்கள் சூழ்நிலையை நீங்களே வழிநடத்தி அதன் மீது தாக்கம் செலுத்தி அதனை கட்டுப்படுத்தி அதன் மூலம் உங்கள் வாழ்க்கை எப்படி இருக்க வேண்டும் என்பதை நீங்களே நிர்ணயித்துக் கொள்ளலாம் அல்லது, உங்கள் வாழ்கையை சீராக்கும் இந்த உரிமையை அலட்சியப்படுத்தி சூழ்நிலை என்ற கடலுக்குள் ஒரு சிறு துரும்பு சிக்கி அங்குமிங்குமாக அலைகழிந்துகொண்டிருப்பது போல் இருக்கலாம்.

சாத்தானின் பட்டறை : ஏழாவது அடிப்படைத் தீமை

ஆறு அடிப்படை அச்சங்களைத் தவிர ஏழாவதாக மக்களை கொடுமைப்படுத்தும் ஒரு தீமை உண்டு. தோல்வியின் விதைகள் நன்றாக வளரும் வளமான பூமி அது. அது அவ்வளவு சூட்சுமமாக இருப்பதால் அதன் இருப்பு அறியப்படுவதில்லை. அதை அச்சம் என்று நாம் வகைப்படுத்த முடியாது. அது, ஆறு அச்சங்களை விட ஆழமாக மனதில் அமர்ந்துள்ளது. பெரும்பாலும் ஆறு அடிப்படை அச்சங்களை விட அபாயகரமானது. பெயர் ஒன்று குறிப்பிடவேண்டுமென்பதால் 'எதிர்மறை சக்திகளுக்கு ஆட்படும் தீய மனநிலை' என்று அழைக்கலாம்.

மிகப்பெரிய செல்வங்களை சேகரிப்பவர்கள் எப்போதும் தங்களை இந்தத் தீமையிலிருந்து பாதுகாத்துக்கொள்கிறார்கள். வறுமையில் இருப்பவர்கள் ஒருபோதும் செய்வதில்லை. செல்வங்கள் குவிக்கும் நோக்கத்துடன் இந்தத் தத்துவத்தை நீங்கள் படித்துக்கொண்டிருந்தால் இந்தத் தீய எதிர்மறை சக்திகளுக்கு ஆட்படும் மனநிலை கொண்டவரா நீங்கள் என்று ஆராய வேண்டும். இந்த சுய-ஆராய்ச்சியை அலட்சியப்படுத்தினால் நீங்கள் விரும்பியதை அடையும் உரிமையை இழந்துவிடுவீர்கள்.

இந்த ஆய்வுக்காக தயார் செய்யப்பட்டுள்ள கேள்விகளுக்கான பதிலை உங்களுக்குள் ஆழமாகத்தேடி சரியாக அவற்றை எழுதவேண்டும். உங்களது பதில்களின் உண்மைத்தன்மைக்கு நீங்கள் தான் உத்திரவாதம். உங்களைத் தாக்கத் தயாராக காத்திருக்கும் எதிரியை நீங்கள் எப்படி கவனமாக எதிர்கொள்வீரகளோ அப்படியே இந்த ஆராய்ச்சியை கவனமாக எடுத்து செயல்படுத்த வேண்டும்.

நெடுஞ்சாலையில் பதுங்கியிருக்கும் கொள்ளையர்களை உங்களால் எதிர்கொள்ள முடியும். ஏனென்றால் சட்டம் அதற்கான ஒழுங்கமைக்கப்பட்ட பாதுகாப்பை உங்களுக்கு அளிக்கிறது. ஆனால் ஏழாவது அடிப்படை தீமையோ, வெற்றிகொள்ள கடினமானது. ஏனென்றால் நீங்கள் சற்றும் எதிர்பார்க்காத போதும் அதன் இருப்பை நீங்கள் உணராதபோதும் நீங்கள் உறங்கிக்கொண்டிருக்கும் நேரத்திலும் நீங்கள் விழித்துக்கொண்டிருக்கும் நேரத்திலும் அது உங்களை தாக்குகிறது. இந்த எதிரியின் ஆயுதம் கண்களுக்கு புலப்படாதவை. அது ஒரு 'மனநிலை' மட்டுமே. மனித அனுபவங்களில் எத்தனை வடிவங்கள் உண்டோ அத்தனை வழிகளிலும் இது உங்களைத்தாக்கக்கூடியது. சில சமயம், அது நமது நலம்விரும்பிகளின் வார்த்தைகள் மூலமாகக்கூட மனதிற்குள் நுழையும். மற்ற நேரங்களில், ஒருவரது மனநிலையைப் பொறுத்து, மனதின் உள்ளிருந்தே வெளிப்படும். எப்போதுமே விஷம் போல கொல்லும் தன்மை கொண்டதாக இருந்தாலும் மெல்ல செயல்படுவதே.

எதிர்மறை தாக்கங்களிலிருந்து உங்களை எப்படி பாதுகாத்துக் கொள்வது

உங்கள் மனதிலிருந்து தோன்றும் எதிர்மறை எண்ணங்களானாலும் மற்றவர்கள் உங்களை நோக்கி வெளியிடும் எதிர்மறை எண்ணங்களானாலும் உங்கள் மனவலிமையை பயன்படுத்தி, அந்த சக்திகள் உள்ளே நுழையாதபடி உங்களைச் சுற்றி வலிமையான ஒரு பாதுகாப்பு வளையத்தை ஏற்படுத்திக் கொள்ளுங்கள்.

நீங்களும் உங்களைப் போன்றவர்களும் இயற்கையிலேயே சோம்பேறிகளாகவும், அலட்சியமானவர்களாகவும், உங்கள் பலவீனங்களுக்கு இணக்கமான ஆலோசனைகளுக்கு ஆட்படுபவராகவும் இருப்பீர்கள் என்பதைப் புரிந்து கொள்ளுங்கள்.

இயற்கையிலேயே இந்த ஆறு அடிப்படை அச்சங்களுக்கு ஆட்படுகிறவராக நீங்கள் இருந்தால், அவற்றை எதிர்த்து செயல்படும் பழக்கங்களை ஏற்படுத்திக் கொள்ள வேண்டும் என்றும் புரிந்து கொள்ளுங்கள்.

எதிர்மறை எண்ணங்கள் எப்போதுமே உங்கள் ஆழ்மனதின் மூலம் செயல்படுவதால், அவற்றைக் கண்டுபிடிப்பது கடினம் என்பதை புரிந்து கொள்ளுங்கள். அதனால் உங்கள் மனதிற்கு அழுத்தம் தந்து ஊக்கமின்மையைத்தூண்டும் மனிதர்களுக்கு எதிராக உங்கள் மனதின் கதவுகளை அடைத்துவிடுங்கள்.

உங்கள் மருந்துப் பெட்டியைக் காலி செய்யுங்கள். இருமல், ஜலதோஷம், வலி, மற்றும் கற்பனை நோய்களுக்கான மருந்துகளை எல்லாம் தூக்கி எறியுங்கள்.

நீங்களே சிந்தித்து செயல்படுவதை ஊக்குவிப்பவர்களை மட்டுமே உங்களைச் சுற்றி உங்கள் நண்பர்களாக வைத்துக் கொள்ளுங்கள்.

வழியில் தொந்தரவுகளை எதிர்பார்க்க வேண்டாம். ஏனென்றால் அவை உங்களை ஏமாற்றாது.

சந்தேகமின்றி மனித குலத்தின் பொதுவான பலவீனம், *தங்கள் மனதை மற்றவர்களின் எதிர்மறை தாக்கங்களுக்கு வசதியாக திறந்து வைத்திருக்கும் பழக்கமே.* இந்த பலவீனம் மிகவும் பாதிப்பை உண்டாக்கக் கூடியது. ஏனென்றால் பெரும்பாலானவர்கள் இந்த சாபத்தைப் பெற்றிருக்கிறார்கள் என்பதையே உணரமாட்டார்கள். அப்படி உணரும் பலரும் அது தங்களது தினசரி பழக்கமாகி, கட்டுப்படுத்த முடியாத நிலையை அடையும் வரை அதை அலட்சியப்படுத்தி அதைச் சரிசெய்து கொள்ள மறுப்பார்கள்.

தாங்கள் எப்படிப்பட்டவர்கள் என்ற உண்மையை அறிந்து கொள்ள விரும்புபவர்களுக்கு உதவியாக கீழ்வரும் கேள்விகள் தயாரிக்கப்பட்டுள்ளன. கேள்விகளைப்படித்து பதில்களை உரக்கக்

கூவுங்கள். உங்கள் குரல் உங்களுக்கு கேட்கும் அளவிற்கு உரத்த குரலில் பதிலளிக்கப்படவேண்டும். இது உங்களுக்கு நீங்களே உண்மையாக இருப்பதை சுலபமாக்கும்.

சுய பரிசோதனைக்கான கேள்விகள்

மோசமாக உணர்வதாக அடிக்கடி கூறுபவரா நீங்கள். அப்படியென்றால் அதற்கான காரணம் என்ன? லேசான தூண்டுதல் ஏற்பட்டாலும் மற்றவர்கள் மீது குற்றம் காண்பவரா நீங்கள்?

உங்கள் வேலையில் நீங்கள் அடிக்கடி தவறுகள் செய்கிறீர்களா? ஆம் என்றால் ஏன் ?

உங்கள் உரையாடல்கள் நையாண்டியும் தாக்குதல் நிரம்பியவையாகவும் இருக்கிறதா?

வேண்டுமென்றே எவருடனும் நட்புப் பாராட்டாமல் விலகியிருக்கிறீர்களா? ஏன்?

அடிக்கடி உங்களுக்கு உணவு செரிமானம் ஆகாமல் போகிறதா? அப்படியிருந்தால் அதற்கு என்ன காரணம் ?

வாழ்க்கை பயனற்றதாகவும், எதிர்காலம் நம்பிக்கையற்றதாகவும் தோன்றுகிறதா? அப்படியிருந்தால் அது ஏன்?

உங்கள் தொழில் உங்களுக்கு பிடித்திருக்கிறதா? இல்லையென்றால், ஏன்?

அடிக்கடி நீங்கள் சுய பச்சாதபத்தை உணர்கிறீர்களா? அது உண்மையென்றால் காரணம் என்ன? உங்களை விடச் சிறந்தவர்களை கண்டு பொறாமைப்படுவீர்களா?

எதைக் குறித்த சிந்தனையில் அதிக நேரம் செலவிடுகிறீர்கள்? வெற்றியைப்பற்றிய சிந்தனையிலா அல்லது தோல்வியைப்பற்றிய சிந்தனையிலா?

உங்கள் வயதுடன் உங்கள் தன்னம்பிக்கை அதிகரிக்கின்றதா அல்லது குறைகின்றதா?

உங்கள் தவறுகளிலிருந்து மதிப்புள்ள பாடங்கள் ஏதேனும் கற்றுக்கொள்கிறீர்களா?

உங்களுக்கு பரிச்சயமானவரோ அல்லது உறவினரோ உங்களை கவலைக்குள்ளாக்குவதை அனுமதிக்கிறீர்களா? அப்படி செய்கிறீர்களென்றால் அது ஏன்?

சில சமயங்களில் உயர்வான மனநிலையிலும் மற்ற சமயங்களில் நம்பிக்கையற்ற நிலையிலும் இருப்பதாக உணர்கிறீர்களா?

உற்சாகமளிக்கும் வகையில் உங்கள் மீது நல்ல தாக்கத்தை ஏற்படுத்துபவர் யார்? அதற்கு என்ன காரணம்?

உங்களால் தவிர்க்க முடிந்த எதிர்மறையான அல்லது ஊக்கத்தை இழக்க வைக்கும் சக்திகளை நீங்கள் பொறுத்துக் கொள்கிறீர்களா?

உங்கள் தோற்றத்தில் கவனம் எடுப்பதில்லையா? அப்படியென்றால் எப்போது, ஏன்?

கவலைகளால் நச்சரிக்கப்படுவதைத் தவிர்க்க வேலைக்குள் உங்களை மூழ்கிக்கொள்வது எப்படி என்று அறிந்தவரா நீங்கள்?

உங்களுக்காக மற்றவர்கள் சிந்திக்க வேண்டும் என்று விரும்பினால் "முதுகெலும்பில்லாத கோழை, பலவீனமானவர்" என்று உங்களை நீங்கள் அழைப்பீர்களா?

உங்கள் உடல் கோபம் மற்றும் எரிச்சலாக உங்கள் மனதின் நச்சுப்பொருட்களை வெளியேற்றும் வரை மனதை தூய்மைப்படுத்தாமல் இருப்பவரா நீங்கள்?

தவிர்க்கப்படக்கூடிய தொல்லைகள் எத்தனை உங்களுக்கு எரிச்சலூட்டுகின்றன? அவற்றை நீங்கள் ஏன் பொறுத்துக் கொள்கிறீர்கள்?

உங்கள் பதட்டத்தை குறைத்து உங்களை "அமைதிப்படுத்த" மதுவையோ, போதைமருந்துகளையோ, சிகரெட்டையோ நீங்கள் பயன்படுத்துகிறீர்களா? அப்படி செய்பவரென்றால் அதற்கு பதிலாக உங்கள் மன உறுதியை ஏன் நீங்கள் பயன்படுத்தக்கூடாது ?

தொடர்ந்து உங்களுக்கு யாராவது தொல்லைகள் கொடுத்துக் கொண்டே இருக்கிறார்களா? அது எதனால் ?

வாழ்க்கையில் உங்களுக்கென்று ஏதேனும் உறுதியான உயர்ந்த இலட்சியம் இருக்கிறதா? அப்படியிருந்தால் அதை அடைவதற்கான உங்கள் திட்டங்கள் என்ன?

ஆறு அடிப்படை அச்சங்களில் ஏதேனும் ஒன்றோ அல்லது ஒன்றிற்கு மேற்பட்ட அச்சங்களோ உங்களிடம் உள்ளதா? அவை யாவை?

மற்றவர்களின் எதிர்மறை தாக்கத்திலிருந்து உங்களைக் காத்துக் கொள்ள உங்களிடம் ஏதேனும் வழிமுறை இருக்கிறதா?

உங்கள் மனதை நேர்மறையானதாக வைத்துக்கொள்ள தன்னாலோசனை தத்துவத்தை விரும்பிப் பயன்படுத்துவதுண்டா?

எதை சிறந்ததாக பாவிக்கிறீர்கள்? உங்கள் பொருட்செல்வங்களையா அல்லது, உங்கள் எண்ணங்களைக் கட்டுப்படுத்தும் ஆற்றலையா?

உங்கள் முடிவுகளை மற்றவர்களால் எளிதாக மாற்றிவிட முடிகிறதா?

உங்கள் அறிவுக்கோ, மனநிலைக்கோ மதிப்புக்கூட்டும் வகையில் பயனுள்ள ஏதேனும் புதிய விஷயத்தை இன்று, கற்றுக் கொண்டீர்களா?

உங்களை சோகமாக்கும் சூழ்நிலைகளை தைரியமாக எதிர்கொள்வீர்களா அல்லது, அதற்கான பொறுப்பை ஏற்காமல் தட்டிக்கழிப்பீர்களா?

உங்கள் தோல்விகளையும் தவறுகளையும் ஆராய்ந்து அதில் உள்ள பாடத்தை ஏற்பீர்களா அல்லது, அது உங்களுடைய வேலையில்லை என்று அலட்சியப்படுத்திவிடுவீர்களா?

உங்களுடைய சேதப்படுத்தும் மூன்று பலவீனங்கள் என்னவென்று சொல்லமுடியுமா? அவற்றைத் தவிர்ப்பதற்கு என்ன முயற்சி மேற்கொண்டிருக்கிறீர்கள்?

தங்கள் கவலைகளை உங்களிடம் பகிர்ந்துகொண்டு அனுதாபம் பெற மற்றவர்களை உற்சாகப்படுத்துகிறீர்களா?

உங்கள் தினசரி அனுபவங்களிலிருந்து, சுய முன்னேற்றத்திற்கு உதவும் பாடங்கள் அல்லது தாக்கங்களை நீங்கள் ஏற்றுக்கொள்ள விரும்புவீர்களா?

பொதுவாகவே எப்போதும் உங்கள் இருப்பு மற்றவர்களுக்கு, எதிர்மறை தாக்கத்தை உண்டாக்குகிறதா?

மற்றவர்களது எந்த விஷயங்கள் உங்களுக்கு எரிச்சலூட்டுவதாக இருக்கின்றன?

உங்களுக்கென்று சொந்தக் கருத்துகளை ஏற்படுத்திக்கொள்வீர்களா அல்லது, மற்றவர்களது கருத்துக்கள் உங்கள் மீது ஆதிக்கம் செலுத்த அனுமதிப்பீர்களா?

உங்கள் உற்சாகத்தை இழக்கச் செய்யும் தாக்கங்களிலிருந்து உங்கள் மனதை பாதுகாக்கும் மனநிலையை உருவாக்குவது எப்படியென்று கற்றிருக்கிறீர்களா?

நம்பிக்கையையும் எதிர்பார்ப்பையும் ஊட்டுவதாக உள்ளதா உங்கள் தொழில்?

எந்த வகையான அச்சமும் உங்கள் மனதை அணுகாதபடி தடுக்கவல்ல சூட்சும ஆன்மீக சக்திகள் உங்கள்வசம் இருப்பதை நீங்கள் உணர்ந்திருக்கிறீர்களா?

உங்கள் மனதை நேர்மறையாக வைத்துக் கொள்ள உங்களுடைய மதம் உதவுகிறதா?

அடுத்தவர்களின் கவலைகளில் பங்கு பெறுவது உங்கள் கடமை என்று நினைக்கிறீர்களா? காரணம் என்ன?

'இனம் இனத்தோடுதான் சேரும்' என்ற பழமொழியை நீங்கள் நம்பினால், உங்களால் ஈர்க்கப்பட்டு உங்களிடம் வந்திருக்கும் நபர்களை வைத்து உங்களைப் பற்றி நீங்கள் என்ன கற்றுக்கொண்டிருக்கிறீர்கள்?

நீங்கள் நெருங்கிப் பழகும் நண்பர்களுக்கும் நீங்கள் அனுபவிக்கும் துன்பங்களுக்கும் ஏதேனும் தொடர்பு இருக்கிறதா என்று ஆராய்ந்து பார்த்ததுண்டா?

நண்பர் என்று நீங்கள் கருதும் ஒருவர் தனது எதிர்மறையான தாக்கத்தால் உண்மையில் உங்கள் எதிரியாக இருப்பது சாத்தியமா?

யார் உங்களுக்கு உதவியாக இருக்கிறார்கள் யார் உங்களுக்கு சேதங்கள் விளைவிக்கிறார்கள் என்று எப்படி எடைபோடுகிறீர்கள்?

உங்களுடைய மிக நெருக்கமான உதவியாளர்கள் உங்களைவிட மனவுறுதியில் உயர்ந்தவர்களா, தாழ்ந்தவர்களா?

ஒரு நாளின் 24 மணி நேரத்தில் நீங்கள் இவற்றுக்காக செலவிடும் நேரம் எவ்வளவு?

அ. உங்கள் தொழிலுக்கு

ஆ. தூக்கத்திற்கு

இ. விளையாட மற்றும் ஓய்வெடுக்க

ஈ. பயனுள்ள வகையில் அறிவை வளர்த்துக்கொள்ள

உ. நேரத்தை வீணாக்க

உங்களுக்குத் தெரிந்தவர்களில் யார் உங்களை:

அ. அதிகம் உற்சாகப்படுத்துபவர்

ஆ. அதிகம் எச்சரிப்பவர்

இ. அதிகம் ஊக்கத்தை கெடுப்பவர்

ஈ. மற்ற வழிகளில் அதிகம் உதவுபவர்

உங்களுடைய மிகப்பெரிய கவலை எது? அதை ஏன் பொறுத்துக்கொண்டு இருக்கிறீர்கள்?

கேட்காமலேயே மற்றவர்கள் ஆலோசனைகள் வழங்கும்போது-மறுபேச்சின்றி ஏற்றுக்கொள்வீர்களா அல்லது, அவர்களது நோக்கத்தை ஆராய்வீர்களா?

வேறு எதையும் விட நீங்கள் அதிகம் விரும்புவது எது? அதை பெறும் நோக்கம் உள்ளதா? அதற்காக மற்ற ஆசைகளை அடக்கிக்கொள்வீர்களா? அதைப்பெறும் முயற்சியில் தினம் எவ்வளவு நேரம் செலவழிக்கிறீர்கள்?

அடிக்கடி மனதை மாற்றிக்கொள்வீர்களா? என்ன காரணங்களுக்காக? எடுத்துக்கொண்ட வேலையை அநேகமாக முடித்துவிடும் பழக்கம் உங்களுக்கு உண்டா?

மற்றவர்களது கல்வித்தகுதி, செல்வம் அல்லது பதவி நிலையால் எளிதாகக் கவரப்படுவீர்களா?

மற்றவர்கள் உங்களைப்பற்றி சொல்வதை மற்றும் நினைப்பதை நீங்கள் பெரிதாக எடுத்துக்கொள்வதுண்டா? அது உங்களை பாதிக்குமா?

மற்றவர்களது அந்தஸ்து அல்லது செல்வநிலையை அடிப்படையாகக்கொண்டு அவர்கள் தேவைகளை பூர்த்தி செய்வீர்களா?

இன்று உயிர்வாழும் மனிதர்களில் சிறந்தவர் என்று நீங்கள் யாரைச் சொல்வீர்கள்? எந்த வகையில் இந்த நபர் உங்களைவிடச் சிறந்தவர்?

இந்தக் கேள்விகளை படித்து பதிலளிக்க எத்தனை நேரத்தை ஒதுக்கினீர்கள்? (முழு பட்டியலையும் அலசி ஆராய்ந்து பதில் சொல்ல குறைந்தபட்சம் ஒரு முழு நாள் தேவைப்படும்.)

இந்தக் கேள்விகளுக்கெல்லாம் நீங்கள் நேர்மையாக பதில் அளித்திருந்தால் மற்ற யாரையும் விட உங்களைப் பற்றி உங்களுக்கு மிக நன்றாக தெரிந்திருக்கிறது. இந்தக் கேள்விகளை நன்றாகப் படியுங்கள். வாரம் ஒருமுறை என்று பல மாதங்களுக்குத் இதனை தொடர்ந்து செய்யுங்கள். இந்தக் கேள்விகளுக்கு உண்மையாக பதிலளிப்பதன் மூலம் உங்களுக்கு பயனுள்ளதாக அமையக்கூடிய மதிப்புமிக்க அறிவைப் புதிது புதிதாக பெற முடிகிறது என்று ஆச்சரியப்படுவீர்கள். சில கேள்விகளுக்கான பதிலை நீங்கள் உறுதியாக அறியவில்லையென்றால் உங்களை நன்றாக அறிந்தவர்களும், முகஸ்துதியால் உங்களை மகிழ்விக்கும் எண்ணம் இல்லாதவர்கள் யாராவது இருந்தால், அவர்கள் கண்ணோட்டத்தில் உங்களைப் பாருங்கள். இந்த அனுபவம் ஆச்சரியமூட்டுவதாக இருக்கும்.

உங்களின் கட்டுப்பாட்டில் இருக்கும் ஒன்று உங்கள் சிந்தனைதான். மனிதன் அறிந்த உண்மைகளிலேயே மிகவும் முக்கியமானதும் ஊக்கமளிப்பதும் இதுதான். மனிதனின் தெய்வீக இயல்பை இது வெளிப்படுத்துகிறது. அந்த தெய்வாம்சத்தின் ஆணைப்படி மட்டும்தான் உங்களால் உங்கள் விதியை கட்டுப்படுத்த முடியும். உங்கள் மனதை உங்களால் கட்டுப்படுத்த முடியவில்லையென்றால் வேறு எதையுமே உங்களால் கட்டுப்படுத்த முடியாது என்பது உறுதி.

நீங்கள் கவனக்குறைவாக இருக்கவேண்டுமென்றால் அது உங்கள் பொருட்செல்வங்களை குறித்து இருக்கட்டும். உங்கள் மனது உங்கள் ஆன்மீக சொத்து. இந்த தெய்வீக உரிமையை எச்சரிக்கையுடன் இருந்து பயன்படுத்துவது அவசியம். இந்தகாரணத்திற்காகத்தான் உங்களுக்கு மனவலிமை வழங்கப்பட்டுள்ளது.

வேண்டுமென்றோ அறியாமையினாலோ மற்றவர்களுக்கு எதிர்மறை ஆலோசனைகளை வழங்கி, அவர்களது மனதை விஷமாக்குவதை தடுக்க சட்டத்தில் இடமில்லை. இது போன்று சேதம் விளைவிப்பவர்களுக்கு அதிகபட்ச தண்டனை கொடுக்கப்பட வேண்டும்.

ஏனென்றால், தனது நேர்மறை எண்ணங்கள் கொண்டு முன்னேறி, தனக்கு வேண்டிய மற்றும் சட்டத்தால் பாதுகாக்கப்படும் பொருட்செல்வங்களை சேர்ப்பதற்கான வாய்ப்புக்களை இவர்களால் பெற முடிவதில்லை.

இப்படிப்பட்டவர்கள் தாமஸ் ஆல்வா எடிசனுக்கு, மனிதனுடைய குரலைப் பதிவு செய்து மீண்டும் ஒலிபரப்பும் கருவியைத் தயார் செய்யமுடியாது என்று ஆலோசனை வழங்கினார்கள். அதற்குக் காரணம் "இதுவரை யாருமே செய்ததில்லை" என்றார்கள். எடிசன் அவர்களை நம்பவில்லை. மனம் எதை குறித்து சிந்தித்து செயல்படுத்த முடியுமென்று உண்மையாக நம்புகிறதோ, அதை நிச்சயம் செயல்படுத்த முடியும் என்று அவர் நம்பினார். அந்த அறிவுதான் எடிசனை சாதாரண மனிதர்களை விட உயர்த்திக் காட்டியது.

ஐந்து செண்ட்டுகள் பத்து செண்ட்டுகள் என்று வியாபாரம் செய்தால் தொழில் முடங்கிவிடும் என்று எ.ஃப். டபிள்யூ. உல்வொர்த் அவர்களிடம் எதிர்மறை எண்ணம் கொண்ட பலர் ஆலோசனை கூறினார்கள். அவர் அவர்களை நம்பவில்லை. தனது திட்டங்களின் மீது நம்பிக்கை வைத்தால் பகுத்தறிவிற்கு உட்பட்ட எதையும் தன்னால் செய்யமுடியும் என்று அவர் நம்பினார். மற்றவர்களது எதிர்மறை எண்ணங்களை ஏற்காமல் இருக்கும் உரிமையை பயன்படுத்தி நூறு மில்லியன் டாலர்களுக்கும் மேலாக சம்பாதித்தார்.

எதிர்மறை எண்ணங்கள் கொண்ட பலர் ஜார்ஜ் வாஷிங்டனிடம் சென்று, மேம்பட்ட பிரிட்டிஷ் படையை எதிர்த்து வெற்றிபெற முடியும் என்று உங்களால் நம்ப முடியாது என்றார்கள். ஆனால் 'முடியும்' என்று நம்பும் தன்னுடைய தெய்வீக உரிமையை அவர் நிலைநாட்டினார். அதனால்தான் கார்ன்வாலிஸின் பெயர் மறக்கப்பட்டு அமெரிக்க கொடியின் பாதுகாப்பின் கீழ் இந்தப்புத்தகம் வெளியானது.

டெட்ராய்ட் நகரத் தெருக்களில் தனது முதல் மோட்டார் காரின் மாடலை ஹென்றி ஃபோர்டு ஓட்டிப் பார்த்த போது, அதன் கரடுமுரடான வடிவத்தைப் பார்த்து எல்லோரும் ஏளனமாக சிரித்தார்கள். சிலர் இது நடைமுறைக்கு ஒவ்வாதது என்றனர். இதை போன்ற விசித்திரமான ஒன்றை எவரும் காசு கொடுத்து வாங்க முன்வரமாட்டார்கள் என்று மற்றவர்கள் கூறினார்கள்.

ஃபோர்டு உறுதியாக, "மிகவும் நம்பகமான மோட்டார் காரை உற்பத்தி செய்து உலகம் முழுவதும் ஓடவிடுவேன்" என்று கூறி செய்தும் காண்பித்தார்!

தன் தீர்மானத்தை மட்டுமே நம்புவதாக முடிவு செய்ததால் அடுத்த ஐந்து தலைமுறையினர் சூறையாடக்கூடிய அளவிற்கு பெரும் செல்வத்தை அவரால் சேர்க்க முடிந்தது. அவரைப் போலவே அளவில்லாத செல்வத்தை நீங்கள் சேர்க்க விரும்பினால், ஒன்றை

மட்டும் நினைவில் வைத்துக் கொள்ளுங்கள். ஹென்றி ஃபோர்டு அவர்களையும் அவரிடம் பணிபுரிந்தவர்களையும் வேறுபடுத்துவது என்னவென்றால், ஃபோர்டிடம் மனம் இருந்தது. அதை அவர் மட்டுமே கட்டுப்படுத்தினார். மற்றவர்களிடம் மனம் இருக்கிறது. என்றாலும் அவர்கள் அதை கட்டுப்படுத்த முயல்வதில்லை.

அடிக்கடி ஹென்றி ஃபோர்டு இந்தப் புத்தகத்தில் குறிப்பிடப்பட்டிருப்பதன் காரணம், தனக்கென்று சிந்திக்கும் மனமும் அதனை கட்டுப்படுத்தும் ஆற்றலும் அவர் கொண்டிருந்தார் என்பது தான். எனக்கு வாய்ப்பே கிடைக்கவில்லையென்ற கூற்றின் ஆதாரத்தையே தகர்த்திக் காட்டிவிட்டார். அவருக்கும் வாய்ப்பு கிடைக்கவில்லை ஆனால் அதை அவர் தானாகவே உருவாக்கிக்கொண்டு விடாமுயற்சியுடன் தொடர்ந்து சாதித்து, பெரும் பொருளீட்டினார்.

சுய ஒழுக்கம் மற்றும் பழக்கத்தினால் மனதைக் கட்டுப்படுத்த முடியும். ஒன்று நீங்கள் உங்கள் மனதை கட்டுப்படுத்த வேண்டும் அல்லது அது உங்களை கட்டுப்படுத்தும். இதற்கு இடையே சமரசம் செய்துகொள்ள வழியில்லை. மனதைக் கட்டுப்படுத்த நடைமுறையில் செயல்படுத்தப்படக்கூடிய வழி என்னவென்றால், அதை வேலையில் மும்மரமாக வைத்து, சரியான திட்டத்தின் பின்பலத்தோடு உறுதியான இலட்சியத்தை நோக்கி, நடக்கச் செய்வதுதான். குறிப்பிடத்தக்க வெற்றி பெற்ற எந்த மனிதனையும் கூர்ந்து கவனியுங்கள். தன் மனதின் மீது அவனுக்குக் கட்டுப்பாடு இருப்பதை காண்பீர்கள். மேலும் உறுதியான இலட்சியத்தை நோக்கி அதை அவன் வழிநடத்தியிருப்பான். இந்த கட்டுப்பாடு இல்லாமல் வெற்றி சாத்தியமில்லை.

‘ஒரு வேளை’ முதியவரின் 57 சாக்குகள்

வெற்றி பெறாத மனிதர்களை வேறுபடுத்திக்காட்டும் பொதுவான குணம் ஒன்று உண்டு. தங்கள் தோல்விக்கான எல்லாக் காரணங்களையும் அவர்கள் அறிவார்கள். ஆனால் அதற்கு மறுக்கமுடியாத காரணங்களை சாக்குகளாக வைத்திருப்பார்கள்.

அவற்றில் சில புத்திசாலித்தனமானதாகவும், சில நம்பும்படியான விவரங்களைக் கொண்டதாகவும் இருக்கும். ஆனால் இந்த சாக்குகளை பணத்திற்கு மாற்றாக கொடுக்கமுடியாது. உலகம் அறிய விரும்புவது ஒன்றுதான்-நீ வெற்றி அடைந்தாயா இல்லையா?

குண நலன்களை ஆய்வு செய்யும் அறிஞர்கள், பொதுவாக பயன்படுத்தப்படும் சாக்குகளை கீழ்வருமாறு பட்டியலிட்டிருக்கிறார்கள்: இதை கவனமாக படித்து இவற்றில் எத்தனை சாக்குகள் நீங்கள் கூறுபவை என்று பாருங்கள். இந்தப் புத்தகத்தில் கூறப்படும்

கோட்பாடுகள், இந்த சாக்குகளை வழக்கற்றுப்போனவையாக கருதுகிறது என்பதை மறவாதீர்கள்.

ஒரு வேளை எனக்கு மனைவியும் குடும்பமும் இல்லாதிருந்தால்-

ஒரு வேளை எனக்கு 'செல்வாக்கு' இருந்திருந்தால்...

ஒரு வேளை என்னிடம் பணம் இருந்திருந்தால்...

ஒரு வேளை எனக்கு நல்ல படிப்பு இருந்திருந்தால்...

ஒரு வேளை எனக்கு வேலை கிடைத்திருக்குமானால்...

ஒரு வேளை எனக்கு நல்ல ஆரோக்கியம் இருந்திருக்குமானால்...

ஒரு வேளை என்னிடம் போதுமான நேரம் இருக்குமானால்...

ஒரு வேளை என் நேரம் நன்றாக இருந்திருக்குமானால்...

ஒரு வேளை அவர்கள் என்னைச் சரியாகப் புரிந்து கொண்டிருந்தால்...

ஒரு வேளை எனது சூழ்நிலை வேறு மாதிரியாக இருந்திருந்தால்...

ஒரு வேளை என் வாழ்க்கையை மீண்டும் ஆரம்பத்திலிருந்து வாழும் வாய்ப்பு எனக்கு கிடைக்குமானால்...

ஒரு வேளை அவர்கள் என்ன சொல்வார்களோ என்று கவலைப்படாமல் இருந்திருந்தால்...

ஒரு வேளை எனக்கு மற்றொரு வாய்ப்பு கிடைத்திருந்தால்...

ஒரு வேளை எனக்கு இப்பொழுது வாய்ப்பு கிடைத்தால்...

ஒரு வேளை அவர்கள் எனக்கு எதிராக இல்லாமல் இருந்திருந்தால்....

ஒரு வேளை இனிமேல் என்னை எதுவும் தடுக்காதென்றால்...

ஒரு வேளை நான் சிறிது இளையவனாக இருந்திருந்தால்...

ஒரு வேளை நான் விரும்பியதை என்னால் செய்ய முடிந்திருந்தால்...

ஒரு வேளை நான் பிறப்பிலேயே பணக்காரானாக இருந்திருந்தால்

ஒரு வேளை என்னால் 'சரியான மனிதர்களை' சந்திக்க முடிந்தால்...

ஒரு வேளை எனக்கு அவர்களின் திறமை இருந்திருந்தால்...

ஒரு வேளை என்னால் வலிமையுடன் என் உரிமையை நிலைநாட்ட முடிந்திருந்தால்...

ஒரு வேளை முன்பு எனக்கு வந்த வாய்ப்புகளை நான் பயன்படுத்திக் கொண்டிருந்தால்...

ஒரு வேளை அவர்கள் எனக்குத் தொந்தரவு கொடுக்காமல் இருந்திருந்தால்...

ஒரு வேளை வீட்டையும் குழந்தைகளையும் பராமரிக்கும் வேலை மட்டும் எனக்கு இல்லாதிருந்தால்...

ஒரு வேளை என்னால் கொஞ்சம் பணம் சேர்க்க முடிந்தால்...

ஒரு வேளை என் முதலாளி என்னைப் பாராட்டியிருந்தால்...

ஒரு வேளை என் உதவிக்கு யாராவது இருந்திருந்தால்...

ஒரு வேளை என் குடும்பம் மட்டும் என்னைப் புரிந்து கொண்டிருந்தால்...

ஒரு வேளை நான் மட்டும் பெரிய நகரத்தில் வசித்திருந்தால்...

ஒரு வேளை என்னால் வேலையை துவங்க முடியுமென்றால்...

ஒரு வேளை நான் சுதந்திரமாக இயங்க அனுமதி இருக்குமானால்...

ஒரு வேளை ஒரு சிலரைப் போல எனக்கும் சிறந்த ஆளுமை இருந்திருக்குமானால்...

ஒரு வேளை நான் மட்டும் அவ்வளவு பருமனாக இல்லாமலிருந்தால்...

ஒரு வேளை என் திறமையை வெளியுலகம் அறிந்திருந்தால்...

ஒரு வேளை எனக்கு ஒரு 'நல்ல வாய்ப்பு' கிடைக்குமானால்...

ஒரு வேளை கடன் தொல்லையிலிருந்து என்னால் வெளியே வரமுடிந்தால்...

ஒரு வேளை நான் தோல்வியடையாமல் இருந்திருந்தால்...

ஒரு வேளை எப்படி செய்வததென்பது எனக்கு தெரிந்திருந்தால்...

ஒரு வேளை எல்லாரும் என்னை எதிர்க்காமல் இருந்திருந்தால்...

ஒரு வேளை எனக்கு இவ்வளவு கவலைகள் இல்லாமல் இருந்திருந்தால்...

ஒரு வேளை எனக்கு சரியான வாழ்க்கைத்துணை அமைந்துவிட்டால்...

ஒரு வேளை மக்கள் மூடர்களாக இருந்திராவிட்டால்...

ஒரு வேளை என் குடும்பம் படாடோபமாக இல்லாதிருக்குமானால்...

ஒரு வேளை என் மீது எனக்கு உறுதியான நம்பிக்கை இருந்திருக்குமானால்...

ஒரு வேளை அதிர்ஷ்டம் எனக்கு எதிராக இல்லாதிருந்திருந்தால்...

ஒரு வேளை நான் நல்ல நட்சத்திரத்தில் பிறந்திருந்தால்...

ஒரு வேளை 'எது நடக்குமோ அது நடந்தே தீரும்' என்பது உண்மையாக இல்லாமலிருந்தால்...

ஒரு வேளை நான் இவ்வளவு கடுமையாக உழைக்க வேண்டிய அவசியம் இல்லாதிருந்தால் ...

ஒரு வேளை நான் என் பணத்தைப் பறிகொடுக்காமல் இருந்திருந்தால்...

ஒரு வேளை நான் வேறொரு பகுதியில் குடியிருந்திருந்தால்...

ஒரு வேளை எனக்கு 'இறந்த காலம்' என்ற ஒன்று இல்லாதிருந்தால்...

ஒரு வேளை எனக்கு சொந்தமான வியாபாரம் இருந்திருந்தால்...

ஒரு வேளை நான் சொல்வதை அவர்கள் கேட்டிருந்தால்...

இவை அனைத்தையும் விட முக்கியமானது......

உண்மையிலேயே நான் இருப்பதைப்போலவே என்னால் காண முடிந்தால், அந்த துணிவு எனக்கு இருந்தால், என்னிடம் என்ன குறைகள் இருக்கிறதென்று என்னால் கண்டுகொண்டு சரிசெய்து கொண்டால், என் குறைகளிலிருந்தே என்னால் பாடம் கற்றுக்கொள்ள முடிந்து மற்றவர்களின் அனுபவங்களிலிருந்தும் பாடம் கற்க முடியும். ஏனென்றால் என்னிடம் ஏதோ ஒரு குறை உள்ளது என்று எனக்குத்தெரியும், இல்லாவிட்டால் என் பலவீனங்களை அலசி ஆராய்ந்து சாக்கு சொல்லும் மனநிலையை களைந்துவிட்டு நான் எங்கு இருக்கவேண்டுமென்று விரும்பினேனோ அங்கு இருந்திருப்பேன்.

ஒரு தோல்வியை மறைக்க சாக்குகள் சொல்வது நம் நாட்டின் தேசிய பொழுதுபோக்காகி விட்டது. மனித இனம் தோன்றிய நாள் முதல் இந்த பழக்கம் இருந்துவருவதோடு வெற்றிக்கு அபாயகரமானது இது. இருப்பினும் தாங்கள் சொல்லும் சாக்குகளை அவர்கள் தொடர்ந்து சொல்லிக் கொண்டிருப்பது ஏன்? பதில் வெளிப்படையானது. அதை அவர்கள் சரியென்று தொடர்வது ஏனென்றால் அதை உருவாக்கியவர்கள் அவர்களே. ஒரு மனிதன் சொல்லும் சாக்கு, அவன் மனம் உருவாக்கிய குழந்தை. தன் குழந்தையை அவன் தூக்கிப் பிடிப்பது மனித இயல்பு தானே.

சாக்குகள் சொல்வது ஆழமாக வேரூன்றியுள்ள ஒரு பழக்கம். பழக்கங்களை மாற்றுவது கடினம். அதிலும் நாம் செய்யும் ஒன்றை நியாயப்படுத்தும்வகையில் அவை இருக்கும் போது இன்னும் கடினமாக இருக்கிறது. இதை மனதில் வைத்துத்தான் பிளாட்டோ, "முதல் மற்றும் முக்கியமான வெற்றி ஒருவர் தன்னைதானே வெற்றிக்கொள்வதுதான். எல்லாவற்றிற்கும் மேலாக சுயத்தால் வெல்லப்படுவது வெட்கப்பட வேண்டிய மற்றும் வெறுக்கப்பட வேண்டிய ஒன்று," என்றார்.

"மற்றவர்களிடம் நான் கண்ட வெறுக்கத்தக்க குணங்கள் பெரும்பாலானவை என்னிடமிருந்த குணங்களின் பிரதிபலிப்பே என்பது எனக்கு ஆச்சரியமளிக்கிறது" என்று சொல்லும்போது இதே கருத்தைத்தான் வேறொரு தத்துவஞானி மனதில் கொண்டிருந்தார்.

"தங்கள் பலவீனங்களை மறைக்க மக்கள் சாக்குகளை உருவாக்கி வலுக்கட்டாயமாக தங்களை மூடர்களாக்கிக் கொள்வதில் அதிக நேரம் செலவழிப்பது எனக்குப் புரியாத புதிராக இருந்துவருகிறது. இதே நேரம் வேறு விதமாக தங்கள் பலவீனங்களைக் களைய பயன்படுத்தப்பட்டால் சாக்குகள் சொல்ல தேவையே இருக்காது" என்கிறார் எல்பர்ட் ஹப்பார்டு.

உங்களை விட்டுப் பிரியும் முன்பு ஒன்றை நினைவுபடுத்த விரும்புகிறேன். "வாழ்க்கை என்பது ஒரு சதுரங்க ஆட்டம். இதில்

உங்கள் எதிரி நேரம். நகர்வதற்கு முன் தயங்கினாலோ அல்லது துரிதமாக நகர்வதை அலட்சியப்படுத்தினாலோ நேரம் உங்கள் படையை துடைத்தெறிந்துவிடும். தீர்மானமின்மையை பொறுத்துக்கொள்ள முடியாத நேரத்திற்கு எதிராக நீங்கள் விளையாடுகிறீர்கள்."

உங்களுக்கு வேண்டிய பொருளை வாழ்க்கையிடமிருந்து வற்புறுத்திப் பெறாமல் இருந்ததற்கு இதுவரை வாதப்பொருத்தமுடைய ஒரு சாக்கு அல்லது காரணம் இருந்தது. ஆனால் அது இப்போது செல்லாத ஒன்று. ஏனென்றால், வாழ்க்கையின் பொக்கிஷங்கள் அடங்கிய அறைக்கான முக்கிய திறவுகோல் இப்போது உங்கள் உடைமையாகிவிட்டது.

கண்களால் உணர முடியாத சாவியாக இருந்தாலும் இது மிகவும் சக்தி வாய்ந்தது! உறுதியான வடிவங்கள் கொண்ட செல்வங்களை குவிக்க தீராத ஆசையை உருவாக்கிக் கொள்ளும் உரிமையை அது உங்கள் மனதிற்கு வழங்குகிறது.

இதனை பயன்படுத்த கட்டணம் இல்லை. ஆனால் இதனை பயன்படுத்தவில்லையென்றால் அபராதம் செலுத்த வேண்டியிருக்கும். தோல்விதான் அபராதம். இந்த திறவுகோலை பயன்படுத்தினால் அமோகமான பரிசுகள் கிடைக்கும். சுயத்தின் மீது வெற்றி கொண்டு, வாழ்க்கையிடம் தனக்கு வேண்டியதை வற்புறுத்திப் பெற்றுக் கொள்ளும் போது எல்லாருக்கும் கிடைக்கும் மன நிறைவு என்ற மகத்தான பரிசு தான் அது.

அந்தப் பரிசு, உங்கள் முயற்சிக்குத் தகுதியானதாக இருக்கும். உங்கள் துவக்கத்தை இப்போதே ஆரம்பித்து இதை சரிபார்க்கிறீர்களா?

காலத்தால் அழியாத மேதை எமர்சன், "நாம் ஒருவரோடு ஒருவர் தொடர்புடையவர்களாக இருந்தால் நிச்சயம் சந்திப்போம்," என்றார்.

இறுதியில் அவரது எண்ணத்தை கடன்வாங்கி நானும், "நமக்குள் தொடர்பு இருக்குமென்றால், இந்தப் புத்தகங்களின் வழியாக நாம் சந்தித்துவிட்டோம்," என்பேன்.